# பிரார்த்தனையைப் பின்தொடர்ந்து

[நாவல்]

பட்டமங்கலத்தாசிரியர்
குறுநகையின்
[நாடகம்]

சுந்தர் சருக்கை

# பிரார்த்தனையைப் பின்தொடர்ந்து

தமிழில்:
**சீனிவாச ராமானுஜம்**

எதிர்
வெளியீடு

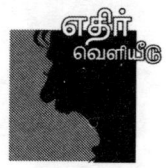

**பிரார்த்தனையைப் பின்தொடர்ந்து** (நாவல்)
சுந்தர் சருக்கை
ஆங்கிலத்திலிருந்து தமிழில்: சீனிவாச ராமாநுஜம்

முதல் பதிப்பு: டிசம்பர் 2023
எதிர் வெளியீடு,
96, நியூ ஸ்கீம் ரோடு, பொள்ளாச்சி – 642002.
தொலைபேசி: 04259 – 226012, 99425 11302.

வடிவமைப்பு: பா. ஜீவமணி

**விலை: ரூ. 599**

**Following a Prayer** (Novel)
Sundar Sarukkai
Published in English by Westland, 2023
Translated from English by Srinivasa Ramanujam

First Edition: December 2023

Published by
Ethir Veliyeedu, 96, New Scheme Road. Pollachi – 2.
email: ethirveliyedu@gmail.com
www.ethirveliyeedu.com

Layout: B. Jeevamani

**Price: ₹ 599**
ISBN: 978-81-19576-30-2

Printed by: Jothy Enterprises, Chennai.

All rights reserved. No part of this book may be reprinted or reproduced or utilised in any form or by any electronic, mechanical or other means, now known or hereafter invented, including Photocopying and recording, or in any information storage or retrieval system, without permission in writing from the Publisher.

ஒரு திங்கட்கிழமை அன்று பன்னிரண்டு வயது கல்பனா காணாமல்போனாள். மழைக் காலம் அதன் உச்சத்தில் இருந்த அந்தக் காலையில் மேகங்கள் அவளது மண்டைக்குள் விளையாட, கல்பனா வழக்கம்போல் தனது வீட்டைவிட்டுக் கிளம்பினாள். புத்தகப்பையையும் சிறிய குடை ஒன்றையும் வைத்திருந்தாள். பத்து நிமிட நடை தூரத்தில்தான் பள்ளிக்கூடம் இருந்தது. போகிற வழியில், கடைக்காரருக்கு முகமன் கூறுவது, சிறிய டீக்கடைக்கு வெளியே எப்போதும் அமர்ந்திருக்கும் டீக்கடை உரிமையாளரான அந்த வயதான தாய்க்குக் கையசைப்பது, பூசாரி வீட்டு வெளிப்புறக் கதவின் அருகே எலும்பும் தோலுமாய்ப் பழுப்பு நிறத்தில் இருக்கும் பசுவின் நெற்றியைத் தடவிக்கொடுப்பதுபோல் அதனருகே போவது என்பவையெல்லாம் அவளது அன்றாட வழக்கங்களாக இருந்தன. ஆனால், அந்தத் திங்கள் அன்று அவள் தீவிர யோசனையில் இருந்ததால், இப்படியான அன்றாடச் சடங்குகள் எவற்றையும் அவள் கடைப்பிடிக்கவில்லை. கல்பனா தொலைந்துபோனாள் என்று தெரிந்துகொண்ட பின், நம்ம என்பதற்கு அழுத்தம் கொடுத்து, நம்ம கல்பனா மாதிரி இல்லையே என்று நினைத்தேன் என்றார் அந்த டீக்கடையில் இருக்கும் வயதான பெண்மணி. கல்பனாவின் பெற்றோருக்கும் அவளது பாட்டிக்கும் அவரால் கொடுக்க முடிந்த ஆறுதல் இது மட்டுமே.

கல்பனாவுடைய பாட்டியின் அந்தஸ்தே அவரது பெயராகிவிட்ட நிலையை அவர் அடைந்துவிட்டிருந்தார். எல்லோரும் அவரை 'அஜ்ஜி' என்றே அழைத்தார்கள். அந்த அர்த்தத்தில் அவர் எல்லோருக்குமான பாட்டியாக இருந்தார். எவருக்குமே, அவரது மகன் உள்பட, பாட்டியின் உண்மையான பெயர் என்னவென்று தெரியாது. வெயில் காலத்தில் அவர் ஐந்தடிக்கும் குறைவாக இருந்தார் என்றால் மழைக் காலத்தில் இன்னும் சுருங்கிப்போனவராக இருந்தார். அவரது பெயருக்கு ஏற்றாற்போல், பாட்டிகள் எப்படி இருப்பார்களோ அப்படியாக

வாழ்ந்துவந்தார். கடவுள்களோடு எப்போதும் உரையாடிக் கொண்டிருந்தார். கல்பனா காணாமல்போனதில் இவர்தான் மிகவும் பாதிக்கப்பட்டதாக எல்லோரும் ஏற்றுக்கொள்வதுபோல் இருந்தது.

பள்ளியிலிருந்து கல்பனா திரும்பிவரவில்லை என்பதைத் தெரிந்துகொண்டபோதுதான், அவள் காணவில்லை என்று கண்டுபிடித்தார்கள். அவளது ஆசிரியர்கள் அவளுக்கு உடம்பு சரியில்லாமல் இருக்கலாம் என்று நினைத்துக்கொண்டார்கள். மழைக் காலங்களில் மாணவர்கள் ஒருவர் மாற்றி ஒருவர் உடல்நலம் சரியில்லாமல்போவார்கள். மதிய உணவைப் பள்ளியில் எடுத்துக்கொள்ளும் அவளது வகுப்புத் தோழி ஒருத்தி, அன்று கல்பனா அங்கு சாப்பிடாதது 'நல்லதாப்போச்சு' என்றாள். அன்று பள்ளியில் சேனைக்கிழங்கு போட்டார்கள். கல்பனாவுக்கு அது கொஞ்சமும் பிடிக்காது.

ஐந்து மணிக்குப் பிறகு, மூன்று பெண்பிள்ளைகள் அவளது வீட்டைக் கடந்துபோகும்வரை அவளது அம்மா அவளைப் பற்றிக் கவலைப்படவில்லை. அந்தப் பெண்பிள்ளைகள் அப்போது சீருடையில் இருந்தார்கள். அவர்கள் கல்பனாவின் வீட்டைக் கடந்துபோகும்போது, கல்பனா எப்படியிருக்கிறாள் என்று விசாரித்தார்கள். கல்பனாவின் தங்கை தீக்ஷா குறித்து அவர்கள் கேட்பதாக கல்பனாவின் அம்மா நினைத்துக்கொண்டார். உடம்பு சரியில்லாததால் தீக்ஷா அன்று பள்ளிக்குச் செல்லவில்லை. ஆனால், அந்தப் பெண்பிள்ளைகள் கல்பனாவின் வகுப்பைச் சேர்ந்தவர்கள் என்றும், பள்ளிக்கு கல்பனா வரவில்லை என்றும் சொன்னபோது, வானம் இடிந்து விழுந்ததுபோல் அந்தத் தாய் உணர்ந்தார்.

கல்பனாவின் தந்தை மளிகைச் சாமான்கள் வாங்கச் சென்றிருந்தார். மண்ணெண்ணெய், கோணிப்பைகளின் வாசனையும், தானியங்களின் பழைய வாசனையும் நிறைந்திருக்கும் கூட்டுறவுக் கடைக்கு மிகவும் விரும்பிச் செல்வார். சில சமயங்களில், கடை ஓரத்தில் போடப்பட்டிருக்கும் கிறீச்சிடும் பிளாஸ்டிக் நாற்காலியில் உட்கார்ந்தபடி உரிமையாளர்கள்போல் பல்லிளித்துக்கொண்டு வருபவர்களைப் பார்த்துக்கொண்டிருப்பார். அன்று மாலை அவர் பப்பாவோடு நின்றுகொண்டு மழை குறித்துப் பேசிக்கொண்டிருந்தார். இவர்களுடைய பேச்சு பெரும்பாலும்

டிவியில் சொல்லப்படும் வானிலை அறிக்கையை அப்படியே திரும்பச் சொல்வதாக இருக்கும்; இந்த வருடம் மழை 10 சதவீதம் அதிகமாகப் பெய்ததா அல்லது 20 சதவீதம் குறைவாகப் பெய்ததா? இது குறித்து இவர்களுக்கு ஏதும் தெரியவில்லை என்றாலும்கூட, மழை என்னமோ இவர்கள் சொல்லும் பதிலைச் சார்ந்திருப்பதுபோல் அது குறித்துப் பேசிக்கொண்டிருப்பார்கள்.

கடைக்குப் போயிருந்த கணவரை வீட்டுக்கு வரச் சொல்லுமாறு ஒரு பெண்பிள்ளையிடம் சொல்லியனுப்பினார். அந்தப் பெண்பிள்ளை ஓடோடிச் சென்று, உடனடியாக வீட்டுக்கு வருமாறு அவரது மனைவி சொன்னதாக அவரிடம் தெரிவித்தாள். பப்பாவைத் திரும்பிப்பார்த்த கல்பனாவின் அப்பா, தனது தாய்க்கு ஏதும் நடந்திருக்கக் கூடாது என்று கவலைப்பட்டார்.

**ஊ**ரின் பிரதான சாலையில் சற்றே தொலைவில் இருந்தது காவல் நிலையம். 'டேஷன்' என்று உச்சரிக்கப்படும் 'ஸ்டேஷன்' புதிய ஓட்டுக் கூரைகளைக் கொண்டிருந்த பழைய கட்டடமாக இருந்தது. கல்பனாவின் தந்தையும் பப்பாவும் அங்கு சென்றபோது மணி ஆறுக்கு மேலாகியிருந்தது. ஆனால், அங்கு எவரும் இல்லை. கதவு திறந்தே இருந்தாலும்கூடத் தயக்கத்தோடுதான் இருள் உள்ளே நுழைந்துகொண்டிருந்தது. மழை மீண்டும் பெய்யத் தொடங்கியது. மின்சாரமும் 'போய்விட்டது'. கதவுக்கு வெளியே எப்போதும் பூச்சிகளைப் பிடித்துக்கொண்டு இருக்கும் நாய்கூட அன்று காணாமல்போய்விட்டது. காத்திருந்த இந்த இரண்டு மனிதர்களின் கொஞ்ச நம்பிக்கையும் அந்த அமைதியில் மெல்ல வடியத் தொடங்கியது.

'நான் சொன்னேன் இல்லையா' என்று கல்பனா சொல்லியிருக்கக் கூடும். போலீஸ்காரனின் மகள் அவளது வகுப்பில் இருக்கிறாள். அந்தப் பெண்பிள்ளை அவளது தந்தையைவிட மோசம். மும்பையிலிருந்து வரவழைக்கப்பட்ட ஆடம்பரமான புத்தகப்பையைத்தான் அவள் பள்ளிக்குக் கொண்டுவருவாள். வேறொரு பெண்பிள்ளை அவளது புத்தகப்பையை வகுப்பறைக்குத் தூக்கிக்கொண்டு வருவாள். அப்புறம் ஒரு பெண்மணி, கிராமத்தில் தொடர்ந்து பிரச்சினைகளை ஏற்படுத்திவரும் ஒரு குடிகாரனின் மனைவி, மதியச்

சாப்பாட்டைக் கொண்டுவருவாள். பள்ளியில் தரப்படும் மதிய உணவை ஒரு போலீஸ்காரனின் மகளாக அவளால் எடுத்துக்கொள்ள முடியாது.

மேலும் கூடிக்கொண்டிருந்த இருட்டு, அவர்களது நம்பிக்கையை இன்னும் வேகமாகக் கரைந்துபோகவைத்தது. மழையும் நிற்கவில்லை. மின்சாரமும் வரவில்லை. போலீஸ்காரனும் திரும்பவில்லை. பிறகு, ஸ்டேஷனை நோக்கி ஒரு சின்ன மொபட் வருவதைப் பார்த்தார்கள். அதன் மேல் அசௌகரியமாகவும் முழுக்க நனைந்திருக்கும் இறுக்கமான காக்கி உடையிலும் ஒரு கான்ஸ்டபிள் இருந்தார்.

சுற்றியிருந்த காட்டில் அன்று இரவு தேடுவதாக இருந்தார்கள். பள்ளிக்கு அப்பால் இருக்கும் அடர்த்தியான மரங்கள் நிறைந்த பாதையில் கல்பனா சென்றிருப்பாளோ என்று யோசித்தார்கள். ஏதாவது பையனோடு அல்லது ஆளோடு அவளை யாரேனும் பார்த்தார்களா என்று கேட்கவே நினைத்தார்கள். ஆனால், இந்த வார்த்தைகள் அமைதியாகவே கசிந்தன. அவர்களது கிராமத்திலிருந்து பேருந்துகளைக் கொண்டுவரும் (கொண்டுசெல்லும்) பாதையைப் பார்த்தார்கள். கல்பனா — எந்த நொடியிலும் — பேருந்திலிருந்து இறங்கக்கூடும் என்ற நம்பிக்கையில் அந்தச் சாலையையே பார்த்துக்கொண்டு நின்றிருந்தார்கள். மங்கிய மஞ்சள் விளக்கு வெளிச்சத்தில் மூன்று சோகமான நாய்களோடும், கொட்டாவி விடும் பசுக்களோடும் அவர்களது கிராமம் வழியாகப் போகும் கடைசிப் பேருந்துக்காக இரவு எட்டு மணிவரை அவர்கள் காத்திருந்தார்கள்.

அதுவும் வந்துபோனது. நாய்களுடைய காதுகள் மேலும் தளர்ந்துபோயின.

பெரும் துயரத்தில் பெற்றோரும் சங்கடமான சிந்தனைகளோடு பெரியவர்களும் இருந்த கூட்டத்தில், 'அவள் எப்போதும் செய்வதுபோல் பட்டாம்பூச்சியின் பின்னால் ஓடி வழிதவறிப்போனாளா?' என்று கல்பனாவின் வகுப்புத் தோழி ஒருத்தி கேட்டாள். அடுத்த நாள் காலையில்,

மற்றவர்கள் எல்லோரும் சொல்வதற்குப் பயந்துகொண்டிருந்த வார்த்தைகளைப் போலீஸ்காரன் சொன்னான்: அவளை யாராவது கடத்திக்கொண்டுபோயிருப்பார்களோ அல்லது பாலியல்ரீதியாக பலியாகியிருப்பாளோ அல்லது ஒருவேளை கொல்லப்பட்டிருப்பாளோ? அறையைச் சுற்றிலும் ஒருமுறை பார்த்து இந்தக் கேள்விகளை அவன் கேட்கும்போது அவன் ஏறக்குறைய வருத்தத்தோடு இருப்பதுபோல் தெரிந்தான்.

இப்படியான கேள்விகளைக் கேட்பது தவிர அந்தக் கிராமத்தில் செய்வதற்கு வேறு ஏதுமில்லை. அடுத்த நாள் பள்ளிக்கு விடுமுறை அறிவிக்கப்பட்டது. கல்பனாவின் 'பின்னால்' பையன்கள் யாராவது இருக்கிறார்களா என்று தெரிந்துகொள்ள விரும்பிய போலீஸ்காரனோடு மூன்று பெண்பிள்ளைகளுக்குத் தாயான, ஐம்பத்து ஐந்து வயதுடைய பள்ளியின் முதல்வர் பேசிக்கொண்டிருந்தார். முதல்வர், 'அவளுக்குப் பன்னிரண்டு வயது' என்று பதில் தந்தார். ஒருநாள் அந்தப் போலீஸ்காரனின் மகளுக்குப் பின்னால் பல பையன்கள் இருப்பார்கள் என்று நினைத்துக்கொண்டார். பாலியல் குற்றங்கள் தனது பள்ளியில் இன்னும் நடக்கவில்லை என்பதால், 'எங்க பையன்கள் அப்படிப்பட்டவர்கள் இல்லை' என்று அழுத்தம்திருத்தமாகச் சொன்னார் முதல்வர்.

முதல்வரின் எண்ண ஓட்டத்தைப் போலீஸ்காரன் அறிந்திருந்தான். அவரைத் தூண்டிவிட்டு, அவர் சொல்ல விரும்பாததைச் சொல்லவைக்க விரும்பினான். பட்டவர்த்தனமாக, 'இந்தியா முழுக்க நடக்கும் கற்பழிப்பு குறித்தெல்லாம் நீங்கள் கேள்விப்பட்டிருக்கிறீர்கள் தானே? அப்படியெல்லாம் இங்கு நடக்காது என்று ஏன் நினைக்கிறீர்கள்? அப்படியென்ன உங்களின் பெண்பிள்ளைகள் அல்லது பையன்கள் அல்லது 'கற்பழிக்கும் ஆண்கள்' — என்று சொல்லி சற்றே இடைவெளிவிட்டு, மேலும் அழுத்தம் கொடுத்து — '... இங்கு கற்பழிப்பு எதுவும் நடக்காது என்று நினைப்பதற்கு' என்றான். மௌனமாக இருந்து தலையசைக்க மட்டுமே செய்தார் முதல்வர்.

இருவரும் ஒருவரை ஒருவர் வெறித்துப்பார்த்துக் கொண்டார்கள். அவரால் அவனை ஏற்றுக்கொள்ள முடியாது. அவர் மட்டுமல்ல, கிராமத்தில் உள்ள எந்த ஒரு பெண்ணும் 'கற்பழிப்பு', 'செக்ஸ்' போன்ற வார்த்தைகளை உச்சரிக்கத்

தயாராக இல்லை. போலீஸ்காரன் கிளம்பிப்போகும்போது, இந்தப் பெண்மணியிடம் தன்னுடைய மகள் பாதுகாப்பாக இருப்பாள் என்று நிம்மதிப் பெருமூச்சுவிட்டான்.

கிராமத்தில் இருப்பவர்கள் பல குழுக்களாகப் பிரிந்து, சூழ்ந்திருக்கும் அடர்ந்த காட்டுக்குள் கொண்டுவிடும் பாதைகளில் தேடத் தொடங்கினார்கள். எல்லோருமே மிக மோசமானது நடந்திருக்கலாம் என்று பயந்தார்கள். அந்தப் பெண்பிள்ளையால் மட்டுமல்லாமல், வளர்ந்தவர்களாலும்கூட அந்தக் காட்டில் ஒரு மழை இரவைக் கழித்திருக்க முடியாது. பகல் என்ற பாதுகாப்பு வளையத்தைக் கொண்டிருந்தாலும்கூட இந்தப் பகுதிகளில் மழையைப் பார்ப்பது அச்சம்தரக்கூடியதாகவே இருக்கும். ஒரு உணர்வு, அதுவும் மிக மோசமான உணர்வு, அவள் காட்டில் எங்காவது ஓரிடத்தில் செத்துக்கிடக்கலாம் என்று அவர்களை நினைக்கவைத்தது. வேறு ஏதேனும் நடந்திருக்கலாம் என்று நினைத்துப்பார்ப்பதுகூடத் தாங்கிக்கொள்ள முடியாததாகவே இருந்தது.

பக்கத்துக் கிராமத்திலிருந்து ஒரு இன்ஸ்பெக்டர் இந்தக் கிராமத்துக்கு வந்திருக்க வேண்டும். ஆனால், அவர் எப்போது வருவார் என்று எவருக்கும் தெரியவில்லை. கல்பனாவின் அம்மா உடைந்துபோயிருந்தார். என்றாலும்கூட, வீட்டுக்கு வந்துபோனவர்களுக்கெல்லாம் காபி போட்டுக் கொடுத்துக்கொண்டிருந்தார். அஜ்ஜிதான் பெரிய பிரச்சினையாக இருந்தார். அவரால் அழுகையை நிறுத்த முடியவில்லை. தனக்குள்ளாகப் பேசிக்கொண்டே இருந்தார். பிரார்த்தனைகளை முணுமுணுத்துக்கொண்டே இருந்தார். அது ஏறக்குறைய வேட்டைத் துப்பாக்கியிலிருந்து வெளிப்படும் சாபங்கள்போல் இருந்தன.

இரண்டு நாள்கள் கழிந்தன. அந்தப் பெண்பிள்ளை பற்றி செய்தி ஏதுமில்லை. இன்ஸ்பெக்டர் குறித்தும் செய்தி ஏதுமில்லை. கணக்கிலடங்காப் பெண்களுக்கு நடப்பது போன்றுதான் கல்பனா விஷயமும் முடிந்திருக்கும். ஆனால், அஜ்ஜி அவ்வளவு சுலபமாக விட்டுவிடுபவர் இல்லை.

கல்பனா காணாமல்போன இரண்டாவது நாள் காலையில் பேருந்து நிறுத்தத்துக்குச் சென்றார் அஜ்ஜி. மலையடிவாரத்தில் உள்ள நகரத்துக்குப் போகும் வழியில், காலை ஆறு மணிக்கு வரக்கூடிய முதல் பேருந்துக்காக அவர் காத்திருந்தார். பழுப்புநிற நாயும் அதன் நான்கு குட்டிகளும் வந்து அவருக்கு அருகில் நின்றுகொண்டன. முந்தைய இரவு கனமழை பெய்திருந்தது. இப்போது மேகங்கள் இல்லாமல் வானம் தெளிவாக இருந்தது. மேகங்கள் எப்போது வேண்டுமென்றாலும் தீவிரமாகத் திரண்டுவரலாம் என்று அஜ்ஜி அறிந்திருந்தார். பேருந்து வந்து நிற்க, ஓட்டுநர் தலையை வெளியே நீட்டி, 'அஜ்ஜி, ஏதாவது தெரிந்ததா?' என்று கேட்டார்.

அவர் பேருந்தில் ஏறிக்கொண்டார். 'சித்தையா இருக்கானா?' என்று கேட்டார். சித்தையா அவரது உறவினர். பேருந்தின் நடத்துநராக இருந்தான். கல்பனா காணாமல்போயிருந்த காலையில் அவன் இவரது வீட்டுக்கு வந்திருந்தான். அவளைத் தேடி காட்டுக்குள் அவனும் சென்றிருந்தான். பேருந்தின் பின்பகுதியிலிருந்து அஜ்ஜியை நோக்கி சித்தையா வந்தான். அவனது முழங்கையைப் பிடித்துக்கொண்ட அஜ்ஜி, பின்னால் இருந்த காலியான இருக்கைக்கு அழைத்துச்சென்று அவனோடு உட்கார்ந்துகொண்டார்.

அவனது உதவி தேவை என்று அவனிடம் சொன்னார். 'வேறு யாராலும் அவளைக் கண்டுபிடிக்க முடியாது' என்றார். பிறகு சற்றே இடைவெளிவிட்டு, 'வேற யார்கிட்டயும் என்னால் கேட்க முடியாது' என்றார். காலம் கடந்திருக்கலாம் என்று அவரிடம் சொல்ல விரும்பாததால் சித்தையா ஏதும் சொல்லாமல் இருந்தான். பேருந்து குறுகலான வளைந்த சாலையில் போய்க்கொண்டிருக்க அஜ்ஜி மௌனமாக அமர்ந்திருந்தார். கல்பனா மீதான மரியாதையின் காரணமாக வழக்கத்துக்கு மாறாக ஓட்டுநர் பேருந்தை சற்று மெதுவாகவே ஓட்டிக்கொண்டிருந்தார். துறுதுறுவென்று இருக்கும் அந்தச் சின்னப் பெண்ணை ஓட்டுநருக்கு ரொம்பப் பிடிக்கும்.

சித்தையாவின் கையை அஜ்ஜி பிடித்துக்கொண்டே இருந்தார். இடையில் பேருந்தில் ஏறிய ஒருசிலருக்குப் பயணச்சீட்டு கொடுக்க எழுந்தபோதுகூட அவனை விடவில்லை. அவர்கள் அந்தச் சிறு நகரத்தை அடைந்தபோது, மேகங்களும்

கூடியிருந்தன. பேருந்தும் ஏறக்குறைய நிறைந்திருந்தது. பேருந்தில் ஏறியவர்கள் பயணச்சீட்டு எடுக்க சித்தையா இருக்கும் இடத்துக்கு வந்தார்கள். அஜ்ஜியை அன்போடு பார்த்தார்கள். அவர் அவனது கையைப் பிடித்துக்கொண்டு நேராக வெறித்த பார்வை பார்த்துக்கொண்டிருந்தாரே தவிர மற்றவர்களைக் கண்கொண்டு பார்க்க மறுத்தார்.

கடைசி நிறுத்தத்துக்கு வந்த பிறகு, வண்டி வர வேண்டிய இடத்துக்கு வந்துவிட்டது என்று சொல்லி மெல்ல தன்னுடைய கையை விடுவித்துக்கொள்ள சித்தையா முயன்றான். பிடித்திருந்த கையை விடாமல், ‘என்ன நடந்தது என்று எனக்கு மட்டும்தான் தெரியும். நான்தான் இதற்கெல்லாம் காரணம்’ என்றார் அஜ்ஜி. மௌனமான கண்ணீர் அவரது கன்னங்களில் நிதானமாகத் தொடர்ந்து வழிந்துகொண்டிருந்தது. பார்ப்பதற்கு அவை பேருந்து ஜன்னல்களில் வழியும் தண்ணீர்க் கோடுகள்போல் இருந்தன. சித்தையா அவரை அமைதியாகப் பார்த்துக்கொண்டிருந்தான். பேருந்து ஜன்னல்களும் அவரது முகமும் கணக்கிலடங்கா மழைக்காலங்களால் சுத்தப்படுத்தப்பட்டதைப் போலவும், தூசுகளால் நிரந்தரமான கோடுகளைக் கொண்டிருப்பதைப் போலவும் தெரிந்தன.

ஓட்டுநர் இவர்களிடம் வந்து, இறங்க வேண்டும் என்று சொன்னபோது, ‘கல்பனா சாகவில்லை. நீ அவளைக் கண்டுபிடிக்க வேண்டும்’ என்றார் இறுதியாக.

பேருந்திலிருந்து இறங்கிய சித்தையா, பேருந்து நிறுத்தத்துக்குள் இருந்த டீக்கடைக்கு அஜ்ஜியை அழைத்துச்சென்றான். நன்றாகப் பொரிக்கப்பட்ட பன்னும் டீயும் வாங்கிக்கொடுத்தான். அஜ்ஜி அதை ரசித்துச் சாப்பிட்டார். கிராமத்தைவிட்டு வெளியே வந்து, காலைப் பொழுது தொடங்கும்போது டீ அருந்துவது அவருக்கு மிகவும் பிடித்தமானது. ஏறக்குறைய வேலைக்குப் போகும் பெண்கள்போல் உணர்வதாக, சிரித்துக்கொண்டே சித்தையாவிடம் சொன்னார்.

திடீரென்று, ‘அன்று காலை கல்பனா பள்ளிக்குச் செல்வதற்கு முன்பே பிரச்சினை தொடங்கிவிட்டது. என் பையன் வேலைக்குப் போகக் கிளம்பிக்கொண்டிருந்தான். சமையலறையில் அவன்

மனைவி இருந்தாள். நான் வழக்கம்போல் என்னுடைய பிரார்த்தனைகளைச் சொல்லிக்கொண்டிருந்தேன். தேவிக்குச் சொல்லும் பிராத்தனை ஏதேனும் உனக்குத் தெரியுமா? தெரியாதா? சித்தையா, கல்யாணம் முடிக்கும் முன் ஏதாவது கற்றுக்கொள். இந்தக் காலத்துப் பெண்களுக்குப் பிரார்த்தனைகள் எதுவும் தெரிவதில்லை. அப்ப நீ என்ன பண்ணுவ?' என்றார்.

சித்தையா சிரித்தான். பேருந்தில் அவன் பார்க்கும் பெண்களில் பெரும்பாலானோர் இந்தக் கோயில், அந்தக் கோயில் என்று அலைந்துகொண்டிருப்பதைப் போல்தான் தெரிகிறது. அவனுக்கு மனைவியாக வர இருப்பவள் அஜ்ஜிபோலவே பல பிரார்த்தனைகளை அறிந்திருப்பாள் என்பதில் அவனுக்கு எந்தச் சந்தேகமும் இல்லை.

'நான் அங்கு உட்கார்ந்திருந்தேன்' என்று சொல்லத் தொடங்கினார் அஜ்ஜி. அவரது பிரார்த்தனைகளை முணுமுணுத்துக்கொண்டிருந்தார். அப்போது, கல்பனா வெறுமனே ஒருவிதமான சலிப்பால் அல்லது விளையாட்டாக, அவரைச் சீண்டுவது என்று தீர்மானித்தாள். அவள் பள்ளிக்குச் செல்லத் தயாராக இருந்தாள். காலை உணவை முடித்துவிட்டாள். பள்ளிச் சீருடை அணிந்திருந்தாள். அப்போது மீண்டும் மழை தொடங்கியிருந்தது. ஒரு வரைபடத்தில் இருக்கும் பல தீவுகள்போல், பிள்ளைகளின் கால்தடங்களைச் சுற்றி உருவாகியிருக்கும் குட்டையில் நீந்திச்செல்வதுபோல் வகுப்பறைக்குள் நுழைய வேண்டும் என்று அவள் அறிந்திருந்தாள். அவளோ அல்லது அவளது நண்பர்களோ சலிப்பாக உணரும்போது, இந்தக் குட்டைகளில் தங்களுடைய கால்விரல்களை விட்டு இப்படியும் அப்படியும் ஆட்டி, நீந்திக்கொண்டிருப்பதுபோல் கற்பனைசெய்து பார்ப்பார்கள். திங்கட்கிழமை அவ்வளவு சீக்கிரமாகத் தொடங்கியதும், அவள் மேல் அவ்வளவு வேகமாகக் கவிழ்ந்ததும் அவளை எரிச்சலடையவைத்தது. ஒவ்வொரு நாளும் செய்வதுபோல், அஜ்ஜி பிரார்த்தனை சொல்லிக்கொண்டிருப்பதைக் கவனித்துக்கொண்டிருந்தாள். உண்மையிலேயே ஏதும் சிந்திக்காமல், 'அஜ்ஜி, என்ன முணுமுணுத்துக்கிட்டுயிருக்கே?' என்று கேட்டாள்.

அஜ்ஜி அவளைக் கண்டுகொள்ளவில்லை. இந்தக் கலையை அவர் நீண்ட காலமாகப் பழகியிருந்தார். அவரது பிரார்த்தனைகளுக்கு மத்தியிலும் வீட்டுக்கு உள்ளேயும் வெளியேயும் என்னவெல்லாம் நடந்துகொண்டிருக்கிறது என்று முழுமையாக அறிந்திருப்பார். பிரார்த்தனையைக் குறிப்பிட்ட வார்த்தையில் நிறுத்தி, வேலைகளையெல்லாம் முடித்துக்கொண்டு, மீண்டும் நிறுத்திய இடத்திலிருந்து தொடங்கும் திறனை அவர் கொண்டிருந்தார். வழக்கமாக, அஜ்ஜியை எரிச்சலடையவைப்பதில் சலிப்புற்று, பள்ளிக்கூடம் ஓடிப்போயிருப்பாள் கல்பனா. ஆனால், அன்று அவளால் நிறுத்த முடியவில்லை. 'அஜ்ஜி, ஏன் நாள் முழுக்க பிராத்தனை சொல்லிக்கிட்டு இருக்கேன்னு எங்கிட்ட சொல்லு. ஏன்?' என்றாள் கல்பனா.

அஜ்ஜி இன்னும் சத்தமாக முணுமுணுக்கத் தொடங்கினார். அடர்த்தியாக அடுக்கப்பட்டிருக்கும் ஓடுகளுக்கும் மரவிட்டத்துக்கும் இடையேயான வெளியில் கல்பனாவை விரட்டியடிப்பதுபோல், அவர் கூரையைப் பார்த்தார். 'அங்க உட்கார்ந்து பாருடீ, குரங்கு' என்று சொல்லியிருப்பார். 'ஆனால், தலைவிதி மர்மமான வழிகளில் வேலைசெய்யும்' என்றும் அவர் சொல்லியிருக்கக்கூடும். அஜ்ஜியைத் தொந்தரவுக்குள்ளாக்குவதை கல்பனாவால் நிறுத்த முடியவில்லை. அஜ்ஜியால் பதில் சொல்ல முடியவில்லை.

பிறகு திடீரென்று, கல்பனா அவள் கேட்டிருக்கக் கூடாத கேள்வியைக் கேட்டாள்.

'அஜ்ஜி, உன்னோட பிரார்த்தனைகளை யாராவது கேட்கிறார்களா என்று நீ கேட்டுக்கொண்டது உண்டா? நீ இந்தப் பிரார்த்தனைகளைச் சொல்லிக்கொண்டே இருக்கிறாய். ஆனால், உண்மையில் இந்தப் பிரார்த்தனைகள் எங்கே போகின்றன? உனக்குத் தெரியுமா? சொல்லு, உனக்குத் தெரியுமா?' இந்தக் கேள்விகளைக் கேட்கும்போது, அவள் அஜ்ஜியைச் சுற்றிக் குதித்துக்கொண்டே இருந்தாள். மழை நிற்கப்போவதுபோல் தெரிந்தது. அவள் பள்ளிக்கூடத்துக்கு ஓடத் தயாராக இருந்தாள்.

அஜ்ஜியின் கோபம் தலைக்கேறியது. அவர் கல்பனாவைப் பிடித்து, தனக்கு அருகில் இழுத்து, 'என்னுடைய பிரார்த்தனைகள் எங்கே போகின்றன என்று உனக்குத் தெரிய வேண்டுமா?

சொல்லு, உனக்குத் தெரிய வேண்டுமா?' என்று அவளது முகத்துக்கு மிக அருகில் கேட்டார். அன்பான அஜ்ஜி இப்படி உருமாறியிருப்பதை வெறித்துப்பார்த்துக் கொண்டிருந்தாள் கல்பனா. அஜ்ஜி அவளை இழுத்துத் திருப்பிவிட்டு, 'அப்படியென்றால் போ, இந்த வார்த்தைகளைப் பின்தொடர்ந்து போ, உன்னை எங்கே கொண்டுசெல்கின்றன என்று பார்' என்றார். கல்பனாவை வாயிற்படிவரை இழுத்துவந்து, அவரது அன்றாடப் பிரார்த்தனையிலிருந்து ஒரு வரியை மிகத் தெளிவாகவும் உரக்கவும் சொன்னார். வார்த்தைகளுக்குக் கையாட்டுவதுபோல் அவர் நாடகத்தன்மையோடு கையாட்டி, 'இப்போது போ. இவற்றுக்குப் பின்னால் போய் அவை எங்கே போகின்றன என்று பார். போ, என்னுடைய பிரார்த்தனையைத் பின்தொடர்ந்து போ' என்று அவர் சொன்னபோது மழையும் நின்றிருந்தது. கல்பனா வீட்டைவிட்டு வெளியே வந்தாள். பளிச்சென்றிருந்த அவளது தலையில் கட்டியிருந்த ரிப்பன் போய்வருகிறேன் என்று கையாட்டுவதுபோல் கல்பனா நடந்துசெல்ல, அவளது தலை மெல்ல மறைவதைப் பார்த்துக்கொண்டிருந்த அஜ்ஜி மிக அமைதியாக 'போ, உன்னால் முடிந்தால் பின்தொடர்ந்து போ, ராட்சசி' என்றார்.

சித்தையா அதிர்ந்துபோனான். 'என்னது? கல்பனா பிரார்த்தனைக்குப் பின்னால் ஓடிப்போனாளா? எப்படி ஒருவரால் பிரார்த்தனையைப் பின்தொடர்ந்து போக முடியும்? எனக்கு எந்தச் சந்தேகமும் இல்லை அஜ்ஜி, இதெல்லாம் உன்னோட கற்பனை. வேறு என்னமோ நடந்திருக்க வேண்டும்.'

'உண்மையிலேயே என்ன நடந்தது என்று எனக்குத் தெரியாது' என்று அஜ்ஜி பதில் சொன்னார். பன், டீ மீதான அவரது ஈடுபாடு மெல்ல கரைந்துபோனது. பேருந்து நிறுத்தம் மக்களால் நிரம்பத் தொடங்கியது. வீட்டில் தன்னுடைய மூலைக்குச் சென்றுவிட வேண்டும் என்றே விரும்பினார். 'ஆனால், கல்பனா என்ன செய்திருக்கிறாள் என்று எனக்குள் நான் தெளிவாக இருக்கிறேன். அவள் என்னுடைய பிரார்த்தனையைப் பின்தொடர்ந்து சென்றிருக்கிறாள்.'

இளைஞனான சித்தையாவுக்கோ நடனம் பார்க்கவும், இசை நிகழ்ச்சிகளுக்குச் செல்லவும், கொஞ்சம்போல் சூடாக ஏதாவது சாப்பிடவும் என்று பொழுதுபோவதற்கான இடமாகத்தான் கோயில் இருந்துவந்தது. 'ஆனால் அஜ்ஜி, பிரார்த்தனையை எப்படி ஒருவரால் பின்தொடர்ந்து செல்ல முடியும்? பின்தொடர்வதற்கு என்ன இருக்கிறது? என்ன மன்னிச்சுடு அஜ்ஜி, எனக்கு இதெல்லாம் எதுவுமே புரியவில்லை. கல்பனா காணாமல்போனதற்கு நீ ஒன்னும் பொறுப்பில்லை' என்றான்.

அவ்வளவு சுலபமாக மனதை மாற்றிக்கொள்ளக்கூடியவர் இல்லை அஜ்ஜி. 'சித்தையா, நான் சொல்வதைக் கேள். கொஞ்சம் யோசித்துப்பார். என்னுடைய வார்த்தையைப் பின்தொடர்ந்து சென்றிருந்தால் அவள் என்ன செய்திருப்பாள் என்று கேட்டுக்கொண்டால்தான் உன்னால் கல்பனாவைக் கண்டுபிடிக்க முடியும்.'

'எதைப் பின்தொடர்ந்து சென்றிருப்பாள்? உன்னுடைய பிரார்த்தனைகளையா அல்லது பிரார்த்தனையைப் பின்தொடர்ந்து போ என்று நீ சொன்னதையா?'

'பார்த்தியா? நான் சொல்ல வருவதும் சரியா இதுதான். கல்பனாவால் என்னுடைய பேச்சைப் பின்தொடர்ந்து போக முடியும் என்றால், ஏன் என்னுடைய பிரார்த்தனையை அவளால் பின்தொடர்ந்து போயிருக்க முடியாது?'

அஜ்ஜியை டீக்கடைக்கு வெளியே அழைத்துவந்தான். அவனுக்கு வேலை இருந்தது. கிராமத்துக்குப் போகும் பேருந்தில் அவரை ஏற்றிவிட்டான். 'நீயும் காணாமல்போய்விட்டதாக உன் மகன் நினைக்காமல் இருக்க அவரை அழைத்து, நீ இங்குதான் இருக்கேனு சொல்லிட்டேன்' என்று சொல்லி, 'அஜ்ஜி, வீட்டைவிட்டு எங்கேயும் போகாதே. எங்களால் முடிந்ததையெல்லாம் நாங்கள் செய்துகொண்டுதான் இருக்கிறோம்' என்றான்.

அஜ்ஜி மேலும் சுருங்கிப்போனார். எல்லாவற்றையும் ஒப்புக்கொண்டால் ஏதாவது செய்யலாம் என்ற நம்பிக்கையில்தான் எல்லாவற்றையும் ஒப்புக்கொண்டார். அவர் சித்தையாவின் கைகளை இறுகப்பற்றிக்கொண்டு, 'நீதான் என்னோட கடைசி நம்பிக்கை. நீதான் என்னோட கடைசிப் பிரார்த்தனை. நீ

கல்பனாவைக் கண்டுபிடிக்க வேண்டும். அவள் என்னோட பிரார்த்தனைகளுக்குப் பின்னால் ஓடிக்கொண்டிருக்கிறாள் என்று எனக்குத் தெரியும்' என்றார்.

சித்தையா முதலில் குழம்பிப்போனான். பிறகு, வருத்தப்படத் தொடங்கினான். என்ன பைத்தியக்காரச் சிந்தனை! வார்த்தைகள் எங்கோ போவதுபோல்! அவை ஓரிடத்திலிருந்து இன்னொரு இடத்துக்குப் போவதுபோல்! ஒருவர் பின்தொடர்ந்து அவை எங்கே போகின்றன என்று அறிந்துகொள்ள முடியும் என்பதுபோல்! பின்னர், சாலையில் பல வளைவுகள் ஊடாகப் பேருந்தில் பயணித்துக்கொண்டிருந்தபோது ஓட்டுநரிடம், 'முதுமை பல வழிகளில் தாக்குகிறது' என்றான். ஆனாலும், அஜ்ஜியின் வார்த்தைகள் படைத்த படிமத்திலிருந்து அவனால் விடுபட முடியவில்லை. வார்த்தைகள் பேருந்துபோல் – அவனது பேருந்துபோல் – ஒரு புள்ளியிலிருந்து மற்றொரு புள்ளிக்கு நகர்ந்துசெல்கின்றன. ஒருவேளை, வார்த்தைகளைப் பின்தொடர்ந்து போவது என்பது வளைவான சாலைகளில் பேருந்து சுற்றிச்சுற்றிப் போவதைப் போலானதாகவும் இருக்கலாம்.

சித்தையா உண்மையிலேயே தன்னை வருத்திக்கொள்ள வேண்டிய அவசியமில்லாமல் போனது. மூன்று நாள்களுக்குப் பிறகு, வீட்டுக்குத் திரும்பிவந்தாள் கல்பனா. மலைப்பாதையில் போய்க்கொண்டிருந்த பேருந்து காலையில் ஏழு மணிபோல் கிராமத்தில் வந்துநின்றது. கிராமம் விழித்து, ஓடிக்கொண்டிருந்தது. வீடுகளிலிருந்து, புகை சுருள்களாக வெளிப்பட்டன. நாய்கள் சோம்பேறித்தனமாகச் சதுரமாகவும் வட்டமாகவும் சுற்றிக்கொண்டிருந்தன. ஒரு இளைஞன் பேருந்திலிருந்து குதித்து, ஒரு பெண் கீழிறங்க உதவினான். அவன் சுற்றும்முற்றும் பார்த்து, அந்தப் பக்கமாகப் போய்க்கொண்டிருந்த ஒரு பெண்மணியை உரக்க அழைத்து, 'காணாமல்போனது இந்தப் பெண்ணா?' என்று கேட்டான். அந்தப் பெண்மணி இவர்களுக்கு அருகில் வரும்போதே கல்பனாவை அடையாளம் கண்டுகொண்டார். அவளை நோக்கி ஓடி, அவளது தோள்களைத் தாங்கிப்பிடித்துக்கொண்டு, எப்படியிருக்கிறாள் என்று விசாரித்தார். அந்த இளைஞன் இந்தப்

பெண்பிள்ளையை அவளது வீட்டுக்குக் கொண்டுவிடுமாறு அந்தப் பெண்மணியிடம் சொல்லிவிட்டு கிறீச்சென்று விசில் அடித்து பேருந்துக்குள் எகிறிகுதித்தான். பெரும் இரைச்சலோடும் அதுவாக எழுப்பிய விசில் சத்தத்தோடும் அந்தப் பேருந்து வேகமாகச் சென்று மறைந்தது.

ஆடையெல்லாம் சேறும் சகதியுமாக இருக்க, பின்னல் போட்ட கூந்தல் முழுவதும் சுருள்சுருளாகத் தூசும்துப்புமாக இருக்க, ஏதோ பழக்கமில்லாத ஒரு நிலத்துக்கு வந்திருப்பதுபோல் தெருவை வெறித்துப்பார்த்தாள் கல்பனா. தெருக்கோடியில் வந்துகொண்டிருந்த சைக்கிளின் மணிச் சத்தத்தைக் கேட்டாள். பிறகு, திடீரென்று ஏதோ உந்துதல் கிடைத்ததுபோல், தன்னுடைய வீட்டை நோக்கி நடக்கத் தொடங்கினாள். தனது வீட்டுக் கதவுக்கு வெளியே தண்ணீர் விட்டு சுத்தம் செய்துகொண்டிருந்த பெண்மணி ஒருவர் அவளைப் பார்த்து, 'கல்பனா! கல்பனா!' என்று கத்திக்கொண்டே அவளை நோக்கி ஓடிவந்தார். இவரது குரலைக் கேட்டு, மேலும் பல பெண்மணிகள் தங்களது வீடுகளை விட்டு வெளியே ஓடிவந்தார்கள். என்ன நடக்கிறது என்று பார்க்க நாய்கள் அமைதியாயின. அந்த முன்காலை வேளையில் புல்கட்டுகளில் முடிவே இல்லாமல் உண்மையைத் தேடிக்கொண்டிருந்த பசுக்கள், தனது வீட்டை நோக்கித் தள்ளாடிக்கொண்டுபோன அந்தப் பெண்பிள்ளையையும் அவளைப் பின்தொடர்ந்து சென்ற சில பெண்மணிகளையும் தலையைத் திருப்பிப்பார்த்தன. இப்படித்தான் இருக்க முடியும் என்பதுபோல், வீட்டுக்கு வெளியே இருந்தபடி, மலைகளுக்கும் உதயமாகும் சூரியனுக்கும் பிரார்த்தனைகள் சொல்லிக்கொண்டிருந்தார் அஜ்ஜி. என்ன நடக்கிறது என்று அவர் கிரகித்துக்கொள்வதற்கு முன், கல்பனா அவரைத் தள்ளிவிட்டுவிட்டு வீட்டுக்குள் ஓடினாள்.

வீடு திரும்பிய அன்று கல்பனா தூங்கிக்கொண்டே இருந்தாள். அவளது அம்மா அவளுக்கு உணவு ஊட்டிவிட முயல, அவரைத் தள்ளிவிட்டாள். அவள் வாயிலிருந்து ஒரு வார்த்தை வெளியே வரவில்லை. ஒரு சொட்டுக் கண்ணீர் சிந்தவில்லை. பலர் வந்துகொண்டும் போய்க்கொண்டும் இருந்தார்கள். அறைகளுக்கு உள்ளும் ஜன்னல்களுக்கு வெளியேயும் கிசுகிசுவென்று பேசிக்கொண்டிருந்தார்கள். கல்பனாவை

அச்சத்தோடு பார்த்தார்கள். உள்ளூர் போலீஸ்காரன் தனது மிதிவண்டியில் சத்தமாகப் பெருமூச்சு விட்டுக்கொண்டே அங்கு வந்துசேர்ந்தான். ஆனால், அஜ்ஜி அவனை வீட்டுக்குள் நுழைய அனுமதிக்க மறுத்தார். எப்படியும் கல்பனா திரும்பிவருவாள் என்று தனக்குத் தெரியும் என்று சொன்ன அவளது தந்தை, வீட்டைச் சுற்றிச்சுற்றி வந்தார். திகைத்துப்போன நிலையில், வேலைகளைச் செய்துகொண்டிருந்தார் அவளது அம்மா.

பத்து வயதான கல்பனாவின் தங்கை தீக்ஷா மட்டுமே எந்நேரமும் கல்பனாவோடு இருந்தாள். நடந்திருப்பதன் தீவிரத்தை உணர்ந்துகொள்ள முடியாமல் அவள் அமைதியாக இருந்தாள். முதலில் அவள் கல்பனாவின் கையை விடாமல் பிடித்துக்கொண்டு அவளோடு உட்கார்ந்திருந்தாள். ஆனால், கல்பனா அவளது கையை உதறித்தள்ளிய பிறகு, கல்பனா எந்நேரமும் தன்னைப் பார்த்துக்கொண்டிருக்காமல் இருக்கும் விதமாக அவளுக்குப் பின்னால் போய் உட்கார்ந்துகொண்டாள். பள்ளிக்கூடம் போவது குறித்துத் தனது அம்மா எதுவும் சொல்லாததில் தீக்ஷாவுக்கு சந்தோஷம்தான். அவள் சாப்பிட்டுவிட்டு, அவளைச் சுற்றிலும் வெளிப்பட்ட கிசுகிசுப் பேச்சுகளையெல்லாம் கவனித்துக்கொண்டும் கேட்டுக்கொண்டும் உட்கார்ந்திருந்தாள்.

என்ன நடந்தது என்று கல்பனாவைச் சொல்லவைப்பதற்கான அவர்களுடைய முயற்சிகள் எல்லாம் வீணாயின. கல்பனா மௌனமாக இருந்தாள். சில சமயங்களில் கண் இமைக்காமல் பெரியவர்களை வெறித்துப்பார்த்துக்கொண்டிருந்தாள். வெளிப்படுத்த முடியாத அச்சங்களோடு கல்பனாவின் அம்மா அவளைக் கட்டி அணைத்துக்கொண்டதை எப்படியோ ஏற்றுக்கொண்டாலும், அவளது தந்தையை நிராகரித்தாள்.

ஆனால், அஜ்ஜியிடம்தான் அவள் மிகவும் முரட்டுத்தனமாக நடந்துகொண்டாள். அவளுடைய கையைப் பிடித்துக்கொள்ள அஜ்ஜி முயன்ற ஒவ்வொரு முறையும் அவரைத் தள்ளிவிட்டாள் கல்பனா. அவரை முகமெடுத்துப் பார்க்கவும் மறுத்தாள். இதை மிகச் சீக்கிரமாகப் புரிந்துகொண்ட அஜ்ஜி, வீட்டின் வாயிற்கதவுக்கு வெளியே உள்ள அவரது இடத்துக்குச் சென்று, பிரார்த்தனைகளை இடைவிடாமல் முணுமுணுக்கத் தொடங்கினார்.

கல்பனா வீடு திரும்பிய இரவு, பெரும்பாலும் பழைய சாமான்கள் போட்டுவைத்திருக்கும் சிறிய அறையில் அவளும் தீக்ஷாவும் ஒன்றாகப் படுக்குமாறு சொல்லப்பட்டார்கள். துருப்பிடித்திருந்த இரும்புப் பெட்டியையும் நீண்ட காலத்துக்கு முன்பே தூக்கிப்போட்டிருக்க வேண்டிய பழைய துணிமூட்டைகளையும் தந்தை சுத்தப்படுத்தினார். தனது பெண்பிள்ளைகள் சுற்றிப் பாதுகாப்பான கோட்டை ஒன்றைக் கட்டிக்கொண்டிருப்பதாக அவர் நினைத்துக்கொண்டார். ‘குறைந்தபட்சம் இப்பவாவது’ என்று அவரது மனைவி சொல்லியிருக்கக்கூடும்.

கல்பனா திரும்பி வந்ததற்கு அடுத்த நாளன்று பள்ளி முதல்வர் அவளது வீட்டுக்கு வந்தார். கதவு முழுக்கத் திறந்திருந்தது. திடீரென்று மிகப் பெரிய உருவம் ஒன்று முன்னறையில் எட்டிப்பார்ப்பதை அஜ்ஜி பார்த்தார். வந்தவரை வெறித்துப்பார்த்த அஜ்ஜி, ‘ஏ, இங்க வா’ என்று கல்பனாவின் அம்மாவை அழைத்தார். வீட்டுக்கு முதல்வர் வந்திருப்பதைப் பார்த்து அம்மா பதற்றமானார். அவரைப் பள்ளியில் பார்ப்பதே அவ்வளவு கடினமானது. எதேச்சையாக, கிராமத்துத் தெருக்களில் அல்லது கடையில் முதல்வரைப் பார்க்க நேர்ந்தால், எல்லா மாணவர்களின் தாய்மார்களை அவர் எப்படி நிராகரிப்பாரோ அதுபோல்தான் இவரையும் நிராகரிப்பார். அவர் தன்னை ஆசிரியராகவோ முதல்வராகவோ பார்த்துக்கொள்வதைக் காட்டிலும், அரசாங்க நிர்வாகியாகத்தான் பார்த்துக்கொண்டார். ‘நான் மட்டும் ஆட்சிப்பணித் தேர்வு எழுதியிருந்தால்’ என்ற முழுமையடையாத சிந்தனையை அடிக்கடி அவரது கணவரிடம் பகிர்ந்துகொள்வார். இது குறைப்பட்டுக்கொள்வதைப் போல் இல்லாமல் அவரைத் திட்டுவதுபோல்தான் இருக்கும்.

மின்விசிறியின் கீழ், பிளாஸ்டிக் நாற்காலியில் அவர் அமர்ந்துகொண்டார். மழைக்குப் பிறகு சூடாகவும் வெக்கையாகவும் இருந்தது என்றாலும், இன்னும் மின்விசிறியைப் போடுமளவு மோசமாக இல்லை. ஏதோ வகுப்பறையில் இருப்பதுபோல், ‘அவ எங்கே?’ என்று உரக்கக் கேட்டார். ஒவ்வொரு சத்தத்தையும் கேட்கும் அளவுக்கு அவளது கருத்த விழிகள் திறந்திருக்க, கல்பனா உள்ளே படுத்திருந்தாள். முதல்வர் தன்னைப் பார்த்துவிடக் கூடாது என்பதால் தீக்ஷா அந்த அறை வாயிலுக்கு அருகில் மெல்ல நகர்ந்துவந்தாள். அவள்

கல்பனா பக்கம் திரும்பி, 'பிரின்சிபால் வந்திருக்கிறார்' என்று கிசுகிசுத்தாள். தீக்ஷா சொன்னதைக் கேட்டதற்கான அறிகுறி எதையும் வெளிப்படுத்தாமல், ஒரு முறையேனும் கண்களை இமைக்காமல், அவளை வெறித்துப்பார்த்துக்கொண்டிருந்தாள் கல்பனா. திடீரென்று, கல்பனா செவிடாகிவிட்டாளோ என்ற அச்சம் தீக்ஷாவைத் தொற்றிக்கொண்டது.

'உனக்குக் கேட்கிறதா?' என்று தீக்ஷா கேட்டதற்கும் அவளிடமிருந்து வெறித்த பார்வை மட்டுமே பதிலாகக் கிடைத்தது.

'அவளை வெளியே ஏன் அழைக்க மாட்டேன் என்கிறீர்கள்?' என்று முதல்வர் உரக்கக் கேட்டார். கல்பனாவின் தந்தை குளித்துவிட்டு குளியலறையிலிருந்து இடுப்பில் ஒரு துண்டு மட்டுமே சுற்றியிருக்க வெறும் உடம்போடு வெளியே வந்தார். முதல்வரைப் பார்த்தவுடன் அவர் உள்ளே சென்று கதவை மூடிக்கொண்டு அவரது மனைவிக்குக் குரல் கொடுத்தார்.

அஜ்ஜி பக்கம் திரும்பினார் முதல்வர். 'அவள் இப்படி வெறுமனே உட்கார்ந்திருப்பதை நீங்கள் பார்த்துக்கொண்டு இருக்கக் கூடாது. நான் போய் அவளை அழைத்துவருகிறேன்!' அவர் எழுந்துகொள்ள முயன்றபோது, அஜ்ஜி உடம்பை நீட்டி, முதல்வரின் கையைப் பிடித்திழுத்து அவரை மீண்டும் நாற்காலியில் உட்காரவைத்தார்.

அம்மா வேகமாகத் திரும்பிவந்தார். 'என்ன செய்றது மேடம், அவ தூங்கிக்கிட்டே இருக்க நினைக்கிறாள். வாய் திறக்க மாட்டேன் என்கிறாள். ஒரு வார்த்தை இல்லை... இல்லை, ஒரு வார்த்தை அவள் வாயிலிருந்து வெளியே வரவில்லை. நாங்கள் பேசுவது அவளுக்குக் கேட்கிறதா என்றுகூட எங்களுக்குத் தெரியவில்லை.'

'பள்ளிக்கு வருவதுதான் அவளுக்கு நல்லது. அவ எங்கே இருக்கா? நான் போய் அவளிடம் பேசுகிறேன்.' இம்முறை இன்னும் வேகமாக எழுந்துகொண்டார்.

அஜ்ஜியும் மிகவும் சிரமப்பட்டு எழுந்துநின்றார். 'இல்லை, அவளுக்கு உடம்பு சரியில்லை. அதோடு அவள் தூங்கிக்

கொண்டிருக்கிறாள். நாம் அவளைத் தொந்தரவு செய்ய வேண்டாம்.'

'அவளை டாக்டரிடம் கூட்டிச்சென்றீர்களா?'

'ஒரு டாக்டர் வந்து பார்த்தார். பிரச்சினை எதுவும் இல்லை என்று சொன்னார்.' அந்த மருத்துவர் எப்படியான கேள்விகளையெல்லாம் கேட்டார் என்று ஒரு தாயால் எப்படி வெளியே சொல்ல முடியும்? சரிதானா என்று தெரிந்துகொள்ள தாயிடம் எப்படியான கேள்விகளையெல்லாம் அவர் கேட்டார்!

'அவளுக்குக் குறைந்தபட்சம் ஜுரமாவது இருக்கா?' குறைந்தபட்சம் ஜுரம். முதல்வரைப் பொறுத்தமட்டில் நோய்க்கு ஒரு பெயர் வேண்டும். நோய் விடுப்பு எடுப்பதற்குக் கல்வித் துறையால் அங்கீகரிக்கப்பட்ட காரணங்களின் பட்டியலில் 'அதிர்ச்சியடைந்ததால் பேச முடியவில்லை' என்று ஒரு வகையில்லை.

இல்லை என்று அம்மா சொல்லத் தொடங்கினார். ஆனால், அதற்குள் அஜ்ஜி வேகமாகக் குறுக்கிட்டார்.

'ஜுரம். நிச்சயமாக. ஜுரம் வருகிறது, போகிறது. சில சமயங்களில் ஜுரம் இருக்கிறது. சில சமயங்களில் ஜுரம் இல்லை. என்ன செய்றது? யாருக்குத் தெரியும்? டாக்டருக்குக்கூடத் தெரியவில்லை.'

'நீங்கள் அவளை ஹெப்ரியில் உள்ள கவர்மென்ட் ஆஸ்பிடலுக்கு அழைத்துக்கொண்டுபோக வேண்டும்.' நான் அங்குதான் போவேன் என்று சேர்த்துச்சொல்ல நினைத்தார். ஆனால், அந்தத் தகவலை இவர்களோடு பகிர்ந்துகொள்ளும் அளவுக்கு இவர்களை முக்கியமானவர்களாக அவர் பார்க்கவில்லை. அவர் எழுந்துகொண்டு முன்னறையில் இங்குமங்குமாக இருக்கும் ஒருசில பொருள்களைப் பார்த்தார் — மூன்று சாமிப் படங்கள். ஒரு மூலையில் சின்ன அலமாரி. மற்றொரு மூலையில் அஜ்ஜியின் சுருட்டிவைக்கப்பட்டிருந்த படுக்கைவிரிப்பு.

'கொஞ்சம் இருங்க. காபி குடிச்சிட்டுப் போகலாம்' என்றார் அம்மா. முதல்வர் மறுத்தார். ஆனால், கிளம்புவதற்கு முன் அவர் என்ன கேட்க வேண்டும் என்று இங்கு வந்தாரோ அந்தக் கேள்வியைக் கேட்டார். போலீஸ் என்ன சொன்னார்கள்? இந்த

மூன்று நாள்களும் கல்பனா எங்கிருந்தாள் என்று அவர்கள் கண்டுபிடித்தார்களா? அவளுக்கு ஏதேனும் தீங்கு நேர்ந்ததா?

அம்மா நடுங்கிப்போனார். அப்போது ஒழுங்காக உடையணிந்து கொண்டு உள்ளே நுழைந்த தந்தை கறாராக, 'அவளுக்குத் தீங்கு ஏதும் நடக்கவில்லை. அவள் உடல் மீது சுண்டுவிரலும் படவில்லை. உங்கள் ஆசிரியர்களிடமும் மாணவர்களிடமும் தயவுசெய்து இதைச் சொல்லுங்கள். இப்படிச் செய்வதுதான் சரியாக இருக்கும் என்று போலீஸும் நினைக்கிறது' என்றார். அவர் என்ன செய்ய வேண்டுமோ அதைத் தீர்மானமாகச் செய்தார். அவரது கௌரவத்தையும் அவரது குடும்பத்தின் கௌரவத்தையும் காப்பாற்றுவது.

அவரை ஏளனப் புன்னகையோடு பார்த்தார் முதல்வர். அவரை உதாசீனப்படுத்தும் விதத்தில் சிரித்து, செருக்காக வீட்டைவிட்டு வெளியேற வேண்டும் என்றே நினைத்தார். இந்த மனுஷன் என்ன கதையெல்லாம் சொல்கிறான்! கல்பனாவுக்கு எதுவும் நடக்கவில்லை என்பதுபோல். என்ன நடந்திருந்தாலும் அது நல்லதுக்கு இல்லை. நிச்சயமாக நல்லதுக்கு இல்லை. எதுவுமே நடக்காமல் எப்படிப் பேச முடியாமல்போகும் அல்லது காணாமல்போக முடியும் அல்லது தொடர்ந்து தூங்கிக்கொண்டிருக்க முடியும் அல்லது ஜுரம் அடிக்க முடியும். அவரே போலீஸ் இன்ஸ்பெக்டரோடு நேராகப் பேசுவதுதான் நல்லது.

வாயிற்கதவருகே சென்றபோது, எண்ணெய் தடவிப் பளபளக்கும் அவரது கருத்த முடிகள் ஊடாகச் சூரிய ஒளி பாய, அவர் திரும்பி, 'கல்பனாவைப் பள்ளிக்கு அனுப்பிவையுங்கள். ஓரளவுக்கு மேலே அவள் வகுப்புகளுக்கு வராமல் இருக்க முடியாது என்று உங்களுக்கே தெரியும். இல்லையென்றால் நான் அவளை இந்த வருடம் ஃபெயிலாக்க வேண்டியிருக்கும்' என்றார். மூன்று பெண்களுக்கு இடையே நடந்துகொண்டிருந்த உரையாடலில் குறுக்கிடும் அளவுக்குத் துணிச்சல் கொண்ட அப்பாவைப் பார்த்து, 'அப்புறம் நீங்கள், அவள் வராமல் இருப்பதற்கான காரணத்தைக் கடிதமாகக் கொடுக்க வேண்டும். அது இல்லாமல் எங்களால் லீவு கொடுக்க முடியாது' என்று சொல்லி சற்றே இடைவெளிவிட்டு, 'என்ன செய்ய முடியும்,

இப்போதெல்லாம் அரசாங்கம் ரொம்பக் கறாரா இருக்கிறது’ என்று அஜ்ஜியிடம் சொன்னார்.

ஆமாம், என்ன செய்ய முடியும், என்னதான் செய்ய முடியும்? குழந்தைகளை வைத்துக்கொண்டு, பெற்றோர்களை வைத்துக்கொண்டு, ஆசிரியர்களை வைத்துக்கொண்டு, பள்ளிச் சமையலறையில் எல்லா நேரங்களிலும் தூங்கிக்கொண்டிருக்கும் தெருநாயை வைத்துக்கொண்டு என்னதான் செய்ய முடியும்? இவை குறித்தெல்லாம், இதற்கு மேலும் இருப்பவை குறித்தெல்லாம் என்னதான் செய்ய முடியும்?

முதல்வர் வெளியேறிய பின், அவர் வெளியேறுவதற்காகவே காத்திருந்ததுபோல், மேலும் வெளிச்சம் வீட்டுக்குள் பாய்ந்தது. அந்தச் சிறிய அறையை விட்டு வெளியே வந்த தீக்ஷா, திறந்துகிடக்கும் கதவையும், சாம்பல் நிறத்திலான வானத்தையும், பற்பசை நுரையால் நிரம்பியிருப்பதைப் போல் அன்று காலையில் இருந்த மலையுச்சியையும் பார்த்துக்கொண்டிருந்தாள்.

எல்லாப் பழக்கங்கள் போலவே அதுவும் வெகுசுலபமாக அன்றாடப் பழக்கமாகியது. எழுந்துகொள்வது, மிக மெதுவாகச் சுழலும் பொழுதை வெறித்துப்பார்த்துக்கொண்டிருப்பது, பிறகு தூங்கப்போவது. இரவு உணவு ஏழு மணிக்கெல்லாம் முடிந்துவிடும். அதுவும் பெரும்பாலும் காலை சமைத்ததன் மிச்சமாக இருக்கும். எட்டே முக்கால் அல்லது ஒன்பது மணிக்கு விளக்குகள் அணைக்கப்படும். மழைக் காலங்களில், விளக்குகளை அணைக்க வேண்டிய தேவையும் இருப்பதில்லை. இடி மின்னலுக்கு ஏற்றாற்போல் மின்சாரம் வரும், போகும்.

வீட்டு ஓட்டின் மீது கருத்த இரவு சொட்டிக்கொண்டிருப்பது போல் ஒலித்தது அந்த இரவு. முன்னறையில் ஜன்னல்கள் திறந்துவைக்கப்பட்டிருந்தன. ஆனால், கல்பனாவும் தீக்ஷாவும் படித்துறங்கும் பழைய சாமான்கள் அறையில் சிறிய ஜன்னல் ஒன்று மட்டுமே இருந்தது. கிறீச்சென்று ஒலியெழுப்பும் மின்விசிறி ஒன்று தரையில் கிடந்தது. ஆனால், பெரும்பாலும் மின்சாரம் இல்லாமல்தான் இருக்கும்.

கல்பனா காணாமல்போனபோது எப்படி நடந்துகொள்வது என்று தீக்ஷாவுக்குத் தெரியவில்லை. திடீரென்று பெரும் அச்சம் அவளை ஆட்கொண்டது. அம்மா அழுவதைப் பார்த்தபோது அவளும் அழத் தொடங்கினாள். காணாமல்போவது என்றால் என்ன என்பதை உணர்வதைக்காட்டிலும், சுற்றிலும் வெளிப்பட்ட அச்சத்தை மட்டுமே அவளால் உணர்ந்துகொள்ள முடிந்தது. அந்தச் சில நாள்களில் பலர் வந்துபோவது, மெல்ல பேசிக்கொண்டிருப்பது, அவளைக் கடந்துபோகும்போது அவளது தலையைத் தட்டிக்கொடுப்பது என்று எதுவும் அவளுக்குத் தெளிவில்லாமல் இருந்தது. வீட்டில் தானும் மற்றுமொரு அணிகலன் என்பதுபோலவே உணர்ந்தாள். சில சமயங்களில், இவளைக் குறித்தும் நாம் கவலைப்பட வேண்டும் என்பதுபோல் சிலர் தன்னைப் பார்ப்பதாக உணர்ந்தாள் – இவளும் ஓடிப்போய்விடுவாளோ அல்லது காணாமல்போய்விடுவாளோ?

பள்ளிக்கூடம் போகாததில் தீக்ஷாவுக்கு சந்தோஷம்தான். வகுப்புகள் அவளுக்குப் பிடிக்கும் என்றாலும், பொதுவாக அவள் என்ன செய்ய வேண்டும் என்று எதிர்பார்க்கப்படுகிறதோ அதைச் செய்யாமல் கிளர்ச்சி செய்வது அவளுக்குப் பெரும் சந்தோஷத்தைக் கொடுத்தது. ஒருசமயம், காலை பத்து மணிக்கு அவளது வீட்டுக்கு வெளியே உட்கார்ந்திருந்தபோது, அவளைச் சுற்றிலுமான அன்றாட வாழ்க்கை அவளை மெய்மறக்கவைத்தது. பள்ளிக்குப் போவது என்பது சுற்றிலும் உள்ள ஒலிகளையெல்லாம், அவ்வழியே நடந்துபோய்க் கொண்டிருப்பவர்களையெல்லாம், பலவிதமான வாசங்களை முகர்ந்து கொண்டிருப்பதையெல்லாம் இழந்து, இருட்டான, பூஞ்சை நாற்றத்தோடு இருக்கும் அறையில் உட்கார்ந்து இருப்பதாகிறது. இப்படி உணர்ந்துகொண்ட தருணத்தில், அவளுக்கு மலைகளை நோக்கி ஓட வேண்டும் என்ற எண்ணம் ஏற்பட்டது.

கல்பனா திரும்பிய பிறகு, தீக்ஷா வேறொரு அன்றாடப் பழக்கத்துக்குள் சென்றாள். இப்போதெல்லாம் அவள் பெரும்பாலான நேரங்களில் கல்பனாவுடனே இருந்தாள். எப்போதும் உற்சாகத்தோடு இருப்பாள், எந்நேரமும் பேசிக்கொண்டே இருப்பாள், இதைச் செய் அல்லது இதைச் செய்யாதே என்று சொல்லிக்கொண்டே இருப்பாள்!

அப்படிப்பட்டவள் சுத்தமாகப் பேசாமல் இருப்பது தீக்ஷாவுக்குப் பெரும் ஆச்சரியத்தைக் கொடுத்தது.

தீக்ஷாவுக்குப் பெரும் கவலையாகவும் இருந்தது. தனக்கு என்ன நடந்தது என்று எப்படி கல்பனாவால் சொல்ல முடியும்? எப்படி அவளால் பள்ளிக்கூடத்துக்குத் திரும்ப முடியும்? எல்லாவற்றையும்விட மிக முக்கியமாக இந்த மௌனத்தில் எப்படி அவர்கள் எல்லோரும் வாழப்போகிறார்கள்? கல்பனாவின் மௌனம் வீட்டில் இருப்பவர்களின் மௌனமாக மாறிவிட்டது. அஜ்ஜி மௌனமாக உட்கார்ந்துகொண்டிருந்தார். எப்படியிருந்தாலும் அவளது தந்தை பெரும்பாலான நேரங்களில் வீட்டுக்கு வெளியேதான் இருந்தார். வீடு பழையபடி கலகலப்பாகவும், சண்டைகள் நிறைந்ததாகவும் இருக்க வேண்டும் என்றே தீக்ஷா விரும்பினாள்.

தீக்ஷாவுக்கு ஒரு சந்தேகம் எழுந்தது: கல்பனாவால் பேச முடியாமல்போய்விட்டால், பைத்தியம் பிடித்துவிட்டால் என்னாவது? ஓர் இரவு தன்னுடைய அக்காவைப் பேசவைப்பது என்று தீர்மானித்தாள். கல்பனா தனது படுக்கையில் இப்படியும் அப்படியும் புரண்டுகொண்டிருக்க, சில அடிகள் தள்ளியிருந்த படுக்கையில் தீக்ஷா சுருண்டு படுத்திருந்தாள். தூக்கக்கலக்கமாகவும் அசதியாகவும் உணர்ந்தாள். ஆனால், அவளது கண்கள் இங்குமங்கும் அலைபாய்ந்துகொண்டிருந்ததும், அவ்வப்போது கல்பனாவைப் பக்கவாட்டில் பார்த்துக்கொண்டிருந்ததும் அவளது தூக்கத்தைக் கலைத்தன. வீட்டில் மற்றவர்கள் எல்லோரும் தூங்கியிருக்க வேண்டும் என்று நினைத்தபோது தீக்ஷா தனது படுக்கையில் எழுந்து உட்கார்ந்துகொண்டாள். ‘அக்கா, அக்கா’ என்று நாடக பாணியில் மிகவும் தாழ்ந்த குரலில் அழைத்தாள். கல்பனா இவளுக்கு முதுகைக் காட்டிப் படுத்திருந்தாள். மேலும், இவள் அழைத்ததைக் கேட்டதற்கான அறிகுறி எதுவும் அவளிடம் வெளிப்படவில்லை.

‘அக்கா, திரும்பிப் படு. நீ தூங்கலேன்னு எனக்குத் தெரியும்.’

கல்பனாவுக்கு நெருக்கமாகச் சென்று, உடலை வளைத்துக் கொண்டு, அவளது முகத்தை எட்டிப்பார்த்தாள். அவளது உடல் பளுவை கல்பனா உணர்ந்திருப்பாள் என்று தீக்ஷாவுக்குத்

தெரியும். கல்பனாவின் கண்கள் மூடியிருந்தன. ஆனால், அவளது வாய் சுளித்திருந்தது.

'எழுந்திரு. நான் தூங்கப்போகுறது இல்லை. நீ என்னிடம் பேசும்வரை.'

எந்த எதிர்வினையும் இல்லை. கல்பனா வயிற்றில் கிச்சுக்கிச்சு மூட்ட முயன்றாள் தீக்ஷா. கல்பனாவின் கை மிக வேகமாக வெளிப்பட்டு முரட்டுத்தனமாக தீக்ஷாவைத் தள்ளிவிட்டது. தீக்ஷா மல்லாக்க விழுந்தாள். சில நிமிடங்கள் கழித்து, கல்பனாவை நோக்கி ஊர்ந்துசென்று, தன் உடலைச் சுருக்கிக்கொண்டு, கல்பனாவைக் கட்டிப்பிடித்துக்கொண்டாள்.

'நான் எங்கேயும் போக மாட்டேன். எனக்கு உன்னோடுதான் இருக்கணும். ப்ளீஸ் எங்கிட்ட பேசு. இந்த வீட்டில் வேறு யார்கிட்டேயும் என்னால் பேச முடியல.'

கல்பனா இறுக்கமாவதை அவளால் உணர்ந்துகொள்ள முடிந்தது.

இப்போது மேலும் நம்பிக்கையோடு, 'எங்கிட்ட மட்டும் பேசு. என்ன நடந்தது என்று நீ சொல்ல வேண்டாம். எதைப் பத்தியாவது நீ பேசு — எனக்குக் கவலையில்லை. உன் குரலை நான் கேக்கணும் அவ்வளவுதான்' என்றாள். கல்பனா மீண்டும் அவளை விலக்கித்தள்ள முயன்றாள்.

எரிச்சலடைந்த தீக்ஷா, 'நான் சொல்லுறதை உன்னால் கேட்க முடிகிறதா? நீ செவிடாகிவிட்டாயோ என்று எனக்குப் பயமாக இருக்கிறது' என்றாள்.

கல்பனா திரும்பிப் படுத்தாள். அவளுடைய இரண்டு கருத்த, பிரகாசமான கண்கள் இரவின் இரண்டு கருத்த நட்சத்திரங்களாகத் தெரிந்தன. கத்த வேண்டும்போல் அவளது உடல் நடுங்கியது. அவள் தீக்ஷாவைப் பார்த்து, விரலை உயர்த்தி, அவளது வாய்க்கு அருகில் கொண்டுவந்தாள். பிறகு, தீக்ஷாவிடமிருந்து திரும்பிப்படுத்தாள்.

தீக்ஷா அவளை இன்னும் இறுக்கமாக அணைத்துக்கொண்டாள். கல்பனா இன்னும் முரட்டுத்தனமாக அவளைத் தள்ளிவிட்டாள்.

தீக்ஷா அவளது படுக்கைக்கு உருண்டுவந்தாள். மழை பெய்துகொண்டிருக்கும் காட்டில் சுவர்க்கோழிகள் எழுப்பும்

சத்தம் இன்னும் கூடுதலானதுபோல் இருந்தது. ஒரே விதமான தாளத்தோடு மழை நிலையாகப் பெய்துகொண்டிருந்தது.

அமைதியான பல நிமிடங்களுக்குப் பிறகு, தீக்ஷா பக்கம் கல்பனா திரும்பிப்படுத்தாள். தீக்ஷா உறங்காமல் காத்துக்கொண்டிருந்தாள்.

'உனக்கு விருப்பம் இல்லேன்னா என்கிட்ட நீ பேச வேண்டாம்' என்றாள். 'ஆனால், நான் பேசுவேன். எல்லாவற்றையும் உன்னிடம் சொல்வேன். நான் பிரின்சிபால் பத்தி உன்கிட்ட சொல்வேன்.'

கல்பனா திடுக்கென்று முகத்தைத் திருப்பிக்கொண்டாள்.

'சரி, பிரின்சிபால் பத்தி வேண்டாம். பள்ளியில் உன் நண்பர்கள் பற்றிப் பேசலாமா?'

கல்பனா அவள் பக்கம் முகத்தைத் திருப்பினாள்.

'எல்லோரும் நீ திரும்ப வர வேண்டும் என்று விரும்புகிறார்கள். ஆசிரியர்கள்கூட.' அவள் சிரித்தாள். கல்பனாவைப் பார்க்க வீட்டுக்கு வரும் அவளது வகுப்புத் தோழிகளிடம் தீக்ஷா எப்போதும் பேசியது இல்லை. மேலும், முதல்வரும் இரண்டு ஆசிரியர்களும் வீட்டுக்கு வந்தார்கள் என்பதே அதனளவில் முக்கியமான விஷயமானது.

கல்பனா அவளைத் தொடர்ந்து வெறித்துப்பார்த்துக் கொண்டிருந்தாள். இரண்டு பல்லிகள் தூசுகளோடு சண்டை போட்டுக்கொண்டு இங்குமங்கும் அலைந்துகொண்டிருந்தன. தீக்ஷா மேலே பார்த்தாள். 'எனக்குப் பல்லிகளைக் கண்டாலே பிடிக்காது. உனக்கும் பிடிக்காது.' திடீரென்று அவளுக்கு ஒரு எண்ணம் தோன்றியது. 'நீ பேசவில்லை என்றால், பல்லியைப் பிடித்து உன் மேல் போட்டுவிடுவேன்.' பல்லியைப் பிடிப்பதன் மீதான தனது அச்சத்தை, தீக்ஷா கிளுகிளுத்து வெளிப்படுத்தினாள்.

முடிந்தால் செய் என்று கல்பனாவின் கண்கள் சவால்விட்டன.

'அல்லது, நீ சலித்துப்போகும்வரை நான் உன்னோடு பேசிக் கொண்டே இருப்பேன்.'

கல்பனா காத்திருந்தாள்.

தீக்ஷா காத்திருந்தாள். 'இதுக்கு மேலே என்ன பேசுறதுன்னு எனக்குத் தெரியவில்லை' என்றாள். கல்பனா முகத்தைத் திருப்பிக்கொண்டாள்.

பழைய சாமான்கள் அறையில் அமைதியாக நுழைந்த பல்லிகள், சிறு மேகங்களில் பறந்துசெல்வதுபோல் கற்பனை செய்துகொண்டே தீக்ஷா உறங்கிப்போனாள்.

ஏதோ மாயம்போல் கல்பனா திரும்ப வந்து ஒரு வாரம் கழிந்துவிட்டது. வழக்கம்போல் எல்லாம் அப்படியே நடந்துகொண்டிருந்தன. எதுவும் மாறவில்லை. தாங்கிக்கொள்ள முடியாத கல்பனாவின் மௌனத்தைத் தவிர. கல்பனாவைப் பேசவைக்க தீக்ஷா தொடர்ந்து முயன்றுகொண்டிருந்தாள் என்றாலும் அவளால் வெற்றியடைய முடியவில்லை.

இதற்கிடையில் சித்தையா வந்து அஜ்ஜியோடு பேசிக் கொண்டிருந்தான். ஒரு மூலையில் கல்பனா உட்கார்ந்திருப்பதை எட்டிப்பார்த்தான். கொஞ்சம்போல் காபி குடித்துவிட்டுக் கிளம்பிப்போனான். கல்பனாவின் நண்பர்கள் அவளது வீட்டுக்கு வெளியே சுற்றிக்கொண்டிருந்தார்கள். ஆசிரியர்கள் அவளோடு பேசிப்பார்ப்பதாகச் சொன்னார்கள். ஆனால், எதுவுமே பயன்தரவில்லை. கல்பனாவின் தந்தை ஒவ்வொரு காலையும் தனது அலுவல் நிமித்தமாகப் பக்கத்தில் இருந்த நகரத்துக்குள் மறைந்துபோனார். அஜ்ஜியின் பிரார்த்தனை முணுமுணுப்புகளும், சமையலறையிலிருந்து வருத்தம் நிறைந்த சத்தங்களும், திடீரென்று மின்சாரம் தடைப்பட்டால் நின்றுபோய் மின்சாரம் வந்தால் ஓடும் மின்விசிறிச் சத்தமும்தான் வீட்டில் இருந்த மௌனத்தைக் கலைத்தன. அக்காவைப் பேசவைப்பதற்காக அவள் தொடர்ந்து முயன்றுகொண்டிருந்ததும், வெறுமனே உட்கார்ந்துகொண்டிருப்பதும் தீக்ஷாவுக்கு சலிப்பைத்தான் தந்தன. அவள் பள்ளிக்கூடம் போவதற்குக் காத்திருந்தாள்.

அந்தக் காலையில் இது நடந்தது. சூரிய ஒளி வெதுவெதுப்பாக இருந்த காலை அது. தீக்ஷா குளித்துவிட்டு, தன்னுடைய சீருடையை அணிந்துகொண்டு, புத்தகப்பையை எடுத்துக் கொண்டாள். அம்மாவும் அஜ்ஜியும் ஆளுக்கு ஒன்றாக அவளது

கைகளைப் பிடித்துக்கொண்டார்கள். அவளது அம்மா, ‘நான் உன்னைக் கொண்டுவிடுகிறேன்’ என்றார்.

தீக்ஷா அதிர்ந்துபோனாள். பள்ளிக்குத் துள்ளிக்குதித்துக்கொண்டு போக வேண்டும் அவளுக்கு. கடைக்காரர்களுக்குக் கைக்காட்ட நிற்க வேண்டும். நண்பர்களை உரக்க அழைக்க வேண்டும். போகிற வழியில் மேய்ந்துகொண்டிருக்கும் பசுக்களைத் தட்டிக்கொடுக்க வேண்டும். இவள் இன்னுமொரு கல்பனாவாக மாறிக்கொண்டிருக்கிறாள் என்று அந்த மூதாட்டி சொல்லியிருக்கக்கூடும்.

‘இல்லை அம்மா, வேண்டாம். நானே போகிறேன்’ என்று மறுத்தாள். இந்த வயதில் பள்ளிக்கு அம்மா கொண்டுவிடுவது எவ்வளவு பெரிய அவமானம்!

அவளது கையில் வலியெடுக்கும் அளவுக்கு தீக்ஷாவின் கையை அஜ்ஜி இறுக்கமாகப் பிடித்துக்கொண்டார். ‘வாயை மூடு, அம்மா கொண்டுவிடுவாள்.’

ஆக, சிரித்துக்கொண்டே உல்லாசமாகப் பள்ளிக்கூடம் போகும் தீக்ஷாவுக்குப் பதிலாக, அவளது அம்மாவைச் சுற்றியிருக்கும் விறகுப்புகையின் வாசத்தில் தன்னை மறைத்துக்கொண்டு, அம்மாவின் நிழலாக அவருக்குப் பின்னால் ஒடுங்கி நடக்கும் தீக்ஷாவாக இருந்தாள். ஏதோ கொஞ்சம் தயவுகாட்டுவதுபோல், பள்ளியின் பிரதான வாயிலுக்குச் சற்று முன்னரே நின்று, அவளைப் போகச் சொன்னார் அம்மா.

தீக்ஷா திரும்பிக்கூடப் பார்க்காமல் உற்சாகமாக ஓடினாள். அவள் பிரதான வாயில் ஊடாகப் போவதையும், போகிற வழியெல்லாம் ரீங்காரமிடும் தேனீக்கள்போல் நண்பர்களோடு அவள் சேர்ந்துகொள்வதையும் அம்மா பார்த்துக்கொண்டிருந்தார். அம்மா திரும்பியபோது முதல்வர் தன்னைக் கடந்துசெல்வதைப் பார்த்தார். அம்மாவைக் கண்டுகொள்ளாமல், கடந்துபோக முதல்வர் விரும்பினார் என்றாலும் திடீரென்று, ‘குட்’ என்றார். இது நல்ல விதமாகச் சொல்லப்பட்டதாக இருந்தாலும், கடிந்துகொள்வதுபோல்தான் இருந்தது.

அன்று காலை, திரும்பி வந்த பின் முதல் முறையாக கல்பனாவும் தனது வீட்டைவிட்டு வெளியே வந்தாள்.

அவளுடைய அம்மா அவள் சாப்பிடுவதற்குத் தோசைகள் கொடுத்தார்; குளிக்கவைக்க குளியலறைக்கு இழுத்துச்சென்றார். 'நாம கோயிலுக்குப் போகப்போறோம்' என்றார். 'குளிக்காத ஒருத்தியோடு கோயிலுக்குள் நான் நுழைய மாட்டேன்.'

பேசுவதாக இருந்தால், கல்பனா நிறைய சொல்லியிருப்பாள். ஆனால், இப்போதைக்கு அவளது முகத்தைக் கோபமாக வைத்துக்கொள்ள முயன்றாள். வார்த்தைகள் கொதித்து நீர்க்குமிழிகளாகத் தொண்டைவரை வந்தன. அவள் மௌனமாக இருந்தாள். அவளது அம்மாவும் அஜ்ஜியும் பேசுவதையெல்லாம் தாங்கிக்கொள்ள முடியாமல்போனபோது அணை உடைந்ததுபோல், பேய்மழை பெய்வதுபோல் வார்த்தைகள் கண்ணீராக அவளது கன்னங்களில் பாய்ந்து வழிந்தன. இருந்தாலும், அவளிடமிருந்து ஒரு முனகல் வெளியேறவில்லை.

சித்தையாவைப் போனில் அழைத்த அஜ்ஜி, ஒரு ஆட்டோவை அனுப்பிவைக்குமாறு சொன்னார். 'நல்ல டிரைவராக அனுப்பிவை' என்றும் சேர்த்துக்கொண்டார்.

ஒரு வாரம் கழித்தும் முகமெடுத்துப் பார்க்க மறுத்த கல்பனாவிடம், 'நாம திரும்பி வந்த பிறகு மீன் கறி இருக்கு. உன் அம்மா செய்யல. நான் செய்தேன். அதுவும் உனக்காக' என்றார் அஜ்ஜி.

கல்பனா அவரைப் பிடித்துத் தள்ளிவிட்டு, பழைய சாமான்கள் அறைக்குள் ஓடிப்போனாள். வீட்டை விட்டு வெளியே போக அவளுக்கு விருப்பமில்லை. கடைக்காரர்கள், அவள் மிகவும் நேசிக்கும் தெருக்களில் சுற்றிக்கொண்டிருக்கும் பசுக்கள் என்று வீட்டிற்கு வெளியே இருக்கும் எது ஒன்றையும் பார்க்க அவள் விரும்பவில்லை.

காலை பதினோரு மணிக்கு ஆட்டோ வந்தது. கொழு கொழுவென்றும் விளையாட்டுத்தனமாகவும் இருந்த சித்தையாவின் நண்பனான பாபு, மிகவும் பழக்கப்பட்டவன்போல் வீட்டுக்குள் நுழைந்தான். கல்பனாவை அந்த அறையை விட்டு வெளியே வரவழைக்க முயன்றதில் மிகவும் எரிச்சலோடு இருந்தார் அம்மா. தனது பிரார்த்தனைகளைச் சொல்லிக்கொண்டே இங்குமங்கும் நடந்துகொண்டிருந்தார் அஜ்ஜி. உலகில் உள்ள அக்காக்களில் இன்னுமொரு அக்கா என்பதுபோல், 'அக்கா'

என்று அழைத்து, 'கிளம்புங்க. உடனே கிளம்பலேன்னா எல்லாம் முடிஞ்சுடும். கோயில்ல முக்கியப் பூசைக்கு முன்னால நாம் போய்ச்சேரணும்' என்றான் பாபு. கோயிலில் காலையில் தொடங்கும் பிரார்த்தனைகள் மதியம் முக்கியச் சடங்கில் வந்து முடியும்.

கல்பனா நகர மறுத்தாள். பல வருட வீட்டுப் பொருள்கள் குவிக்கப்பட்டிருந்த மேசையைக் கெட்டியாகப் பிடித்துக் கொண்டாள். பாபு அறைக்குள் நுழைந்து, மிருதுவாக கல்பனாவைத் தூக்கினான். மேசையைப் பிடித்திருந்த அவளது பிடியைத் தளர்த்தி, வெளியே தூக்கிச்சென்றான். அதிர்ந்துபோன, ஆனால் நன்றியோடு பார்த்த அம்மாவைப் பார்த்து, 'அஜ்ஜிதான் இப்படிச் செய்யச் சொன்னார்' என்றான். இதைக் கேட்டவுடன், கல்பனா அவனது மார்பில் குத்தத் தொடங்கினாள். ஆனால், அதற்குள் அவன் வாயிலைக் கடந்து, சோகமாக இருண்டுகிடந்த அவளது அறையிலிருந்து பளிச்சென்று வீசிய சூரிய ஒளிக்கு அவளைக் கொண்டுவந்துவிட்டான். கல்பனா உடனடியாக அவனைத் தள்ளிவிட்டாள் – ஆட்டோ டிரைவர் தூக்கிக்கொண்டு வருவது எப்படிப்பட்ட அவமானம்! செருக்கோடு பள்ளி சென்றவள், ஆசிரியர்களைக் கேலிசெய்தவள், மாடுகளிடமும் வண்ணத்துப்பூச்சிகளிடமும் பேசுகிறவள். எப்படிப்பட்ட அவமானம்!

கல்பனா ஆட்டோவுக்குள் வேகமாகச் சென்று, ஒரு மூலையில் தன்னைச் சுருக்கிக்கொண்டாள். அஜ்ஜி பெருமையாக, 'இதுதான் ஒரே வழி' என்றார் அம்மாவிடம். அஜ்ஜி தனக்குப் பக்கத்தில் உட்கார கல்பனா அனுமதிக்கவில்லை. அம்மா நடுவில் உட்கார்ந்தவுடன், வழக்கத்துக்கு மாறாக அம்மாவின் கையை இறுக்கமாக அணைத்துக்கொண்டாள். இதைக் கொஞ்சமும் எதிர்பார்க்காததால், திடீரென்று அம்மாவின் கண்களில் கண்ணீர் வடிந்தது. ஆட்டோ பெரும் சத்தத்துடன் கிளம்பியது. உடனடியாக அவளது சோகம் தெருவிலிருந்து வீசிய தூசுகளில் காணாமல்போனது.

கிராமத்திலிருந்து ஹெப்ரி போகும் வழியில் உள்ள பெரிய தேவி கோயிலுக்கும் அவர்கள் சென்றார்கள். அந்தப் பகுதியில் உள்ள பல கோயில்களில் நடப்பதுபோலவே, இந்தக் கோயிலிலும் வாரத்துக்கு ஒருமுறை, காலைப் பிரார்த்தனைகளுக்குப் பிறகு,

பூசாரி குறிசொல்பவராக மாறுவார். அவருக்குள் தேவி இறங்கிவர, தேவியின் அறிவுரையைக் கேட்க மக்கள் வரிசைக்கட்டி நிற்பார்கள். தங்களுடைய கேள்விகளைச் சிறு துண்டுக் காகிதத்தில் எழுதிக் கொடுப்பார்கள். மற்றொருவர், தேவி இறங்கியிருக்கும் பூசாரிக்கு அதை உரக்கப் படித்துக்காட்டுவார். பிறகு, தேவியிடமிருந்து வரும் பதிலை அந்தப் பூசாரி உச்சரிப்பார். கிராமத்தில் உள்ள மற்ற குடும்பங்கள்போலவே, அஜ்ஜி குடும்பத்தினருக்கும் முக்கியமான காரியங்கள் செய்வதற்கு முன் குறிகேட்கச் செல்லும் பழக்கம் உண்டு. உடல்நலம், கல்யாணம், படிப்பு என்று எது குறித்து அறிவுரை தேவைப்பட்டாலும் குறிகேட்கக் கேள்விகளோடு செல்வார்கள். கேள்விகள் கேட்கும்போது பலர் சுற்றியிருப்பார்கள் என்றாலும்கூட, அவர்கள் கேட்க விரும்பிய கேள்விகளைக் கேட்க எவரும் தயங்கியதே இல்லை.

இறுதிச்சடங்குக்காகப் பூசாரி தயாரித்துக்கொண்டிருந்தார். தேவியை, கருவறையை அலங்கரித்துக்கொண்டிருந்தார். அங்கே பலர் கும்பலாக முக்கிய ஆரத்திக்காக அமைதியாகக் காத்திருந்தார்கள். மற்றொரு பூசாரி ஆரத்தி எடுக்கப் பயன்படுத்தப்படும் விளக்கில் இருந்த திரிகளை எரியவைத்துக்கொண்டிருந்தார். அஜ்ஜி, கல்பனா, அம்மா நுழைந்த அந்த நொடியில் எல்லாத் தலைகளும் இவர்கள் பக்கம் திரும்பின. சிலர் அஜ்ஜியைப் பார்த்து மேலும்கீழும் தலையசைத்தார்கள். கைக்குழந்தையோடு இருந்த இரண்டு தாய்மார்கள் தன்னிச்சையாகத் தங்களது முந்தானையை இழுத்துவிட்டுக்கொண்டார்கள். கடவுளை எதிர்ப்புணர்வோடு முறைத்துப்பார்த்தபடி இருந்தாள் கல்பனா. பிறகு, அவள் கண்களை மூடிக்கொள்வது என்று தீர்மானித்தாள். அவளுக்கு தேவியைப் பார்க்க விருப்பமில்லை. அதையும்விட, தீர்மானமாக அவளைச் சுற்றியிருப்பவர்களை அவள் பார்க்க விரும்பவில்லை. கண்களை மூடிக்கொண்டு, அம்மாவின் கையைப் பிடித்துக்கொண்டு, புதிய ஒலிகளிலான, வாசனைகளிலான உலகத்தை அனுபவிக்கத் தொடங்கினாள். ஊதுவத்திகள், எரியும் விளக்குத்திரிகள், கோயில் சமையலறையில் பயன்படுத்தப்படும் தேங்காய் எண்ணெயின் வாசம், மிதந்துவரும் பலவிதமான பூக்களின் நறுமணம். மென்மையான முணுமுணுப்புகள், பிளாஸ்டிக் தாள்கள் மடிக்கப்படும் சிணுங்கல்கள், தேங்காய் உடைக்கப்படும் சத்தம், சுற்றியிருப்பவர்கள் அர்த்தமில்லாமல்

கிசுகிசுவென்று பேசிக்கொண்டிருக்கும் ஒலி, கோயில் மணியொலியின் சத்தம் என்று எல்லாவற்றையும் அவளால் கேட்க முடிந்தது. இதுதான் அவளுடைய உலகம், இருளான புதிய உலகம். அவளைப் பொறுத்தமட்டில் மௌனத்திலிருந்து இருளுக்குள் நகர்வது இயல்பான ஒன்றானது.

சேகண்டி அடிக்கப்படும் உரத்த சத்தமும், மிக வேகமாக ஆட்டப்படும் கை மணியின் சத்தமும் பூசைக்கான நேரம் வந்துவிட்டதை அறிவித்தன. பூசாரியின் பிரார்த்தனைகள் அவளைச் சுற்றியிருந்த பக்தர்கள் ஆச்சரியப்பட்டு வெளிப்படும் முணுமுணுப்புகளோடு கரைந்தன. அம்மா இடித்துத் தொந்தரவு செய்துகொண்டே இருந்ததால், அவள் கண்களைச் சற்றுபோல் திறந்தாள். சிவப்பு மற்றும் வெள்ளைப் பூக்களால் அலங்கரிக்கப்பட்டு, பிரகாசமான சிவப்பால் பூசப்பட்டு, சிறிதாகவும் குட்டையாகவும் பிரகாசித்துக்கொண்டிருந்த தேவியைப் பார்த்தாள். பல அடுக்குகளிலான விளக்கொளியின் ஒவ்வொரு அசைவிலும் லட்சக்கணக்கான குணங்களைப் பிரதிபலித்த தேவியின் முகத்தை கல்பனா வெறித்துப்பார்த்துக்கொண்டிருந்தாள். கல்பனாவின் அம்மா கண்ணீர் வருமளவு பரவசப்பட்ட நிலையில் இருந்தார். சுற்றியிருப்பவர்களையும் கல்பனாவையும் அஜ்ஜி நோட்டம்விட்டுக்கொண்டிருந்தார். அவரது பக்தி எப்போதும் நிலைகொண்டதாகவும் நடைமுறையிலானதாகவுமே இருந்தது. தேவியை வெறித்துப்பார்த்தாள் கல்பனா. அவள் மட்டும் பேசுவதாக இருந்தால், இப்படியாகச் சொல்லியிருக்கக்கூடும்: 'நீ என்னை ஏமாற்றிவிட்டாய். இவர்களையெல்லாம் நீ ஏமாற்றிக்கொண்டிருக்கிறாய்.' இப்படி நினைத்தபோது அவள் கண்களிலிருந்து கண்ணீர் வெளிப்பட்டதால், அவளுடைய அம்மாவின் கையை உதறித்தள்ளிவிட்டு விலகி நகர்ந்தாள்.

கோயில் முகமண்டபத்துக்கு கல்பனாவைத் தொடர்ந்துசென்றார் அஜ்ஜி. 'இப்படியெல்லாம் செய்யக் கூடாது' என்று கடிந்துகொண்டார். பூசை ஒலிகள் கொஞ்சம்கொஞ்சமாக அடங்க, முகமண்டபத்தில் கல்பனாவை உட்காரவைத்தார். குறிசொல்வது இன்னும் கொஞ்ச நேரத்தில் தொடங்கிவிடும். ஏற்கெனவே, பத்துப் பேர் வரிசையில் நின்றுகொண்டிருந்தார்கள்.

கல்பனாவின் அம்மா, ஒரே சமயத்தில் கல்பனா மற்றும் அஜ்ஜி மீது ஒரு கண் வைத்துக்கொண்டே கருவறைக்கு அருகில் நின்றுகொண்டிருந்தார். குறிசொல்வது தொடங்கப்படும் என்று அறிவித்தவுடனே, இருவரையும் அழைத்தார். கல்பனா நகர மறுத்தாள். அஜ்ஜி அவளது கையைப் பிடித்து இழுத்துவர முயன்றார். கல்பனா ஒரு தூணைப் பிடித்துக்கொண்டு பிடிவாதமாக மறுத்தாள். பாபு இரண்டு ஆட்டோ ஓட்டுநர்களோடு கோயில் வாயிலில் வம்பளந்துகொண்டிருப்பதை அஜ்ஜி பார்த்தார். அவர், 'பாபு, இங்கே வா' என்று அழைத்தார். அவர் கல்பனாவிடம், 'அவன் மறுபடியும் உன்னைத் தூக்குவான்' என்றார். கல்பனா அந்தளவுக்கு அவளது பாட்டியை வெறுத்ததால், அவளது உதடுகள் துடிக்க, அவள் கத்தியிருக்கக்கூடும். மாறாக, இரண்டு சொட்டு எச்சில் மட்டுமே அவளது முகவாயில் வழிந்தது. அஜ்ஜியின் பிடியை உதறித்தள்ளிவிட்டு, அவளது அம்மாவை நோக்கி நடந்தாள் கல்பனா.

குறிசொல்வது ஏற்கெனவே தொடங்கிவிட்டது. சாமி வந்திறங்கியிருக்கும் பூசாரி, தேவி சிலைக்கு முன்னால் நின்றுகொண்டிருந்தார். அவருக்கு முன்னால் வரிசை ஒன்று இருந்தது. அவர் மெய்மறந்த நிலையில் இருந்தார். குளிரால் நடுங்குவதுபோல் நடுங்கிக்கொண்டிருந்தார். அவர் தன் வலதுகையில் கத்தையாகக் கிளைகளைப் பிடித்திருந்தார். அவர் திடீரென்று கையை உதறிக்கொண்டு, கிளைகளால் தனது உடலை அடித்துக்கொண்டார். கல்பனா அவளையும் மீறி அந்த மனிதரால் ஈர்க்கப்பட்டாள். அவர் 'சாதாரண' மனிதராக இருந்தார். இப்போது, சாமி வந்திறங்கியிருக்கும் மனிதராக இருக்கிறார்! அவளுக்கு அச்சமாகவும் இருந்தது, ஆவலாகவும் இருந்தது. இவர்களுக்கு முன்னால் இருந்தவர் கேட்ட கேள்விக்குப் பதில் சொல்லும்போது, அவரது குரல் வித்தியாசமாக ஒலித்தது. 'உண்மையிலேயே தேவி அவருக்குள் இருக்கிறாளா?' என்று கேட்க கல்பனா விரும்பினாள். ஆனாலும், வாயை இறுக்க மூடிக்கொண்டாள்.

இவர்களுடைய முறை வந்தது. அந்த மனிதர் கல்பனாவைப் பார்த்தபோது, தன்னைப் பற்றியும், தனக்கு என்ன நடந்தது என்பதைப் பற்றியும் அவருக்கு ஏற்கெனவே தெரிந்திருக்கிறது என்பதாகவே கல்பனா உணர்ந்தாள். பூசாரி பக்கத்தில்

நின்றிருந்தவர் கல்பனா அம்மாவின் கேள்வியை உரக்கப் படித்தான்: 'என் மகள் மீண்டும் பேசுவாளா?' குறிசொல்பவருக்கு கல்பனாவைச் சுட்டிக்காட்டினார் அம்மா. அவரது கேள்வி அங்கு இருந்த எல்லோருடைய கவனத்தையும் ஈர்த்தது. அங்கு இருந்த எல்லோரும் கல்பனாவைத் தெரியும் என்பதுபோலவும், பதிலுக்காக அவர்கள் எல்லோரும் காத்திருப்பதுபோலவும் இருந்தது.

குறிசொல்பவர் வலிப்பு வந்தவர்போல் நடுங்கிக்கொண்டிருந்தார். எவராலும் புரிந்துகொள்ள முடியவில்லை. ஒருசில வார்த்தைகளை முணுமுணுத்தார். பிறகு, திடீரென்று எல்லாவற்றையும் நிறுத்திவிட்டு, தனது உதவியாளரிடம் ஏதோ சொன்னார். 'இந்தப் பெண் பேச விரும்பும்போது பேசுவாள்' என்று அந்த உதவியாளர் அறிவித்தார். மூவரும் குறிசொன்னவரை வணங்கினார்கள். அவர் திடீரென்று, கொஞ்சம் பூக்களையும் குங்குமத்தையும் எடுத்துக்கொண்டார். கல்பனாவின் நெற்றியில் செந்தூரத்தைப் பூசினார். அது அவளோடு அவர் நேரடியாகப் பேசுவதுபோல் இருந்தது. 'உனக்கு விருப்பமில்லை என்றால், பேசாதே' என்று சொல்வதுபோல் கல்பனா எடுத்துக்கொண்டாள்.

பாபு இவர்களைத் திரும்ப அழைத்துவந்தான். அம்மா மீன் குழம்பு பற்றி நினைத்துக்கொண்டிருந்தார். கோயில் போய்வந்தது அவருக்கு மனநிம்மதியைக் கொடுத்தது. கல்பனாவை தேவி பார்த்துக்கொள்வாள் என்று எளிமையாகவும் பக்தியோடும் அவர் நம்பினார். அவருக்குப் பெரும் உற்சாகமும் இல்லை ஏமாற்றமும் இல்லை. குலுங்கிக்கொண்டிருந்த ஆட்டோவின் பின்னிருக்கையில் சலனமற்று உட்கார்ந்திருந்தார். கல்பனா தலையை வெளியே நீட்டி அவளைச் சுற்றியிருந்த உலகத்தை வெறித்துப்பார்த்துக்கொண்டு வந்தாள். அவளை வெறித்துப்பார்த்தவர்களை அவள் திரும்பவும் வெறித்துப்பார்த்தாள். காரணமே இல்லாமல் சந்தோஷமாக உணர்ந்தாள். கோயிலில் என்ன நடந்ததோ அது எதிர்பாராத விதத்தில் அவளை நியாயப்படுத்துவதாக இருந்தது — எதை நியாயப்படுத்துகிறது என்பது அவ்வளவு தெளிவாக இல்லை என்றாலும்கூட.

தேவி மீது பெரும் எரிச்சலில் இருந்தது அஜ்ஜிதான். திரும்பிவரும் வழியெல்லாம், தன்னைக் கைவிட்டுவிட்டாள் என்றும், அவளிடமிருந்து நிறைய எதிர்பார்த்தாள் என்றும்,

பெண்பிள்ளைகளைக் காப்பாற்றுவது அவளது கடமையில்லையா என்றும் இடைவிடாமல் அஜ்ஜி மட்டுமே தேவியோடு பேசிக்கொண்டுவந்தார். அஜ்ஜி பேசும் எதையும் கேட்கவில்லை என்பதுபோல் அம்மா நடந்துகொண்டார். பாபு இங்கு அங்கு என்று ஒருசில அர்த்தமில்லா வார்த்தைகளைச் சொல்லிக்கொண்டு வந்தான். அஜ்ஜி காரணமில்லாமல் உரக்கச் சிரித்தார்.

அவர்கள் வீடு வந்து சேர்வதற்குச் சற்று முன்னர், கல்பனாவின் அம்மா பக்கம் திருப்பி, 'இங்க பாருடி, இந்த தேவி இவளையும் அவளைப் போல் ஆக்கிவிடுவாள். இரண்டு குட்டி ராட்சசிகள்' என்றார் அஜ்ஜி. தேவியை இப்படிப் பழிப்பதைப் பார்த்து அம்மா அதிர்ந்துபோனார். ஆனால், அப்படியொன்றும் சின்னப் பெண்ணல்லாத கல்பனா, அஜ்ஜி சொன்னதைச் செவியுற்றாள். அவள் தொலைந்துபோன நாளிலிருந்து முதல் முறையாகத் தோன்றிமறைந்த சிரிப்பின் முதல் ரேகைகளை அவளது முகத்தில் பார்க்க முடிந்தது. இரண்டு குட்டி ராட்சசிகள்! இப்படி நினைத்தது அவளுக்கு தீக்ஷாவை நினைவில் கொண்டுவந்தது. வாழ்க்கை வழக்கம்போல் இருந்திருக்குமானால், கல்பனா உரக்கச் சிரித்து வீட்டுக்குத் துள்ளிக்குதித்து ஓடியிருப்பாள்.

**மீ**ன் குழம்புச் சோறு தீக்ஷாவுக்கு மிகவும் பிடித்த உணவு. இரவு அதைச் சாப்பிட்ட பின் அவள் ரொம்பவும் உற்சாகமாக இருந்தாள். முன்னறையில் அஜ்ஜி தொடர்ந்து ஏதாவது சொல்லிக்கொண்டே இருக்க, அம்மாவோடு தொலைக்காட்சி பார்த்துக்கொண்டிருந்தாள் தீக்ஷா. அஜ்ஜிக்கு எல்லாவற்றையும் குறித்துச் சொல்வதற்கு ஏதோ இருந்தது: கதாநாயகிக்கு எப்படி நடிப்பது என்று தெரியவில்லை, பாடகருக்கு எப்படிப் பாடுவது என்று தெரியவில்லை... ஏன் படம் பிடித்தவரும் அவ்வளவு திறமையானவர் இல்லை. பட இயக்குநரின் திறமையின்மை குறித்து அவரது இறுதித் தீர்ப்பு இருந்தது. இவற்றின் ஊடாக தீக்ஷா சிரித்துக்கொண்டே இருந்தாள். அவ்வப்போது அவளுக்கு கல்பனாவின் நினைவு வர, கொஞ்சம்போல் சங்கடப்பட்டாள். ஆனால், அவளுடைய அறையில் எட்டிப்பார்த்தபோது, பழைய சாமான்கள் அறைக் கதவுக்கு அருகே நின்றுகொண்டு கல்பனா தொலைக்காட்சி கேட்டுக்கொண்டிருப்பதைப் பார்த்தாள். இதைப் பார்த்தவுடன் தீக்ஷா இன்னும் உற்சாகமானாள் — ஆரோக்கியமற்ற

தொலைக்காட்சித் தொடர் அவளை முன்வாயிலைக் கடந்து வெளியே போகவைக்கும்வரை. தொலைவில் தந்தையின் இருச்சக்கர வண்டி துப்பிக்கொண்டு வரும் சத்தத்தைக் கேட்டாள். அவர் உள்ளே நுழைந்தபோது, அவள் அவரைப் பார்த்துச் சிரித்து, 'சூப்பர் மீன் குழம்பு' என்றாள். அவரும் புன்னகைத்து, அவளைத் தூக்கிக்கொண்டு உள்ளே நுழைந்தார். மற்றவர்களோடு கல்பனா இல்லாததைப் பார்த்த அவர், சங்கடப்பட்டு, தீக்ஷாவைக் கீழே இறக்கிவிட்டுவிட்டு, முகம் கழுவச் சென்றார். அஜ்ஜி தனது படுக்கையை விரித்துப்போட்டு அதில் உட்கார்ந்துகொண்டார். பழைய சாமான்கள் அறைக்குள் அப்பா எட்டிப்பார்த்தார். கல்பனா படுத்திருந்தாள்.

தீக்ஷா பழைய சாமான்கள் அறைக்குச் சென்றாள். அவளது படுக்கையை விரித்து அதில் உட்கார்ந்துகொண்டாள். கல்பனா அவளுக்கு முதுகைக் காட்டிப் படுத்திருந்தாள். அம்மாவிடம், 'சரி, தேவி என்ன சொன்னாள்?' என்று கேட்ட அப்பாவின் குரலை அவள் கேட்டாள்.

'அவள் பேசுவாள்.'

'எப்போது?'

'சீக்கிரமா என்று நினைக்கிறேன்.'

'நீ என்ன நினைக்கிறேன்னு நான் கேட்கல. தேவி என்ன சொன்னாள்?'

அங்கு அமைதி நிலவியது. தட்டு, கரண்டிச் சத்தங்கள் மட்டுமே அந்த அமைதியைக் கலைத்தன.

'என்ன விஷயம்? அவளால் பேச முடியும் என்றாவது சொன்னாளா?'

'ம்..., நிச்சயமா. தேவி என்ன சொன்னாள் என்றால்... அவள் பேச விரும்பும்போது பேசுவாள்.'

'என்னது?' தந்தை குரலை இவ்வளவு உயர்த்தி தீக்ஷா எப்போதும் பார்த்ததில்லை.

'ம்..., சீக்கிரமாகப் பேசுவா. அவரோடு இருந்த பூசாரி தெளிவாக என்கிட்ட சொன்னார்.'

'அப்படி நடக்கணும். இந்தக் கோமாளித்தனமெல்லாம் என்னை வெறுப்படையவைக்கிறது. ஒவ்வொரு நாளும் ஆபிஸ்ல எல்லோரும் ஒரே கேள்வியைத்தான் கேட்டுக் கொண்டிருக்கிறார்கள்: அவ பேசத் தொடங்கிட்டாளா?'

'எல்லாம் நல்லபடியாகப் போய்க்கிட்டு இருக்கு, கொஞ்ச நாள் எடுக்கும். இப்பவே எவ்வளவோ தேவலாம். ஆட்டோவில் உட்கார்ந்து எல்லோரையும் பார்த்துக்கொண்டே வந்தாள். வீட்டுக்கு வந்தவுடன் மீன் குழம்பை விரும்பிச் சாப்பிட்டாள்.'

'எனக்குத் தெரியல. என்னத்தைச் சொல்ல? அவ எதுவும் பேசாதபோது அவள் பிடிச்சிச் சாப்பிட்டாள் என்று எப்படி நம்மால் சொல்ல முடியும்? எனக்குத் தெரியல.'

அம்மா மர்மமான புன்னகையோடு, 'எனக்குத் தெரியும்' என்றாள். 'அவள் மௌனமாக இருந்தாலும்கூட அவளை என்னால் கேட்க முடியும். ஆட்டோவில், கோயிலில் அவளை நான் கேட்டுக்கொண்டுதான் இருந்தேன்.'

அம்மாவின் இந்த வார்த்தைகளைக் கேட்டு, கல்பனா மிரண்டு திரும்பினாள். படுக்கையில் உட்கார்ந்திருக்கும் தீக்ஷா தன்னையே வெறித்துப்பார்த்துக் கொண்டிருப்பதைப் பார்த்தாள். 'பார்த்தியா? நீ பேசவில்லை என்றாலும்கூட அம்மாவால் உன்னைக் கேட்க முடிகிறது' என்றாள் தீக்ஷா தாழ்ந்த குரலில். வார்த்தைகளை உள்வாங்கிக்கொள்வதற்குச் சற்றே இடைவெளி விட்டாள். 'அப்படின்னா, நீ பேசாமல் இருப்பதில் என்ன அர்த்தமிருக்கிறது?' என்று பெருமிதத்தோடு சேர்த்துக்கொண்டாள்.

இதற்கு கல்பனாவால் எவ்வளவோ சொல்லியிருக்க முடியும். ஆனால், ஏமாற்றத்தோடு படுக்கையில் முஷ்டியால் ஓங்கிக் குத்தி, அவளது தங்கைக்கு முதுகைக் காட்டித் திரும்பிப்படுத்தாள்.

தீக்ஷா அவள் அருகில் சென்று, உடலை வளைத்து அவளை அணைத்துக்கொண்டு, 'எனக்குத் தூக்கமா வருது' என்றாள்.

இரண்டு மணிநேரம் கழித்து வியர்த்துக்கொட்ட, அவள் எழுந்துகொண்டாள். மின்சாரம் போய்விட்டது. மின்விசிறி அமைதியாக இருந்தது. வெளியே சுவர்க்கோழிகளின் இரைச்சல் வீட்டின் ஒவ்வொரு மூலையிலும் படையெடுத்தது. கல்பனா

இப்படியும் அப்படியும் புரண்டுகொண்டிருந்தாள். தீக்ஷாவைத் தள்ளிவிட்டாள். தீக்ஷா அவள் பக்கம் திரும்பி அவளைச் சுற்றிக் கைகளைப் போட்டுக்கொண்டாள். கல்பனாவிடமிருந்து ஒரு சத்தத்தை, முனகலைக் கேட்டதாக நினைத்தாள். கல்பனாவை இன்னும் இறுக்கப் பிடித்துக்கொண்டாள். கல்பனா தள்ளிவிடுவதை நிறுத்தினாள். அவர்கள் இருவரும் ஒன்றுபோல் மூச்சுவிடத் தொடங்கினார்கள்.

'ரொம்ப சூடா இருக்கு' என்று கிசுகிசுத்தாள் தீக்ஷா. 'ஆனால், கவலைப்படாதே. கரென்ட் சீக்கிரம் வந்துவிடும்.' ஆனால், இரும்புத் தகடுகள் தாளகதியில் ஒன்றோடொன்று உரசுவதுபோல் பெரும் இடிச் சத்தம்தான் வந்தது. அறையில் இருந்த பாத்திரங்கள் கடகடவென்று ஆடும் அளவுக்கு அவ்வளவு சத்தமாக இருந்தது. கல்பனாவை இன்னும் இறுக்கமாக அணைத்துக்கொண்டாள் தீக்ஷா. திடீரென்று கொட்டிய மழை, அவர்களது ஓட்டுக்கூரையில் சிறுசிறு துளிகளாக விழுந்து பெரும் சத்தத்தை எழுப்பியது.

'ஃபேனைக்காட்டிலும் தண்ணீர் இன்னும் நன்றாகக் குளிரவைக்கும்' என்று சொன்ன தீக்ஷா, சிரிக்க முயன்றாள். கல்பனாவைத் தன் பக்கம் திருப்ப முயன்று அதில் தோற்றுப்போனாள். அதனால், கல்பனாவின் முகத்தைப் பார்க்க அவளது உடம்பின் மீது கவிழ்ந்துகொண்டாள். கல்பனாவின் கண்கள் மூடியிருந்தன. அறையில் அச்சம் தரக்கூடிய அளவிலான அந்த இருட்டிலும்கூட, அவளது கன்னங்களில் கண்ணீர் வழிந்துகொண்டிருப்பதை தீக்ஷாவால் பார்க்க முடிந்தது. மென்மையாக அவளது முகத்தைத் தொட்டாள். கல்பனா இறுக்கமாகி, அவளைத் தள்ளிவிடப்போவதுபோல் நகர்ந்துகொண்டாள். ஆனால், திடீரென்று அவளால் அடக்கிக்கொள்ள முடியாமல், மேலும் கண்ணீர் பாய்ந்தது. தீக்ஷாவும் அழத் தொடங்கினாள். இருவருமே, எதற்காக அழுகிறோம் என்று புரியாமல் மல்லாக்கப் படுத்துச் சத்தம் எழுப்பாமல் அழுதுகொண்டிருந்தார்கள். மழை அதன் ரௌத்திரத்தைக் கூட்டியது. அது நிலையாகத் தாளமிடும் நிலைக்கு மாறியபோது, இந்தப் பெண்பிள்ளைகள் தங்களது அழுகையை நிறுத்தியிருந்தார்கள்.

'அக்கா, ப்ளீஸ் என்கிட்ட பேசு' என்று கிசுகிசுத்தாள் தீக்ஷா. கல்பனா கண்களைத் திறந்து விட்டத்தை வெறித்துப்பார்த்தாள்.

‘குறைந்தபட்சம் உன்னால் பேச முடியும் என்றாவது சொல். ஏதோ காரணத்துக்காகத்தான் நீ பேசாமல் இருக்கிறாயா? நீ எதுவும் சொல்லவில்லை என்றாலும் பரவாயில்லை, தலையையாவது அசைக்கலாம் இல்லையா?’

அவளைப் பார்க்காமலேயே கொஞ்சம்போல் தலையை மேல்கீழாக அசைத்தாள். தீக்ஷாவுக்கு சந்தோஷம் தாங்க முடியவில்லை.

‘அப்ப, நீ முழுக்க செவிடாகவில்லை. எவ்வளவு சந்தோஷமாக இருக்கு தெரியுமா?’

கல்பனா அவள் பக்கம் திரும்பி, தன்னுடைய விரலை தீக்ஷாவின் உதடுகள் மேல் வைத்தாள்.

‘சரி சரி, அப்படின்னா உன்னால் பேச முடியுமா?’

கல்பனா மேலும்கீழும் தலையசைத்தாள்.

‘உனக்கு எப்படித் தெரியும்? நாங்க யாரும் இல்லாதபோது, நீ பேசுவதற்கு முயன்றாயா?’

கல்பனாவுக்கு வேடிக்கையாக இருந்தது. தீக்ஷா தலையை மெல்ல தட்டிக்கொடுத்தாள். தீக்ஷா அவளது கையைப் பிடித்துக்கொண்டாள்.

‘அப்ப நீ ஏன் பேச மாட்டேங்கிற?’

கல்பனா அமைதியாக இருந்தாள்.

‘என்னால் இதைப் புரிந்துகொள்ளவே முடியவில்லை. முதல்ல யார்கிட்டேயும் எதுவும் சொல்லாம நீயா போற. பிறகு, முழுக்க மௌனமா திரும்பிவர. இப்போ எல்லோரும் நீ ஊமையாயிட்ட என்றே நினைக்கிறார்கள். மூன்று நாள் மழையில் சிக்கிக்கொண்டிருந்ததால் நீ ஊமையாயிட்ட, செவிடாயிட்ட என்கிறார் பிரின்சிபால்.’

கல்பனா கோபமாகவும் திகைத்தும் அவள் பக்கம் திரும்பினாள். ஆனால், பேசுவது என்ற முடிவை அவளால் எடுக்க முடியவில்லை.

அவ்வப்போது சுவர்களில் பல்லி எழுப்பிக்கொண்டிருந்த ஒலியைக் கேட்டுக்கொண்டே, 'பல்லிகூடச் சிரிக்குது. நீ ஏன் பேச மாட்டேன் என்கிறாய் என்று என்கிட்ட சொல்லு' என்றாள் தீக்ஷா. கல்பனா பதிலேதும் சொல்லவில்லை. அதுவரை கேட்க பயந்துகொண்டிருந்த கேள்வியைத் தயக்கத்தோடு தீக்ஷா கேட்டாள். 'உனக்கு என்ன நடந்தது? உன்னை யாராவது தூக்கிக்கிட்டுப் போனாங்களா?'

இந்தக் கேள்விகளுக்கு மற்றொரு பல்லி பதில் தந்தது. மழை நிற்க, மின்சாரம் வந்தது. அந்த அமைதியில், மின்விசிறி பேரிரைச்சலோடு இயங்கத் தொடங்கியது.

'சரி, அக்கா. நீ பேச வேண்டாம். ஆனால், நான் பேசிக்கொண்டே இருப்பேன். நான் பேசக் கூடாது என்று நீ என்னை அடித்தாலும் சரி, நான் பேசிக்கிட்டேதான் இருப்பேன்.'

கல்பனா சிரித்து, தீக்ஷாவின் உள்ளங்கைகளை இறுக்கப் பிடித்துக்கொண்டாள். அவள் தீக்ஷா பக்கம் திரும்பினாள். சகோதரிகள் ஒருவரை ஒருவர் பார்த்துப் படுத்திருந்தார்கள். கல்பனாவின் புன்னகை தீக்ஷாவுக்குப் பேசுவதுபோலவே இருந்தது. அக்காவின் மௌனத்தை அவளது வார்த்தைகளால் நிரப்ப முடியும் என்பதுபோல், கல்பனா எந்தளவுக்கு மௌனமாக இருந்தாளோ அந்த அளவுக்குத் தான் பேச வேண்டும் என்றே தீக்ஷா விரும்பினாள்.

'அக்கா, நீ ரொம்ப பிரபலமாயிட்டே' என்று தொடங்கினாள். 'உன்னால் நானும் ஸ்கூல்ல ரொம்பப் பிரபலமாக இருக்கேன். இன்னிக்கு, உயர்நிலைப் பள்ளி மாணவர்கள் என்னைப் பார்த்துக்கொண்டிருந்தார்கள். அதனால், என் நண்பர்கள் பலர் என்னைப் பார்த்துச் சிரித்தார்கள். என்னுடைய நெருங்கிய தோழி குமாரி, வகுப்பில் எப்போதும் என் கையைப் பிடித்துக்கொண்டே இருந்தாள். வகுப்பு நடந்துகொண்டிருக்கும்போது, நான் அவளோடு பேசினாலும்கூட ஆசிரியர் என்னைத் தடுக்கவில்லை. அக்கா, நீ ஓடிப்போனது நல்லதுக்குத்தான்.' தீக்ஷா கிளுகிளுத்தாள். கல்பனா இடவலமாகத் தலையசைத்தாள்.

'என்ன? நான் பேசுறத நிறுத்த வேண்டுமா?' கல்பனா மீண்டும் இடவலமாகத் தலையசைத்தாள்.

'பின்ன ஏன் இப்படித் தலையசைக்கிற?' அவளுக்குள்ளாகக் குமிழ்ந்துகொண்டிருக்கும் மௌனமான வார்த்தைகளை அவளுக்குக் கேட்கவைக்க வேண்டும் என்பதுபோல் தீக்ஷாவை வெறித்துப்பார்த்துக்கொண்டிருந்தாள்.

'ஓ, என்னால் உன்னைக் கேட்க முடிந்தால் எவ்வளவு நன்றாக இருக்கும். அம்மா கேட்பதுபோல்.' அவள் சில நொடிகள் சிந்தித்தாள். 'உண்மையிலேயே அம்மாவால் உன் மனத்தில் இருப்பதைக் கேட்க முடிகிறதா?'

மீண்டும் கல்பனா இடவலமாகத் தலையசைத்தாள்.

தீக்ஷாவை நிறுத்த முடியவில்லை. உணவு இடைவேளையில் முதல்வரைப் பார்த்ததையும், கோ-கோ விளையாட்டில் சேர்ந்துகொள்ளுமாறு மேல் வகுப்பு மாணவர்கள் அவளைக் கட்டாயப்படுத்தியதையும், கிராமத்தின் பிரதானச் சாலையில் மாணவர்கள் கூட்டம் ஒன்று அவ்வளவு பெருமையாக அவளுடன் நடந்துவந்ததையும் தாழ்ந்த குரலில் மூச்சுவிடாமல் கல்பனாவிடம் சொன்னாள். இப்படி எல்லோரும் முக்கியத்துவம் கொடுக்கும் நபராக இருப்பது சந்தோஷமாக இருக்கிறது என்றாலும், எல்லோரும் கேட்கும் ஒரு கேள்விக்கு மட்டும் அவளால் பதில் சொல்ல முடியவில்லை.

'அக்கா, என்னுடைய நண்பர்கள் எல்லோரும் நீ எப்போது பள்ளிக்குத் திரும்புவாய் என்று கேட்டுக்கொண்டே இருக்கிறார்கள்.'

கல்பனா மீண்டும் இடவலமாகத் தலையசைத்தாள்.

'நீ பள்ளிக்கூடம் வர மாட்டாயா? எப்போதுமா?'

கல்பனா மேலும்கீழும் தலையசைத்தாள்.

'நிஜமாகவா?'

*ஆமாம், நிஜமாக* என்று கல்பனா சொல்லியிருக்கக்கூடும். *நிஜமாக, நிஜமாக, நிஜமாக. அந்தப் பள்ளிக்குத் திரும்ப வர மாட்டேன்.* தீக்ஷா அழத் தொடங்கினாள். 'நீ வரவில்லை என்றால், நானும் போக மாட்டேன்' என்று முழுக்க அயர்ச்சியாகி அறிவித்தாள்.

கல்பனா அவளுக்கு அருகில் நகர்ந்துசென்று அவளை அணைத்துக் கொண்டாள். தீக்ஷாவின் அடர்த்தியான கூந்தலைக் கோதிவிட்டு அவளை ஆசுவாசப்படுத்தினாள். அவளிடம் சொல்வதற்கு நிறைய இருந்தது. தீக்ஷாவிடம் நிறைய சொல்ல வேண்டும் என்று அவள் விரும்பினாள். ஆனால், பிடிவாதமாகவும் இருந்தாள். தீக்ஷாவை இறுக்க அணைத்துக்கொண்டாள். அடுத்த நாள் காலையில், பள்ளிக்குக் கிளம்ப தீக்ஷாவை எழுப்ப வந்தபோது, இருவரும் ஒருவரை ஒருவர் அணைத்துக்கொண்டு தூங்கிக்கொண்டிருப்பதை அம்மா பார்த்தார். அவரது இதயம் பூரித்துப்போக, அன்று காலையில் அவர் கேட்ட முதல் பாடலின் மெட்டு அவரது உதடுகளில் தானாக வந்து அமர்வதை அவர் உணர்ந்தார்.

**இ**ப்படியான அன்றாடப் பழக்கங்களோடு நாள்கள் கழிந்தன: காலையில் தீக்ஷா பள்ளிக்கூடத்துக்கு ஓடுவாள். கல்பனாவைக் குளிக்கச்சொல்லி அவளுக்குக் காலை உணவை அம்மா கொடுப்பார். மதியவுணவு நேரம்வரை கல்பனா தனது அறையில் உட்கார்ந்திருப்பாள். ஒருநாள் அவளது தந்தை 'நீ வீட்டில் இருக்கும்போது இதையெல்லாம் படிக்கலாம். படிப்பதற்கு நீ ஒன்றும் பேச வேண்டியதில்லை' என்று சொல்லியபடி அவளது புத்தகப்பையைப் படுக்கை அருகில் எடுத்துவைத்தார். அவர் சொன்ன விதம் பாதி அறிவுரைபோலவும் பாதி கடிந்துகொள்வதுபோலவும் இருந்தது. அவர் பார்க்காதபோது, அந்தப் பையை கல்பனா எட்டி உதைத்துத் தள்ளினாள். இது உண்மையிலேயே கடவுளைப் பழிப்பது போன்றுதான். ஏனெனில், புத்தகத்தை எட்டி உதைப்பது என்பது கல்விக் கடவுளையே அவமதிப்பதுபோல்தான். ஆனாலும், அவள் அப்படியான மனநிலையில்தான் இருந்தாள்.

சில நாள்கள் வீட்டில் மௌனமாகக் கழித்த பின், கல்பனா இருப்புகொள்ளா நிலைக்குச் சென்றாள். அவள் வெளியே வரத் தொடங்கினாள். ஆனால், அஜ்ஜியைத் தவிர்த்தாள். அவர் எந்நேரமும் தன்னை சந்தேகத்தோடு பார்த்துக்கொண்டிருப்பதாக அவளுக்குப் பட்டது. ஏதாவது தந்திரங்கள் செய்து தன்னைப் பேசவைத்துவிடுவார் என்பதுபோலவும் அவரைப் பார்த்தாள். அவளது அம்மாதான் என்ன செய்வது என்று தெரியாமல்

தவித்துக்கொண்டிருந்தார். கட்டாயப்படுத்தி கல்பனாவைப் பேசவைக்கலாம் என்று நினைக்கும் ஒவ்வொரு முறையும், அந்த மூன்று நாள்களில் என்ன நடந்தது என்று தெரிந்துகொள்ள நேரிடுமோ என்ற இனம்புரியாத அச்சம் அவரது மனம் முழுக்க நிரம்பியது. அந்த உண்மையைக் கேட்க அவர் தயாராக இல்லை. அவர் ரொம்பவும் இளகிய மனம் கொண்டிருப்பதாக அப்பா குற்றம்சாட்ட, அதை அஜ்ஜியும் அப்படியே ஏற்றுக்கொண்டார். 'கல்பனாவைப் பேசவைக்க ஆட்டோ ஓட்டும் அந்தப் பையன் பாபுவை என்னால் வரவழைக்க முடியும்' என்று அஜ்ஜி சொல்வதை கல்பனா செவியுற்றாள்.

அம்மா கவலைகொண்டார். 'இல்லை, இல்லை, கல்பனாவுக்கு உண்மையிலேயே பேச முடியாமல் போய்விட்டது என்றே நினைக்கிறேன். ஏதாவது அதிர்ச்சி ஏற்பட்டால் இப்படிச் சிலருக்குப் பேச்சு வராமல்போகும் என்று சென்னம்மா என்னிடம் சொன்னாள். அதைப் பத்தி ஒரு படம்கூட இருக்கிறதாம்.' ஏதோ மாயமந்திரத்தால் தொலைக்காட்சியில் அந்தப் படம் ஓடிக்கொண்டிருப்பதுபோல் அவர் தொலைக்காட்சியைப் பார்த்துக்கொண்டிருந்தார்.

சென்னம்மா குறித்த அவரது அபிப்பிராயத்தை அஜ்ஜி முணுமுணுக்கத் தொடங்கினார். அவரது மருமகள் எப்பவுமே இளகிய மனம் கொண்டவளாகவும் ஏமாளியாகவும் இருப்பதாக நினைத்தார். 'நம்ம சமூகத்துப் பெண்களின் இயல்பைப் பார்த்தால் ஆச்சரியமாகத்தான் இருக்கிறது' என்று, இறந்துவிட்ட அவரது பால்ய காலத்துத் தோழி இப்போது அவருக்கு அருகில் உட்கார்ந்திருந்தால் சொல்லியிருப்பார்.

நாள்கள் நகர்ந்துபோவதைப் பார்க்க கல்பனா வெளியே வரத் தொடங்கினாள். சாதாரண நாள் ஊடாகப் பயணிப்பதை அவள் அந்த அளவுக்கு அனுபவித்தாள்!

விடியற்காலையின் சந்தடிகள், காலை வேலைகள் எல்லாம் முடிந்த பிறகு, அவளது தந்தையும் தங்கையும் கிளம்பிச்சென்ற பிறகான அமைதியையும், அவளது அம்மாவும் அஜ்ஜியும் பூசை செய்துகொண்டிருக்கும் சத்தத்தையும், பிறகு சமையலறையிலிருந்து வரும் வாசத்தையும் அவள் அனுபவித்துக் கொண்டிருந்தாள். வீட்டுத் தாழ்வாரத்தில் பாதி உள்ளே, பாதி

வெளியே என்று உட்கார்ந்துகொண்டு, தெருவில் இருச்சக்கர வாகனம் போய்வந்துகொண்டிருப்பதை அல்லது ஒரு பெண்மணி நடந்துசெல்வதை, அப்படியொன்றும் தொலைவில் இல்லாத மலைகளை வெறித்துப்பார்த்துக்கொண்டிருந்தாள். பிரதான வாயில் பக்கம் மோப்பம் பிடித்தபடி வந்த நாய்களையும் பசுக்களையும் பார்த்துக்கொண்டிருந்தாள். இந்த விலங்குகள்தான் அவளை வீட்டுக்கு வெளியே வரத் தூண்டிவிட்டன. திரிந்து கொண்டிருக்கும் பசுக்கள் வீட்டுக்கு வெளியே வந்து நின்று அவளை ஈடுபாட்டோடு பார்த்துக்கொண்டிருக்க, அவற்றுக்கு உணவளிக்க அவள் வெளியே வந்தாள். முன்னர் மழை பெய்திருந்தது. மண்ணிலிருந்து எழுந்த வாசமும் பனியும் அவளை அழைத்து அணைத்துக்கொள்வதுபோல், இந்த உலகத்துக்கு அவள் திரும்ப அழைப்புவிடுத்தன.

மதியப் பொழுதுகள்தான் சிரமமாக இருந்தன. குறைந்தபட்சம், தீக்ஷா பள்ளியிலிருந்து திரும்பும்வரை. தொடக்கத்தில், விளையாடுவதற்கு வீட்டுக்கு வெளியே அவளை வரவழைக்க முயன்றாள் தீக்ஷா. ஆனால், கல்பனா பல நாள்களாகத் தொடர்ந்து மறுத்துவந்ததால், அவர்கள் விளையாட அம்மா லூடோ வாங்கிக்கொடுத்தார். கல்பனாவைப் பொறுத்தமட்டில், அவளுள் அடைத்துக்கொண்டிருந்த மௌனம் வெடிக்காமல் இருப்பதற்கான ஒரு வழியானது அந்த விளையாட்டு. அதே சமயத்தில், பேச்சு விஷயத்தில் அந்த விளையாட்டு அவளை ஒழுங்குபடுத்தியது. ஏனெனில், விளையாடும்போது கோபத்தில், ஏமாற்றத்தில், மகிழ்ச்சியில் கத்த வேண்டும் என்று நினைத்த பல தருணங்களை அவள் எதிர்கொள்ள வேண்டியிருந்தது. இதையெல்லாம் தரையை ஓங்கிக் குத்துவது அல்லது திடீரென்று எழுந்து குதிப்பது, அந்தச் சிறிய அறையில் ஒரு மூலையிலிருந்து மற்றொரு மூலைக்கு ஆக்ரோஷமாக நடந்துசெல்வது என்று உடலார்ந்த செயல்களாக மாற்ற வேண்டியிருந்தது.

தனது வயதுக்கு மீறிய அறிவுகொண்டவளான தீக்ஷா, 'அக்கா சீக்கிரம் பேசப்போகிறாள். எனக்குத் தெரியும்' என்றாள் அம்மாவிடம்.

இதற்கிடையே அஜ்ஜியைச் சந்திக்க வந்த சித்தையா, கல்பனா குறித்து விசாரித்தான். அஜ்ஜி அவனை வீட்டுக்கு வெளியே அழைத்துச்சென்றார். இவர்கள் இருவரும் காரசாரமாகப் பேசிக்கொண்டிருப்பதை கல்பனா கவனித்தாள். தனியார் பேருந்தை நடத்துவதில் இருக்கும் கடுமையான போட்டிகளை எதிர்கொள்வதில் சித்தையா மும்முரமாக இருந்தான். அஜ்ஜியிடம், 'சந்தோஷமாக இரு, அவள் நல்லாத்தான் இருக்கா' என்றான்.

எதுவுமே நல்லபடியாக இல்லை என்றார் அஜ்ஜி. 'அந்தக் குழந்தை ஊமையாகிவிட்டது. பள்ளிக்கூடமும் போவதில்லை. இன்னும் என்னவெல்லாம் நடக்கும் என்று யாருக்குத் தெரியும்!'

சித்தையா அவன் நிலைப்பாட்டிலேயே நின்றான். 'அஜ்ஜி, இது வெறும் ஜலதோஷமாக இருக்கலாம். மழையில் ஐந்து நிமிடங்கள் நின்றாலே நமக்கு ஜலதோஷம் பிடித்துக்கொள்கிறது. இவள் மழையில் மூன்று நாள்கள் காணாமல்போயிருக்கிறாள். அதுவும் காட்டில்! அவள் முழுக்க நனைந்திருந்தால் என்ன செய்வது? ஒருவேளை கடுமையான ஜலதோஷம் பிடித்திருப்பதால் அவளால் பேச முடியாமல் போயிருக்கலாம். அவ உடம்புக்குள்ளாக ஆழமாக இறங்கி இருக்கும் ஜலதோஷம் போய்விட்டால், பேசத் தொடங்கிவிடுவாள்.' பல சமயங்களில் நம்பிக்கைக்கும் நடக்கக்கூடியதற்கும் இடையே எந்த வேறுபாடும் இல்லை என்பதுபோலவே சித்து பேசுவான். 'தேவியை ஏற்கெனவே பார்த்துவிட்டதால், இப்போது டாக்டரைப் போய்ப் பாருங்கள்' என்று சொல்லி அவன் அவசரமாகக் கிளம்பிச்சென்றான்.

அன்று இரவு கல்பனாவின் அப்பாவிடம் மருத்துவரைப் போய்ப் பார்த்தாக வேண்டும் என்றார் அஜ்ஜி. கல்பனா திரும்பியபோதே மருத்துவரைப் பார்த்துவிட்டதாக அவர் சொன்னார். 'ஆனால், இப்போ' ஏதோ பெரிய ரகசியத்தைக் கண்டுபிடித்துவிட்டது போன்று அஜ்ஜி சொன்னார். 'நாம் வேறொரு டாக்டரிடம் கூட்டிக்கிட்டுப் போக வேண்டும். ரொம்ப நேரம் மழையில் நனைந்திருப்பதால் அவளால் பேச முடியாமல் போயிருக்கலாம் என்று கேள்விப்பட்டேன்.' அவர் சற்று மௌனமாக இருந்தார். அவரது மகன் அவரை வெறுமையாகப் பார்த்துக்கொண்டிருந்தார். 'உனக்குத் தெரியுமா, ஜலதோஷத்தால...'

அப்பா இதை விளையாட்டாக எடுத்துக்கொள்ளவில்லை. ‘ஆனால், அவளுக்கு ஜலதோஷம் ஏதுமில்லை. அவள் ரொம்ப நல்லாத்தான் இருக்கா.’

இப்படிச் சொன்னதைப் பிடித்துக்கொண்டு அவரது முடிவைப் பெருமிதத்தோடு முன்வைத்தார் அஜ்ஜி. ‘ஆனால், நான் சொல்லும் ஜலதோஷம் மனசுல இருக்கும் ஜலதோஷம். இருமல், தும்மல், சளி எதுவும் இருக்காது. இது மண்டைக்குள் இருப்பது. பேச முடியாமல் செய்துவிடும். அவளுக்கு மனசுல ஜலதோஷம் இருப்பதால்தான் அவளால் பேச முடியவில்லை.’

கல்பனாவின் அப்பா அவரது தாயை முறைத்துப்பார்த்துக் கொண்டிருந்தார். அவர் எந்த அளவுக்கு எரிச்சலடைய வைப்பாரோ அதே அளவுக்கு ஆச்சரியப்படுத்தவும் செய்வார்.

அஜ்ஜி தொடர்ந்தார். ‘ஹெப்ரியில் புதுசா திறந்திருக்கிற ஒரு தனியார் ஹாஸ்பிடலில் டாக்டர் ஒருவர் இருக்கிறாராம். இந்தப் பிரச்சினைக்கு அவர்தான் தகுதியானவராம். இந்தியாவிலே அவர்தான் சிறந்தவர்னு எங்கிட்ட சொன்னாங்க.’

மனசுல இருக்கும் ஜலதோஷத்தை சரிசெய்யக்கூடிய அந்த டாக்டரிடம் போவதற்கு முன், கல்பனா பேசினாள். அது சுருக்கமாக, மிகச் சுருக்கமாக தீக்ஷாவின் காதுகளுக்கு மட்டுமானதாக இருந்தது. எப்படியிருந்தாலும், பல நாள்களில் அவளது முதல் வார்த்தைகளை அவள் பேசினாள்.

அது மற்றொரு மழை இரவாக இருந்தது. அன்றைய பள்ளி தீக்ஷாவுக்கு சந்தோஷமாக இருக்கவில்லை. கல்பனாவின் சகோதரியாக இருப்பதன் புதுமை தேயத் தொடங்கியது. ஆசிரியர்கள் முன்பு கொடுத்ததுபோல் அவளுக்குச் செல்லம் கொடுக்கவில்லை. கல்பனா மீதான அக்கறைகள் நகைச்சுவைகளாக மாறத் தொடங்கின. இவையெல்லாம் ஊமை, செவிடு, குருடு அல்லது ‘ஊனமாக இருப்பது’ தொடர்பாக வெளிப்பட்டன. சிறு வயதில் போலியோவால் பாதிக்கப்பட்டு, சற்றே ஊனி நடக்கும் தீக்ஷாவின் மிக நெருங்கிய தோழியான குமாரியை இரண்டு மேல் வகுப்பு மாணவிகள் கேலிசெய்தார்கள். பேச முடியாது, கேட்க முடியாது, இன்னும் என்னவெல்லாம்

செய்ய முடியாது என்று யாராலும் சொல்ல முடியாது என்றும், கல்பனா சீக்கிரத்தில் குமாரிபோல் ஆகிவிடுவாள் என்றும் இந்த மாணவிகள் தீக்ஷாவிடம் சொன்னார்கள்.

அதனால், அன்றிரவு தீக்ஷா நல்ல மனநிலையில் இல்லை. கல்பனா வழக்கம்போல் ஊசலாடிக்கொண்டிருப்பவளாக இருந்தாள். லூடோ விளையாடுவாள், பிறகு திரும்பிச்சென்று மௌனமாக இருப்பாள். அன்றாடச் சடங்குபோல், தீக்ஷா அன்று பள்ளியில் நடந்ததையெல்லாம் கல்பனாவிடம் சொன்னாள். மேல் வகுப்பு மாணவிகளோடு நடந்ததை, மிகவும் எரிச்சலோடு சொன்னாள்.

'அக்கா, நீ இங்க மௌனமாக உட்கார்ந்து இருக்கே. ஆனால், ஸ்கூல்ல என்கிட்ட யார் பேசினாலும் அது கல்பனா, கல்பனா என்றுதான் இருக்கிறது. இப்போது அவர்களெல்லாம் உன்னைக் கேலிசெய்கிறார்கள்.'

'எனக்கு ரொம்பவும் அசதியா இருக்கு. கோபமாகவும் இருக்கிறது. நீ வீட்டில நல்லா சந்தோஷமா இருக்கே. நான்தான் ஸ்கூலுக்குப் போக வேண்டியிருக்கு. இப்போ அது ரொம்ப சலிப்பா இருக்கு' என்றும் அவள் சேர்த்துக்கொண்டாள்.

மேலும் பேசுவதற்கு முன், என்ன பேசுவது என்று தீர்மானிப்பதுபோல், அவள் சற்று நேரம் அமைதியாக இருந்தாள். பிறகு, அவள் சொன்னாள்.

'நீ என்னைக் கேலிசெய்வதுபோல் இருக்கிறது. பேசாமல் இருப்பதன் ஊடாக. நான் உன்கிட்ட எல்லாவற்றையும் சொல்லுகிறேன். ஆனால், நீ மௌனமாவே இருக்க. என்கிட்ட எதையும் நீ சொல்ல மாட்டேன் என்கிறாய்.'

தான் அழத் தொடங்கலாம் என்பதுபோல் தீக்ஷா உணர்ந்தாள். 'அக்கா, ஏன் என்கிட்ட பேச மாட்டேங்கிற?' என்று கேட்டு அழவும் தொடங்கினாள்.

தீக்ஷாவின் கையைப் பிடித்துக்கொண்டு, மல்லாக்கப் படுத்திருந்தாள் கல்பனா. மௌனமாக விட்டத்தை வெறித்துப் பார்த்துக்கொண்டிருந்தாள். அவளுடைய உள்ளங்கையின் ஊடாக அவளால் பேச முடிந்தால் எவ்வளவு நன்றாக இருக்கும்! மூச்சிழுக்கும் அழுகையால் நிறைந்திருந்த நீண்ட அமைதிக்குப்

பிறகு, கல்பனா அவளது பக்கம் திரும்பி, அவளுடைய வாயை தீக்ஷாவின் காதுக்கு அருகில் கொண்டுசென்றாள். அவள் தாழ்ந்த குரலில்தான் பேசினாள் என்றாலும்கூட, மௌனமான பல நாள்களுக்குப் பிறகு பேசுவதால், அந்த ஒலி அவளது காதுகளை அடைப்பதுபோல் இருந்தது.

'மொழி பொய்யானது. நாம் பேசும் ஒவ்வொரு வார்த்தையும் பொய். உன்னுடைய புத்தகங்கள் எல்லாம் பொய். கடவுள் ஒரு பொய்.'

அவள் நிதானமாகவும் தெளிவாகவும் பேசினாள். தீக்ஷாவின் காதுகளில் என்றென்றும் அவளுடைய வார்த்தைகள் பொறிக்கப்பட்டவையாக இருக்க வேண்டும் என்று அவள் விரும்புவதுபோல் அதை உச்சரித்தாள். அவள் பேசுவதைக் கேட்டு தீக்ஷா அதிர்ந்துபோனாள். அதையும்விட அவள் சொன்னதைக் கேட்டுக் குழம்பிப்போனாள்.

'இதனால்தான் நீ பேசுவதில்லையா? ஆனால், ஏன்?'

'ஆமாம். எல்லா மொழிகளும் பொய்யானவை. நான் பொய் பேச விரும்பவில்லை.'

'ஆனால், ஏன் இப்ப? நீ காணாமல்போனபோது என்ன நடந்தது அக்கா? மொழி பொய்யானதுன்னு உங்கிட்ட யாராவது சொன்னாங்களா?'

இதை மேலும் தொடர்ந்தால் தன்னால் மௌனமாக இருக்க முடியாது என்று கல்பனா அறிந்திருந்தாள்: அதுவும்கூட மொழி என்னும் சாத்தானின் வேலையாகத்தான் இருக்கும். என்ன நடந்தாலும், மௌன உலகத்தில் வாழ்வதென்று அவள் தீர்மானித்துவிட்டாள்.

'இதற்கான விடை அஜ்ஜிக்கு மட்டும்தான் தெரியும். அவளைக் கேள். நான் உன்கிட்டயோ அல்லது மத்தவங்ககிட்டயோ பேசும் கடைசி வார்த்தைகள் இதுவாகத்தான் இருக்கும். தீக்ஷா இந்த வார்த்தைகள் உனக்கானவை மட்டும்தான். நான் உன்கிட்ட பேசினேன் என்று நீ யாரிடமும் சொல்லக் கூடாது.' அவள் தீக்ஷாவை இறுக்க அணைத்துக்கொண்டாள். ஆனால், தீக்ஷா கட்டுப்படுத்திக்கொள்ள முடியாத அளவுக்கு

அழத் தொடங்கினாள். மிக மோசமாகத் தொடங்கிய நாள் மிக மோசமாகவே முடிவுக்கு வந்தது.

அடுத்த நாள் விபரீதம் ஒன்று நடக்கக் காத்திருப்பதுபோல் இருந்தது. தீக்ஷா மிகவும் தாமதமாக எழுந்துகொண்டாள். கல்பனா இன்னும் தூங்கிக்கொண்டிருந்தாள். இரவு முழுக்க தூறிக்கொண்டே இருந்தது. காலை வழக்கத்துக்கு மாறாக சாம்பல் நிறத்தில் இருந்தது. குளியல் நீர் வழக்கத்தைவிடச் சில்லென்று இருந்தது. காலை உணவு ருசியற்று இருந்தது. கல்பனா குறித்து அஜ்ஜியிடம் கேட்பதற்கான வழியைக் கண்டுபிடிக்க அவரது கண்களைப் பின்தொடர்ந்துகொண்டிருந்தாள் தீக்ஷா. ஆனால், அஜ்ஜி அவளை நிராகரித்துவந்தார். தீக்ஷா சற்றே கவனமாகச் சிந்தித்திருப்பாள் என்றால், அவளது அசௌகரியம் முந்தைய இரவே தொடங்கியிருந்தது என்று தெரிந்துகொண்டிருப்பாள். கல்பனா சொன்னதை அவளால் புரிந்துகொள்ள முடியவில்லை. மொழி குறித்து ஏதோ சில பைத்தியக்காரத்தனமான எண்ணங்கள் கொண்டிருப்பதால்தான் அவள் பேசுவதை நிறுத்திவிட்டாள் என்பதைப் புரிந்துகொள்ள முயலும் வழியேதும் அவளுக்குத் தெரியவில்லை!

இந்த மனநிலை பள்ளியிலும் தொடர்ந்தது. முதல் வகுப்பு கணிதம். நடுத்தர வயதுப் பெண்மணியான கணித ஆசிரியர் உற்சாகமாகப் பாடம் நடத்துவார். அவர் இந்தப் பள்ளியில் படித்த காலங்களில் கணிதத்தில் மிகச் சிறந்த மாணவியாகத் திகழ்ந்தார். ஆனால், அர்த்தமில்லாத கல்லூரிப் பட்டப் படிப்புக்கு மேல் அவர் ஏதும் படிக்கவில்லை. அவர் நல்ல ஆசிரியர். நிதானமானவர். மாணவர்கள் தவறு செய்வதற்கு இடம்கொடுக்கும் அளவுக்குப் பொறுமை கொண்டவர். தீக்ஷாவுக்கு அவரது வகுப்பு என்றால் ரொம்பப் பிடிக்கும். ஆனால், அன்று அவளுக்குக் கொஞ்சமும் வகுப்பில் ஈடுபாடு இல்லாமல்போனது.

வழக்கம்போல் அவள் குமாரிக்குப் பக்கத்தில் அமர்ந்திருந்தாள். குமாரியின் தோழியாகவும் வழிகாட்டியாகவும் தீக்ஷா இருந்தாள். குமாரிக்கு அவ்வப்போது உடம்பு சரியில்லாமல்போகும். வகுப்பில் சில சமயங்களில் தூக்கக் கலக்கத்தில் இருப்பாள்.

இரண்டு பெண்களும் வகுப்பில் நாள் முழுவதும் ஒருவர் கையை ஒருவர் பிடித்துக்கொண்டு இருந்த நாள்களும் உண்டு. இந்தப் பழக்கத்துக்குப் பின்னால் ஒரு கதை இருக்கிறது. முந்தைய வருடம், குமாரியோடு தீக்ஷா இன்னும் நெருக்கமானாள். பெரும்பாலும், இவர்கள் இருவரும் சேர்ந்து உட்கார்ந்துகொள்வார்கள். இருவரும் நிறைய பேசிக்கொள்ளத் தொடங்கினார்கள். வகுப்புத் தோழிகள் இருவர், ஒருநாள் இவர்களிடம் வந்தார்கள். அதில் ஒருத்தி தீக்ஷாவிடம், 'அவளுக்கு அருகில் உட்காராதே, அவளைத் தொடாதே. நீயும் ஊனமாகிவிடுவாய்' என்றாள். இதற்கு எதிர்ப்பு தெரிவிக்கும் விதமாக, குமாரியின் கையை இறுக்கப் பற்றிக்கொண்டாள் தீக்ஷா. மைதானத்திலிருந்து கைப்பிடி மண்ணை எடுத்து, குமாரி அந்தப் பெண்பிள்ளைகள் மீது வீசியெறிந்தாள். இதற்குப் பிறகு இவ்விரு பெண்களும் இன்னும் நெருக்கமானார்கள்.

கணித வகுப்புக்கு இடையே, தீக்ஷா திடீரென்று குமாரியிடம், 'மொழி பொய்யானது என்று நீ நினைக்கிறாயா?' என்று கிசுகிசுத்தாள்.

குமாரி குழம்பிப்போனாள். ஆனால், திடீரென்று இப்படிப் பைத்தியக்காரத்தனமான கேள்விகளை தீக்ஷா கேட்பதற்கு அவள் பழகியிருந்தாள்.

ஒருகணம் மௌனமாக இருந்துவிட்டு, 'எந்த மொழி பொய்யானது?' என்று கேட்டாள்.

'எந்த மொழி என்று நீ எதைக் கேட்கிறாய்?'

'மொழி பொய்யானதா என்று நீதானே கேட்டாய்?'

'மொழி — நாம் அதைத்தானே பேசுகிறோம். கன்னட மொழி. ஆங்கில மொழி. இவையெல்லாம் பொய்யானவையா என்று நான் யோசித்துக்கொண்டிருக்கிறேன். மொழி நம்மிடம் பொய் சொல்கிறதா?'

'மொழி பொய் சொல்கிறது என்றா சொல்கிறாய்? நம்மிடம் எப்படி கன்னடம் பொய் சொல்ல முடியும்? ஏன் பொய் சொல்ல வேண்டும்?' குமாரி கிளுகிளுக்கத் தொடங்கினாள். 'கன்னடம் ஒரு ஆள் என்பதுபோல் நீ பேசுகிறாய்.'

தீக்ஷா குழம்பிப்போனாள். குமாரி கேட்கும் கேள்வி ஏற்றுக் கொள்ளக்கூடிய ஒன்றுதான் என்று தீக்ஷா உணர்ந்துகொண்டாள். ஆனாலும், அதை எப்படிச் சரியாகக் கேட்பது என்று அவளுக்குத் தெரிந்திருக்கவில்லை என்பதாகவும் உணர்ந்தாள்.

இரண்டு பெண்களும் கிசுகிசுவென்று பேசிக்கொண்டிருப்பதை ஆசிரியர் பார்த்துவிட்டார். அவர் பெருக்கல் கணக்கு சொல்லிக் கொடுத்துக்கொண்டிருந்தார். பலகையில் பெரிய எழுத்துகளில் இவ்வாறு எழுதியிருந்தார்: 25 X 36 = ?

'தீக்ஷா' என்று அவர் குரல் கொடுத்தார். 'உட்கார்ந்து என்ன பேசிக்கிட்டு இருக்கே? நான் சொல்லுவதைக் கேக்கறியா இல்லையா?'

தீக்ஷா எழுந்துநின்றாள். 'யெஸ், டீச்சர்' என்று சொல்லிக்கொண்டே பலகையில் எழுதியிருப்பதைப் பார்த்து அதற்கு விடை கண்டுபிடிக்க முயன்றாள். அடுத்து வரப்போவதை அவள் அறிந்திருந்தாள்.

'இதுக்கு என்ன விடை?' என்று பலகையைச் சுட்டிக்காட்டி ஆசிரியர் கேட்டார்.

குமாரி தனது உள்ளங்கையால் வாயை மறைத்துக்கொண்டு, '900' என்று கிசுகிசுத்தாள். குமாரி எப்போதும் அப்படித்தான். தீக்ஷா தடுமாறி இழுத்துக்கொண்டிருப்பாள் என்றால், கொஞ்சமும் சிரமப்படாமல் குமாரியால் கணிதக் கேள்விகளுக்கு விடைகாண முடியும்.

குமாரி சொல்வதை தீக்ஷா சந்தேகப்பட்டதே கிடையாது. அவள், '900 டீச்சர்' என்றாள்.

ஆசிரியருக்கு சந்தோஷமாக இருந்தது. அவருக்கு இதில் எந்த ஆச்சரியமும் இல்லை. தீக்ஷா புத்திசாலியான பெண். 'உட்கார். ஆனால், பேசாதே' என்றார்.

அவள் உட்காரும்போது, '900 என்பது பொய்யா?' என்று கேட்டாள் குமாரி.

'எனக்குத் தெரியாது. நீ 900 என்றாய். நான் உன்னை நம்புகிறேன். டீச்சர் விடையை நம்புகிறார்.'

‘ஆக, 900 என்பது சரி, இல்லையா? இது பொய்யில்லை. அப்படித்தானே?’

தீக்ஷா மௌனமாக இருந்தாள். ‘சரி, ஆனால் நான் மொழி குறித்துக் கேட்கிறேன். நாம் பேசும் மொழி.’

‘தீக்ஷா ஏன் இப்படியான கேள்விகளையெல்லாம் கேட்கிறாய்?’

தீக்ஷா ஏதும் சொல்லவில்லை. தன்னுடைய அக்கா இறுதியாகப் பேசிவிட்டாள் என்று தீக்ஷா யாரிடமும் சொல்ல விரும்பவில்லை. அவளது மிக நெருங்கிய தோழியிடம்கூட. அவள் மேலும் சிந்தித்து, ‘டீச்சருக்கு எங்கிருந்து இந்தக் கேள்வி கிடைத்தது? ஏன் அவர் 25 முறையிலான 36 என்றால் என்னவென்று கேட்கிறார்?’

குமாரி கிளுகிளுத்தாள். இதனால் தீக்ஷா பின்வாங்குவதாக இல்லை.

‘25 ஒரு பொய்யாக இருந்தால்? 36 ஒரு பொய்யாக இருந்தால்? இவ்விரண்டும் உண்மையானவை என்பதற்கு அப்படி எதை அவை கொண்டிருக்கின்றன? அப்படியென்றால், 900 பொய்யாக இருக்க முடியும்தானே?’

குமாரி சிரிக்கத் தொடங்கினாள். ஆசிரியர் அவளைப் பார்த்துவிட்டதால், தண்டனையாக அவளை எழுந்துநிற்கச் சொல்ல இருந்தார். அவளது கால்கள் போலியோவால் பாதிக்கப்பட்டிருப்பதைச் சரியான நேரத்தில் நினைவில் கொண்டுவந்தார். அதனால், பின்வரிசையில் ஏகாந்தமாகத் தூங்கிக்கொண்டிருந்த பையனைப் பார்த்துக் குரல்கொடுத்தார்.

அன்றிரவு கல்பனா, தீக்ஷா இருவருமே சீக்கிரமாக உறங்கச் சென்றார்கள். அன்று மதியம் அவளது பெற்றோர் ஒரு தனியார் மருத்துவமனைக்கு கல்பனாவை அழைத்துச்சென்றிருந்தார்கள். ஊமைப் பெண்ணோடு தனியே போவதற்குச் சங்கடப்பட்டுக் கொண்டு அவளது தந்தை தன் மனைவியையும் உடன் அழைத்துச்சென்றார். ‘ஒரு பொம்பள கூட இருக்கிறது எப்போதும் நல்லதுதான்’ என்பது அவரது வாழ்க்கை கோஷமாக இருக்கலாம். மருத்துவர் இ.என்.டி. நிபுணர். அவர் கல்பனாவின்

வாய்க்குள் உற்றுப்பார்த்தார், அவளது கண்களை, காதுகளை உற்றுப்பார்த்தார். அவளது வாயை விரித்துத் திறந்து 'ஹே' என்று அவளைச் சத்தம் எழுப்பவைக்க முயன்றார். ஆனாலும், விரிந்து திறந்திருந்த தன்னுடைய வாயிலிருந்து எவ்விதச் சத்தத்தையும் வெளியிட கல்பனா மறுத்தாள். தொண்டையைச் சரிசெய்துகொள்ளச் சொன்னார். ஆனாலும், தேவையான சத்தத்தை வெளியிட கல்பனா தீர்மானமாக மறுத்தாள். மருத்துவர் கல்பனா பக்கமாகத் தன்னுடைய உடலைச் சாய்த்து, திடீரென்று சின்ன ஊசியால் அவளைக் குத்தினார். பலவீனமாக வீறிடுவதை அவளால் கட்டுப்படுத்திக்கொள்ள முடியவில்லை.

'ஹா' என்றார் மருத்துவர். 'அவள் குரல் நன்றாக இருக்கிறது.'

'ஆனால், அவள் பேசுவதில்லையே' என்று அம்மா சொன்னபோது தன்னுடைய சொந்தக் குரலே பலவீனமாக ஒலிப்பதுபோல் அவருக்கு இருந்தது.

ஆனால், மருத்துவரால் என்ன பிரச்சினை என்று கண்டுபிடிக்க முடியவில்லை. 'அவள் ரொம்ப நல்லாவே இருக்கா' என்று நம்பிக்கையோடு பெற்றோரிடம் தெரிவித்தார்.

அப்பாவால் கிளம்ப முடியவில்லை. 'ஆனால், அவள் பேசும் விஷயம் என்னவாகும்?'

'அது தானா வரும்.' இந்தப் பதில் அவரது காதுகளுக்கே சரியான ஒன்றாகத் தெரியவில்லை. 'எப்போது வரும் என்று எவருக்கும் தெரியாது. உடலைப் பற்றி நம்மால் எதுவும் சொல்ல முடியாது. திடீரென்று அதுவா பேசத் தொடங்கும். அப்புறம் அவள் நிறுத்தாமல் பேசிக்கொண்டேகூட இருக்கலாம்.' அவர் கல்பனாவைப் பார்த்து அக்கறையோடு புன்னகைத்தார். கல்பனா அவரை வெறித்துப்பார்த்துக்கொண்டிருந்தாள்.

'அவளுக்குக் கொடுக்க மருந்து ஏதும் இல்லையா?' இதைக் கேட்டது அவளது அம்மா.

'அல்லது சில டெஸ்டுகள்?' ஏதும் கேட்காமல் இருக்கக் கூடாது என்று அப்பாவும் கேட்டார்.

எதுவும் இல்லை. உண்மையிலேயே எதுவும் இல்லை. கல்பனாவுக்கு உதவும் விதமாக யாராலும் எதுவும் செய்ய

முடியாது என்பதுபோல்தான் இருந்தது. வேறு வழியில்லாமல், மருத்துவர் கடைசியாக கல்பனாவை நரம்பியல் மருத்துவரிடம் கொண்டுசெல்லலாம் என்றார். ஆனால், அந்த மருத்துவமனையில் நரம்பியல் மருத்துவர் எவரும் இல்லை. அதனால், பக்கத்து நகரத்தில் உள்ள அரசாங்க மருத்துவமனைக்கோ அல்லது சமீபத்தில் தொடங்கப்பட்ட தனியார் மருத்துவமனைக்கோ அவர்கள் போக வேண்டும்.

எழுதிக்கொடுப்பதற்கு எதுவுமில்லாததால், கல்பனா நரம்பியல் மருத்துவரைப் பார்க்க வேண்டும் என்று சிபாரிசு செய்வதாக எழுதிக்கொண்டார். அவர்கள் கிளம்பும்போது பெற்றோரிடம், 'அவளை இரண்டு முறை வாய் கொப்பளிக்கச் சொல்லுங்கள். தண்ணியில் கொஞ்சம்போல் உப்பு போட்டுக் கொப்பளிக்கலாம்' என்றார்.

உரக்கச் சிரிக்க வேண்டும் என்ற அபத்தமான உந்துதலை கல்பனா பெற்றாள். கலகலவென்று வெளியே கொட்ட இருந்ததை இறுக்க மூடி அடைத்துக்கொண்டாள். இருந்தாலும், அவை கண்ணீர்த் துளிகளாக வெளியே வந்தன. இதைப் பார்த்த அம்மாவின் கண்களிலும் கண்ணீர் தோன்றியது.

இந்தப் பயணத்துக்குப் பிறகு கல்பனா மிகவும் அயர்ச்சியாக உணர்ந்தாள். தீக்ஷாவின் ஆவலான கேள்விகளையெல்லாம் தீர்மானமாக ஒதுக்கித்தள்ளிவிட்டு சீக்கிரமாகவே உறங்கச் சென்றாள்.

அவள் ஆழ்ந்து தூக்கத்தில் இருந்தாள். அதுவரை.

பல்லிகள் மீண்டும் தொந்தரவுசெய்தன. மழை வந்துபோய்க் கொண்டிருந்ததால் இப்படி இருக்கலாம். நிற்கிறது, பெய்கிறது. மின்விசிறிபோல், வீட்டின் பின்சுவரில் உள்ள பூஜ்ஜிய வாட் விளக்குபோல். இரவில் மயிர்கூசச் செய்யும் ஜந்துக்களை விரட்டியடிப்பதற்கான வீண்முயற்சிகள்போல்.

தாகம் எடுத்ததால் தீக்ஷா எழுந்துகொண்டாள். வீடு அப்படி ஒரு அமைதியில் இருந்தது! சுவர்க்கோழிகளின் கூப்பாடுகள்கூட அவற்றை முன்னிலைப்படுத்திக்கொள்ள வேண்டிய அவசரம் ஏதுமில்லாமல், பின்னணியிலேயே ஒலித்தன. அவள் சமையலறைக்குச் சென்று ஒரு டம்ளர் தண்ணீர் குடித்தாள்.

தன்னுடைய படுக்கையில் சுருண்டு படுத்தவாறு கல்பனா அமைதியாகத் தூங்கிக்கொண்டிருந்தாள். தீக்ஷா அவளுக்கு அருகில் உட்கார்ந்துகொண்டாள். பிறகு படுத்துக்கொண்டு, மிக மெதுவாக அவளை அணைத்துக்கொண்டாள்.

கல்பனா விழித்துக்கொள்ளவில்லை. அமைதியற்ற சில நிமிடங்களுக்குப் பிறகு தீக்ஷா மெல்ல கல்பனாவைத் திரும்பிப் படுக்கவைக்க முயன்றாள்.

கல்பனாவால் விழிக்க முடியவில்லை என்றால், தீக்ஷாவால் உறங்க முடியவில்லை. எரிச்சலடைந்து அவள் பேசத் தொடங்கினாள். கணித வகுப்பில் நடந்ததையெல்லாம் கல்பனாவிடம் சொல்லத் தொடங்கினாள்.

'வகுப்பில் எல்லோர் முன்னிலையிலும் டீச்சர் என்னைக் கேட்டார். நான் பதில் சொல்ல வேண்டியிருந்தது. ஆனால், என்னுடைய நெருங்கிய தோழிதான் வகுப்பில் கணிதத்தில் மிகச் சிறந்த மாணவி என்பது டீச்சருக்குத் தெரியாது! ஒரு நொடியில் குமாரி விடை சொன்னாள். டீச்சரும் ஆச்சரியப்பட்டிருக்க வேண்டும் என்று நினைக்கிறேன்.' தீக்ஷா சந்தோஷமாகக் கிளுகிளுத்தாள். தன் பக்கமாக கல்பனாவை வேகமாக இழுத்தாள்.

கல்பனா நிலையில்லாமல் கண்களைத் திறக்க முயல, 'நான் குமாரியிடம் 25 பொய்யா என்று கேட்டேன்' என்றாள் தீக்ஷா.

கல்பனா கண்களை எச்சரிக்கையோடு திறந்துபார்த்தாள். அறையைச் சுற்றும்முற்றும் பார்த்தாள். அது நடு இரவுபோல் இருந்தது.

'நான் அவளிடம் 36ம் பொய்தானா என்றும் கேட்டேன். 25 X 36 என்னவென்று டீச்சர் கேட்டார். நான் 900 என்று சொன்னபோது, அது சரியானது என்றார் டீச்சர். ஆக, 900 பொய்யில்லைதானே?'

கல்பனா அவளை வெறித்துப்பார்த்தாள்.

'ஆக, 900 பொய்யில்லை என்றால், 25ம், 36ம்கூடப் பொய்யில்லைதானே. 1ம் 2ம் பொய்கள் இல்லை.'

பெரும் அமைதி அவ்விருவரையும் ஒன்றெனச் சூழ்ந்துகொள்ள, தீக்ஷா அவளது தீர்ப்பை அறிவித்தாள். 'ஆக, மொழி பொய் என்று உன்னால் எப்படிச் சொல்ல முடியும்?'

கல்பனா குழம்பிப்போகவில்லை. அவள் எப்போதும் கணிதத்தில் சிறந்து விளங்கினாள். கணிதத் தேர்வுகள் அவளுக்கு எப்போதும் சுலபமாகவே இருக்கின்றன. தீக்ஷாவின் கேள்விக்கு அவள் பதில் சொல்லியிருக்கக்கூடும். ஆனால், அவளது பிடிவாதம் அவளைத் தடுத்தது. அவள் எழுந்துகொண்டு விளக்கைப் போட்டாள். ஒரு மூலையில் இருந்த ஸ்டூலை நோக்கிச் சென்றாள். அதற்கு அடியில் பழைய குறிப்பேடு ஒன்று இருந்தது. அதையும் எடுத்துக்கொண்டு, தரையில் கிடந்த தீக்ஷாவின் புத்தகப்பையிலிருந்து பென்சிலையும் எடுத்துக்கொண்டாள்.

கன்னடத்தில் இவ்வாறு எழுதினாள்: *1 + 1 = 2. சரியா?*

தீக்ஷா ஆம் என்று தலையசைத்தாள்.

கல்பனா எழுதினாள்: *2 பொய்யில்லை. 1 பொய்யில்லை. சரியா?*

தீக்ஷா எச்சரிக்கையாகக் கொஞ்சம்போல் ஆம் என்று தலையசைத்தாள். ஏதோ தந்திரமான கேள்விபோல அவளுக்குத் தெரிந்தது.

*'1 + 1 = 3. சரியா?'*

அறையில் ஏன் விளக்கு எரிகிறது என்று பார்க்க அம்மா எழுந்துகொண்டாரா என்று திருட்டுத்தனமாகப் பார்த்துக்கொண்டே, 'இல்லை. அக்கா, அது தப்பு' என்று தாழ்ந்த குரலில் சொன்னாள் தீக்ஷா.

'அப்படினா *3 பொய்யா?*'

'இல்லை. *1 + 1 = 3 சரியானது இல்லை.*'

'அப்படியென்றால் *அது பொய்யா?*'

'அது தப்பு... எனக்குத் தெரியல அக்கா. நீ என்னைக் குழப்புகிறாய்.'

கல்பனா அவளைத் தட்டிக்கொடுத்து, முகத்தை மிருதுவாகத் தடவிக்கொடுத்தாள். ‘தூங்கப்போ’ என்று சொல்லவே நினைத்தாள். ஒருவேளை தாலாட்டுகூடப் பாடியிருக்கலாம். தீக்ஷாவின் கனவுகளுக்கு ஏற்றாற்போல் ஒரு சின்ன மெட்டு. மாறாக, அவள் விளக்கை அணைத்துவிட்டுப் பக்கவாட்டில் படுத்துக் கண்களை மூடிக்கொண்டாள். இன்னும் எவ்வளவு நாள்களுக்கு மௌனமாக இருக்க முடியும் என்று யோசித்துப்பார்த்தாள்.

தீக்ஷா நிதானமில்லாமல் இருந்தாள். *3* பொய் என்று அவள் எப்போதும் நினைத்துப்பார்த்ததே இல்லை. ஆனால், ஏன் *1 + 1 = 3* பொய்யாக வேண்டும் என்று அவளால் புரிந்துகொள்ளவும் முடியவில்லை. கல்பனா பிடிவாதக்காரி என்றால், இவளும் அப்படியானவள்தான்.

தீக்ஷா தன் அக்கா பக்கம் திரும்பி, ‘அக்கா, நீ கொஞ்சம் பொறுத்திருந்து பார். மொழி பொய் சொல்லவில்லை என்று நான் உனக்கு நிரூபித்துக்காட்டுகிறேன்’ என்றாள் தீர்மானமாக. சற்று இடைவெளி விட்டு, அவள் எப்போதும் சொல்ல வேண்டும் என்று நினைத்திருந்த விஷயத்தை அப்போது சொன்னாள். ‘நான் உன்னைப் பேசவைக்கிறேன்.’

மல்லாக்கப் படுத்துக்கொண்டு, இருட்டையும் கறைபடிந்த கூரையையும் வெறித்துப்பார்த்துக்கொண்டு, பல்லிகள் எழுப்பும் ஒலியையும் அவளைச் சுற்றிலும் வெளிப்பட்ட பிற ஒலிகளையும் கேட்டுக்கொண்டிருந்த கல்பனா புன்னகைத்தாள். இது அவள் என்ன செய்ய வேண்டும் என்பதை மாற்றியமைப்பதாக இருந்தது. இப்போது அது வெறுமனே அவளது பிடிவாதமாக மட்டுமில்லை; அவளது விருப்பமாக மட்டுமில்லை. ஒரு சவாலாக மாறியிருக்கிறது. சவால்களும் புதிர்களும் கல்பனாவுக்குப் பிடித்தமானவை. இப்போது, இது சகோதரிகளுக்கு இடையேயான விளையாட்டாக மாறியிருப்பதை அவள் அறிந்திருந்ததால், மௌனமாக இருப்பதை அவள் தொடர வேண்டியிருக்கிறது. இதற்கு முன் எப்போதும் தன்னுடைய தங்கையிடம் அவள் தோற்றுப்போனதே கிடையாது.

அடுத்த நாள் ஞாயிற்றுக்கிழமையாக இருந்தது. வழக்கமாக, பக்கத்தில் இருக்கும் ஏதாவது ஒரு கோயிலுக்குப் போய்வருவது பழக்கமாக இருந்தது. ஆனால், காலையிலேயே சூரியன் வந்துவிட்டதால், அன்றைய தினம் நீண்டதாகவும் பிரகாசமாகவும் இருக்கும்போல் இருந்தது. இந்தச் சந்தர்ப்பத்தை வீணடிக்கக் கூடாது என்று பெண்கள் துணிகளைத் துவைத்துக் காயப்போட்டார்கள். வீட்டின் ஒவ்வொரு அங்குலத்திலும், மளிகைப் பொருள்கள் வைத்திருக்கும் டின்களிலும் ஈரக் காளான்கள் பரவியிருந்ததால், அந்த டின்களை வெயிலில் வைக்க வெளியே கொண்டுவந்தார்கள். அஜ்ஜி நாள் முழுக்க வெயிலில் உட்கார்ந்து அவரைச் சுற்றி நடக்கும் ஒவ்வொரு அசைவையும் கண்காணித்துக்கொண்டிருந்தார். தீக்ஷா இரண்டு பிளாஸ்டிக் ஸ்டூல்களை வெளியே இழுத்துவந்து, தன்னோடு கல்பனாவை உட்காரவைத்தாள். அம்மா தனது வேலைகளில் மும்முரமாக இருந்தார். அப்பா வெளியே போயிருந்தார். கல்பனா மௌனமாக அமர்ந்திருந்தாள். திடீரென்று அவள் உட்கார்ந்திருந்த ஸ்டூலை தீக்ஷா தூக்கிக்கொண்டு, அஜ்ஜிக்கு அருகில் போட்டு உட்கார்ந்துகொண்டாள். அஜ்ஜி தனது பிரார்த்தனைகளைத் தொடர்ந்துகொண்டிருந்தார். ஆனால், கல்பனாவைச் சந்தேகத்தோடு பார்த்துக்கொண்டே இருந்தார்.

தன்னைக் கட்டுப்படுத்திக்கொள்ள முடியாமல், 'உன் அக்கா ஏதாவது சொன்னாளா?' என்று தீக்ஷாவிடம் கேட்டார்.

'இல்லையே.'

'ஒரு வார்த்தைகூடச் சொல்லவில்லையா?'

'இல்லையே.'

'சின்னச் சத்தம்கூட எழுப்பவில்லையா?'

'அவ தூங்கும்போது சில சமயம் குறட்டை விடுவா. உன்னைப் போலவே.' தீக்ஷா சந்தோஷமாகச் சிரித்தாள்.

'அப்படின்னா, உங்கிட்ட அவ எதுவுமே பேசல.'

'இல்லையே. அதைத்தானே நானும் சொன்னேன்.'

அஜ்ஜி அவளைச் சந்தேகத்தோடு பார்த்தார். தீக்ஷா ரொம்ப உற்சாகமாக இருந்தாள். 'அக்கா ஏன் மௌனமாக இருக்கா? அவ ஏன் பேச மாட்டேங்குறா?' என்று தீக்ஷா கேட்டபோது, அஜ்ஜியின் சந்தேகம் மேலும் வலுப்பெற்றது.

'எனக்குத் தெரியாது' என்று பதில் தந்தார் அஜ்ஜி.

'அவ காணாமப்போன அன்றுவரை நல்லாத்தானே இருந்தா. அஜ்ஜி, அவளுக்கு என்ன நடந்தது?'

'நீ அவளைத்தான் கேட்க வேண்டும்.'

'நான் கேட்டேனே. ஆனால், அவள் பதில் சொல்ல மாட்டேங்கிறா. ஆனால், உனக்கு வயசாயிடுச்சு. எங்களுக்குத் தெரியாததெல்லாம் உனக்குத் தெரியும்தானே.'

'எனக்கு ஒன்னும் அவ்வளவு வயசாகல' என்றார் அஜ்ஜி. தீக்ஷா சிரிக்கத் தொடங்கினாள். சற்றே தள்ளி தனியாக உட்கார்ந்திருந்த கல்பனா, தீக்ஷாவை வெறித்துப்பார்த்துக்கொண்டிருந்தாள். அஜ்ஜியோடு அவள் இவ்வளவு நெருக்கமாக இருப்பதைப் பார்த்து அவள் எரிச்சலடைந்தாள்.

'அஜ்ஜி, தயவுசெய்து என்கிட்ட சொல்லு. பள்ளிக்கூடத்தில எல்லோரும் கேட்கிறாங்க. எனக்கு என்ன சொல்வதென்று தெரியவில்லை.'

'எனக்குத் தெரியாது தீக்ஷா செல்லம். என்னை நம்பு.' அஜ்ஜி வழக்கத்துக்கு மாறாக, தீக்ஷாவை இழுத்துத் தனக்கு நெருக்கமாக உட்காரவைத்துக்கொண்டார்.

அவர்கள் அமைதியாக உட்கார்ந்திருந்தார்கள். இதைப் பார்த்த கல்பனா எரிச்சலடைந்தாள். அவள் எழுந்துகொண்டு இங்குமங்கும் நடக்கத் தொடங்கினாள். ஒரு கல்லை எடுத்து ஒரு மரத்தை நோக்கி விட்டெறிந்தாள். பிறகு, 'அப்படினா சரி அஜ்ஜி, மொழி பற்றி நீ என்ன நினைக்கிறன்னு சொல்லு?' என்று தீக்ஷா கேட்டதை கல்பனா செவியுற்றாள்.

அஜ்ஜி குழம்பிப்போனார். 'மொழியா?'

'ஆமாம். நாம் கன்னடம் பேசுகிறோம். இல்லையா? கன்னடம் குறித்து நீ என்ன நினைக்கிற?'

'அது அழகான மொழின்னு நினைக்கிறேன். அது அவ்வளவு மென்மையாகவும் இசை போலும் இருக்கிறது' என்றவர் பிறகு வெட்கத்தோடு, 'கன்னட மக்களைப் போலவே' என்று சேர்த்துக்கொண்டார்.

'ஆக, கன்னடம் பற்றி உனக்கு இவ்வளவுதான் தெரியுமா?'

'ஆமாம். எனக்கு அவ்வளவாக விஷயங்கள் தெரியாது. நான் ஐந்தாம் வகுப்புவரைதானே படித்திருக்கிறேன்.' அவர் தீக்ஷாவை உற்றுநோக்கினார். அவருள் ஏதோ ஒன்று தாக்கியதுபோல் உணர்ந்தார். 'நீ இப்ப ஐந்தாம் வகுப்புலதானே இருக்க?'

தீக்ஷா ஆம் என்று தலையசைத்தாள். தான் ஐந்தாம் வகுப்பு படித்துக்கொண்டிருந்தபோது, தினமும் சிறிய படகில் ஆற்றைக் கடந்து பள்ளிக்கூடம் போவதற்கு அவ்வளவு விரும்பிய சின்னப் பெண்ணாக இருந்ததை நினைத்துப்பார்த்தார் அஜ்ஜி. அது எப்படியான சந்தோஷத்தையெல்லாம் கொடுத்தது. ஆனால், ஐந்தாம் வகுப்புக்குப் பின் வீட்டிலேயே இருக்க வேண்டியதாயிற்று.

'தீக்ஷா, பள்ளிக்கூடம் போகும் அளவுக்கு நீ கொடுத்துவைத்தவள்' என்றார் தீக்ஷாவிடம் ஏக்கத்தோடு.

'அப்படின்னா, உனக்குக் கன்னடம் பற்றி இவ்வளவுதான் தெரியுமா?' தீக்ஷாவை அவ்வளவு சுலபமாகத் திசைதிருப்ப முடியாது.

'ஆமாம்' என்று பதில் தந்தார் அஜ்ஜி. 'நீ ஏன் இதையெல்லாம் என்கிட்ட கேட்டுக்கிட்டு இருக்கே?'

'வீட்டுப்பாடம்.' அவள் செய்ய விரும்பியதையெல்லாம் செய்வதற்கு 'வீட்டுப்பாடம்' மட்டுமே மிகவும் பாதுகாப்பான சாக்காக இருக்க முடியும் என்று தீக்ஷாவுக்குத் தெரியும். அவள் மீது அவளது அப்பா கொண்டிருக்கும் அதிகாரத்தையும்விட வீட்டுப்பாடம் மேலான அதிகாரத்தைக் கொண்டிருந்தது. அவர் ஏதாவது கத்தத் தொடங்கினால், அவள் 'வீட்டுப்பாடம்' என்று சொன்னால் போதும், அப்பா அந்த நொடியில் அமைதியாகிவிடுவார்.

தீக்ஷா கேட்டுக்கொண்டிருந்த கேள்விகளைக் காதில் வாங்கிக்கொண்டிருந்த கல்பனா, அவளுக்கு அருகில் வந்து நின்றுகொண்டாள். ஆனால், தரையில் முளைத்திருந்த பழுப்புக் காளான்கள் பக்கம் முகத்தைத் திருப்பிவைத்துக்கொண்டாள்.

கல்பனா தனக்கு அருகில் வந்து நின்றதில் தீக்ஷா மேலும் உற்சாகமானாள். ‘அப்படின்னா இங்கிலிஷ் பற்றி என்ன சொல்லுவ?’ என்று கேட்டாள்.

ஏற்கெனவே பலமுறை அவர் சொல்லியிருந்ததால், அதற்கான பதில் அஜ்ஜியிடம் தயாராக இருந்தது. ‘எனக்கு இங்கிலிஷ் எல்லாம் தெரியாது. நான் உன்னப் போல், உன் அக்காபோல் படிச்சவ இல்லை.’

‘கன்னடம் பற்றி எனக்கு ஒரு சந்தேகம் இருக்கு. அது ஆங்கிலத்தைவிடச் சிறந்ததா என்று எனக்குத் தெரியவில்லை.’

‘மிகச் சிறந்தது என்பதில் நான் உறுதியாக இருக்கிறேன்.’

‘உண்மையிலேயே, கன்னடம் எப்போதும் பொய் சொல்லாத மொழியா என்பதே என்னுடைய சந்தேகமாக இருக்கிறது.’ அவள் என்ன சொல்ல நினைத்திருந்தாளோ அதை இந்த இடத்தில் சொல்லிவிட்டாள்.

‘பொய்யா?’

‘ஆமாம், மொழி பொய் சொல்லுமா?’

அஜ்ஜிக்குக் கோபம் வந்தது. ‘பொய் சொல்லுறதுக்கும் மொழிக்கும் என்ன சம்பந்தம்? இந்த அபத்தங்களையெல்லாம் உனக்கு யார் கற்றுக்கொடுக்கிறார்கள்?’ அவர் கல்பனாவைப் பார்த்தார். அவள் பறவைகளைத் தேடிக்கொண்டிருப்பதுபோல் பாசாங்கு செய்துகொண்டிருந்தாள்.

‘என்னிடம் ஏன் இதையெல்லாம் கேட்கிறாய்?’ என்றார் அஜ்ஜி நிதானமிழந்து.

தீக்ஷா வேகமாகப் பதில் தந்தாள். ‘என்னுடைய ஃபிரண்ட் வகுப்பில் என்னிடம் பொய் சொன்னாள். அது கன்னடத்தில் இருந்தது. ஆக, நானும் குமாரியும் இது குறித்துப் பேசிக்கொண்டிரு...’

'குமாரியெல்லாம் நல்ல பெண் இல்லை. அவ ஏன் உங்கிட்ட இதையெல்லாம் கேக்...'

'இல்லை அஜ்ஜி. நான்தான் அவகிட்ட கேட்டேன். அவளைப் பத்தி ஏதும் சொல்லாதே.'

'வகுப்புல கூடப் படிக்கிறவ பொய் சொன்னாலும்கூட, அதுக்குக் கன்னடம் எப்படிப் பொறுப்பாக முடியும்?'

'ஆமாம், அஜ்ஜி. குமாரியும் மிகச் சரியாக இதையேதான் சொன்னாள்.'

'ஓ, அப்படியா சொன்னாள். நல்ல பொண்ணு.'

'நம்முடைய மொழியைக் குறைசொல்வதா அல்லது பொய் சொன்ன அந்தப் பெண்ணைக் குறைசொல்வதா என்றுதான் நான் குமாரியைக் கேட்டேன்.'

'நிச்சயமா, பெண்ணைத்தான். ஏன் மொழியைக் குறை சொல்லணும்? அதுவும் குறிப்பா நம்ம கன்னடத்தை.'

'உண்மைதான் அஜ்ஜி. ஆனால், மற்றொரு வகுப்புத் தோழி, அந்தப் பெண்ணுக்குக் கன்னடம் தெரியாவிட்டால் அவளால் எப்படிப் பொய் சொல்லியிருக்க முடியும் என்று கேட்டாள்?'

அஜ்ஜிக்குக் கோபம் தலைக்கேறியது. அவர் உட்கார்ந்திருந்த நாற்காலியிலிருந்து எழுந்து அதை உதைத்துத் தள்ளினார். பள்ளியில் இந்தக் காலத்துப் பசங்களுக்கு என்னதான் சொல்லிக்கொடுக்கிறார்கள்? அவர் கோபமாக வீட்டுக்குள் சென்றார்.

தீக்ஷா புது சிந்தனையோடு கல்பனாவைப் பார்த்தாள்.

'ஆமாம், அவளுக்குக் கன்னடம் தெரியாவிட்டால் அவளால் எப்படிப் பொய் சொல்லியிருக்க முடியும்?'

கல்பனா அவளைப் பெருமையோடு பார்த்தாள். அவளே இந்த வரிகளைப் பேசியதுபோல் அவளது முகம் அவ்வளவு பிரகாசமானது. தீக்ஷாவை ஊக்குவிக்கும் விதமாகத் தலையை மேலும்கீழும் அசைத்தாள்.

'ஆக, அந்தப் பெண்தான் பொய் சொல்கிறாளா...'

கல்பனா வேகமாக மேலும்கீழும் தலையசைத்தாள்.

'... அல்லது மொழிதான் பொய் சொல்கிறதா?'

கல்பனா கைதட்டி கட்டிப்பிடித்துக்கொள்ள அவளை நோக்கி நகர்ந்தாள். ஆனால், தீக்ஷா அவளைத் தள்ளிவிட்டு உள்ளே சென்றாள். 'என் தலை வெடிச்சிடும்போல் இருக்கு. எனக்கு ரொம்பக் குழப்பமா இருக்கு.'

அன்று இரவு, அவளது படுக்கையில் தீக்ஷா படுத்தபோது, கல்பனா அவளிடம் ஒரு துண்டுக் காகிதத்தைக் கொடுத்தாள். அதில் இவ்வாறு எழுதியிருந்தது: ரொம்பச் சிறப்பு. ஆனால், எனக்கு என்ன நடந்தது என்று அஜ்ஜி உன்னிடம் சொல்லவில்லை. அவளுக்குத் தெரியும். தீக்ஷா இதைப் படித்து முடித்த பின், கல்பனா அதை எடுத்துத் துண்டுதுண்டாகக் கிழித்துப்போட்டாள். தீக்ஷா எரிச்சலடைந்தாள். 'அடுத்த முறை ஸ்லேட்டைப் பயன்படுத்து' என்றாள்.

புதிய வாரத்தின் தொடக்கம் கல்பனா புதிய வாழ்க்கையைத் தொடங்குவதற்கான அறிகுறிகள் எதையும் கொண்டிருக்கவில்லை. வீட்டைவிட்டு வெளியே வரத் தொடங்கியிருந்தாலும், அவளது தங்கையோடு மிக நெருக்கமாகத் தோழமை காட்டுவதாலும் அவள் பள்ளி போக சீக்கிரம் தயார் ஆகிவிடுவாள் என்றே பெற்றோர் நினைத்தார்கள். எல்லாம் கொஞ்ச நாள்களில் சரியாகிவிடும் என்றார் அஜ்ஜி. கடவுள்களுக்கு நன்றிக்கடன்பட்டிருக்கிறோம் என்றார் அம்மா. 'போதும், இந்த நாடகத்தை நிறுத்துங்கள்' என்றார் அப்பா.

திங்கட்கிழமை காலை அன்று கல்பனா சீக்கிரமாக எழுந்துகொண்டாள் என்றாலும், பள்ளிக்கூடம் போக மறுத்தாள். அவளைத் திட்டுவதற்கு அப்பா வந்தபோது, அவள் பழைய சாமான்கள் அறைக்குள் ஓடிச்சென்று ஒரு மூலையில் உட்கார்ந்துகொண்டாள். தீக்ஷா அமைதியாக உடையணிந்துகொண்டு, அவளது புத்தகப்பையை எடுத்துக்கொண்டு அக்காவைத் திரும்பிப்பார்க்காமலேயே பள்ளிக்குக் கிளம்பிச்சென்றாள்.

நேற்று தான் நினைத்துக்கொண்டிருந்ததையெல்லாம் குமாரியிடம் சொல்வதற்கு தீக்ஷா பொறுமையில்லாமல் தவித்துக்கொண்டிருந்தாள். பள்ளிக்கூடம் போகும் வழியில், அவளது வீட்டுக்கு வெளியே குமாரியைப் பார்த்தபோது அவளை உரக்க அழைத்தாள் தீக்ஷா. அவளைப் பார்த்தவுடன் அவள் பேசிய முதல் வார்த்தைகள், 'உனக்கு எப்படிப் பொய் சொல்வது என்று தெரியுமா?' என்று கேட்பதாக இருந்தது.

வெகுளித்தனமாக, 'நிச்சயமாக. நான் எப்பவும் பொய் சொல்லிக்கொண்டுதானே இருக்கிறேன்' என்று பதில் தந்தாள்.

'நீ பொய் சொல்வதற்கு ஒரு எடுத்துக்காட்டு கொடு.'

இது குறித்து குமாரி சிந்தித்தாள். 'நேற்று இரவு எனக்குத் தலைவலிப்பதாக என் அம்மாவிடம் சொன்னேன். ஆனால், நான் நன்றாகத்தான் இருந்தேன். அவர் நான் படிக்க வேண்டும் என்று தொடர்ந்து சொல்லிக்கொண்டே இருந்தார். எனக்குப் படிக்க விருப்பமில்லை.'

'ஆக, நீ பொய் சொன்னாய்?'

குமாரி கொஞ்சம்போல் குற்றவுணர்வுக்கு ஆட்பட்டாள். 'அது முழுப் பொய்யல்ல. எனக்குக் கொஞ்சம்போல் தலைவலி இருந்தது.'

'இல்லை. அப்படியும் அது பொய்தான். குட்.'

அவள் ஆங்கிலத்தில் 'குட்' என்று சொன்னபோது அவள் தன்னை ஆசிரியராக நினைத்துக்கொண்டதுபோல் இருந்தது.

குழம்பிப்போய், 'ஏன் குட்?' என்று கேட்டாள் குமாரி.

'இல்லை. நான் என்ன சொல்ல வந்தேன் என்றால், நீ பொய் சொல்லியிருக்கிறாய். அதோடு அந்தப் பொய்யை நீ கன்னடத்தில் சொல்லியிருக்கிறாய்.'

'ஆமாம் தீக்ஷா. என் அம்மா கன்னடம் மட்டும்தான் பேசுவார்.'

தீக்ஷா நின்று குமாரியின் கைகளைக் கெட்டியாகப் பிடித்துக்கொண்டாள். அவர்கள் பள்ளிக்கு வெளியே இருந்தார்கள். 'பார்த்தியா? உனக்குக் கன்னடம் தெரியவில்லை என்றால், நீ

பொய் சொல்லியிருக்க மாட்டாய்' என்று நாடகத்தன்மையோடு தீக்ஷா கிசுகிசுத்தாள்.

குமாரி ஒருகணம் யோசித்தாள். 'ஆமாம், உண்மைதான்.' மேலும் யோசித்து, 'ஆனால், அதனால் என்ன?' என்று கேட்டாள்.

'என் அஜ்ஜியிடம் நானும் இதைத்தான் கேட்டேன். நாம் பொய் சொல்கிறோமா அல்லது கன்னடம் பொய் சொல்கிறதா?'

திடீரென்று உற்சாகம் வெடித்துப் பாய்வதுபோல் குமாரி உணர்ந்தாள். 'உண்மை, உண்மை.' அவள் கத்தினாள். 'நமக்கு மொழி தெரியாவிட்டால் நம்மால் பொய் சொல்ல முடியாது.'

தீக்ஷாவைத் தனக்கு நெருக்கமாக இழுத்துக்கொண்டாள்.

'பார். எவ்வளவோ தெருநாய்கள் இருக்கின்றன. அவை எதுவுமே பொய் சொல்வதில்லை. அவற்றுக்குக் கன்னடம் தெரியாது!' இரண்டு பெண்களும் மேலும்கீழும் குதித்தார்கள். அவர்களது குதிப்பின் தாளத்துக்கு ஏற்றாற்போல், இசை லயத்தோடு கிளுகிளுத்தார்கள். பள்ளியில் வேலைபார்க்கும் உதவியாளர் இவர்களை நோக்கி வந்து அமைதியாக இருக்குமாறு சொன்னார்.

குமாரி பாடுவது போன்ற தொனியில், 'எங்களால் அமைதியாக இருக்க முடியாது. நாங்கள் அவ்வளவு சந்தோஷமாக இருக்கிறோம்' என்றாள். இந்தப் பெண்பிள்ளைகளை எது இவ்வளவு சந்தோஷப்படுத்தியிருக்கும் என்று யோசித்தபடியே அந்தப் பெண்மணி இவர்களை வெறித்துப்பார்த்துக் கொண்டிருந்தார்.

இவர்களுடைய சந்தோஷம் நீடித்து நிற்கவில்லை. எல்லாவற்றையும்விட, அவர்களுக்கு அந்த ஆழமான பார்வை கிடைத்த அந்தத் தருணத்தில் முழுக்க வடிந்துபோயிருந்தார்கள். மூன்று கடினமான வகுப்புகளும் அவர்களுக்கு உதவவில்லை. அவர்கள் மதியச் சாப்பாட்டை வேகமாக முடித்துக்கொண்டு அவர்களது கன்னட ஆசிரியரைப் பார்ப்பதென்று தீர்மானித்தார்கள்.

அவர்களது பள்ளி வாழ்க்கையில் முதன்முறையாக, மிகவும் தைரியமாக அவர்கள் இருவரும் ஆசிரியர்களுக்கான அறைக்கு

சென்றார்கள். அந்த அறை ஆசிரியர்கள் உட்காரும் மேசைகள், நாற்காலிகளால் நிரம்பியிருந்தது. இது, அடிப்படையில் ஆசிரியர்கள் தங்களது மதியச் சாப்பாடு சாப்பிடுவதற்கான, வகுப்புகளுக்கு இடையே மின்விசிறிகளுக்கு அடியில் குட்டித் தூக்கம் போடுவதற்கான இடமாகத்தான் இருந்துவந்தது.

சமீபத்தில்தான் தனது இளநிலைப் படிப்பை முடித்து, ஆசிரியர்களில் இளையவரான ஒருவர், தீக்ஷாவும் குமாரியும் கதவுக்கு வெளியே நின்றுகொண்டு உள்ளே எட்டிப் பார்த்துக்கொண்டிருப்பதைப் பார்த்தார். அவர் இந்தப் பெண்பிள்ளைகளிடம் வந்து என்ன வேண்டும் என்று விசாரித்தார். கன்னட ஆசிரியரிடம் ஒன்று கேட்க வேண்டும் என்று இவர்கள் பதில் சொன்னார்கள். அந்த இளைய ஆசிரியர் இனி எப்போதும் செய்ய மறுக்கக்கூடிய ஒரு காரியத்தை அப்போது செய்தார். அவர் கன்னட ஆசிரியரிடம் சென்று மரியாதையாக நின்றார். அவர்தான் இந்தப் பள்ளியில் மூத்த ஆசிரியர். கிராமத்தில் இந்தப் பள்ளி திறக்கப்பட்ட நாளிலிருந்து இங்கு ஆசிரியராக இருந்துவருகிறார். அவர் ஓய்வு பெறுவதற்கு இன்னும் இரண்டு வருடங்கள்தான் இருந்தன. அவரது நாற்காலிதான் மிகவும் சௌகரியமான ஒன்றாக இருந்தது. மேலும், அந்த அறையில் வேலைசெய்யும் மின்விசிறிக்கு நேராக இருந்த அந்த இடமே எல்லோரும் விரும்பிய இடமாக இருந்தது. அவர் ஆழ்ந்த தூக்கத்தில் இருந்ததால், இளைய ஆசிரியர் என்ன செய்வது என்று தெரியாமல் வெறுமனே நின்றுகொண்டிருந்தார். அவரைச் சுற்றியிருந்த பிற ஆசிரியர்கள் இதைப் பார்த்தும் பார்க்காததுபோல் முகத்தைத் திருப்பிக்கொண்டார்கள். அந்த இளைய ஆசிரியர் இந்தப் பெண்பிள்ளைகளிடம் அப்புறமாக வாங்க என்று சொல்வதற்குத் திரும்பும் முன்பே, கன்னட ஆசிரியருக்கு அருகில் வந்து, 'சார்' என்று அழைத்தாள் தீக்ஷா. மெல்லிய குரல் ஒன்று போதுமானதாக இருந்தது. அவர் கண்களைத் திறந்து, புதிதாக வந்திருக்கும் ஆசிரியரையும் இரண்டு மாணவிகளையும் வெறித்துப்பார்த்தார்.

தீக்ஷா வேகமாக, 'சார், எங்களுக்கு ஒரு சந்தேகம். நாங்கள் இப்போது கேட்கலாமா?' என்றாள். இந்த மாணவிகளைக் கொஞ்சமும் நினைவில் கொண்டிராததால், அவர் ரொம்பவும் எரிச்சலடைந்தார். பழைய காலமாக இருந்தால் அவர்களைப்

பார்த்துக் கத்தியிருப்பார். ஆனால், இப்போது மிகவும் அமைதியாக (ரத்த அழுத்த மருந்துகளுக்குத்தான் நன்றி சொல்ல வேண்டும் என்று அவரது மனைவி சொல்லியிருக்கக்கூடும்), 'இப்போது இல்லை. வகுப்பில் கேளுங்கள்' என்று பதில் சொன்னார். இவ்விரு பெண்பிள்ளைகளும் அந்த இளைய ஆசிரியரும் நின்றுகொண்டிருப்பதைப் பார்த்தார். அவரைப் பார்த்துக்கொண்டே மாணவிகளிடம், 'இனி எப்போதும் ஆசிரியர்கள் அறைக்குள் நுழையாதீர்கள்' என்றார். பிற ஆசிரியர்கள் இவ்விரு பெண்பிள்ளைகளையும் ஆச்சரியத்தோடு பார்த்தார்கள். மாணவிகள் ஒரு சந்தேகத்தோடு முதன்முறையாக ஆசிரியர்கள் அறைக்குள் நுழைந்திருக்கிறார்கள். ஒரு சந்தேகம்! என்ன ஆச்சரியம்! கணித ஆசிரியர் தீக்ஷாவைச் சுட்டிக்காட்டி சக ஆசிரியரிடம், 'ரொம்ப புத்திசாலிப் பெண்' என்றார். தீக்ஷாவுக்கு அவமானமாக இருந்தது. வெளியே வரும்போது குற்றவுணர்வோடு குமாரியிடம், 'இதுவும் ஒரு பொய்' என்று முணுமுணுத்தாள்.

கன்னட ஆசிரியர் திரு. உபாத்யா, ஆசிரியர்கள் அறையில் அவரது செயலுக்காக வருந்தியிருக்கலாம். அன்று வகுப்பில் இவருடையதுதான் கடைசி வகுப்பாக இருந்தது. கடைசி வகுப்பை அவர் வெறுத்தார். ஏனெனில், அந்த நேரத்தில் மிகவும் பவ்வியமான மாணவரைக்கூட வெப்பம் தளர்ச்சியடையச் செய்திருக்கும். எப்போது வீட்டுக்குக் கிளம்பிச்செல்லலாம் என்று அவரும்கூடக் காத்துக்கொண்டிருப்பார். அன்று அவர் வகுப்பறைக்குள் நுழைந்தவுடன் தீக்ஷாவையும் குமாரியையும் அடையாளம் கண்டுகொண்டார். இரண்டு பெண்களும் முதல் வரிசையில் உட்கார்ந்திருந்தார்கள். அவரது நாற்காலியில் அமர்வதற்கு முன்பாகவே இவ்விரு பெண்களும் தங்களுடைய கைகளை உயர்த்தியிருந்தார்கள். வகுப்பு ஒரு நிலைக்கு வந்தவுடன் தீக்ஷா எழுந்துநின்று, 'சார், சந்தேகம் சார். நீங்கள் வகுப்பில் கேட்கச் சொன்னீங்க' என்றாள்.

அன்று இருந்த வெப்பம் இல்லாமல் இருந்திருக்குமானால், அவரது வழக்கமான மனநிலையில் இருந்திருப்பார் என்றால், உபாத்யா இதற்கு உடனடியாக சம்மதித்திருக்க மாட்டார். முதலில் அவரது அதிகாரத்தை நிலைநிறுத்தியிருப்பார். அவர் தன்னைத் தயார்படுத்திக்கொண்ட பிறகு, யாருக்காவது ஏதேனும்

சந்தேகங்கள் இருக்கா என்று பொதுவாக (இவ்விரண்டு மாணவிகளையும் பார்த்து அல்லாமல்) கேட்டிருப்பார். ஆனால், அவரது அதிகாரத்தை நிலைநிறுத்த முடியாத அளவுக்கு அவர் சோம்பேறித்தனமாகவும் அசதியாகவும் உணர்ந்தார். முதல் கேள்வி அவரை அதிர்ச்சியடைய வைத்தது.

'சார், கன்னடா என்றால் என்ன சார்?'

குழப்பமாக, 'ஒரு மொழி' என்று பதில் தந்தார்.

'சார், நாம் ஏன் இந்த மொழியைக் கொண்டிருக்கிறோம் சார்?'

ஒருசில மாணவர்கள் வாயை மூடிக்கொண்டு சிரித்தார்கள்.

'ஒருவரோடு ஒருவர் பேச. கவிதை எழுத. கதைகள் சொல்ல.' அவர் சற்றே இடைவெளிவிட்டு, 'உங்களுடைய சந்தேகம்தான் என்ன?' என்று கேட்டார்.

'சார், குமாரி' — தன்னோடு எழுந்துநிற்குமாறு குமாரியை இழுத்தாள் தீக்ஷா — 'சார், நாய்கள் கன்னடம் பேசுவதில்லை என்கிறாள் குமாரி' என்றாள்.

மொத்த வகுப்பும் சிரிக்கத் தொடங்கியது. சிரிக்க சற்றே தயக்கம் காட்டினார் ஆசிரியர். தன்னைக் கேலிசெய்கிறார்களா என்று அவரால் தீர்மானிக்க முடியவில்லை.

'நிச்சயமா நாயால கன்னடம் பேச முடியாது.' இவர்களை மட்டம்தட்டும் தொனியில், 'அப்படிப் பேச முடிந்தால், அவையும் உன்னோடு இந்த வகுப்பில் உட்கார்ந்திருக்கும்' என்று சொல்வதிலிருந்து அவரால் அவரைக் கட்டுப்படுத்திக்கொள்ள முடியவில்லை.

மாணவர்கள் உரக்கச் சிரித்தார்கள். உபாத்யா நிம்மதியானார். இது அவருக்குப் போலியான பாதுகாப்பு உணர்வைக் கொடுத்து அவரை அமைதிப்படுத்தியது.

'சார், நாய்கள் பொய் சொல்வதில்லை என்று சுட்டிக்காட்டவே குமாரி அப்படிச் சொன்னாள்' என்றாள் தீக்ஷா.

அவள் என்ன சொல்ல வருகிறாள் என்று புரிந்துகொள்ள முடியாமல், உபாத்யா அவளை வெறித்துப்பார்த்தார்.

குமாரி தைரியமாகப் பேசினாள். 'சார், நான் என்ன சொல்ல வருகிறேன் என்றால், நாய்க்குக் கன்னடம் தெரியாது என்ற காரணத்தால்தான் அவற்றால் பொய் சொல்ல முடியவில்லை.'

இந்த இரண்டு பெண்களுக்கு அதிர்ஷ்டம் இல்லாமல்போனது. மற்ற மாணவர்கள் மீண்டும் சிரிக்கத் தொடங்கினார்கள். குமாரி இப்படிச் சொன்னதைத் தனக்கு எதிரானதாக எடுத்துக்கொண்டார் ஆசிரியர்.

'நீ என்ன சொல்ல வர?' என்று கத்தினார் ஆசிரியர். 'பொய் சொல்லுறதுக்கும் மொழிக்கும் என்ன தொடர்பு?'

தீக்ஷா மீண்டும் கையை உயர்த்தினாள். ஆனால், அனுமதிக்காகக் காத்திராமல் வேகமாக எழுந்துநின்றாள். 'எங்களுக்கு இருக்கும் சந்தேகம் இதுதான். மொழி பொய்யானது என்று ஒருவர் சொல்கிறார். அது சரியா சார்?'

உபாத்யா கோபத்தின் உச்சத்துக்கே சென்றார். தன்னுடைய மாணவர்களுக்குக் கன்னடப் பாடத்தில் கொஞ்சம் விருப்பம் கிடையாது என்றே நினைத்துவந்தார். அரசாங்கமும் அதைக் குறித்துக் கவலைப்படவில்லை. ஏன், கிராமத்தில் உள்ள பெற்றோர்களும்கூட, தங்களது பிள்ளைகள் பள்ளியில் ஆங்கிலம் கற்றுக்கொள்ள வேண்டும் என்றே விரும்புகிறார்கள். பிள்ளைகள் வீட்டில் கன்னடம் பேசுவதால், அவர்களுக்குக் கன்னடம் தெரியும் என்றும் அதனால் கன்னட ஆசிரியர்களே தேவையில்லை என்று பெற்றோர்கள் நினைப்பது குறித்தும் அவர் அறிந்திருந்தார். ஏன் சக ஆசிரியர்களும்கூடக் கன்னட வகுப்பு 'டைம்பாஸு'க்கானது என்று வெளிப்படையாகச் சொல்கிறார்கள். முதல்வர் உள்பட, எல்லோருமே அறிவியல் மற்றும் கணித வகுப்புகளைக்காட்டிலும் அவரது வகுப்புகளை அந்த அளவுக்கு முக்கியமில்லாத ஒன்றாகவே பார்க்கிறார்கள். அதனால்தான், மொழி குறித்து தீக்ஷா சொன்னதைத் தனக்கு எதிரான ஒன்றாக அவர் எடுத்துக்கொண்டார்.

'மொழி பொய்யானது, இல்லையா? அப்படித்தானே' என்று அச்சம் தரும் விதமாகச் சொல்லிக்கொண்டே, இந்த இரண்டு பெண்பிள்ளைகளை நோக்கி நகர்ந்தார். அவர் தீக்ஷாவின் கையைப் பிடித்து இழுத்து, வகுப்பைப் பார்க்குமாறு நிற்கவைத்தார். 'நாம் நம்முடைய முதல்வரிடம் கேட்கலாம்

சரியா? அவர் உன் கேள்விக்குப் பதில் சொல்வார்! அப்புறம் உங்க இரண்டு பேரை என்ன செய்ய வேண்டும் என்றும் அவர் தீர்மானிப்பார்.'

தீக்ஷாவின் கையைப் பிடித்துக்கொண்டிருந்த குமாரி அழத் தொடங்கினாள். அவள் அழுவதைப் பார்த்து தீக்ஷாவும் உரக்க அழத் தொடங்கினாள். இந்த இரண்டு பெண்பிள்ளைகள் அழுவதைப் பார்த்த சில மாணவிகள், 'சார் சார், அவர்களை விட்டுவிடுங்கள்' என்று குரல்கொடுக்கத் தொடங்கினார்கள். வகுப்பில் இருந்த பையன்கள் இறுக்கமாக நிமிர்ந்து உட்கார்ந்துகொண்டார்கள்.

இந்தப் பெண்பிள்ளைகள் அழுவதை எப்படிக் கையாள்வது என்று உபாத்யாவுக்குத் தெரியவில்லை. அவ்விரு பெண்களையும் வகுப்புக்கு முன்னால் நிற்கவைத்து தோப்புக்கரணம் போடச்சொன்னார். தீக்ஷா அவர் பக்கம் திரும்பி, 'சார், குமாரியைத் தோப்புக்கரணம் போடும்படி நீங்க சொல்ல முடியாது. முதல்வரிடம் அவளது பெற்றோர் கம்பிளெய்ன்ட் கொடுப்பார்கள்' என்றாள். உபாத்யா பயந்துபோய், வேகமாக அவர்களை அவர்களது இருக்கைக்குப் போகச்சொன்னார்.

எல்லோரையும் பார்த்து அவருக்குக் கத்த வேண்டும்போல் இருந்தது. இப்படி எதற்கும் பிரோயசனமில்லாத மாணவர்களுக்காகத் தன்னுடைய வாழ்க்கையை வீணடிக்கப்போவதில்லை என்று சொல்லவே விரும்பினார். அதே சமயத்தில், இந்த வாழ்க்கையை — ஒன்றே ஒன்றை — இது போன்ற மோசமான மாணவர்களுக்கு மத்தியில் ஏற்கெனவே கழித்துவிட்டதையும் நினைத்துப்பார்த்தார். ஏற்கெனவே அசதியாக இருந்த கடைசி வகுப்பில், இப்படியாக உணர்ந்தது அவரிடம் இருந்த கடைசிச் சொட்டு சக்தியையும் வடியவைத்தது. நாற்காலியில் உட்கார்ந்து கண்களை மூடிக்கொண்டார். மாணவர்கள் அமைதியாக இருந்தார்கள். கடைசி மணி அடிப்பதற்காகப் பள்ளி முழுக்க நூற்றுக்கணக்கான சிறிய பாதங்கள் தரையில் தேய்க்கப்படும் சத்தங்கள் மட்டுமே கேட்டன.

உபாத்யா கண்களைத் திறந்தார். மாணவர்கள் அவரைப் பார்த்துக்கொண்டிருப்பதைப் பார்த்தார். சிலர் அச்சத்தோடு; சிலர் மகிழ்ச்சியோடு. அவர் என்ன செய்தாலும் அது கன்னட வகுப்பு

குறித்து மற்றுமொரு பொழுதுபோவதற்கான, நையாண்டிக்கான விஷயமாகத்தான் இருக்கும்.

தீக்ஷா தைரியமாக எழுந்துநின்று, 'சாரி சார்' என்றாள். என்னவென்று காரணம் தெரியாமலேயே மொத்த வகுப்பும் ஒத்த குரலில், 'சாரி சார்' என்றது. உபாத்யா மேலும் சோர்ந்துபோனார். அவரது மொத்த வாழ்க்கையையும் இந்தப் பள்ளியில், மாணவர்கள் கற்றுக்கொள்ள விரும்பாத பாடத்தைக் கற்றுக்கொடுப்பதிலேயே கழித்திருக்கிறார். பம்பா, ரன்னா போன்ற தொடக்க காலக் கன்னட எழுத்தாளர்களையெல்லாம் அவரால் மேற்கோள் காட்ட முடியும். நவீனக் கன்னடக் கவிதை, நாவல் குறித்து அவரால் மணிக்கணக்காகப் பேச முடியும். ஆனால், எல்லாம் எப்படி வீணாய்ப்போனது, எவ்வளவு மோசமாக வீணானது. அவரது மாணவர்கள் ஒருத்தர்கூட அறிஞர்களாகவோ எழுத்தாளர்களாகவோ உருவாகவில்லை. அல்லது அப்படி எவரேனும் உருவாகியிருந்தாலும், அவருக்கு அது தெரிந்திருக்க வாய்ப்பில்லை. அந்தப் பள்ளியில் படித்த மிகப் பிரபலமான மாணவன் ஒருவன் எங்கேயோ கலிஃபோர்னியாவில் இருக்கிறான். ஒருசில வருடங்களுக்கு முன் அவன் பத்து பழைய கணினிகளைப் பள்ளிக்கு அன்பளிப்பாகக் கொடுத்தான். அவன் அறிவியல் மாணவன் என்று சொல்ல வேண்டிய தேவையே இல்லை! ஒவ்வொரு நாளும் பள்ளிக்கு நடந்துவருவது, பிள்ளைகளைப் பார்த்துக் கத்துவது, அரசாங்க விதிமுறைகள் குறித்துப் பல முதல்வர்களோடு சண்டைபோட்டுக்கொண்டிருப்பது, எல்லாமே வீண், இந்த வாழ்க்கையே வீண்.

ஆனால், இப்படியான எண்ணங்களுக்கு மத்தியில், அவருக்கு வேறொரு சிந்தனையும் தோன்றியது. அது அவரது வாழ்க்கையை இன்னும் பயனற்ற ஒன்றாக்கியது. அவர் குமாரியின் கேள்வியைப் புரிந்துகொண்டார். மாணவர்கள் புரிந்துகொள்ளும் விதத்தில் அந்தக் கேள்விக்கு எப்படிப் பதில் சொல்வது என்று அவருக்குத் தெரியாததால்தான் அவர் கோபத்தின் உச்சத்துக்குச் சென்றார். பத்து வயது மட்டுமே நிரம்பியவர்களைக் கொண்டிருக்கும் வகுப்பு தன்னை எதிர்பார்ப்போடு பார்த்துக்கொண்டிருப்பதைப் பார்த்தார். எந்த விலக்கும் இல்லாமல், எல்லோருமே துடிப்பானவர்கள்; கருத்த நிறத்தில் இருந்தார்கள், அகல விரிந்த

கண்களைக் கொண்டிருந்தார்கள், புதிய உலகைப் பார்க்கும் ஏக்கத்தைக் கொண்டிருந்தார்கள். ஆனால், மாபெரும் ஆசிரியரான அவர் அவர்களை ஏமாற்றிவிட்டார். மிக அடிப்படையான கேள்விக்குக்கூட அவருக்கு விடை தெரிந்திருக்கவில்லை.

தீக்ஷா இன்னமும் நின்றுகொண்டிருப்பதைப் பார்த்த குமாரியும் தயக்கத்தோடு எழுந்துநின்றாள். அவளது சிந்தனைகளை மூடிவிடுவதுபோல் அவளது கேள்வியை உச்சரித்தாள். 'சார், எங்களை மன்னித்துவிடுங்கள். மொழி என்றால் என்னவென்று தெரிந்துகொள்ளவே நாங்கள் முயன்றோம்.'

தீக்ஷாவும் உடனடியாகச் சேர்ந்துகொண்டாள். 'ஆமாம் சார், கன்னடா என்றால் என்னவென்று தெரிந்துகொள்ளவே நாங்கள் விரும்பினோம். அது ஏன் ஆங்கிலத்திலிருந்து வேறாக இருக்கிறது?'

அவ்விரு பெண்பிள்ளைகளும் தங்களது இருக்கையில் அமர்ந்துகொண்டார்கள். மற்ற பிள்ளைகள் எல்லாம் உபாத்யாவைப் பார்த்துக்கொண்டே அசைவற்று உட்கார்ந்திருந்தார்கள். ஆசிரியர் அவர்களையெல்லாம் வெறித்துப்பார்த்துக்கொண்டிருந்தார். கடந்த பல வருடங்களாக அழிக்கப்பட்ட அர்த்தங்களையெல்லாம் அதனுள் கொண்டிருக்கும் சாக்பீஸ் தூள்களால் நிரம்பிய டஸ்டரை எடுத்துக்கொண்டார். அவரது கை நடுங்கியது. அவர்களையெல்லாம் பார்த்துப் புன்னகைத்தார். அவரது உற்சாகம் வகுப்பறைக்குள் பாய்ந்துகொண்டிருந்த மாலை வெளிச்சத்தைப் பிரகாசமாக்கியது. அவரது இருக்கையிலிருந்து எழுந்தார். அவர் முகத்தில் தோன்றிய புன்னகையைப் பார்த்து மாணவர்களும் புன்னகைத்தார்கள். ஏன் என்று சொல்ல முடியாமல், அவர் மிக லகுவாக உணர்ந்தார். இறுதியாக அவரது மாணவர்கள் அவரிடம் எதையோ கேட்டிருக்கிறார்கள். உண்மையிலேயே அவர்கள் மொழி குறித்துக் கேள்வி கேட்டிருக்கிறார்கள். தெரிந்துகொள்வதற்காக அவர்கள் இந்தக் கேள்வியைக் கேட்டிருக்கிறார்களே தவிர தன்னை ஏளனம் செய்வதற்காகக் கேட்கவில்லை. இவ்வளவு எளிமையான ஒரு கேள்வி அவரை இந்த அளவுக்கு உற்சாகப்படுத்தும் என்று ஒருபோதும் அவர் நினைத்துப்பார்த்ததுகூடக் கிடையாது. குள்ளமாக, நோஞ்சானாக இருக்கும் இந்த இரண்டு பெண்பிள்ளைகளும் — அதில் ஒருத்தி ஒழுங்காக நடக்கக்கூட முடியாதவள் — அவரை அவரது வெறுப்பு

மனநிலையிலிருந்து விடுவித்திருக்கிறார்கள். இந்தக் கேள்விக்கு எப்படிப் பதில் சொல்வது என்று அவருக்குத் தெரியவில்லை. ஆனால், தெரிந்துகொள்வார். கற்றுக்கொள்வார். அந்தத் தருணம் அவருக்குப் பெரும் விடுதலை உணர்வைக் கொடுத்தது. தீக்ஷா மற்றும் குமாரியிடம், 'நான் நாளை சொல்கிறேன்' என்றார். தனக்கு விடை தெரியவில்லை என்று சொல்லவே நினைத்தார். இப்படிச் சொல்லியிருந்தால் அது அவரது ஆன்மாவைச் சுத்தப்படுத்தியிருக்கும். ஆனால், ஆவலோடு எதிர்பார்த்துக்கொண்டிருக்கும் அந்தச் சிறிய முகங்களை அவர் ஏமாற்ற விரும்பவில்லை. அவர் பலகைப்பக்கம் திரும்பி, கடைசி மணி அடிக்கும்வரை, முந்தைய தடயங்களையெல்லாம், தூசுகளையெல்லாம் மீண்டும் சுத்தப்படுத்திக்கொண்டிருந்தார்.

அந்த இரவு நீண்டதாக இருந்தது. கல்பனாவிடம் எல்லாவற்றையும் சொல்லிவிட வேண்டும் என்று தீக்ஷா அவ்வளவு ஆவலோடு இருந்ததால், அவள் தாழ்ந்த குரலில் பேச வேண்டும் என்பதைக்கூட மறந்துபோனாள். அவள் பேசினாள், பேசிக்கொண்டே இருந்தாள். கல்பனா கேட்டாள், கேட்டுக்கொண்டே இருந்தாள். கல்பனாவின் மண்டைக்குள் வார்த்தைகள் குழிழ்விட்டன. வெளியே வர விரும்பின. தீக்ஷாவைச் சூழ்ந்துகொள்ள, கட்டியணைத்துக்கொள்ளத் துடித்தன. எப்படிப்பட்ட பைத்தியக்காரப் பெண்ணாகிவிட்டாள் இந்த தீக்ஷா! வார்த்தைகள் அவளது வாயிலிருந்து தப்பித்து வெளியே வரக் காத்திருக்கின்றன என்று அவள் அறிந்திருந்தாள். அவளது வாயைத் திறந்து சிரிக்கவோ புன்னகைக்கவோ பயந்தாள். இனிமேலும் கட்டுப்படுத்திக்கொள்ள முடியாது என்ற நிலைக்கு அவளைக் கொண்டுவிட்டது. அவசரமாக எழுந்துகொண்டு, குளியலறைக்குள் ஓடிச்சென்று, ஒலிக்கு மேல் ஒலியென்று அவள் வாந்தியெடுத்தாள். இந்த ஒலிகளெல்லாம் வேறெதுவுமில்லாமல் முகமூடி அணிந்த வார்த்தைகளாகவே இருந்தன. இவள் வாந்தியெடுக்கும் சத்தத்தைக் கேட்டு அவளது அம்மா எழுந்து குளியலறைக் கதவுக்கு அருகே வந்து நின்றார். கல்பனா வெளியே வந்தாள், அம்மாவைப் பார்த்துப் புன்னகைத்தாள், ஒன்றுமில்லை என்பதுபோல் தலையசைத்தாள். வேறு என்ன செய்வதென்று அவளுக்குத் தெரியாததால், தொலைக்காட்சியில் இந்திய கிரிக்கெட் வீரர்கள் செய்வதுபோல் கட்டை விரலை உயர்த்தி சமிக்ஞை செய்தாள். அம்மா டவலைத் தண்ணீரில்

நனைத்து கல்பனா முகத்தில் ஒத்தடம் கொடுத்தார். மூக்கோடு மூக்குரசி, கல்பனாவின் கைகளைப் பிடித்துக்கொண்டு, 'நான் இப்போ தூங்கப்போகிறேன்' என்று தீக்ஷா அறிவித்தாள்.

அடுத்த நாள் பள்ளியிலிருந்து தீக்ஷா திரும்பிய பின், அவள் குமாரியையும் தன் வீட்டுக்கு அழைத்துவந்தாள். இருவரும் அவர்களுக்குக் கொடுக்கப்பட்ட பாலைக் குடித்துமுடித்த பின், தீக்ஷா மிக ஆடம்பரமாக அறிவித்தாள்: 'எல்லோரையும் முன்னறைக்கு வருமாறு அழைக்கிறேன்.' சமையலறையிலிருந்து விருப்பமில்லாத அம்மாவையும், பழைய சாமான்கள் அறையில் அமைதியாக இருந்த கல்பனாவையும் வலுக்கட்டாயமாக இழுத்துவந்தாள். வனாந்தரத்தை உற்றுப்பார்த்துக்கொண்டே வாயிற்கதவுக்கு அருகில் வெளியே உட்கார்ந்திருந்தார் அஜ்ஜி.

அம்மாவையும் கல்பனாவையும் தரையில் உட்காரவைத்தாள் தீக்ஷா. முன்னறையில் நடந்துசென்று அவளது சிலேட்டை எடுத்துக்கொண்டாள். குமாரியைத் தனக்கு அருகில் நிற்கச் சொன்னாள். ஒரு பிளாஸ்டிக் ஸ்டூலில் சிலேட்டைச் சாயாமல் நேராக வைத்து, 'நான் இப்போது வகுப்பெடுக்கப் போகிறேன்' என்றாள்.

அம்மாவுக்கு சந்தோஷம். அவர், 'எங்களுக்கு என்ன கற்றுக் கொடுக்கப்போகிறாய்?' என்று கேட்டார்.

'இன்று நான் உங்களுக்கு மொழி என்றால் என்னவென்று கற்றுக் கொடுக்கப்போகிறேன்.'

'எங்களுக்கு அது ஏற்கெனவே தெரியும்' என்று பதில் சொன்ன அம்மா, மகளோடான இந்த விளையாட்டில் சேர்ந்துகொள்வதில் உற்சாகமாக இருந்தார். பிடிவாதமாக வேறெங்கோ பார்த்துக் கொண்டிருந்த அஜ்ஜி, திரும்பி சிலேட்டைப் பார்த்தார். கல்பனா, அம்மாவிடமிருந்து விலகி, அறையின் ஒரு கோடிக்குச் சென்று, சுவரில் சாய்ந்து உட்கார்ந்துகொண்டாள்.

'இல்லம்மா, உனக்கு மொழி என்றால் என்னவென்று தெரியுமா?'

'மொழி என்றால் கன்னடம்.'

'கன்னடம் என்றால்?'

‘அது ஏதோ ஒன்று... கன்னடர்கள் எல்லாம் பேசுவது.’

‘அது ஏன் ஆங்கிலத்திலிருந்து வேறாக இருக்கிறது?’

பொறுமையில்லாமல் அஜ்ஜி கேட்டார். ‘நீ பள்ளிக்கூடம் போகறது கேள்விகள் கேட்கவா, இல்ல பதில்கள் தெரிந்துகொள்ளவா?’ அம்மா அவரைப் பார்த்து முகம்சுளித்தார். எப்படியிருந்தாலும், தன்னுடைய மகள் எடுக்கும் முதல் வகுப்பு இது!

‘என் டீச்சர் —’

‘யாரு?’

‘கன்னட டீச்சர், உபாத்யா சார்.’

‘ஆமாம், அந்தக் கிழவனா.’ அஜ்ஜி முணுமுணுத்தார்.

‘கேள்விகள் கேட்பது நல்லது என்றார். இந்தக் கேள்வியை குமாரி கேட்டதால், அவர் இன்று கன்னடம் பற்றி நிறையச் சொன்னார்.’

குமாரி விரிந்த புன்னகையோடு எல்லோரையும் பார்த்தாள். அவர்கள் எல்லோரும் குமாரியைப் பார்க்கத் திரும்பினார்கள். அவர்களைப் பார்த்து சந்தோஷமாகப் புன்னகைத்தாள்.

‘சரி, கன்னடம் என்றால் என்ன?’ என்று கேட்டார் அம்மா.

‘முதலில் கன்னடம் என்பது கன்னட ஒலிகளைக் கொண்டது என்று அவர் சொன்னார். நாம் கன்னடத்தில் பேசும்போது, கன்னடத்துக்குச் சொந்தமான ஒலிகளை மட்டுமே நாம் எழுப்புகிறோம்.’

அஜ்ஜி இதெல்லாம் வீண் என்பதுபோல், உறுமும் சத்தம் எழுப்பினார்.

குமாரி வேகமாக, ‘பார்த்தீர்களா, இதுவும் ஒரு மொழிதான். ஏனெனில், இதுவும் ஒரு ஒலியே’ என்றாள். அவள் சொன்னது எப்படியான விளைவை ஏற்படுத்தியிருக்கிறது என்று தெரிந்து கொள்ளச் சுற்றிலும் பார்த்தாள்.

'ஆனால், அது கன்னடமா?' என்று தீக்ஷா சேர்த்துக்கொண்டாள். அவள் அஜ்ஜிக்கு அருகில் வந்து நின்றுகொண்டு சிரித்தாள். 'இல்லை, அது அஜ்ஜியின் மொழி மட்டுமே.'

இந்தப் புத்திசாலித்தனத்தைப் பார்த்து அஜ்ஜியும் புன்னகைத்தார்.

கேட்டுக்கொண்டிருந்தவர்களைப் பார்த்து, 'அஜ்ஜியின் ஒலி கன்னடமா, இல்லையா என்று நமக்கு எப்படித் தெரியும்?' என்று கேட்டாள் குமாரி.

தீக்ஷா மூவரையும் பார்த்து, 'பதில் தெரியவில்லை என்றால் கவலைப்பட வேண்டாம். எங்கள் டீச்சருக்கு மட்டும்தான் விடை தெரியும். எது கன்னட ஒலி, எது கன்னட ஒலி இல்லையென்று கன்னட டீச்சருக்குத்தான் தெரியும்.'

'அப்புறம் ஆங்கில ஒலியென்றால் என்னவென்று ஆங்கில டீச்சருக்குத்தான் தெரியும்' என்று குமாரி சேர்த்துக்கொண்டாள்.

'அவரது ஒலி என்னவென்று அஜ்ஜிக்குத்தான் தெரியும்' என்றாள் தீக்ஷா.

அம்மா உஷ்ஷென்று ஒலி எழுப்பினார். எல்லோரும் அமைதியானார்கள்.

'அவ்வளவுதானா? வகுப்பு முடிந்துவிட்டதா?' என்று கேட்டார் அம்மா.

'இல்லை. இது ஓய்வுநேரம். இப்போது குமாரி உங்களுக்கெல்லாம் பிஸ்கட் கொடுப்பாள். நீங்கள் ஒவ்வொருவரும் பிஸ்கட் சாப்பிடும்போது, என்ன கேள்வி கேட்கலாம் என்று யோசிக்கலாம்.'

குமாரியிடமிருந்து இரண்டு பிஸ்கட்டுகளை எடுத்துக்கொண்ட கல்பனா, சிலேட்டை எடுத்துவருமாறு அவளிடம் சைகைசெய்தாள். அதில், இவ்வாறு எழுதினாள்: நாய்கள் ஒலி எழுப்புகின்றன. அதனால், நாய் மொழி என்று ஒன்று இருக்கிறதா?

இந்தக் கேள்வியை மிக ஆடம்பரமாகப் படித்துக்காட்டி, பிறகு நாடகத்தன்மையோடு விடையைக் கன்னடத்தில் எழுதினாள்: ஆமாம்.

சற்றே ஊனியபடியே சென்று சிலேட்டை எடுத்துக்கொண்ட குமாரி, அதில் இருந்த எழுத்துகளை அழித்துவிட்டு எழுதினாள்: இல்லை. அவள் தீக்ஷாவிடம், 'தீக்ஷா, டீச்சர் சொன்னதை நீ மறந்துவிட்டாய். முதலில் ஒலி, பிறகுதான் வார்த்தை'. உபாத்யா 'மரா' என்ற சொல்லை எழுதியிருந்தார். மாணவர்களையெல்லாம் 'மரா, மரா' என்று ஜெபம் செய்வதுபோல் திரும்பத்திரும்பச் சொல்லவைத்தார். பிறகு அவர்களை 'ரா, ரா' என்று சொல்லவைத்தார். மாணவர்கள் வகுப்பில் இவ்வளவு சந்தோஷமாகக் கத்திக்கொண்டிருந்ததே கிடையாது. பக்கத்து வகுப்பில் இருந்த ஆசிரியர், மாணவர்கள் கத்திக்கொண்டிருப்பதையும், உபாத்யா அவர்களை மௌனமாகப் பார்த்துக்கொண்டிருப்பதையும் பார்த்து நம்ப முடியாமல் தலையாட்டியபடியே திரும்பிச்சென்றார்.

'மரா என்பது ரா என்பதிலிருந்து வேறானது என்று சார் சொன்னார். மரா என்பது கன்னட ஒலி. ரா கன்னட ஒலி அல்ல' என்று சேர்த்துக்கொண்டாள் தீக்ஷா.

முக்கியமான ஏதோ ஒன்றைச் சொல்வதற்குத் தயாராவதுபோல் குமாரி எல்லோரையும் ஒரு சுற்று பார்த்தாள். 'ஆகவே, ரா என்றில்லாமல் மரா என்று சொல்கிறோம். மரா என்பது கன்னடத்தில் உள்ள ஒரு சொல்.'

கல்பனா பொறுமையிழந்து, அவளைப் பார்த்துக் கையசைத்தாள். தீக்ஷா புரிந்துகொண்டாள். 'ஆக, நாய்ச் சொற்கள் என்று ஏதுமில்லாததால் நாய் மொழி என்று ஒன்று இருக்க முடியாது என்று நம்மால் சொல்ல முடியும்.'

குமாரி ஆம் என்று தலையசைத்தாள். 'அவை லொள் லொள் என்று மட்டுமே சொல்ல முடியும்.'

தன்னையும் மீறி அம்மா ரொம்ப உற்சாகமாக இருந்தார். இவ்விரண்டு பெண்பிள்ளைகளுக்கு இவ்வளவு விஷயங்கள் தெரியும் என்று அவர் நினைத்துகூடப் பார்த்ததில்லை. அவர் எழுந்துகொண்டு இருவரையும் கட்டியணைத்துக்கொண்டு, 'நீங்கள் இருவரும் அவ்வளவு புத்திசாலிகள்!' என்றார்.

தீக்ஷா அவரைப் பின்னுக்குத் தள்ளி, தரையில் உட்காரவைத்தார். ‘நீ உன் டீச்சரையெல்லாம் கட்டிப்பிடிக்கக் கூடாது. நீ மறுபடியும் இப்படிச் செய்தால் உனக்குத் தண்டனை கிடைக்கும்.’

அஜ்ஜி உரக்கச் சிரித்தார். ‘நல்ல யோசனை, நல்ல யோசனை’ என்றார்.

சிலேட் வேண்டும் என்று கல்பனா மீண்டும் சைகைசெய்தாள். *மொழி பொய்களை உருவாக்குகிறது. பொய்க்குக் காரணம் அதுவே* என்று எழுதிக்கொடுத்தாள். தீக்ஷா அதைப் படித்துவிட்டு சுத்தமாக எல்லாவற்றையும் அழித்தாள். சிலேட்டை குமாரி மூலம் கல்பனாவிடம் திருப்பி அனுப்பினாள். ‘நீ கேள்விகளை ஒழுங்காகக் கேட்க வேண்டும். இல்லையென்றால் டீச்சருக்குக் கோபம் வரும்.’

கல்பனா எழுதினாள்: *எல்லாப் பொய்களுக்கும் காரணம் மொழிதானே?*

ஏதோ அறிவிப்பு செய்வதுபோல் தீக்ஷா அதை உரக்கப் படித்தாள். ‘கல்பனா இந்தக் கேள்வியைக் கேட்க விரும்புகிறாள்.’ ஏதோ ஒரு உந்துதலில் அவள் அஜ்ஜி பக்கம் திரும்பி, ‘அஜ்ஜி, நாம் இந்தக் கேள்விக்குப் பதில் சொல்ல வேண்டுமா?’ என்று கேட்டாள்.

அம்மா ஏதோ முணுமுணுத்தாள்.

தீக்ஷா அதை வேடிக்கையாக எடுத்துக்கொள்ளவில்லை. ‘என்னுடைய வகுப்பில் எழுந்துநின்றுதான் பதில் சொல்ல வேண்டும்’ என்று சொன்னாள். ஆனால் புன்னகைத்து, ‘உனக்கு வயதாகிவிட்டதால், நீ என்னுடைய அம்மாவாக இருப்பதால், உட்கார்ந்துகொள்ளலாம்’ என்று சேர்த்துக்கொண்டாள்.

கல்பனாவைப் பார்த்து தீக்ஷா மேலும் தொடர்ந்தாள். ‘பொய்கள் சொல்வதற்குத்தான் மொழி பயன்படுத்தப்படுகிறது என்றே அக்கா சொல்ல வருகிறாள். சரியா அக்கா?’ கல்பனா சந்தோஷமாக மேலும்கீழும் தலையசைத்தாள். கல்பனா மனத்தில் உள்ளதைத் தன்னால் கேட்க முடியும் என்று அம்மா சொன்னதுபோல், தீக்ஷாவும் அவளுடைய மனத்தில் உள்ளதைக் கேட்கிறாளா? இருவராலும் அவளுடைய மனதைக் கேட்க முடிகிறது என்றால், அவள் பேச மறுக்கும் செயல் வீண்தானா?

அஜ்ஜிக்குக் கோபம் வரத் தொடங்கியது. 'இதெல்லாம் முட்டாள்தனம். வார்த்தைகள் உலகத்தில் இருப்பதைச் சொல்கின்றன. வார்த்தைகள் உண்மையென்றால், மொழியும் உண்மைதான்.'

அவர் கல்பனாவைச் சுட்டிக்காட்டினார். 'கல்பனா' என்று உச்சரித்தார். 'இது ஒரு வார்த்தை. இந்தப் பெண் நமக்கு முன்னால் இருக்கிறாள் என்று இதற்கு அர்த்தம். வார்த்தைகள் பொய் என்று நீ சொன்னால், கல்பனாவும் பொய்யாகிறாள். அப்படித்தானே?'

எப்போது வேண்டுமென்றாலும் அணை உடைவதற்கான சாத்தியம் உள்ளது என்று கல்பனா உணர்ந்துகொண்டாள். மௌனமாக இருப்பது மேலும்மேலும் சாத்தியமில்லாத ஒன்றாகிக்கொண்டிருக்கிறது. அவள் சிலேட்டைப் பிடுங்கி, ஒரு வார்த்தையை எழுதினாள். தீக்ஷா முகம்சுளித்தபடியே அதைப் படித்தாள்.

'விநாயகா' என்று படித்தாள். 'விநாயகக் கடவுள்.'

குமாரியும் சேர்ந்துகொண்டாள். 'அக்கா, இது ரொம்பப் பிரமாதமாக இருக்கு. விநாயகர் நம்முடைய கடவுள். நான் விநாயகர் என்ற வார்த்தையைச் சொன்னால், ஒரு மரம்போல் அவர் இருக்கிறார் என்றே அதற்கு அர்த்தமாகிறது.'

இந்தக் கேள்விக்காகத்தான் அவர்கள் எல்லோரும் காத்துக்கொண்டிருந்தார்கள் என்று தீக்ஷா உடனடியாக உணர்ந்து கொண்டாள்.

அவள் தயக்கத்தோடு, 'விநாயகா என்பது பொய்யா? அல்லது பொய்யில்லையா?'

அம்மா உடனடியாக எழுந்துகொண்டாள். 'தீக்ஷா, இப்படியெல்லாம் பேசக் கூடாது. போதும் இந்தப் பாடமெல்லாம். உன் வயசுக்கு ஏற்றாற்போல் படிக்கப்போ.'

அம்மாவை இழுத்து உட்காரவைத்தாள் கல்பனா. அஜ்ஜியைக் கோபமாகப் பார்த்தாள்.

'விநாயகா என்பது ஒரு வார்த்தை, சரியா?' என்று கேட்டாள் தீக்ஷா.

'விநாயகா என்பது ஒரு கன்னட வார்த்தை. கன்னட ஒலி. "விநாயகா பந்தா..." என்ற பாடல் நமக்கு நினைவிருக்கலாம்' என்று கிறீச்சிடும் குரலில் சொன்னாள் குமாரி.

அம்மா எரிச்சலடைந்தார். 'விநாயகா என்பது உண்மை. அது பொய்யல்ல. கல்பனா எப்படி உண்மையோ அதுபோலவே விநாயகா என்பதும் உண்மைதான்.'

கல்பனா இடவலமாகத் தலையசைத்தாள். அவள் சிலேட் இருக்கும் இடத்துக்கு வேகமாக நகர்ந்து வந்து, அதில் பெரிய எழுத்துகளில் இல்லை என்று கன்னடத்தில் எழுதினாள். அவள் சொல்ல வருவதை அழுத்திச்சொல்லும் விதமாக அதை ஆங்கிலத்திலும் எழுதினாள்.

அஜ்ஜிக்குக் கோபம் தலைக்கேறியது. அவர் சிலேட்டைப் பிடுங்கி அறையில் விட்டெறிந்தார். அது சுக்குநூறாக உடைந்தது. அவர் கல்பனாவை அடிக்க வந்தார். ஆனால், அம்மாவுக்குப் பின் கல்பனா தன்னை மறைத்துக்கொண்டு, பழைய சாமான்கள் அறைக்குள் ஓடிப்போனாள். அம்மா மிகவும் கவலைகொண்டார். ஆனால், ஒரு கட்டத்துக்கு மேல் அஜ்ஜியிடம் அவரால் ஏதும் சொல்ல முடிவதில்லை. பின்னால் அஜ்ஜி அவர்களை முறைத்துக்கொண்டிருக்க, தீக்ஷாவும் குமாரியும் வாயிற்கதவு வழியாக ஓடிப்போனார்கள். அவர்கள் வீட்டுக்கு வெளியே நின்று மலைகளை வெறித்துப்பார்த்துக்கொண்டிருந்தார்கள்.

'நான் இன்னொரு சிலேட் வாங்கணும்' என்றாள் தீக்ஷா.

குமாரி குழம்பிப்போனாள். 'அக்கா ஏன் விநாயகர் பொய் என்று சொல்கிறாள்?'

'எனக்குத் தெரியவில்லை. அவ அஜ்ஜியோடு ஏதோ சண்டை போட்டிருக்கா என்று நினைக்கிறேன். அன்னிலேர்ந்து அவ இப்படித்தான் இருக்கா.'

குமாரி நிறைய யோசித்தாள். 'நாம் மரத்தைக் காண்பிப்பதுபோல், விநாயகரைக் காட்ட முடியாது என்று அக்கா சொல்லவருவதாக நினைக்கிறேன்.'

'ஒருவேளை அவள் இப்படிக் கேட்பதாக இருக்கலாம், "விநாயகர் எங்கிருக்கிறார்? கடவுள்களெல்லாம் எங்கிருக்கிறார்கள்? மரம்

என்ற சொல் மரத்தைச் சுட்டிக்காட்டுகிறது என்று நமக்குத் தெரியும். அதுபோல் 'விநாயகா' என்று சொல்லும்போது நம்மால் எதையாவது சுட்டிக்காட்ட முடியுமா?" கடைசிக் கேள்வியை தீக்ஷா சொன்ன அந்தத் தருணத்திலேயே, கல்பனா கேட்கவரும் கேள்வி இதுவாகத்தான் இருக்க முடியும் என்று குமாரி புரிந்துகொண்டாள்.

வாயிற்கதவுக்கு வெளியே உட்கார்ந்துகொண்டு தீக்ஷாவும் குமாரியும் மலைகளைப் பார்த்துக்கொண்டிருந்தார்கள். அவற்றுக்கும் பின்னால் சூரியன் மறைந்துகொண்டிருந்தது. இந்த மலைகளின் நிழல்கள் கூடிய சீக்கிரத்தில் அவர்களது காலடியின் மேல் படரும் என்பதுபோல் இருந்தது. தெருவிலிருந்து குமாரியின் அம்மா அவளை அழைத்தபோது விநாயகரெல்லாம் மறந்துபோனது. 'நம்முடைய வகுப்பு நன்றாகப் போனது என்று நினைக்கிறேன். நாம் இருவரும் ஆசிரியர்களாக வேண்டும்' என்று தீக்ஷாவிடம் சொல்லியபடி, ஊனிக்கொண்டே நடந்துசென்றாள் குமாரி.

தன் வீட்டுக்குச் சென்றவுடன், அவளுடைய பெற்றோரிடம் தான் ஆசிரியராக வருவேன் என்று அறிவித்தாள். அதற்கு அவளது அப்பா, 'அப்பதானே மற்ற பிள்ளைகளின் நேரத்தையெல்லாம் வீணடிக்க முடியும்!' என்றார். அவளது அம்மா அவரை முறைத்துப்பார்த்தாள் என்றாலும், அந்தத் தருணத்தில் ஆசிரியராகும் குமாரியின் கனவு வேறு எதையும் உள்வாங்கிக்கொள்ள முடியாமல் செய்தது.

அன்று இரவு கல்பனா தனது படுக்கையில் நிலைகொள்ளாமல் படுத்திருந்தாள். தொலைக்காட்சி பார்க்க அவள் முன்னறைக்குப் பதுங்கிச் செல்லவில்லை. உணவை முடித்துக்கொண்டு அவளது அறைக்குத் திரும்பினாள். வீட்டுக்குத் திரும்பிய பின் முதல் முறையாக அவளது புத்தகப்பையைத் திறந்து, அவளது குறிப்பேட்டை வெளியே எடுத்தாள். அவளது பென்சிலைத் தேடி எடுத்து அதைக் கூர்மையாக்கினாள். அவளால் சொல்ல முடியாததையெல்லாம் எழுதிவிட வேண்டும் என்று விரும்பினாள். ஆனால், அவளது மனதை அவளது விரல்கள்தான் கட்டுப்படுத்தின. அவள் *மரா* என்று முதலில் எழுதினாள். பிறகு, மரத்தின் படத்தை வரைந்தாள். *விநாயகா* என்று எழுதினாள். பிறகு, அவரது படத்தை வரையத் தொடங்கினாள். யானையின்

துதிக்கையை வரையத் தொடங்கியபோது, கோபம் அவளை ஆட்கொண்டது. எழுத முடியாமல் அல்லது ஏன் வரையவும் முடியாமல் அந்தப் பக்கத்தில் வெறிப்பிடித்தாற்போல் கிறுக்கத் தொடங்கினாள். அவள் சற்றே அமைதியானாள். பிறகு, பக்கத்தைத் திருப்பி, நோக்கமற்று ஆனால் தீவிரமாக, அந்தப் பக்கத்திலும் — அங்கு இருக்கத் துணிந்த ஒவ்வொரு வெற்றிடத்திலும் — கிறுக்கத் தொடங்கினாள். அந்தச் சிறிய குறிப்பேட்டில் இருந்த எல்லாப் பக்கங்களிலும் ஏதோ கிறுக்கிக்கொண்டே இருந்தாள், நோக்கமற்று வரைந்துகொண்டே இருந்தாள். அது அவளை விடுவித்தது. அவள் பேசிய உணர்வையும் அவள் சொல்ல வேண்டியதையெல்லாம் சொல்லிவிட்ட உணர்வையும் அவளுக்குக் கொடுத்தது.

தீக்ஷா வந்து கல்பனாவின் படுக்கையில் படுத்துக்கொண்டாள். கல்பனா தூங்கிவிட்டாள் என்றாலும், அவளது தோள் மீது தீக்ஷாவின் கை படவும் அது அவளை எழுப்பிவிட்டது. அவள் கண்களைத் திறந்து அசையாமல் படுத்திருந்தாள். 'எங்கிட்ட சொல்லு, உண்மையில் என்ன நடந்தது. உனக்குப் பேச விருப்பமில்லை என்றால் எழுதிக்காட்டு. அஜ்ஜியோடு என்ன நடந்தது? அந்த மூன்று நாள்களில் உனக்கு என்ன நடந்தது?' என்று தீக்ஷா முணுமுணுத்தாள்.

கல்பனா எழுந்து உட்கார்ந்துகொண்டாள். தீக்ஷா தன்னைத் தீவிரமாகப் பார்த்துக்கொண்டிருப்பதைப் பார்த்தாள். அவள் மீது அன்பு மேலிடுவதை உணர்ந்தாள். அவளது தங்கைக்கு ஒரு அம்மாபோலவே உணர்ந்தாள். அவளது புத்தகப் பையிலிருந்து மற்றொரு குறிப்பேட்டை எடுத்துக்கொண்டாள். அதில் காலியாக இருந்த பக்கத்தைத் திறந்து எழுதினாள்: *விநாயகரைப் பின்தொடர்ந்து செல்லுமாறு அஜ்ஜி சொன்னாள்.*

'என்னது?' தீக்ஷா குதித்தெழுந்து படுக்கை விரிப்பின் மேல் நின்றாள். 'விநாயகக் கடவுளையா?'

கல்பனா ஒருகணம் சிந்தித்தாள். *இல்லை. விநாயகா என்ற வார்த்தையைத் தேடிச்சென்றேன்.*

*அஜ்ஜியோடு அவள் விளையாடிக்கொண்டிருந்தாள். அவ்வளவுதான் அவள் செய்தது. மலைகளாலும், வானத்தாலும், பிரார்த்திக்கும்போது நகைச்சுவையிலான அஜ்ஜியின் தீவிர*

முகத்தாலும் உற்சாகம் பெற்றாள். அவளுக்கு எப்படித் தெரிந்திருக்கும்? ஒரு விளையாட்டைத்தான் அவள் விளையாடிக்கொண்டிருந்தாள், ஒரு பாடலைத்தான் அவள் பாடிக்கொண்டிருந்தாள். ஆனால், அஜ்ஜி சொல்லியிருக்கக் கூடாததைச் சொல்லிவிட்டார்.

தீக்ஷாவால் புரிந்துகொள்ள முடியவில்லை. 'நீ வார்த்தையைப் பின்தொடர்ந்து போனியா?'

கல்பனா மேலும்கீழும் தலையசைத்தாள்.

'ஆனால், வார்த்தையை எப்படி உன்னால் பின்தொடர்ந்து போக முடியும்? அக்கா, நீ என்னைக் கிண்டல் செய்கிறாய்.'

கல்பனா இன்னும் கொஞ்சம் யோசித்தாள். தன்னைத் தவறாக வெளிப்படுத்திக்கொண்டதாக நினைத்தாள். நான் வார்த்தையின் ஒலியைப் பின்தொடர்ந்து சென்றேன் என்று எழுதினாள்.

தீக்ஷா குழம்பிப்போனாள். ஆனால், ஒரு வார்த்தையையும் உச்சரிக்காமல் கல்பனாவால் அவளிடம் என்ன சொல்ல முடியும்? வார்த்தைக்குப் பின்னால் துள்ளிக்குதித்து ஓடினாள் என்றும், விநாயகர் என்ற வார்த்தையைப் பின்தொடர்ந்து விநாயகக் கடவுளைத் தேடிச்சென்றாள் என்றும் எப்படிச் சொல்ல முடியும்? இலைகளின் சலசலப்பால் கைக்கொள்ளப்பட்டு, காற்றிலும் மழையிலும் நிலையற்றுப் பயணித்து, பறவைகளின் பாடலோடு ஒன்றெனக் கலந்து, மலைகளின் உறுமலில் தொலைந்துபோய், விநாயகா என்று எதிரொலித்த ஒலிகளைப் பின்தொடர்ந்து சாலையிலிருந்து விலகிக் காட்டுக்குள் போகும் பாதையில் ஓடுமளவுக்குத் தன்னை எது ஆட்கொண்டது என்று எப்படிச் சொல்ல முடியும்? அவளுக்கு மிக அருகில் எதிரொலிக்கும், ஆனால் தீண்டுவது சாத்தியமே இல்லை என்பதுபோல் கைக்கொள்ள முடியாத ஒலிக்குப் பின்னால் அவள் எப்படியெல்லாம் ஓடினாள். பிடிக்கக் காத்திருக்கும் மற்றொரு பட்டாம்பூச்சியாக வார்த்தையைப் பார்த்து எப்படியெல்லாம் பூரித்த இதயத்தோடு துள்ளிக்குதித்து அவள் ஓடினாள்! அவள் ஏறக்குறைய அதைப் பிடித்துவிட்டாள். அது அவளுக்கு மிக அருகில்தான் சுற்றிக்கொண்டிருந்தது. பிடித்திருந்தால் அது அவளுக்கு மெய்யான விநாயகரைக் காட்டியிருக்கும். மானுட ஒலிக்குப் பின்னால் கடவுள்கள் மறைந்திருப்பதை அவளுக்குக்

காட்டியிருக்கும். விட்டுவிட்டுப் பிரகாசித்த ஒலியைப் பார்த்தாள். அதற்குப் பின்னால் அஜ்ஜியின் குரல் ஓடிக்கொண்டிருப்பதைப் பார்த்தாள். அதைப் பிடிக்க முயன்றாள். இடைவிடாத மழையால் சகதியாகியிருந்த மணலில் சறுக்கி ஆழமான பள்ளத்தாக்கில் விழுந்தாள்.

அவள் மேலும் சரிந்து விழுவதை ஒடிந்து விழுந்திருந்த ஒரு அடிமரம் தடுத்தது. திடீரென்று வார்த்தையின் சிறகடிப்பு நின்றுபோனது. அவளைச் சுற்றிலும் பட்டாம்பூச்சிகள் ஏதுமில்லாமல்போயின. அந்தக் காட்டில் காலையே அவ்வளவு இருட்டாகத் தெரிந்தது. கிராமத்திலிருந்து வெகுதொலைவு ஓடிவந்துவிட்டதை அவள் உணர்ந்துகொண்டாள். அவ்வளவு திறமையோடு அவளைக் காட்டுக்குள் இழுத்துக்கொண்டு வந்த ‘விநாயகா’ என்ற எதிரொலியின் அழைப்பு திடீரென்று இல்லாமல்போனது. அவ்வப்போது பூச்சிகள் திடீரென்று கீச்சிடும் சத்தங்கள் மட்டுமே கேட்டன. அவளை நோக்கிப் பாம்புகள் சறுக்கிக்கொண்டு வருவதுபோலவும் உணவுக்காகப் புலி சுற்றிக்கொண்டிருப்பதுபோலவும் கற்பனைசெய்து பார்ப்பதற்கு கல்பனாவுக்கு மேலும் ஒரு நொடி மட்டுமே தேவைப்பட்டது. அவள் பயந்துபோய் அலறினாள். இதையெல்லாம் அவளது தங்கையிடம் அவளால் எப்படிச் சொல்ல முடியும்?

தன் அக்காவின் கண்களில் இருந்த அச்சத்தைப் பார்த்து தீக்‌ஷா கவலைகொண்டாள். ‘ஒருவரால் எப்படி ஒரு வார்த்தையை அல்லது ஒலியைப் பின்தொடர்ந்து போக முடியும்?’ என்று கேட்டாள்.

கல்பனா மௌனமாக இருந்தாள். பிறகு தீர்மானமாக, புதுப் பக்கத்தில் *மரா* என்று எழுதினாள். மரத்தைப் படமாக வரைந்தாள். வார்த்தையிலிருந்து படத்துக்கு அம்புக்குறியை வரைந்தாள்.

தீக்‌ஷா உடனடியாகப் புரிந்துகொண்டாள். ‘அக்கா, ரொம்ப நல்லாயிருக்கு. “மரா” என்ற வார்த்தை அம்பு போன்றது.’ அவள் உற்சாகத்தில் எழுந்துகொண்டு அறையில் இங்குமங்கும் நடக்கத் தொடங்கினாள். ‘எனக்குக் கிடைத்துவிட்டது. நான் புரிந்துகொண்டேன். “விநாயகா” என்ற சொல் அம்பு போன்றதா என்றே நீ கேட்கிறாய்.’

கல்பனா தீவிரமாக மேலும்கீழும் தலையசைத்தாள்.

'மரா நின்றுகொண்டிருப்பதுபோல், விநாயகக் கடவுள் எங்கு நின்றுகொண்டிருக்கிறார் என்றே நீ கேட்கிறாய்?'

கல்பனா மென்மையாகக் கைதட்டினாள். தீக்ஷாவைத் தனக்கு நெருக்கமாக இழுத்துக்கொண்டாள். தீக்ஷா பெருமையால் பூரித்துப்போனாள். அவளை எப்போதும் கேலிசெய்துகொண்டிருக்கும் அவளது அக்கா, இப்போது வேறொருத்தியாக இருக்கிறாள்!

தீக்ஷா ஒருகணம் யோசித்தாள். 'ஆனால், ஏன் இப்படிச் சொல்கிறாய்? விநாயகர் இருக்கிறார். நாம் அவரைப் பார்த்திருக்கிறோம். நாம் கோயிலுக்குப் போகும் ஒவ்வொரு முறையும் நாம் அவரைப் பார்த்துக்கொண்டுதானே இருக்கிறோம்.'

கல்பனா கோபமாக இடவலமாகத் தலையாட்டினாள். அது பொய் என்று கத்தவே நினைத்தாள். முஷ்டியால் தனது தொடையில் ஓங்கிக் குத்திக்கொண்டாள். தலையணையில் ஓங்கிக் குத்தினாள். தீக்ஷாவைத் தள்ளிவிட்டு, தனது படுக்கையில் சுருண்டு படுத்தாள். அவள் தூங்குவதற்கு நீண்ட நேரம் ஆனது.

வார்த்தை தனக்குத் துரோகம் செய்ததை நினைத்துக்கொண்டே எப்படி அவளால் தூங்க முடியும்? அவள் மட்டும் பெரியவளாக இருந்திருந்தால், விநாயகர் என்ற ஒலிக்குப் பின்னால் ஒரு காதலர் ஓடுவதுபோல் ஓடினேன் என்று சொல்லியிருக்கலாம். கிருஷ்ணன் பின்னால் பல கோபியர்கள் ஓடியதுபோல். 'விநாயகா, விநாயகா, விநாயகா' என்று எதிரொலித்த வார்த்தைகள் மறுமுனையற்ற கயிறாக இருந்து அவளைப் பிடித்திழுத்ததாக அவள் சத்தியம் செய்திருப்பாள். விநாயகரைத் தீண்டுவதற்கு ஒலியைக் கைக்கொள்வது மட்டுமே போதும் என்று அவளுக்குத் தெரிந்திருந்தது. இருந்தும், அதற்கான தருணம் வந்தபோது, அவளை அடைகாத்த அந்தக் கருத்த பள்ளத்தையும் ஈரமான அடிமரத்தையுமே அவள் கண்டாள். பெரிய விலங்குகள் ஏதும் அவளுக்கு அச்சத்தைக் கொடுக்கவில்லை என்றாலும், பல்வேறு வடிவங்களில் அளவுகளில் அவள் கற்பனைசெய்து பார்த்த ஆயிரக்கணக்கான பூச்சிகள்தான் அவளை அச்சுறுத்துகின்றன என்று அவள் சீக்கிரமாகப் புரிந்துகொண்டாள். முதலில் ஏற்பட்ட அதிர்ச்சியிலிருந்து அவள் மீண்ட பிறகு, அவளைச்

சூழ்ந்திருந்த காட்டைப் பார்த்தாள். ஆச்சரியம் தரும் விதத்தில் அது தீங்கற்றதாகத் தெரிந்தது. தொண்டை கட்டிக்கொண்டு குரல் மெலிந்துகொண்டே போகும் அளவுக்கு அவள் குரல் எழுப்பிக்கொண்டிருந்தாள். செங்குத்தாக இருந்த சரிவில் தன்னால் ஏற முடியாது என்று கல்பனாவுக்குத் தெரிந்திருந்தது. இருந்தாலும், ஒரு பாதையைப் பார்த்ததாக நினைத்தாள். புத்தகப்பையை இறுக்கமாக அணைத்துக்கொண்டு அந்தப் பாதையில் ஓடத் தொடங்கினாள். ஆனால், உண்மையிலேயே அது பாதையல்ல. ஒரு மரத்தடியில் பயந்துபோய், அசதியுற்று விழும்வரை அவள் வீணாக ஓடிக்கொண்டிருந்தாள். பின்னர், இலைகளில் சொட்டிய நீரைப் பருகிவிட்டு, தனது கிராமத்துக்குக் கொண்டுசெல்லும் என்று அவள் நினைத்த திசையில் நடக்கத் தொடங்கினாள். பிறகு, பின்மாலைப் பொழுதில் மழை கொட்டத் தொடங்கியது. திடீரென்று சத்தமில்லாமல் ஊடுருவிவந்த இருட்டு, அந்தச் சின்னப் பெண்பிள்ளையை அச்சுறுத்தியது. அவள் அழுதாள். பயத்தில் முனகினாள். இறுதியாக, ஒரு பெரிய மரத்துக்கு அடியில் இருந்த அடர்த்தியான இலைத் திரள்கள் மீது மயங்கிவிழுந்தாள். மழை நிற்க, லட்சக்கணக்கான சுவர்க்கோழிகள் ரீங்கரிக்கத் தொடங்க, தன்னுடைய வாழ்க்கை முடிந்துவிட்டது என்றே கல்பனா நினைத்துக்கொண்டாள்.

அன்று காலை அவ்வளவு உற்சாகத்தோடு பள்ளிக்குக் கிளம்பியதை அவள் நினைத்துப்பார்த்தாள். ஆனால், ஒரு வார்த்தையால், அஜ்ஜியின் முட்டாள்தனமான நம்பிக்கையால் இப்போது காட்டில் தொலைந்துபோயிருக்கிறாள். ஒரு நொடி தந்த துணிச்சலில் மரத்துக்கு அடியில் நின்றுகொண்டு, கடவுள்கள் அவளுடைய குரலைக் கேட்டு, காட்டிலிருந்து வெளியேறுவதற்கான வழியைக் காட்டுவார்கள் என்ற நம்பிக்கையோடு 'விநாயகா, விநாயகா' என்று கத்தினாள். யானை முகத்தானாக இல்லையென்றாலும்கூட நடனமாடும் பட்டாம்பூச்சியாகவாவது வருவார் என்று நம்பினாள். ஆனால், சின்ன எதிரொலிகூட இல்லாமல் வார்த்தைகள் வற்றிப்போயின. அவளுக்காக விநாயகர் வரவில்லை. வெறுமனே கடவுளை மட்டுமல்லாமல், அவளது வார்த்தையையும், அவளுக்குள்ளாக இருந்த ஒலியையும் அவள் சீக்கிரத்தில் இழக்கவிருந்தாள்.

அந்த இரவு குறித்து நினைத்துக்கொண்டே, கிறீச்சிடும் மின்விசிறிக்குக் கீழே படுத்திருந்த கல்பனா அழத் தொடங்கினாள். கட்டுப்படுத்திக்கொள்ள முடியாத அளவுக்குத் தேம்பினாள். தீக்ஷா அவளை நோக்கி வேகமாக நகர்ந்தாள். தன் உடலால் அவளைச் சூழ்ந்துகொண்டாள். என்ன செய்கிறோம் என்று தெரியாமலேயே அவளது அக்காவைத் தாலாட்டத் தொடங்கினாள்.

அடுத்த நாள் காலையில் தீக்ஷா எழுந்தபோது, அறை இன்னும் இருட்டிக்கிடந்தது. முன்னறையில் விடியல் வெளிச்சத்தைப் பார்த்தாள்; முன்னரே விழித்துக்கொண்ட பறவைகளின் சத்தத்தையும் கேட்டாள். அவள் கல்பனாவின் படுக்கையில் படுத்திருந்தாள். கல்பனா சுவரில் சாய்ந்து உட்கார்ந்திருந்தாள். அவள் ஒரு கையில் குறிப்பேடும், மற்றொரு கையில் பென்சிலும் வைத்திருந்தாள். அவள் தீவிரமாகப் பக்கம்பக்கமாக ஏதோ கிறுக்கிக்கொண்டிருந்தாள், வரைந்துகொண்டிருந்தாள்.

கல்பனா என்ன செய்துகொண்டிருக்கிறாள் என்று பார்க்க தீக்ஷா முயன்றாள். ஆனால், கல்பனா அவளைத் தள்ளிவிட்டாள். அவள் வெளியே வந்து முன்னறையில் மின்விசிறிக்குக் கீழாகப் படுத்துக்கொண்டாள். அறையின் ஒரு மூலையில் அஜ்ஜி தனது மெத்தையில் படுத்திருந்தார். அவர் உண்மையிலேயே தூங்கவில்லை என்று தீக்ஷா தெரிந்துகொண்டாள்.

அன்று ஹெப்ரியில் உள்ள தனியார் மருத்துவமனையில், நரம்பியல் மருத்துவரை மாலை நான்கு மணிக்குப் பார்ப்பதாக இருந்தது. அப்பா அரை நாள் விடுப்பு எடுத்திருந்தார். கல்பனாவையும் அவளது பெற்றோரையும் தனது ஆட்டோவில் அழைத்துச்செல்ல பாபு வந்திருந்தான். அப்போதுதான் தீக்ஷா பள்ளியிலிருந்து திரும்பியிருந்தாள். கிளம்பும்போது, 'வீட்டிலேயே இரு. எங்கேயும் வெளியே போகாதே' என்றார் அவளது அம்மா.

தீக்ஷாவுக்குச் சந்தோஷமாக இருந்தது. எதிர்பாராத விதமாக அவளும் அஜ்ஜியும் மட்டுமே இருக்கப்போகிறார்கள். எப்போதும் உற்சாகமாக இருக்கும் அவளுடைய அக்கா நேற்றைய இரவு அவ்வளவு மோசமாகத் தேம்பி அழுததைப்

பார்த்தது அவளுக்குப் பெரும் வலியைக் கொடுத்தது. அவள் அவளை அணைத்துக்கொண்டாள், அவளோடு சேர்ந்து அழுதாள். ஆனால், வேறு என்ன சொல்வது என்றோ செய்வது என்றோ அவளுக்குத் தெரியவில்லை.

புத்தகப்பையை முன்னறையில் போட்டுவிட்டு, திறந்திருந்த கதவின் ஊடாக மலைகளைப் பார்த்துக்கொண்டு உட்கார்ந்திருந்தாள் தீக்ஷா. முதலில் தோன்றிய சில மாலைநேர மேகங்கள் மலைகளுக்கு அருகில் திரண்டிருந்தன. அவை சீக்கிரத்தில் அவளது கிராமத்துக்கு வந்துவிடும். அஜ்ஜி முன்னறையில் சுற்றி நடந்துகொண்டிருந்தார் என்றாலும், ஓரக்கண்ணால் தீக்ஷா என்ன செய்கிறாள் என்று பார்த்துக்கொண்டே இருந்தார். தீக்ஷாவுக்கும் வாயிற் கதவுக்கும் இடையே வாழ்க்கையின் பிரம்மாண்டமான நிழல்போல் வந்து நின்றார் அஜ்ஜி.

'நேற்று ராத்திரி கல்பனா அவ்வளவு சத்தம் போட்டாள். அவள் உன்னோடு பேசிக்கொண்டிருந்தாளா?'

தீக்ஷா உற்சாகமாகப் பதில் சொன்னாள். 'இல்லையே. நான் அவளோடு பேசிக்கொண்டிருந்ததை நீ கேட்டிருக்க வேண்டும். அவள் முழுக்க ஊமையாகிவிட்டாள் என்று நினைக்கிறேன். நான் அவளைக் கிள்ளியும் பார்த்தேன். ஆனாலும், அவளிடமிருந்து சிறு சத்தமும் வரவில்லை. என்ன செய்றது அஜ்ஜி?'

அஜ்ஜிக்குக் கோபம் வந்தது. 'அவளை ஊமை என்று சொல்லாதே. அவள் ஊமையில்லை. என் புருஷன்காரன்போல், அவ்வளவு பிடிவாதக்காரி. அவள் அப்படியே அவளது அஜ்ஜாவை உரித்துவைத்திருக்கிறாள். அவர் பேசுவதில்லை என்று முடிவெடுத்துவிட்டால், யாராலும் அவரைப் பேசவைக்க முடியாது. என் மீது கோபமாக இருந்தால், நாட்கணக்கில் என்னோடு பேசாமல் இருப்பார்.'

'கல்பனா என் அஜ்ஜாவைப் போலவா!' தீக்ஷா கிளுகிளுத்தாள். அவளுடைய தாத்தா பற்றிய நினைவுகள் எதுவும் அவளுக்கு இல்லை. ஆனால், கல்பனாவை ஒரு கிழவராக நினைத்துப்பார்ப்பது, அதுவும் அஜ்ஜி இப்போது இருப்பதுபோல் அவர் இருந்திருக்க வேண்டும் என்ற சிந்தனையே அவளைச் சிரிக்கவைக்கப் போதுமானதாக இருந்தது.

அவள் ஒரு நொடி யோசித்து, 'அவர் உன்கிட்ட மட்டும்தான் பேச மாட்டாரா அல்லது யார்கிட்டேயும் பேச மாட்டாரா?' என்று கேட்டாள்.

அஜ்ஜி பதில் சொல்லாமல் அவளை முறைத்துப்பார்த்தார். மேலும்கீழும் நடப்பதைத் தொடர்ந்தார்.

'அஜ்ஜி, கல்பனா உன் மீது ரொம்பக் கோபமாக இருக்கிறாள். அன்னிக்கு நீ என்ன செஞ்சே?'

அஜ்ஜியின் சீற்றம் அவ்வளவு வேகமாக வெடித்தது. அவள் தீக்ஷாவை நோக்கிப் பாய்ந்தார். அவளது தோள்களைப் பிடித்துக்கொண்டு ஆட்டினார். 'செஞ்சேனா? நான் என்ன செய்தேன்? நான் எதுவும் செய்யல. கல்பனா பள்ளிக்கூடம் போனா. வழியில ஏதாவது அவளுக்கு நடந்திருக்கலாம்.'

'ஆனால், நீ ஏதோ சொன்னதாக அவள் என்னிடம் சொன்னாள்.'

'ஆ... அவ உன்னிட்ட பேசியிருக்கா.'

'இல்லை. எழுதிக்காட்டினாள். இப்போதெல்லாம் அவள் ஏதாவது எழுதிக்கிட்டு இருக்கா அல்லது வரைஞ்சுகிட்டு இருக்கா. நீ அவளிடம் விநாயகர் பற்றி ஏதோ சொல்லியிருக்கே.'

அஜ்ஜி சத்தம் எழுப்பாமல் அழத் தொடங்கினார். இதைப் பார்த்தவுடன் அவரிடம் கேட்க வேண்டும் என்று இருந்த கேள்விகள் எல்லாவற்றையும் தீக்ஷா மறந்துவிட்டாள். அவருக்கு அருகில் வந்து அவரது மடியில் தலைவைத்துப் படுத்தாள். 'நான் பொறுப்பில்லை. என் குழந்தைக்கு நானே ஏன் கேடு செய்ய வேண்டும்?' என்றார் அஜ்ஜி.

'ஆனால், என்ன நடந்தது அஜ்ஜி?'

'உன்னால் புரிந்துகொள்ள முடியாது.'

'இல்லை. சொல்லு. நான் யார்கிட்டேயும் சொல்ல மாட்டேன்.'

'உன் அப்பனுக்குத் தெரியவந்தால், அவன் என்ன செய்வான்னு யாருக்குத் தெரியும்? எப்படியிருந்தாலும் உன் அம்மா என்னைத்தான் குறைசொல்லுவாள்.'

'சத்தியமா நான் யார்கிட்டேயும் சொல்ல மாட்டேன்.'

'சொல்லுறதுக்கு ஒன்னுமில்லை தீக்ஷா' என்றார் அஜ்ஜி. அவருக்குள் அடைப்பட்டிருந்த வார்த்தைகள் வெளியே வந்ததில் நிம்மதியானார். அவர் தொடர்ந்து அனுபவித்துக்கொண்டிருந்த வேதனை இப்போதுதான் அதற்கான குரலைக் கண்டெடுத்தது. 'நான் என்னுடைய பிரார்த்தனைகளை ஒவ்வொரு காலையும் சொல்வேன் என்று உனக்குத் தெரியும்தானே. நான் விநாயகரைப் பிரார்த்தித்துக்கொண்டிருக்கும்போது, பள்ளிக்கூடம் புறப்பட மழை நிற்பதற்காகக் காத்திருந்தவள் என்னைத் தொடர்ந்து நச்சரித்துக்கொண்டிருந்தாள். என்னுடைய பிரார்த்தனையைச் சொல்ல விடவே இல்லை. "உன்னுடைய பிரார்த்தனைகளை யார் கேட்கிறார்கள்? உன்னுடைய பிரார்த்தனைகள் எங்கே போகின்றன? உன்னுடைய வார்த்தைகள் எங்கே போகின்றன?" என்று அவள் கேட்டதில் நான் எரிச்சலடைந்தேன். நான் அவளைக் கண்டுகொள்ளவில்லை. ஆனாலும், மேலும்மேலும் எரிச்சலூட்டினாள். மழை நின்ற உடனே, நான் காற்றுக்குள்ளும் மேகங்களுக்குள்ளும் என்னுடைய பிரார்த்தனையை உரக்கச் சொன்னேன். "இப்போது போ. இந்த வார்த்தைகளைப் பின்தொடர்ந்து போ" என்று அவளிடம் சொன்னேன். நான் இதை வேடிக்கையாகத்தான் சொன்னேன். என்னுடைய பிரார்த்தனைகளைக் கேட்டுக்கொண்டிருக்கும் கடவுள்களைத் தேடி அவள் உண்மையிலேயே போவாள் என்று நான் கற்பனைகூட செய்துபார்க்கவில்லை. நான் சொல்வதைக் கேட்டு கல்பனா சிரித்துக்கொண்டே பள்ளிக்கு ஓடிப்போனாள். எனக்கு இவ்வளவுதான் தெரியும். நான் இவ்வளவுதான் செய்தேன். என்னை எப்படிப் பொறுப்பாக்க முடியும்?'

'அவள் வார்த்தைகளுக்குப் பின்னால் ஓடினாளா? உன்னுடைய கடவுள்களைப் பார்க்க அவற்றுக்குப் பின்னால் போனாளா?' என்று கேட்டாள் தீக்ஷா.

'இல்லை, இல்லை. நான் கறாராக எதுவுமே சொல்லவில்லை. வார்த்தைகள் எங்கே போகின்றன என்று எனக்குத் தெரியாது. ஆனால், அவள் அதற்குப் பின்னால் ஓடிச்சென்றிருந்தாலும்கூட, மூன்று நாள்களுக்கு அவள் ஏன் காணாமல்போக வேண்டும்?'

'ஒருவேளை உண்மையிலேயே அவை எங்கே செல்கின்றன என்று அவள் கண்டுபிடித்திருக்கலாம்' என்றாள் தீக்ஷா வருத்தமான குரலில்.

அஜ்ஜி முகம்சுளித்தார். 'அப்படி அவ கண்டுபிடித்திருந்தால், ஊமைப் பெண்ணாக இல்லாமல் அவள் ஞானியாகியிருப்பாள். அவளாகவே விநாயகரைக் கண்டுபிடித்திருப்பாள்.'

'ஆனால் அஜ்ஜி, கோயில்களில்தானே விநாயகர் இருக்கிறார். ஒருவேளை அவள் அங்கே சென்றிருக்கலாம்.'

'இல்லை. அவள் எந்தக் கோயிலிலும் இல்லை. நாங்கள் எல்லா இடங்களிலும் தேடிவிட்டோம்.'

தீக்ஷா கொஞ்சம் யோசித்தாள். 'அவள் விநாயகரைக் கண்டுபிடிக்கவில்லை என்றே நினைக்கிறேன். விநாயகர் ஒரு பொய் என்று அவள் எழுதிக்காட்டினாள்.'

'ஓ, நீ பாடம் எடுத்தது அதைப் பத்திதானா?' தீக்ஷாவின் காதுகளை அஜ்ஜி செல்லமாகக் கிள்ளினார்.

'இல்லை. அது நாயால் கன்னடம் பேச முடியுமா என்பது பற்றிய பாடம்.'

'தீக்ஷா நீ ஜாக்கிரதையாக இருக்க வேண்டும். இதப் பத்தியெல்லாம் யோசிக்கிறதை நிறுத்து. கன்னடம் என்றால் என்ன, மொழி என்றால் என்ன என்றெல்லாம் ஏன் கேட்டுக்கொண்டிருக்கிறாய்? அவை என்னவென்று நம் எல்லோருக்கும் தெரியும்தானே. நீ வளர்ந்தால் நீயும் தெரிந்துகொள்வாய். தேவையில்லாமல் இது போன்ற கேள்விகளையெல்லாம் கேட்டுக்கொண்டிருக்காதே.'

'ஆனால் அஜ்ஜி, உனக்கு வயசாயிடுச்சு. இருந்தாலும் இதுக்கெல்லாம் உனக்கு விடை தெரியவில்லையே.'

அஜ்ஜி நிதானமாகப் பதில் சொன்னார். 'நான் படித்தவள் இல்லை. நான் பள்ளிக்கூடம் போனது கிடையாது. என்கிட்ட என்ன இருக்கு? என்னோட பிரார்த்தனைகள் மட்டும்தான்.'

'ஆனால், மொழி பொய்யில்லை என்று உனக்குத் தெரிந்திருக்கிறது. விநாயகர் பொய்யில்லை என்று உனக்குத் தெரியும்.'

'ஆமாம், அது எனக்குத் தெரியும். நான் படித்தவள் இல்லை என்றாலும் நான் எழுபது வருடங்கள் வாழ்ந்துவிட்டேன். அதனால், எனக்குத் தெரியும்.'

அலைஅலையாக வந்த தவக்களைகளின் சத்தத்தையும், பேருந்து துப்பும் ஒலியையும், கோயிலின் பலவீனமான மணியோசையையும் கேட்டுக்கொண்டே இருவரும் இருளில் மௌனமாக உட்கார்ந்திருந்தார்கள். கல்பனா நல்லபடியாக வருவாள் என்ற நம்பிக்கையோடு தீக்ஷா காத்திருந்தாள். அவளது முட்டாள்தனத்தை மருத்துவர் குணப்படுத்துவார் என்று நம்பினாள்.

அஜ்ஜி சிரமப்பட்டு எழுந்துகொண்டார். முன்னறையில் மின்விளக்கைப் போட்டுவிட்டு, விளக்கேற்ற உள்ளே சென்றார். அவர் விளக்கேற்றி முடித்த பின், 'சரி அஜ்ஜி, விநாயகர் உண்மையிலேயே கோயிலில் இருக்கிறாரா? என்னுடைய பிரார்த்தனை இந்த விநாயகருக்குப் போகிறதா அல்லது வேறு ஏதாவது விநாயகருக்குப் போகிறதா?' என்று தீக்ஷா கேட்டாள்.

விநாயகர் என்பது வெறும் வார்த்தைதானா என்றே அவள் கேட்க விரும்பினாள். பிற எல்லா வார்த்தைகள்போலவே கடவுள் என்பதும் வெறும் வார்த்தைதானா. கடவுள்கள் என்று எவரும் செவிகொடுக்க இல்லாமல், பிரார்த்தனைகள் என்பது வெறுமனே கூடுதலான வார்த்தைகளால் ஆனது மட்டும்தானா என்றே தீக்ஷா கேட்க விரும்பினாள். பதில் எதையும் இந்தக் கேள்விகள் கோரவில்லை என்று தெரிந்துகொண்டு அஜ்ஜி அமைதியாக இருந்தார்.


மருத்துவரிடம் சென்றது அவ்வளவு ஒன்றும் பயன்தரக்கூடியதாக இல்லை. அந்த நிபுணர் நயமற்று நடந்துகொண்டார். கல்பனாவையும் அவளது பெற்றோரையும் கிராமத்து முட்டாள்கள்போல் நடத்தினார். என்ன நடந்தது என்று தெரிந்துகொண்ட பின், கல்பனா ஏதேனும் எதிர்வினை கொடுக்கிறாளா என்று பார்ப்பதற்கு நரம்பியல் நிபுணர்கள் வழக்கமாகச் செய்யும் அடிப்படைப் பரிசோதனைகள் சிலவற்றை முடித்தார். அவளிடம் குறை எதையும் அவரால் கண்டுபிடிக்க முடியவில்லை.

கல்பனா உடல்ரீதியாக ஆரோக்கியமாக இருப்பதாக அவளது அப்பாவிடம் தெரிவித்தார். 'ஆனால், மனரீதியாக என்னால் சொல்ல முடியாது' என்று சொல்லி மேலும் தொடர்ந்தார்:

'அவளுக்கு அதிர்ச்சி ஏற்பட்டிருந்தால் அதனாலும் குரலை அவள் இழந்திருக்கலாம். அதுக்கு நாம் சில மூளைப் பரிசோதனைகள் செய்ய வேண்டும். ஆனால், அதை இங்கே செய்ய முடியாது. அவளுக்கு மூளையில் ஏதாவது நடந்திருக்குமானால் என்ன செய்வது என்று நாம் யோசிக்க வேண்டும். இப்போது அவளால் பேச முடியவில்லை என்பதால், அவளுக்குப் பேச்சு பழகும் சிகிச்சையைக் கொடுக்கலாம்.' வார்த்தைகள் ஆழப் பதிய வேண்டும் என்பதற்காக அவர் சற்றே அமைதியாக இருந்தார். அவர் அவளது அப்பாவை நோக்கி மட்டுமே பேசிக்கொண்டிருந்ததால், அவர் மீது கல்பனா வெளிப்படுத்திய எரிச்சலை அவரால் பார்க்க முடியவில்லை. 'ஆனால், பிரச்சினை என்னவென்றால், அதற்கான வசதிகள் எதுவும் இங்கு இல்லை. நீங்கள் பெங்களூரு போவதுதான் நல்லது. நீங்கள் அங்கே சில காலம் தங்க வேண்டியும் இருக்கலாம். ஏனெனில், அவள் குணமாகக் கொஞ்ச நாள்கள் எடுத்துக்கொள்ளும்.'

இறுதியாக அம்மா பேசினார். 'நாங்கள் அதைச் செய்தால் கல்பனா மீண்டும் பேசத் தொடங்குவாளா?'

'அதை என்னால் சொல்ல முடியாது. ஏன் கடவுளாலும் சொல்ல முடியாது.' மருத்துவர் எரிச்சலடைந்ததுபோல் தெரிந்தார்.

கல்பனா அவரை முறைத்துப்பார்த்து, கிளம்புவதற்குத் தயாரானாள். அவளது அம்மா அவளை இழுத்து நாற்காலியில் உட்காரவைத்தார்.

அப்பாவுக்கு ஏமாற்றமாக இருந்தது. அவரது வேலையை விட்டுவிட்டு எப்படி பெங்களூரு போக முடியும்? அவர்கள் எங்கே தங்குவார்கள்? இந்தப் பரிசோதனைகளுக்கெல்லாம் எங்கிருந்து பணம் திரட்டுவது? அவர், 'டாக்டர், அவளுக்குக் கொடுக்க மருந்து ஏதும் இல்லையா? அவளைப் பேசவைப்பதுபோல்?' என்று கேட்டார்.

மருத்துவர் ஏற்கெனவே எதையோ கிறுக்கிக்கொண்டிருந்தார். 'அவள் தன்னை அமைதிப்படுத்திக்கொள்ள மருந்து எழுதிக் கொடுக்கிறேன். அதிர்ச்சியிலிருந்து மீள்வதற்கு அது அவளுக்கு உதவியாக இருக்கும்.' மூவரும் எழுந்துகொண்டார்கள். அப்பா மருந்துச் சீட்டை வாங்கிக்கொண்டார். 'பொறுமையாக

இருங்கள்' என்று, அயர்ச்சியில் வளைந்திருந்த அவர்களது முதுகுக்குப் பின்னால் மருத்துவர் முணுமுணுத்தார்.

மருத்துவமனைக்கு வெளியிலேயே இருந்த மருந்துக்கடைக்குச் சென்றார்கள். கடையில் இருந்தவன் அப்பாவை அக்கறையோடு பார்த்தான். 'வேறு ஏதாவது மருந்து சாப்பிடுகிறீர்களா? ரத்த அழுத்தத்துக்கு?'

அப்பா குழம்பிப்போனார். 'இல்லையே.'

மருந்துக்கடைக்காரன், 'இந்த மருந்தை ரத்த அழுத்த மருந்தோடு எடுத்துக்கொண்டால் பக்கவிளைவுகள் இருக்கும். அதனால்தான் தெரிந்துகொள்ளக் கேட்டேன்' என்றான்.

உடனடியாக அம்மாவும் சேர்ந்துகொண்டார். 'இந்த மருந்து எதுக்கானது?'

'பெரிசா எதுவும் இல்லை. இதை எடுத்துக்கொண்டால் எப்போதும் தூக்கக்கலக்கமாக இருக்கும். உங்கள் கணவர் இன்னும் நல்லா தூங்குவார். ஆனால், இதைப் பழக்கமாக்கிக்கொள்ள வேண்டாம்.' அம்மாவின் முகம் வெளிப்படுத்தியதை அவன் பார்க்கும்வரையில் அவர்களைப் பார்த்துப் பல்லிளித்துக்கொண்டிருந்தான்.

இப்போது கவலையோடு, 'இது என் மகளுக்கு' என்றார் அப்பா. அவர் அப்படிச் சொன்னவுடன் மூவரும் கல்பனா பக்கம் திரும்பினார்கள். கடைக்கு அருகில் சுற்றிக்கொண்டிருந்த இருவரும்கூட கல்பனாவைத் திரும்பிப்பார்த்தார்கள்.

'உங்க பெண்ணுக்கா? என்ன நடந்தது? அவள் சரியா தூங்குறது இல்லையா?'

வேடிக்கை பார்த்துக்கொண்டிருந்தவர்களில் ஒருவன் அம்மாவிடம், 'தூங்கப் போகுறதுக்கு முன்னாடி ஒரு டம்ளர் பாலில் கொஞ்சம் மஞ்சள் கலந்து கொடுங்கள். அவள் மிக நன்றாகத் தூங்குவாள்' என்றான்.

மருந்துக்கடைக்காரனும் ஏதும் சொல்லாமல் இருக்கக் கூடாது என்பதற்காக, 'உங்க பெண்ணுக்கு இது சரியான மருந்து இல்லை என்றே நினைக்கிறேன். அவளுக்கு என்ன பிரச்சினை?' என்று கேட்டான். மீண்டும் எல்லோர் பார்வையும் கல்பனா

பக்கம் திரும்பியது. அவள் அங்கிருந்து விலகினாள். அவளை அவளது அம்மா வேகமாகப் பின்தொடர்ந்து சென்றார்.

அப்பா இங்குமில்லாமல் அங்குமில்லாமல் சிக்கிக்கொண்டார். அவர், 'சரி, இரண்டு மாத்திரைகள் மட்டுமே கொடு. ரொம்ப அவசியம் என்றால் மட்டுமே எடுத்துக்கொள்கிறோம்' என்றார்.

மாத்திரைக்கான பணத்தைக் கொடுத்தார். கவுன்டர் மேல் சாய்ந்து நின்றுகொண்டு, கன்னட தினசரியான '*பிரஜாவாணி*'யைப் படித்துக்கொண்டிருந்த வயதானவர் ஒருவர், 'அவளைத் தேவி கோயிலுக்குக் கூட்டிக்கிட்டுப் போங்க. இந்தப் பெண்ணுக்கு என்ன பிரச்சினை இருந்தாலும் அங்கே தீர்த்துவைப்பார்கள்' என்றார்.

மௌனமாக உட்கார்ந்திருந்த மூவரையும் வீட்டுக்கு ஓட்டிவந்தான் பாபு. மருத்துவர் சொன்னதன் மீது கல்பனா எந்த ஈடுபாடும் காட்டவில்லை. பிரச்சினை என்னவென்று அவளுக்குத் தெரியும். அதை மருந்துகளால் குணப்படுத்த முடியாது. அப்பா இன்னும் பெங்களூரு குறித்து நினைத்துக்கொண்டிருந்தார். கல்பனா எப்போது பள்ளிக்கு மீண்டும் போகப்போகிறாள் என்பது குறித்து அம்மா யோசித்துக்கொண்டிருந்தார்.

'எல்லாம் நல்ல விதமாக இருக்கிறது என்று டாக்டர் சொன்னாரா?' என்று பாபு கேட்டான்.

அப்பா பதிலாக ஏதோ உறுமினார். அது காற்றை வெளியேற்றிய ஆட்டோவின் மற்றொரு வெடிச் சத்தம்போல் இருந்தது.

மறந்துபோன மருந்துகள் இருக்கும் சிறிய டப்பாவில் அந்த மருந்தும் போடப்பட்டது. கல்பனா படுக்கையில் உடலை நீட்டிப் படுத்துக்கொண்டவுடன் தீக்ஷா அவளுக்கு அருகில் வந்து உட்கார்ந்துகொண்டாள். அவள் அஜ்ஜியோடு பேசியதையும், அஜ்ஜி அவளிடம் சொன்னதையும் அவள் உற்சாகமாகச் சொல்லிக்கொண்டிருந்தாள். 'நீ என்ன செய்தாய் என்று எனக்குத் தெரியும்' என்று கிசுகிசுத்தாள். 'அஜ்ஜியின் பிரார்த்தனை விநாயகரிடம் கொண்டுசெல்கிறதா என்று பார்க்க, அதைப் பின்தொடர்ந்து சென்றிருக்கிறாய்.'

இதற்கு எதிர்வினையாற்ற முடியாத அளவுக்கு கல்பனா அயர்ச்சியாக இருந்தாள்.

‘கவலைப்படாதே. உனக்காக நான் விடை கண்டுபிடிக்கிறேன். அப்புறம் நீ பேசத் தொடங்கலாம்’ என்றாள் தீக்ஷா மிகுந்த நம்பிக்கையோடு. தங்கையின் உற்சாகத்தைப் பார்த்து கல்பனா புன்னகைத்தாள். ‘நான் பிரார்த்தனையைத் தொடர்ந்துசென்று விநாயகர் எங்கு இருக்கிறார் என்று நான் உனக்குக் காட்டுகிறேன்’ என்று தீக்ஷா பெருமையோடு அறிவித்தாள். கல்பனா அதிர்ந்துபோய், அவளது தோளில் சற்றே பலமாக அடித்தாள். அவளது தலையை மிக வேகமாக இடவலமாக ஆட்டினாள்: *வேண்டாம், வேண்டாம், வேண்டாம்.*

தீக்ஷா அவளைப் பார்த்து, ‘நீ இவ்வளவு மோசமா அடிக்கிற’ என்று சொல்ல, சிரித்துக்கொண்டே இருவரும் படுக்கையில் விழுந்தார்கள். தீக்ஷாவைத் தூக்கம் இழுத்துக்கொண்டுசெல்ல, அப்போது தன்னுடைய கன்னட ஆசிரியரிடம் கேட்பதற்குப் புதிய கேள்வி ஒன்று இருப்பதை அவள் உணர்ந்துகொண்டாள்.

உபாத்யா வகுப்பறைக்குள் நுழைந்தபோது, வேகமாக எழுந்து, வயதாகிக்கொண்டிருக்கும் ஓட்டுக் கூரையை நோக்கி தீக்ஷா கையை உயர்த்திவைத்துகொண்டு நிற்பதைப் பார்த்தார். இன்னும் கொஞ்சம் பலம் மட்டும் அவளுக்குக் கிடைத்திருக்குமானால் அவள் கூரையை நோக்கிப் பறந்திருப்பாள் போலும். அவளது கண்கள் மின்னின. விரிந்த புன்னகை. இதைப் பார்த்து உபாத்யா சந்தோஷப்பட்டார். அவரது மனதை உணர்வுபூர்வமாகச் சுத்திகரித்த முந்தைய வகுப்பு, சூழ்நிலையை முற்றிலுமாக மாற்றியிருந்தது. தான் சொல்வதைக் கேட்பதில் மாணவர்கள் விருப்பம் காட்டுகிறார்களா இல்லையா என்பது அவருக்கும் அவ்வளவு முக்கியத்துவமற்றதானது. வகுப்பில் நிகழ்த்திக்காட்டவே அவர் விரும்பினார். கவிதைகளும் கதைகளும் படிப்பதில் உள்ள சந்தோஷத்தை மாணவர்களுக்கு நிகழ்த்திக்காட்ட விரும்பினார். ஆகவேதான், புதிதாகக் கண்டெடுக்கப்பட்ட, அறிவிக்கப்படாத புரவலரான தீக்ஷாவுக்குச் செல்லம் கொடுப்பதற்கும் அவர் தயாரானார்.

குமாரியும் குதித்து எழுந்துகொண்டு தீக்ஷாவோடு நின்றாள். அவளிடம் கேட்பதற்குக் கேள்வி எதுவும் இல்லையென்றாலும்,

தீக்ஷாவோடு அவள் கொண்டிருக்கும் தோழமையைக் காட்டுவதென்று முடிவெடுத்தாள்.

‘சார் சார், எனக்கு இன்னொரு கேள்வி இருக்கிறது’ என்றாள் தீக்ஷா வேகமாக.

மாணவர்கள் எல்லோரும் சிரித்தார்கள். உபாத்யாகூடப் புன்னகைத்தார். ‘இந்த முறை என்ன?’

‘சார், நான்...’ குமாரியைப் பார்த்து, ‘நாங்கள் வார்த்தைகள் எங்கே போகின்றன என்று தெரிந்துகொள்ள விரும்புகிறோம்’ என்றாள்.

வகுப்பு மீண்டும் சிரிப்பில் வெடித்தது.

உபாத்யா மாணவர்களை அமைதியாக இருக்குபடி கேட்டுக் கொண்டார். ‘தீக்ஷா நீ உண்மையிலேயே என்ன கேட்கிறாய்?’

‘சார், நான் கல்லைத் தூக்கிப்போட்டால் அது ஏதோ ஓர் இடத்தில் விழுவதை நம்மால் பார்க்க முடிகிறது. சரிதானா சார்? அப்படியென்றால், நான் பேசும்போது என்னுடைய வார்த்தைகள் எங்கே போகின்றன?’

தான் எதுவும் கேட்காமல் இருக்கக் கூடாது என்பதற்காக குமாரியும், ‘சார், நான் ஒரு வார்த்தை சொல்கிறேன் என்றால், அது என் வாயிலிருந்துதான் விழுகிறதா?’ என்று கேட்டாள்.

உபாத்யா குழம்பிப்போனார். ஆனாலும், ‘இந்தக் கேள்விக்கு வேறு யாராவது பதில் சொல்கிறார்களா என்று பார்ப்போம். வார்த்தைகள் உங்கள் வாயிலிருந்து வெளியேறி விழுகின்றனவா?’ என்று கேட்டார். யாராவது பதில் சொல்ல முன்வருகிறார்களா என்று சுற்றிலும் பார்த்தார்.

வகுப்பு அமைதியாக இருந்தது. வகுப்பில் எப்போதும் நன்றாகப் படிக்கும் ஒரு மாணவனைப் பொறுக்கியெடுத்தார்.

‘மஞ்சுநாதா, நீ சொல்லு. நீ ஒரு வார்த்தையைச் சொல்லும்போது அது வெளியே வந்து விழுகிறதா?’

மஞ்சுநாதன் எழுந்துநின்றான். ‘இல்லை சார். விழுவதற்கு எதுவும் இல்லை. நான் மேசை என்று சொன்னால், என் வாயிலிருந்து ஒரு மேசை வந்து விழுவதில்லை.’

எல்லோரும் உரக்கச் சிரித்தார்கள். ஓரிரு மாணவர்கள் தங்கள் மேசையைத் தட்டி தங்களுடைய ஏற்பை வெளிப்படுத்தினார்கள். தீக்ஷாவும் குமாரியும்கூடப் புன்னகைத்தார்கள். மஞ்சுநாதனின் மெலிந்த, நீளமான வாயிலிருந்து மேசை ஒன்று வந்து விழுவதாகக் கற்பனை செய்துபாருங்கள்!

ஆனாலும் குமாரி சளைக்காமல், 'சார், வாயிலிருந்து மேசை வருவதை மறந்துவிடுவோம். வாயிலிருந்து வார்த்தை வருகிறதா இல்லையா என்று தயவுசெய்து நீங்கள் அவனிடம் கேளுங்கள்' என்றாள்.

தீக்ஷாவும் சேர்ந்துகொண்டாள். 'ஆமாம் சார், அவனிடம் அதைக் கேளுங்கள்.'

தீக்ஷாவுக்கும் குமாரிக்கும் அருகில் அமர்ந்திருக்கும் சில மாணவிகள் கைதட்டினார்கள்.

உபாத்யாவால் இதை ஏற்றுக்கொள்ள முடியவில்லை. 'வகுப்பில் கையெல்லாம் தட்டக் கூடாது. இது முக்கியமான கலந்துரையாடல். உங்களுக்கெல்லாம் கலந்துரையாடல் என்றால் என்னவென்று தெரியுமா?' தயக்கத்தோடு சில தலைகள் மேலும்கீழும் அசைந்தன.

'ஆக, மஞ்சுநாதா உன் வாயிலிருந்து வார்த்தைகள் வருகின்றனவா இல்லையா என்று இந்த இரண்டு பெண்களிடமும் சொல்லு.' மஞ்சுநாதா அமைதியாக இருப்பதைப் பார்த்து அவர், 'ஒரு வார்த்தையைச் சொல், ஏதாவது ஒன்று' என்று சேர்த்துக் கொண்டார்.

மஞ்சுநாதனின் இரண்டு நண்பர்கள் 'மேசை, மேசை' என்றார்கள்.

மஞ்சுநாதன் மிக மெதுவாக, 'மேசை' என்ற வார்த்தையை உச்சரித்து, அவனது வாயிலிருந்து ஏதோ ஒன்று வெளியே வந்துவிழுவதுபோல் நடித்துக்காட்டினான். அது கீழே விழும்போது அதைக் கையில் ஏந்திக்கொள்வதுபோல் பாவனை செய்தான். அந்த வார்த்தை மிகக் கனமாக இருப்பதுபோல் உடம்பை முன்னோக்கி வளைத்துக்கொண்டான். மொத்த வகுப்பும் கைதட்டியது.

மஞ்சுநாதனைப் பார்த்து, 'வார்த்தை உன் வாயிலிருந்து வெளியே வந்தது' என்றாள் குமாரி.

தீக்ஷா சேர்ந்துகொண்டாள். 'எச்சில் துப்புவதுபோல்தான். உன் வாய் திறந்திருந்தது. நீ வார்த்தையை வெளியே துப்பினாய்.'

வகுப்பின் மீது அமைதி படர்ந்தது. அவர்களால் முழுமையாகப் புரிந்துகொள்ள முடியவில்லை. ஆனாலும், எல்லோரும் முக்கியமான 'கலந்துரையாடல்' நடந்துகொண்டிருப்பதாக உணர்ந்தார்கள்.

உபாத்யா மகிழ்ந்துபோனார். 'ஆமாம், எச்சில்போல். எச்சில் கீழே விழுகிறது.'

தீக்ஷா குறுக்கிட்டாள். 'சார், அவன் சொன்ன வார்த்தை என்னை வந்துசேர்ந்தது. இவளிடம் வந்தது. உங்களிடமும். ஆக, வார்த்தைகளும் நகர்கின்றன.'

மஞ்சுநாதன் உட்கார்ந்துகொண்டான். இப்படியான கேள்விகளை அவன் நினைத்துப்பார்க்கவில்லை. நகைச்சுவையாக ஏதாவது சொல்லி தனது நண்பர்களைச் சிரிக்கவைக்க வேண்டும் என்று மட்டுமே அவன் நினைத்தான்.

'சார், இந்த வார்த்தை எப்படி அவனிடமிருந்து உங்களிடம் வந்தது என்று நாங்கள் தெரிந்துகொள்ள விரும்புகிறோம்' என்று கேட்டாள் குமாரி.

திடீரென்று, அவர்களுடைய நினைவில் முதன்முறையாக, கிருஷ்ணா என்ற குட்டையான, கருத்த பையன் ஒருவன் எழுந்துநின்று, 'சார், வார்த்தையை எச்சில் சுமந்துகொண்டு வருகிறது. மஞ்சுநாதன் சொன்னதை நான் கேட்டபோது அவன் வாயிலிருந்து எச்சில் என் மீது விழுந்தது' என்றான்.

அவரைச் சுற்றி வகுப்பில் நடப்பதையெல்லாம் பார்த்து உபாத்யா பிரமித்துப்போனார். மாணவர்கள் மொழியைச் சந்தோஷமாக அனுபவிக்க வேண்டும் என்று அவர் பட்ட பாடுகள் எதுவும் இப்படியான எதிர்வினைகளை உருவாக்கியதே இல்லை.

இன்னொரு பையன் எழுந்துநின்றான். 'சார், அது சரியில்லை. எச்சில் வார்த்தையைச் சுமந்துகொண்டு வருவதில்லை. அப்படித்தான் வருகிறது என்றால், ஒவ்வொரு வார்த்தையையும்

கேட்ட பிறகு நாம் குளியல் போட வேண்டியிருக்கும்.' அவன் உண்மையிலேயே கவலைப்படுவதுபோல் தோன்றியது.

உபாத்யா கரும்பலகைக்குச் சென்று ஒரு வாயை வரைந்தார். கொஞ்சம் தள்ளி ஒரு காதை வரைந்தார். வாயால் உச்சரிக்கப்படும் வார்த்தைகள் எப்படிக் காதுகளால் கேட்கப்படுகின்றன என்று விளக்கினார். ஒரு வார்த்தை கல்லைப் போல் பயணிக்கிறது என்றும், ஆனால் கல்லைப் பார்ப்பதுபோல் வார்த்தையைப் பார்க்க முடியாது என்றும் சொன்னார்.

மீண்டும் கிருஷ்ணா எழுந்துநின்றான். 'சார், கேட்பதற்கு யாரும் இல்லை என்றால் வார்த்தைகள் நகர்வதில்லையா?'

தீக்ஷா திரும்பி கிருஷ்ணாவைப் பார்த்தாள். யார் இவன்? தான் கேட்கவிருந்த கேள்வியைக் கேட்கிறான். 'சார், சார்' என்று குதித்து எழுந்து, 'கேட்பதற்கு யாரும் இல்லையென்றால் வார்த்தைகள் எங்கே போகின்றன?' என்று கேட்டாள்.

வார்த்தைகள் எங்கே போகின்றன என்று உபாத்யாவுக்குத் தெரியும். அவை அவரது மண்டைக்குள் முடிவில்லாமல் சுற்றிக்கொண்டிருக்கின்றன. அவரோடு சேர்ந்து அவையும் பேசுகின்றன, சிரிக்கின்றன, அவருக்குள்ளாக அழுகின்றன. அவரது வாயிலிருந்து, காதுகளிலிருந்து, மூக்கிலிருந்து வெளியே வருகின்றன. சில சமயங்களில் தாழ்ந்த குரலில், சில சமயங்களில் உரத்த குரலில், சில சமயங்களில் அடித்தொண்டையிலிருந்து வெளிப்படுகின்றன. அவை அவரது முகத்தைச் சூழ்ந்து கொள்கின்றன, நரைத்துக்கொண்டிருக்கும் தாடியைக் கூசச்செய்கின்றன, அவரது தொண்டையை எரிச்சலூட்டுகின்றன. வார்த்தைகள், வார்த்தைகள், வார்த்தைகள். அவை ஒன்றன் மேல் ஒன்று வந்து விழுந்து அவரோடு சேர்ந்து பாட்டிசைக்கின்றன. அவை அவரது கண்களை வெட்டியிழுக்கின்றன, அவரது உள்ளங்கால்களில் எரிச்சலூட்டுகின்றன. சில சமயங்களில் சொறிந்துகொள்ளவும் தூண்டுகின்றன. ஆனால், இதையெல்லாம் இந்தச் சின்னப் பிள்ளைகளிடம் எப்படி அவரால் சொல்ல முடியும்? வார்த்தைகள் மீதான மோகத்தை அப்புறப்படுத்தி, அவை வெறுமனே விழும் கல் போன்றது என்றோ, தரையை நோக்கிப் பாயும் எச்சில் போன்றது என்றோ எப்படிச் சொல்ல முடியும்? அவர் அமைதியாக இருந்துவிட்டார்.

குமாரி தனது குழந்தைத்தனமான குரலில் தயக்கத்தோடு சொன்னாள். 'ஆனால், நான் ஒரு வார்த்தை சொல்கிறேன் என்றால், அதை நான் கேட்கிறேன். வேறு எவருமே கேட்கவில்லை என்றாலும்கூட.'

மணியடித்தது. வழக்கத்தைவிடச் சற்று மெதுவாகவும் அமைதியாகவும் மாணவர்கள் எழுந்துகொண்டார்கள். மணிச் சத்தம் இவர்களை வகுப்பறைக்கு வெளியே இழுத்துவரும் தடித்த கயிறாக மாறிவிட்டதுபோல் இருந்தது. உண்மையான அர்த்தத்தில், ஒலிகளும் வார்த்தைகளும் இந்தச் சின்னப் பிள்ளைகளின் வாழ்க்கையிலும் கற்பனையிலும் நுழைந்துவிட்டன.

வகுப்பில் நடந்ததையெல்லாம் கல்பனாவிடம் சொல்லும்போது குமாரியும் உடன் இருக்க வேண்டும் என்று தீக்ஷா கட்டாயப்படுத்தினாள். மூன்று பெண்பிள்ளைகளும் தீக்ஷா மற்றும் கல்பனாவின் வீட்டுக்கு வெளியே உட்கார்ந்திருந்தார்கள். பிரதானச் சாலையிலிருந்து அவ்வப்போது பாய்ந்த ஒளியால் நிரம்பியிருந்த அந்திப்பொழுது இரவுக்கு வழிவிட்டது. 'வார்த்தைகள் எங்கே போகின்றன என்று எனக்குத் தெரியும். அவை உன் வாயிலிருந்து வெளியேறி உன் காதுகளுக்கே திரும்பி வருகின்றன' என்றாள் குமாரி. இந்தப் பிரச்சினைக்கு விடைகாண முயல்வது, வாழ்க்கையை முன்புபோல் அவ்வளவு சந்தோஷமாக இருக்கவிடாது என்று தீக்ஷாவும் குமாரியும் உணர்ந்துகொண்டதுபோல், வெளியே சொல்ல முடியாத வருத்தத்தில் இருந்தார்கள்.

ஆனால், கல்பனா இதையெல்லாம் ஏற்றுக்கொள்வதாக இல்லை. பழைய சாமான்கள் அறையிலிருந்து தன்னுடைய குறிப்பேட்டை எடுத்துவந்தாள். அவள் திறந்திருக்கும் வாயை வரைந்தாள். அதிலிருந்து வார்த்தைகள் வெளியே வந்து விழுவதையும் பிறகு காதுக்குள் போவதாகவும் வரைந்தாள். இதை இரண்டு பெண்களிடமும் காட்டினாள். அவர்கள் ஏற்றுக்கொள்வதுபோல் தலையசைத்தார்கள். பிறகு, வாயை மூடிக்கொண்டிருக்கும் ஒரு முகத்தை வரைந்தாள். வார்த்தை நாக்கிலிருந்து உள்நோக்கிப் பயணித்து காதுக்கு வருவதுபோல் வரைந்தாள். பிறகு, தன்னையே சுட்டிக்காட்டினாள்.

இரண்டு பெண்களும் உடனடியாகப் புரிந்துகொண்டார்கள். வாயிலிருந்து வார்த்தை வெளியே வரும் மற்றொரு படத்தையும் வரைந்தாள். ஒரு பாதை அதைக் காதுக்குக் கொண்டுசென்றது. வேறு பல பாதைகளில் பல்வேறு திசைகளில் சென்றன. கல்பனா எழுந்துநின்று அடிவயிற்றிலிருந்து கத்துவதுபோல் வாயை அகலத் திறந்து வைத்துக்கொண்டாள். கண்களை மூடிக்கொண்டு, கைகளை அகல விரித்துவைத்துக்கொண்டு, சின்னச் சத்தமும் வெளியேறாமல் மலைகளைப் பார்த்து வீறிடும் தங்களுடைய கோபமான குட்டிக் கடவுளால் வசீகரிக்கப்பட்டவர்கள்போல் தீக்ஷாவும் குமாரியும் அவளைப் பார்த்துக்கொண்டிருந்தார்கள். கல்பனாவின் அலறல் மலைகளில் பட்டு, இரும்புத் தகடுகள் உருள்வது போன்று இடியாகவும் மழையாகவும் எதிரொலித்தது. இந்த மூன்று பெண்பிள்ளைகளும், வாயிலில் நின்றுகொண்டு, புலப்படாத காதுகளுக்காக வார்த்தைகளை முணுமுணுத்துக்கொண்டிருந்த அஜ்ஜியைக் கடந்து உள்ளே ஓடிச்சென்றார்கள்.

மூவரும் பழைய சாமான்கள் அறையில் உட்கார்ந்திருந்தார்கள். லூடோ விளையாடலாம் என்றாள் தீக்ஷா. அவளது அம்மா நன்றாக வறுக்கப்பட்ட மங்களூர் பஜ்ஜி செய்து பெண்களுக்குத் தாராளமாகக் கொடுத்தார். அஜ்ஜிக்கு மிகவும் பிடித்தது என்பதால் அவருக்கும் கொஞ்சம்போல் கொடுத்தார். வாழ்க்கை அப்படியொன்றும் முழுமையாகத் தொலைந்துபோய்விடவில்லை என்பதுபோல் இருந்தது. கொஞ்சம்போல் கடந்த காலம் சிறுசிறு சந்தோஷங்கள் மூலமாக மீட்டெடுக்கப்பட்டது.

விளையாட்டுக்கு நடுவே தீக்ஷா திடீரென்று நிறுத்தினாள். அறையில் ஒரு மூலைக்குச் சென்று, தூக்கிப்போட மனமில்லாமல் அம்மா சேர்த்துவைத்திருந்த பாத்திரங்கள், புட்டிகளெல்லாம் இருந்த ஒரு பையிலிருந்து ஒரு பிளாஸ்டிக் தண்ணீர் புட்டியை எடுத்தாள். அதன் மூடியைத் திறந்து அதற்குள் உற்றுப்பார்த்தாள். அதை மற்ற இருவரிடமும் காட்டி, 'பாருங்கள், இந்தப் புட்டியில் எதுவும் இல்லை' என்று அறிவித்தாள். இருவரும் ஏற்றுக்கொண்டு தலையசைத்தார்கள். தீக்ஷா அவர்களோடு நெருக்கமாகச் சேர்ந்துகொண்டாள். மூவரும் ஒரு கூடாரத்தின் மூன்று ஆப்புகள்போல் தெரிய, 'வார்த்தைகள் வாயிலிருந்து

உன் காதுக்குப் போகும்போது, அதைப் பிடிப்பதற்கான வழி என்ன என்று நான் யோசித்துக்கொண்டிருந்தேன். நான் இந்தப் புட்டிக்குள் பேசிய பின் இதை மூடிவிடப்போகிறேன்' என்றாள்.

இதைக் கேட்டு குமாரி அவ்வளவு விரித்துப் புன்னகைத்தாள். அவளது இதயம் அவளது வாயின் ஊடாகப் பிரகாசித்தபடி வெளியே வந்துவிடும் என்பதுபோல் புன்னகைத்தாள். அவள் சொன்னது குறித்து அவள் என்ன நினைத்தாள் என்று சொல்வதற்கு குமாரியிடம் வார்த்தைகள் இல்லாமல்போனது. கல்பனா பெரியவர்கள்போல் மேலும்கீழும் தலையசைத்தாள்.

ஆக, திறந்திருந்த புட்டிக்குள்ளாக தீக்ஷா பேசினாள். புட்டியின் திறப்புக்குச் சற்று தள்ளி தன்னுடைய வாயை வைத்துக்கொண்டாள். திறப்பை நோக்கி அவளது முகத்தை கல்பனா அழுத்தினாள். வார்த்தைகள் புட்டிக்கு வெளியே விழுந்துவிடும் என்று சைகை மூலம் தெரிவித்தாள். புட்டியின் திறப்பை உதடுகளுக்குள் வைத்துக்கொண்டாள் தீக்ஷா. ஆனால், வார்த்தையை அவளால் சரியாக உச்சரிக்க முடியவில்லை.

'என்ன வார்த்தை சொல்லப்போற?' என்று கேட்டாள் குமாரி, கல்பனாவும் தீக்ஷாவும் ஒருவரையொருவர் பார்த்துக் கொண்டார்கள்.

'விநாயகா' என்றாள் தீக்ஷா. நீலநிற மூடியும் பாதி கிழிந்திருக்கும் விவரக் காகிதமும் கொண்ட அந்த பிளாஸ்டிக் புட்டிக்குள் 'விநாயகா, விநாயகா, விநாயகா' என்று தீக்ஷா முணுமுணுத்தாள்.

புட்டியின் திறப்பைத் தொட்டுக்கொண்டிருப்பதுபோல் அவளது உதடுகளை வைத்து, இந்த வார்த்தைகளை அவள் முணுமுணுத்தாள். உடனடியாக அந்த நீல மூடியைத் திருகி புட்டியை இறுக்கமாக மூடினாள். அப்போது, திடீரென்று மின்சாரம் போனது. அந்த இருட்டில், முக்கோணமாக இருந்த அவர்களுக்கு மத்தியில் அந்தப் புட்டியை வைத்தாள். மூன்று பெண்களும் அதையே வெறித்துப்பார்த்துக் கொண்டிருந்தார்கள். கடவுளின் வார்த்தை அந்தப் புட்டிக்குள் துள்ளிக்குதித்து, மின்னல்போல் ஒளி வெளிப்படுவதைப் பார்க்கக் காத்திருந்தார்கள்.

எதுவும் நடக்கவில்லை. தடதடவென்று மெல்லிய சத்தம் எதையேனும் கேட்க முடிகிறதா என்று பார்க்க புட்டியைத் தங்களுடைய காதுகளுக்கு அருகில் வைத்துப்பார்த்தார்கள். அந்தப் புட்டிக்குள் கூழாங்கற்கள் உருள்வது போன்று கற்பனை செய்து அந்தப் புட்டியைக் குலுக்கிப்பார்த்தாள் கல்பனா. அவள் இடவலமாகத் தலையசைத்து, ஏமாற்றத்தோடு அந்தப் புட்டியைக் கீழே வைத்தாள். வாயிற்கதவுக்கு வெளியே வந்து நின்று குமாரியின் அம்மா அவளை அழைத்தார். மழை நின்றுவிட்டது. சுவர்க்கோழிகள் தங்களுக்கான இரவில் படையெடுக்கத் தொடங்கிவிட்டன. குமாரி கிளம்பும்போது, 'நாம் இதை இப்படியே வைத்திருப்போம். ஒருவேளை சத்தம் இன்னும் அதிகமாகலாம்' என்றாள் தீக்ஷா.

மூவரும் அனுபவசாலிகள்போல் தலையாட்டினார்கள். 'நீ என்னைக் காட்டிலும் ரொம்பப் புத்திசாலிப் பெண்' என்று சொல்லத் தன்னுடைய வாயைத் திறக்கும் அளவுக்குத் தன் தங்கை மேல் அவ்வளவு பெருமைப்பட்டாள் கல்பனா.


நாள்கள் நகரநகர கிராமமும் பள்ளியும் ஏறக்குறைய முழுமையாக கல்பனாவை மறந்துபோயின. அவளது குடும்பம் வழக்கம்போல் அன்றாட வாழ்க்கைக்குச் சென்றது. கொஞ்சமும் எதிர்பார்க்காமல் நடக்கும் மாய மந்திரங்களுக்கான ஓர் எடுத்துக்காட்டாக மற்றுமொரு விந்தையானவளானாள் கல்பனா.

புதிய மருத்துவர் ஒருவர் குறித்து அஜ்ஜியிடம் சொல்ல சித்தையா ஒருநாள் வந்தான். 'மூளை டாக்டர்' என்று உரக்க முணுமுணுத்தான். அவர்களை மருத்துவரிடம் அழைத்துச்செல்ல பாபுவை அனுப்பிவைப்பதாகவும் சொன்னான். அவன் மீதான நம்பிக்கையை அஜ்ஜி கொஞ்சம்கொஞ்சமாக இழந்துவந்தார். எரிச்சலோடு தலையாட்டினார். அவன் முன்வைத்த யோசனைக்குப் பதில் சொல்லும் விதமாக, 'உன் கல்யாண விஷயம் என்னவாச்சு' என்று கேட்டார்.

விநாயகர் என்ற ஒலியைக் கொண்டிருந்த அந்தப் பிளாஸ்டிக் புட்டி தரையில் குரலற்றுக்கிடந்தது. இன்னும் விடியாத ஒரு காலையில், கல்பனா எழுந்துகொண்டபோது அவளையும் அறியாமல் அந்தப் புட்டியை மிதித்துவிட்டாள். பிளாஸ்டிக்

நசுங்கும் சத்தத்தைக் கேட்டாள். விநாயகர் மீது அவளுக்கு இருந்த கோபத்தையெல்லாம் மீறி, அவளையும் அறியாமல் கடவுளையே மிதித்துவிட்டதற்காக வருத்தப்பட்டாள்.

இரண்டு நாள்கள் கழித்து ஒரு கண்ணாடிப் புட்டியோடு இவர்கள் வீட்டுக்கு குமாரி வந்தாள். அது ஒரு ஜாம் புட்டி. அதில் இருந்த ஜாம் சுத்தமாக வழித்து நக்கப்பட்டிருந்தது. அந்தப் புட்டி கழுவப்பட்டுக் காயவைக்கப்பட்ட புட்டியாக இருந்தாலும் அதில் சாயம்போன, பாதி கிழிந்துபோன அட்டையில் இப்படி இருந்தது: கிஸான்.

தீக்ஷாவிடம் அந்தப் புட்டியைக் கொடுத்து, 'நீ ஒரு புதிய வார்த்தையை இந்தப் புட்டிக்குள் பேச வேண்டும். பிளாஸ்டிக் தண்ணி புட்டியைக் காட்டிலும் கண்ணாடி ஜாம் புட்டி இன்னும் பொருத்தமானது. உன்னுடைய வார்த்தையை ஜாம் விரும்பலாம் — நீ அதை விரும்புவதுபோலவே' என்றாள் குமாரி. கண்ணுக்குப் புலப்படாமல் புட்டியில் இருக்கும் கருஞ்சிவப்பிலான ஜாமை நக்கிச் சாப்பிடுவது தங்களுக்கு எவ்வளவு பிடிக்கும் என்று நினைத்துப்பார்த்து இருவரும் கிளுகிளுத்தார்கள்.

கல்பனா மேல்கீழாகத் தலையசைத்தாள். 'விநாயகா என்ற வார்த்தையைச் சொல்லாதே. அந்த வார்த்தையால் எந்தப் பயனுமில்லை' என்று சொல்லவே நினைத்தாள். மாறாக, தீக்ஷா தன்னுடைய உள் குரலை அவளாகக் கேட்கட்டும் என்று தீக்ஷாவைத் தீவிரமாக வெறித்துப்பார்த்துக்கொண்டிருந்தாள்.

உடனடியாக, 'நாம் "மரா" என்ற வார்த்தையைச் சொல்லலாம். நான் இந்த வார்த்தையை இந்தப் புட்டிக்குள் சொன்னால், ஒருவேளை அது மரமாக வளரக்கூடும். இந்த வார்த்தையை வைத்து என்ன நடக்கிறது என்று பார்ப்போம்' என்று தீக்ஷா தன் எண்ணத்தைப் பகிர்ந்துகொண்டாள்.

அந்த மங்கிய மாலைப் பொழுதில், காலியாக இருந்த ஜாம் புட்டிக்குள் 'மரா, மரா, மரா' என்று முணுமுணுத்து அதன் மூடியை உடனடியாகத் திருகினாள். மண்ணில் விதை போட்டிருப்பதுபோல் அந்தப் புட்டியை மிகக் கவனமாக அலமாரியில் வைத்தாள் — தீக்ஷாவின் வார்த்தைகளில் சொல்வதென்றால், கல்பனாவின் 'எட்டிவுதைக்கும் கால்களுக்கு'

அப்பால். எப்போதும் துள்ளிக்குதித்துவரும் கிளுகிளுப்புகள் தீக்ஷாவின் வார்த்தைகளுக்குத் துணையாக வந்தன.

'நாம் தண்ணீர் ஊற்ற வேண்டுமா?' தனது சந்தேகத்தைக் கேட்டாள் குமாரி.

மாறாக, வார்த்தை மரமாக வளர்கிறதா என்று தீக்ஷா ஒவ்வொரு நாளும் புட்டியைப் பார்க்க வேண்டும் என்று தீர்மானித்தார்கள். அந்தக் காலிப் புட்டியை ஏக்கத்தோடு பார்த்தார்கள். வார்த்தைகள் நிலைகொண்டிருக்குமா? அவை வேர் பிடித்திருக்குமா? பிரகாசமான ஒரு காலையில், வார்த்தை அதன் அர்த்தமாக உருமாற்றமடைந்து, அந்தப் புட்டிக்குள் சிறிய மரமாக வளர்ந்திருப்பதை அவர்களால் பார்க்க முடியுமா?

குறிப்பேட்டில் தான் எழுதியிருந்ததை அந்தப் பெண்களுக்கு கல்பனா காண்பித்தாள்: வார்த்தைகள் விதைகள் போன்றவை. இந்த வார்த்தைகளில் முழு அர்த்தத்தைப் புரிந்துகொண்டவர்கள்போல் இரண்டு பெண்பிள்ளைகளும் தன்னம்பிக்கையோடு தலையாட்டினார்கள்.

தன்னுடைய மூன்று குறிப்பேடுகள் முழுக்க, வெறித்தனமான கிறுக்கலால் நிரப்பியிருந்தாள் கல்பனா. குறிப்பேட்டுப் பக்கங்களெல்லாம் வரைபடங்களால், மோசமாக வரையப்பட்ட ஓவியங்களால், கிறுக்கல்களால், எழுத்துகளால் நிரம்பியிருந்தன. அவை ஒன்றையொன்று குடைந்துகொண்டுபோவதுபோல் இருந்தன. ஆனாலும், அவளது தவிப்பு குறைந்ததுபோல் தெரியவில்லை. அவளுக்குள்ளிருந்து வெடித்து வெளியே வந்துவிடுவதுபோல் அச்சுறுத்திய வார்த்தைகளைக் கட்டுப்படுத்த அவள் மேலும்மேலும் சிரமப்பட்டாள். ஒரே ஒரு வார்த்தையை உச்சரித்தால் போதும் எல்லாம் முடிவுக்கு வந்துவிடும் என்று நினைத்தாள். ஆனால், பேசுவதில்லை என்று அவள் எடுத்த முடிவை அது நகைச்சுவையாக மாற்றிவிடும். இதனால், வார்த்தைகளை உள்ளுக்குள் அடைத்துவைப்பதற்கான விலையை அவள் கொடுக்க வேண்டியிருந்தது. அவளது தவிப்புகளைக் குறிப்பேட்டில் மேலும் கிறுக்கல்களாக மாற்ற முடியாது என்ற நிலைக்கு வந்தபோது, அவள் தன்னையே குத்திக்கொள்ளத் தொடங்கினாள். அது எதேச்சையாக நடந்தது. ஒருநாள் வீட்டுக்கு வெளியே அவள் நடந்துகொண்டிருக்கும்போது,

கூர்மையான சரளைக்கல் ஒன்றை அவள் மிதித்துவிட்டாள். பல முள்களால் குத்தப்பட்டதுபோல் அவளது பாதங்கள் உணர்ந்தன. பின்னர் ஒரு சமயம், அவள் நிலையில்லாமல் தவித்துக்கொண்டிருந்தபோது பென்சிலால் அவளது அடிப்பாதத்தைக் குத்திக்கொள்ளத் தொடங்கினாள். பின்னர், அவளது அடிப்பாதங்களில் எழுதத் தொடங்கினாள். இந்தச் செயல் அவளுக்குப் பெரும் நிறைவைக் கொடுத்தது. இறுதியாக, மொழிக்கு சரியான தண்டனை கொடுக்கும் வழியை அவள் கண்டுபிடித்துவிட்டதுபோல், வார்த்தைகளை எழுத சரியான சிலேட்டைக் கண்டுபிடித்துவிட்டதுபோல் உணர்ந்தாள். அவள் எழுத விரும்பியதையெல்லாம் அவளது அடிப்பாதத்தில் எழுதத் தொடங்கினாள். பிறகு, பாதத்தைத் தரையில் அல்லது வீட்டுக்கு வெளியே மணலில் தொடர்ந்து முரட்டுத்தனமாகத் தேய்த்துக்கொண்டிருப்பாள். இதில் அசாத்திய அதிகாரமும் விடுதலை உணர்வும் பெற்றாள். மொழியை அவளது கட்டுப்பாட்டுக்குள் அவள் கொண்டுவந்துவிட்டாள். அவளது சிந்தனைகளையும் உணர்வுகளையும் அவளால் எழுதவும் முடியும். அதே சமயத்தில், மற்றவர்கள் அதைப் படிப்பது சாத்தியமில்லாமலும் இருந்தது. அவளது இடது காலை மடித்துவைத்துக்கொண்டு அடிப்பாதத்தில் வெறித்தனமாக எழுதிக்கொண்டிருப்பாள். வலது காலை சுத்தமாகப் பயன்படுத்தவில்லை என்று சீக்கிரத்தில் உணர்ந்துகொண்டாள். இரண்டு அடிப்பாதங்களில் உணர்வுகள் சமனற்ற நிலையில் இருப்பதை அவளது உடல் உணரந்துகொண்டது. ஆகவே, இடது கையைப் பயன்படுத்தி வலது கால் அடிப்பாதத்திலும் எழுதத் தொடங்கினாள். அவள் எது ஒன்றுக்காவது எதிர்வினையாற்ற வேண்டியிருந்தால் – குறிப்பாக, அவளது அம்மாவும் அஜ்ஜியும் ஒருவரோடு ஒருவர் பேசிக்கொண்டிருப்பதைக் கேட்க நேர்ந்தால் – அவளது அடிப்பாதத்தில் அவள் எழுதத் தொடங்குவாள். தசை தடித்துக்கொண்டிருந்ததால், வலி மேலும்மேலும் குறைந்துகொண்டே வந்தது. ஆனாலும், வலி எப்படியாக இருந்தாலும், அவளிடமிருந்து சின்னச் சத்தம்கூடப் பிதுங்கி வெளியேறவில்லை.

மூன்று நாள்கள் புட்டியை வெறித்துப்பார்த்துக்கொண்டிருந்த பிறகு, அதற்குள் ஏதும் மாறாததால் அதைச் சமையலறையில் வைப்பது நல்லது என்று நினைத்தாள் தீக்ஷா. ‘இதுக்கு

இன்னும் கொஞ்சம் சூரிய வெளிச்சம் தேவைப்படுகிறது என்று நினைக்கிறேன். வீட்டுக்குள் மரம் வளர்ந்ததை எங்காவது பார்த்திருக்கியா?' என்றாள் கல்பனாவிடம். இப்போது அந்தப் புட்டி மீது கல்பனாவுக்கு ஈடுபாடு எதுவும் இல்லாமல்போனது. அலமாரியில் கடுகு, பருப்பு, மிளகாய்ப் பொடி, மஞ்சள் பொடி போன்ற சமையல் சாமான்கள் இருக்கும் கண்ணாடிப் புட்டிகளிலிருந்து சற்றே தள்ளி அந்தப் புட்டியை தீக்ஷா வைத்தாள். அம்மாவிடம் இது வீட்டுப்பாடத்துக்கானது என்றும், அதை அவர் தொடக் கூடாது என்றும் சொன்னாள். 'அது பக்கத்துலகூடப் போகாதே' என்று சேர்த்துக்கொண்டாள். புட்டி 'முழுக்க' ஒன்னுமில்லாமல் இருக்கிறது என்றும், அவரது குழந்தைகள் பள்ளியில் அப்படி என்னதான் கற்றுக்கொள்கிறார்களோ என்றும் அம்மா புலம்பினார்.

ஒரு இரவு சித்தையா மீண்டும் வந்தான். 'மூளை டாக்டரிடம்' அவனது நண்பன் ஒருவனை அழைத்துச்சென்றிருக்கிறான். அப்படிப் போனபோது மருத்துவரிடம் கல்பனா விஷயத்தையும் பேசியிருக்கிறான். இது சாதாரணப் பிரச்சினை என்றும், குணப்படுத்திவிடலாம் என்றும் மருத்துவர் சொன்னதாக கல்பனாவின் தந்தையிடம் தெரிவித்தான். மருத்துவரைப் பார்ப்பதற்கான நேரத்தைத் தானே உறுதிப்படுத்தி, வேண்டியதையெல்லாம் செய்வதாகவும் சொன்னான். கல்பனாவின் தந்தை அவனுக்கு நன்றி தெரிவித்தபோது, 'என்ன தேங்கஸ் எல்லாம். அவ நம்ம பொண்ணு' என்றான்.

அஜ்ஜி பெருமையாக உணர்ந்தார். அப்பாவிடம், 'இவன் நல்ல பையன். இவனுக்கு ஒரு நல்ல பெண்ணைப் பாரேன்' என்றார்.

அடுத்த நாள் மாலை மருத்துவரைப் பார்க்கச்சென்றார்கள். மருத்துவமனையில் கல்பனாவையும் அவளது பெற்றோரையும் சந்திக்க அவனது நண்பனை அனுப்பியிருந்தான் சித்தையா. அந்த நண்பன் செய்வதற்கு உண்மையிலேயே எதுவும் இல்லை என்பதால், சற்று நேரம் செய்வதறியாமல் அவர்களுடன் இருந்தான். பிறகு, போனில் பேசத் தொடங்கினான்.

மருத்துவர் இளையவராக இருந்தார். இந்த இடம் அவரது பூர்வீகமாக இருக்க வேண்டும். அவரது பெயரிலிருந்து இந்த

அளவுக்குத் தெளிவாகத் தெரிந்துகொள்ள முடிந்தது: டாக்டர் நாயக். அவர் கல்பனாவை அக்கறையோடு பார்த்தார். புத்திசாலிப் பெண்ணாகவும் தேவையில்லாமல் கோபமாக இருப்பவளாகவும் அவருக்குத் தெரிந்தாள். என்ன நடந்தது என்று கல்பனாவின் தந்தையிடம் மருத்துவர் விசாரித்தார்.

டாக்டர் நாயக் அன்பானவராகவும் உண்மையிலேயே அக்கறையுள்ளவராகவும் இருந்தார். 'அவள் காணாமல்போவதற்கு முன் ஒழுங்காகப் பேசிக்கொண்டிருந்தாளா?' என்று கேட்டார்.

கல்பனாவின் அம்மா வருத்தம் தோய்ந்த புன்னகையோடு, 'பேசிக்கிட்டே இருப்பா' என்றார்.

'திரும்பி வந்ததிலிருந்து அவள் பேசவே இல்லையா?'

'இல்லை, ஒரு வார்த்தை பேசவில்லை.'

வாயைத் திறக்குமாறு கல்பனாவிடம் டாக்டர் நாயக் சொன்னார். 'ஆஹா' என்று சொல்லச்சொன்னார். கல்பனா எந்தச் சத்தமும் இல்லாமல் வெறுமனே வாயைத் திறந்தாள்.

'நீ முயன்றுபார்க்க வேண்டும். "ஆஹா" என்று சொல்ல முயற்சிசெய்.'

கல்பனா அவளுக்குள்ளாக 'ஆஹா' என்று சொன்னாள். தொண்டைத் தசைகள் சுருங்கி அதன் வழியாகக் காற்று வெளியேறுவதை அவளால் உணர முடிந்தது. ஆனாலும் சத்தம் ஏதும் வெளிவரவில்லை.

'உன்னால் கத்த முடியுமா?' மருத்துவர் அவளைப் பார்த்துப் புன்னகைத்தார். 'எவ்வளவு முடியுமோ அந்த அளவுக்குக் கத்து. நாங்க எதுவும் சொல்ல மாட்டோம்.' பெற்றோரும் புன்னகைத்தார்கள். கல்பனா தனது வாயை அகலத் திறந்து, மிக உரக்கக் குரல் எழுப்பினாள். அவள் முயல்வதை அவளது முகம் காட்டியது: கண்கள் அகல விரிந்தன. அவளது தாடைகள் துடித்தன. ஆனாலும், சின்னச் சத்தம்கூட அவளது வாயிலிருந்து வெளியே வரவில்லை.

'இது, பேச்சுக்குழாயில் உள்ள பிரச்சினையாகவும் இருக்கலாம் அல்லது நரம்பியல் பிரச்சினையாகவும் இருக்கலாம். அதிர்ச்சியில் சில பாதிப்புகள் ஏற்பட்டிருக்கலாம்.'

கல்பனாவின் கையை எடுத்து அவளது நாடியைப் பரிசோதிக்கும் போது, ஒரு ஊசி கொண்டு மருத்துவர் அவளைக் குத்திப்பார்த்தார். கல்பனா எதிர்வினையாற்றினாலும்கூட, சத்தம் எதுவும் எழுப்பவில்லை. என்ன டாக்டர் இவர். என்னை ஏமாற்ற முடியும் என்று நினைக்கிறாரா என்று நினைத்தாள். அவளது கண்களில் தோன்றிய சந்தோஷத்தை மறைத்துக்கொள்ளக் கீழாகப் பார்த்தாள்.

'சரி, இவளுக்கு என்ன நடந்தது என்று உங்களுக்குத் தெரியுமா?'

இந்தக் கேள்விக்கு ஆயிரம் முறை அப்பா பதில் சொல்லியிருக்கிறார். 'தெரியாது. அவள் வழக்கம்போல் பள்ளிக்குச் சென்றாள். ஆனால், அவள் பள்ளிக்குப் போகவில்லைபோல் தெரியவந்தது.'

'இது காலையில் நடந்தது. அப்படித்தானே?'

'ஆமாம். என்ன நடந்தது என்று எவருக்கும் தெரியாது.'

'பிறகு என்ன நடந்தது?'

'மாலையில் அவள் திரும்பிவராதபோதுதான் அவள் தொலைந்து போயிருக்கிறாள் என்று எங்களுக்குத் தெரியவந்தது. நாங்கள் எல்லா இடத்திலேயும் தேடினோம். எல்லா இடங்களிலும் மொத்த கிராமமும் தேடியது.'

அந்த நாளை கல்பனாவின் அம்மா நினைத்துக்கொள்ள அவரது கண்கள் ஈரமாயின. 'அன்று பலமாக, ரொம்ப பலமாக மழை பெய்துகொண்டிருந்தது' என்று சேர்த்துக்கொண்டார்.

'எத்தனை நாள் அவள் காணாமல்போயிருந்தாள்?'

'மூன்று நாள்கள்.'

'இந்த மூன்று நாள்களிலும் எந்தச் செய்தியும் கிடையாது. அப்படித்தானே?'

'இல்லை, டாக்டர்.'

'பிறகு என்ன நடந்தது?'

'மூன்று நாள்களுக்குப் பிறகு காலையில், எங்கள் கிராமத்திலிருந்து இருபது கிலோமீட்டர் தள்ளியிருந்த மலைப்பாதையில் இவள் விழுந்துகிடந்தாள். நல்லவேளையாகப் பேருந்து ஓட்டுநர் இவளைப் பார்த்து வண்டியை நிறுத்தியிருக்கிறான். இவள் நடுங்கிக்கொண்டிருந்தாள். முழுக்க ஈரமாகவும், உடம்பு முழுக்கச் சகதியாகவும் இருந்தாள். அந்தப் பேருந்தில் எங்கள் வீட்டுக்கு அவளை அழைத்துவந்தார்கள்.'

'அவளுக்கு ஏதாவது காயம் இருந்ததா?'

பெற்றோர் இருவரும் மிக வேகமாக ஒத்த சமயத்தில், 'இல்லை' என்றார்கள்.

'தயவுசெய்து யோசித்துச் சொல்லுங்கள். இது ரொம்ப முக்கியம். இவளுக்கு என்ன நடந்திருந்தாலும் அதை நீங்கள் என்னிடம் சொல்ல வேண்டும். இல்லையென்றால் என்னால் இவளைக் குணப்படுத்த முடியாது.'

'இல்லை, எதுவும் நடக்கவில்லை.' ஒரு பெண்ணாக அவர் பேச வேண்டும் என்று எதிர்பார்ப்பதுபோல் அப்பா அம்மாவைப் பார்த்தார்.

அம்மா, 'எதுவும் நடக்கவில்லை. அவளது ஆடைகள் எதுவும் கிழிந்திருக்கவில்லை. ஆனால், அவை சேறும்சகதியுமாக இருந்தன. அவளிடமிருந்து மழையின், இலைகளின் வாசம் அடித்தது.' அவர் கல்பனாவைப் பார்த்துப் புன்னகைத்தார். அவளும் திரும்பப் புன்னகைத்தாள்.

'அப்ப, இவள் வேறு எதையும் உங்களிடம் சொல்லவில்லை.'

'ஒரு வார்த்தை இல்லை.'

'சின்னச் சத்தம்கூட எழுப்பவில்லை.'

'இல்லை. பார்த்தவுடன் என்னை மிக இறுக்கமாகக் கட்டிப் பிடித்துக்கொண்டு அழுதாள். ஆனால், அதற்கு அப்புறம் எந்தச் சத்தமும் எழுப்பவில்லை, அழவும் இல்லை.'

'போலீஸ் ஏதாவது கண்டுபிடித்தார்களா?'

'இல்லை. அவர்கள் எதுவும் செய்யவில்லை. நாங்கள்தான் இவளைத் தேடிக்கொண்டிருந்தோம்.'

'இவள் திரும்பி வந்த பிறகு டாக்டர் யாராவது இவளைப் பரிசோதித்துப் பார்த்தார்களா?'

அப்பா மீண்டும் அம்மாவைப் பார்த்தார். அம்மாவைத் தவிர வேறு யாரையும் தனக்கு அருகில் கல்பனா அனுமதிக்கவில்லை. அன்று மாலை வீட்டுக்கு ஒரு அரசாங்க மருத்துவரைப் போலீஸ்காரர் அழைத்துவந்திருந்தார்.

'ஆமாம், ஒரு லேடி டாக்டர் இவளைப் பரிசோதித்தார்' என்றார் அம்மா.

அவமானமாக உணர்ந்ததால் கல்பனா தலையைக் குனிந்துகொண்டாள். அந்த மருத்துவர் எங்கெல்லாம் அழுத்தினார். எப்படியெல்லாம் பார்த்தார். என்னவெல்லாம் கேட்டார்.

'பரிசோதித்த பிறகு அந்த டாக்டர் என்ன சொன்னார்?'

'தப்பா எதுவும் நடக்கவில்லை.' அவர் சொல்ல விரும்பியதை அம்மாவால் சொல்ல முடியவில்லை. அதுவும் தன்னுடைய கணவரும் மகளும் அருகில் இருக்க ஆண் மருத்துவர் ஒருவரிடம் அதைச் சொல்ல முடியாது: இந்தச் சின்னப் பெண்ணை யாரும் தொடக்கூட இல்லை அல்லது எந்த வழியிலும் காயப்படுத்தவுமில்லை.

'ஆக, அந்த மூன்று நாள்களில் என்ன நடந்தது என்று நமக்குத் தெரியாது.' அவர் கல்பனா பக்கம் திரும்பினார். 'என்ன நடந்தது என்று உன்னால் சொல்ல முடியுமா?'

கல்பனா அவரை வெறித்துப்பார்த்தாள்.

'உனக்கு என்னமோ நடந்திருக்கிறது. அது உனக்கு அதிர்ச்சி கொடுத்திருக்கிறது. அதனால்தான் உன்னுடைய குரலை நீ இழந்திருக்கிறாய்.'

காரணமே இல்லாமல் அவள் தீக்ஷாவை நினைத்துக்கொண்டாள். அவளுக்குள்ளாகக் கிளுகிளுக்கத் தொடங்குவதுபோல் உணர்ந்தாள்.

‘எப்படியான அதிர்ச்சி ஏற்பட்டிருக்கிறது என்று தெரிந்து கொண்ட பின் இவளை எப்படிக் குணப்படுத்துவது என்று கண்டுபிடிக்கலாம்.’

அப்பாவுக்கு டாக்டர் மேல் நல்ல அபிப்ராயம் தோன்றியது. நிச்சயமாக இவரைத் தனது நண்பர்களுக்குப் பரிந்துரைப்பார். ஆனால், துரதிர்ஷ்டவசமாக இந்த மருத்துவர் மூளைக்கான மருத்துவர் மட்டுமே என்று நினைத்துக்கொண்டார்.

புரிந்துகொண்டதுபோல் கல்பனா மேலும்கீழும் தலையசைத்தாள். அவள் மட்டும் பேசுவது என்று தீர்மானித்திருந்தால், அந்த மருத்துவருக்குப் பேசுவது குறித்தும் மௌனம் குறித்தும் அவள் நிறைய கற்றுக்கொடுத்திருப்பாள்.

‘உனக்கு எது அதிர்ச்சியைக் கொடுத்தது என்று கண்டுபிடிக்க நான் உன்னைச் சில கேள்விகள் கேட்கிறேன். சரியா என்று நீ தலையசைத்துச் சொல்லு.’ கல்பனா மேலும்கீழும் தலையசைத்தாள்.

‘அன்று காலை உன்னை யாராவது வலுக்கட்டாயமாகத் தூக்கிக்கொண்டுபோனார்களா?’

கல்பனா எந்த எதிர்வினையும் காட்டவில்லை. ‘யாராவது ஒருத்தன் அல்லது பலர் உன்னைத் தூக்கிக்கொண்டுபோனார்களா? நீ “கிட்நாப்” என்ற வார்த்தையைக் கேள்விப்பட்டிருக்கிறாயா?’ அவர் அப்பா பக்கம் திரும்பினார்.

‘கிட்நாப் என்பதற்குக் கன்னடத்தில் என்ன சொல்வார்கள்?’ அப்பா அம்மாவைப் பார்த்தார். அம்மாவுக்கு அவரைவிடக் கன்னடம் நன்றாகத் தெரியும். ஆனால், அம்மாவால் கிட்நாப் என்பதற்கான கன்னட வார்த்தையை உடனடியாக நினைவில் கொண்டுவர முடியவில்லை. அல்லது அப்படி ஒரு சாத்தியப்பாடு இருக்கிறது என்று அவரால் ஏற்றுக்கொள்ள முடியவில்லை.

‘உனக்கு இதுதான் நடந்தது என்றால் பயப்படாமல் எங்களிடம் சொல்லு. நாங்கள் உன் பாதுகாப்புக்காகத்தான் இருக்கிறோம்.’

கல்பனா அவரைப் பார்த்துப் புன்னகைத்தாள்.

‘ஆமாவா, இல்லையா?’

அவள் இன்னும் விரியப் புன்னகைத்தாள்.

'நீ ஏன் சிரிக்கிறாய்?'

அவரை மரியாதையோடு பார்த்தாள் கல்பனா.

திடீரென்று ஒரு யோசனை மருத்துவருக்கு வந்தது. 'உனக்குப் பள்ளிக்கூடம் போக விருப்பமில்லையா?' அவர் வெற்றிப் பெருமிதத்தோடு பெற்றோரைப் பார்த்தார்.

அம்மா உடனடியாக, 'அப்படியில்லை, பள்ளிக்கூடம் போவது அவளுக்கு ரொம்பப் பிடிக்கும். வீட்டில் இருப்பதைக் காட்டிலும் பள்ளிக்குப் போவது அவளுக்கு ரொம்பப் பிடிக்கும்.' அவரது மகளைப் போலவே அவருக்கும் பள்ளிக்கூடம் போவதென்றால் அவ்வளவு பிடிக்கும். தொடர்ந்து மேலே படித்திருக்க வேண்டும் என்ற ஏக்கம் அவருக்குள் எப்போதும் இருந்துவந்தது.

'ஆஹா, அப்படியென்றால் நீ படித்து டாக்டராகவும் ஆகலாம்!' நகைச்சுவையாக ஏதோ சொல்லிவிட்டதாக அவர் நினைத்தார். ஆனால், கல்பனா வெறுமனே அவரை வெறித்துப்பார்த்துக் கொண்டிருந்தாள்.

அவளோடு போதுமான நேரத்தை மருத்துவர் செலவிட்டுவிட்டார். மேலும் சில பரிசோதனைகள் செய்ய அவர்கள் திரும்பிவர வேண்டியிருக்கும் என்று கல்பனாவின் அப்பாவிடம் சொன்னார். எப்படியான பரிசோதனைகள் என்று தெரிந்துகொள்ள அவளது அப்பா கேட்டபோது, நமக்குத் தெரியாத மன அதிர்ச்சி ஏதேனும் இருக்கிறதா என்று கண்டுபிடிக்க அவரும் அவரது உதவியாளர்களும் சில பரிசோதனைகளைச் செய்வார்கள் என்று டாக்டர் நாயக் தெரிவித்தார்.

அம்மா கவலையாகக் காணப்பட்டார். அவரது முக வெளிப்பாட்டைப் பார்த்து மருத்துவர் சிரித்தார். 'பயப்படாதீங்கம்மா, நாங்கள் மின்சார ஷாக் எதுவும் கொடுக்க மாட்டோம்.' அம்மா வெறுமையாக அவரைத் திரும்பப் பார்த்தார். 'பரிசோதனைகள் முடிந்த பின், இவளுக்கு என்ன மருந்து கொடுக்கலாம் என்று முடிவெடுக்கிறேன்.'

'அது தொண்டைக்கான மருந்தாக இருக்குமா டாக்டர்?' என்று கேட்டார் அம்மா.

டாக்டர் நாயக் சிரித்தார். 'இவளுக்குத் தொண்டையில் எந்தப் பிரச்சினையும் இல்லை. பேசுவது தொண்டையோ வாயோ இல்லை. மூளைதான் பேசுகிறது.'

இறுதியாக, பெற்றோர் ஏமாற்றத்தோடு அங்கிருந்து கிளம்பினார்கள். ஆனால், கல்பனா ரொம்ப சந்தோஷமாக இருப்பதுபோல் தெரிந்தாள். அவளால் மௌனமாக இருக்க முடிந்தது என்பதற்காக அவள் சந்தோஷமாக இல்லை. மருத்துவர் இறுதியாகச் சொன்னதுதான் அவளை சந்தோஷப்படுத்தியது. மூளைதான் பேசுகிறது! இதுவரை அவள் தப்பாகப் புரிந்துகொண்டிருந்தாள். வார்த்தைகள் வாயிலிருந்து விழுவதில்லை. அவளது மூளையிலிருந்து விழுகின்றன! எவ்வளவு பிரமாதம்! திடீரென்று வருத்தமும் பதற்றமும் அவளை ஆட்கொண்டன. அவள் மட்டும் வழக்கம்போல் பேசுகிறவளாக இருந்திருந்தால், மருத்துவரிடம் மூளை குறித்து நிறைய கேட்டிருப்பாள். பேசுவதை நிறுத்தியதால் எதையெல்லாம் அவள் இழக்க வேண்டியிருக்கிறது! சில சமயங்களில் ஏன் பேசுவதை நிறுத்தினோம் என்றுகூட அவளுக்கு அவ்வளவு தெளிவாக இல்லை.

பாபுவின் ஆட்டோவில், வீட்டுக்கு வந்து விழுந்தபோதுதான், அவளது உணர்வுகள் அவள் வசம் வந்தன. பேசுவதை நிறுத்தாமல் இருந்திருந்தால், அவள் மருத்துவரைச் சந்தித்திருக்க முடியாது, பேசுவது மூளைதான் என்று அறிந்துகொண்டிருக்க முடியாது. இப்போது இவள் செய்ய வேண்டியதெல்லாம் எப்படியாவது இதை தீக்ஷாவுக்குத் தெரியப்படுத்துவதுதான்.

டாக்டர் நாயக்கிடம் அவள் சென்றது, அந்த மருத்துவராலும் நினைத்துப்பார்க்க முடியாத கதவுகளையெல்லாம் கல்பனாவுக்குத் திறந்துவிட்டது. இந்த ஒரு சந்திப்பு கல்பனாவிடம் பலவிதமான விளைவுகளை உருவாக்கியது. முதலாவதாக, அவளது எண்ணங்களையெல்லாம் எழுதுவதற்கு இன்னும் கொஞ்சம் குறிப்பேடுகள் பெற்றுக்கொள்வது என்று தீர்மானித்தாள். அவளது கோபத்தையும் அச்சத்தையும் கிறுக்கிக்கொண்டிருந்த நாள்கள் முடிந்துவிட்டன. இரண்டாவது விளைவு, பள்ளிக்கூடம் போவதற்கான வழியைப் பார்ப்பது — ஆனால், பேசாமல்.

மறைமுகமாகத்தான் என்றாலும் அஜ்ஜியால் தூண்டிவிடப்பட்டதாக இருந்தது மூன்றாவது விளைவு. மூளை மருத்துவரைப் பார்த்துவிட்டுவந்த இரண்டு நாள்கள் கழித்து, உள்ளூர் பூசாரியின் மனைவி அஜ்ஜியின் வீட்டுக்கு வெளியே நின்றுகொண்டு அவரை அழைத்தாள். அஜ்ஜி அவளைப் பார்க்க வெளியே வந்தபோது, 'என்ன பல நாள்களாகக் கோயில் பக்கமே காணவில்லை என்று பூசாரி குறைப்பட்டுக்கொண்டார்' என்றாள். அவள் எப்போதும் தன்னுடைய கணவரை 'பூசாரி' என்றே அழைத்துவந்தாள். இருட்டாக இருந்த வீட்டுக்குள் தலையை நீட்டி உற்றுப்பார்த்து, 'வீட்டில் எல்லாம் நல்லபடியாக இருக்கா?' என்று விசாரித்தாள்.

அஜ்ஜி அன்று மாலை கோயிலுக்குச் சென்றார். அந்தக் கோயில் ஒரு சிறிய குன்றின் மீது இருந்தது. பூசாரியைத் தவிர அங்கு யாரும் இல்லை.

அஜ்ஜியைப் பார்த்தவுடன், 'ஆக வந்துட்டீங்க. எல்லோரும் எப்படி இருக்காங்க?' என்று கேட்டார் பூசாரி.

கடவுள் பிரசாதத்தைச் சிறிய பொட்டலத்தில் கொடுத்தார்: தேங்காய்த் துண்டுகளும் சர்க்கரையும் சேர்த்துத் தயாரிக்கப்பட்டு, சிறிய காகிதப்பையில் அழகாக மடிக்கப்பட்டிருந்தது. பல மடிப்புகள் கொண்ட அவரது சேலையில் சொருகிவைத்திருந்த கசங்கிய பத்து ரூபாய் நோட்டை எடுத்து பிரசாதத் தட்டில் போட்டார் அஜ்ஜி.

கோயிலுக்குள் ஒரு இளம் தம்பதியர் வந்தார்கள். இருவரும் ஒரு பொட்டலத்தை எடுத்துக்கொண்டு கருவறையைச் சுற்றிவரச் சென்றார்கள்.

'அஜ்ஜி, நான்தான் உங்களை வரச்சொன்னேன். ஏன்னா, உன் மகன் பேத்தியை மென்டல் டாக்டரிடம் அழைத்துச்சென்றதாகக் கேள்விப்பட்டேன்.'

அஜ்ஜி ஆமென்று தலையசைத்தாள். 'அவர் நல்ல டாக்டர் என்று சொன்னார்கள்.'

'இருக்கலாம். எனக்குத் தெரியாது. ஆனால், அந்தப் பெண்ணை ஏன் மென்டல் டாக்டர்கிட்ட அழைச்சிக்கிட்டுப்போகணும்?

இந்த டாக்டர்கள்கிட்ட போய் குணமானவர்கள் குறித்து நான் கேள்விப்பட்டதே கிடையாது.'

அஜ்ஜிக்கு என்ன பதில் சொல்வது என்று தெரியவில்லை. ஒரு நாய் வந்து கோயில் நுழைவாயிலுக்குக் குறுக்காகப் படுத்துக்கொண்டது.

'இந்தப் பொண்ணு இங்க வந்திருக்காளா என்றுகூட எனக்கு நினைவில் இல்லை. நம்மால் இந்தப் பிரச்சினையைப் பார்த்துக்கொள்ள முடியும். உனக்குத் தெரியாதது இல்ல, சில சமயம் ஏதாவது பிடிச்சிருக்கும்.'

அஜ்ஜி வேகமாக மேலும்கீழும் தலையாட்டினார். 'என் மகன்...'

'ஆமாம், உன் மகன். அவன் பட்டணத்துல வேலைபார்க்கிறதுனால அவனுக்கு நம்மவிட அதிகமா தெரியும்னு நினைச்சுக்கிறான்.'

'இல்லை, அவன் அப்படிப்பட்டவன் இல்லை.'

'நான் கோயிலுக்கு வான்னு சொல்லல. இல்ல, உண்மையிலேயே பிரச்சினை என்னவென்றும் அதற்கு என்ன செய்ய வேண்டும் என்றும் சரியாகச் சொல்லக்கூடிய தாந்தீரியைப் போய்ப் பாருன்னு சொல்லல. நான் ஒரு விஷயம் மட்டுமே உன்கிட்ட சொல்லணும்னு இருக்கேன். எங்கள் குடும்பத்தில் ஒருத்தி இதுபோல் இருந்தாள் — அவளுக்கு உன் பேத்தியைக் காட்டிலும் கூடுதலான வயசிருக்கும். அவளுக்கும் பேச முடியாமல்போனது. அப்போது அவளோட அம்மா அவளை இசை கற்றுக்கொள்ள அனுப்பிவைத்தாள். பாடக் கற்றுக்கொள்வதன் ஊடாக அவ திரும்பவும் பேசத் தொடங்கிவிட்டாள்.'

கருவறையைச் சுற்றிவந்த பின் அந்தத் தம்பதி இவர்களுக்கு அருகில் நின்றுகொண்டிருந்தார்கள்.

'என்ன அற்புதம், இல்லையா?' என்று பூசாரி அங்கு இருந்தவர்களிடம் மட்டும் சொல்வதுபோல் இல்லாமல், கோயிலின் பிரதான தெய்வத்திடமும், அவரைச் சுற்றியிருக்கும் பல சிறிய தெய்வங்களிடமும் சொல்வதுபோல் சொன்னார்.

இப்படியாக, கல்பனா இசை ஆசிரியரிடம் போவதற்கு டாக்டர் நாயக் மறைமுகக் காரணமானார்.

நான்காவது விளைவுக்குத் தூண்டுதலாக இருந்தது தீக்ஷா. 'மென்டல் டாக்டர்' என்ற ஒலியைப் பாதி கிரகித்துக்கொண்ட தீக்ஷா உறைந்துபோனாள். தீக்ஷா ஒரு ஆசிரியரைக் கடந்துசெல்லும்போது, அந்த ஆசிரியர் சக ஆசிரியரிடம், 'இவளோட அக்காவை மென்டல் டாக்டர்கிட்ட அழைத்துச் சென்றிருக்கிறார்கள்போல் தெரிகிறது' என்று சொல்லிக்கொண்டிருந்தார். 'மென்டல்' குறித்து தீக்ஷா அறிந்திருப்பதெல்லாம் பல வருடங்களுக்கு முன்னால் கோயிலுக்கு வெளியே உட்கார்ந்திருக்கும் ஒரு 'பைத்தியக்கார' பெண்மணியோடு தொடர்புடையதாக மட்டுமே இருந்தது. கிழிந்த ஆடைகளில் இருக்கும் அந்த வயதான பெண்மணி அங்கு வருகிறவர்கள் கொடுப்பதைச் சாப்பிட்டுவிட்டு, அங்கேயே படுத்துறங்கிக் காலத்தைக் கழித்துவந்தார். அவர் எப்போதும் பேசியதில்லை. ஆனால், உறுமுவார். அதிலும் குறிப்பாகக் குழந்தைகளைப் பார்த்தால் உறுமுவார். அதனால், இளைய அம்மாக்கள் தங்களுக்குக் கட்டுப்படாத குழந்தைகளைப் பயமுறுத்துவதற்கு இந்தப் பெண்மணியை வசதியாகப் பயன்படுத்திக்கொண்டார்கள்.

ஆசிரியர் சொன்னதைக் கேட்ட தீக்ஷா அந்த நொடியில், அந்த வயதான பெண்மணியைத்தான் நினைத்துக்கொண்டாள். அவர் யார் என்றோ, அவர் எங்கே சென்றார் என்றோ எவருக்கும் தெரியாது. இன்று இங்கு இருந்தார். நாளை காணாமல்போனார். கோயிலுக்கு வெளியே உட்கார்ந்துகொண்டு சின்னக் குழந்தைகளைப் பார்த்து கல்பனா உறுமிக்கொண்டிருப்பது போன்ற மோசமான காட்சி தீக்ஷாவின் கண் முன் தோன்றியது. தங்களுக்குப் பிடிக்காத மாணவர்களை விளையாட்டாக இழிவாகப் பேசும் சொற்றொடர் 'மென்டல் கேஸ்'. கல்பனாவும் அப்படி ஆகிவிட்டாளா?

கல்பனா குறித்த அச்சத்தோடே தீக்ஷா வீட்டுக்குத் திரும்பி வந்தாள். ஆனால், என்ன நடந்தாலும் அக்காவுக்கு உதவுவது என்று தீர்மானமும் எடுத்துக்கொண்டாள். அவள் கல்பனாவைப் பேசவைப்பாள். அவளைச் சிரிக்கவைப்பாள், நடனமாடவைப்பாள். அவள் வீட்டுக்கு வந்துசேர்ந்தபோது, இதையெல்லாம் செய்வேன் என்று அவள் உறுதியாக

அறிந்திருந்தாள். கல்பனாவைத் தனக்குப் பாடம் எடுக்கக் கட்டாயப்படுத்துவாள்.

குறிப்பேடுகளையும் பென்சில்களையும் பெற்றுக்கொள்வது மிகச் சுலபமாக இருந்தது. தீக்ஷாவின் இரண்டு குறிப்பேடுகளை கல்பனா எடுத்துக்கொண்டாள். தீக்ஷா எதிர்ப்பு தெரிவித்தபோது, அம்மாவிடம் கேட்குமாறு சைகை செய்தாள். தீக்ஷா ரகசியமாகச் சந்தோஷப்பட்டாள். குறிப்பேட்டில் மோசமாகக் கிறுக்கிக் கொண்டிருப்பதற்குப் பதிலாக அவள் எழுதத் தொடங்குவாள் என்று நம்பினாள். காக்கி நிற அட்டைபோட்டுக் கெட்டியாக இருந்த இந்தப் புதிய குறிப்பேட்டைத் திறந்து அதில் முதல் வரியை கல்பனா எழுதினாள்: *மூளைதான் பேசுகிறது.* நல்ல வேளையாக, பிரெய்ன் என்பதற்கான கன்னட வார்த்தையை அவள் பள்ளியில் கற்றிருந்தாள்.

அந்த வாக்கியத்தை அவள் தீக்ஷாவிடம் காட்ட, அதைப் பார்த்து தீக்ஷா புன்னகைத்தாள். அவள் அக்கா வழக்கமான வாழ்க்கையை வாழ்வதற்கு இது முதல் படியாக இருக்குமா? தீக்ஷா சிரித்தாள். 'இது நகைச்சுவையின் முதல் வரியா?' என்று கேட்டாள். தட்டையான முகத்தையும், அதற்கு மேல் வளைந்த கோட்டிலான மூளையையும், மூடிய வாயையும் வரைந்தாள் கல்பனா. பிறகு, மூளையிலிருந்து வாய்க்கு ஒரு அம்புக்குறியை வரைந்தாள். அந்த அம்புக்குறி குழாய்போல் இருந்தது. வார்த்தைகள் மூளையிலிருந்து வாய்க்குப் பாய்வதாக அவள் வார்த்தைகளைச் சைகை செய்தாள்.

குரல் நாளங்களைச் சுட்டிக்காட்டி 'நாம் இங்கிருந்து பேசுவதாகவே நினைத்துக்கொண்டிருந்தேன்' என்றாள் தீக்ஷா.

கல்பனா மேல்கீழாகத் தலையசைத்தாள். மூளையிலிருந்து தொண்டை வழியாக வாய்க்குப் போகும் ஒரு குழாயை அவள் வரைந்தாள்.

அவள் சொல்ல வருவதை தீக்ஷாவால் புரிந்துகொள்ள முடியவில்லை. அவள் எழுந்துநின்று, என்னமோ மேடையில் நிற்பதுபோல் ஆடையைச் சரிசெய்துகொண்டாள். வாயை இறுக்க மூடிக்கொண்டாள். மூளையிலிருந்து வாய்வரை அவளது

விரலைக் கொண்டு தடவிக்கொண்டே வந்தாள். ஊக்கமளிக்கும் விதத்தில் கல்பனா மேலும்கீழும் தலையசைத்தாள்.

தீக்ஷா அவளது வாயை மீண்டும் மூடிக்கொண்டு, பலவிதமான முகபாவங்களை நாடகத்தனமாக வெளிப்படுத்தினாள். அவளது மூளையிலிருந்து வாய்க்கு வார்த்தைகள் கவிழ்ந்துவருவதை ஏற்றுக்கொள்வதுபோல் மிகத் தீவிரமாக மேல்கீழாகத் தலையாட்டத் தொடங்கினாள். உள்ளே நிரம்பிவழிந்த வார்த்தைகளைக் கொட்டிவிடாமல் இருக்க முயல்வதுபோல் கன்னங்களை உப்பி வைத்துக்கொண்டாள். பிறகு அவளது வாயைத் திறந்து, அவளைச் சுற்றிலும் வேகமான மழைத்துளிகள் விழுவதுபோல் கீச்சொலி எழுப்பினாள். என்னமோ ஏதோ என்று பயந்து அவள் அம்மா உள்ளே ஓடிவந்தார். தீக்ஷா சிரித்துக்கொண்டிருந்தாள். கல்பனா புன்னகைத்துக்கொண்டிருந்தாள்.

‘அம்மா, உன் வாயை வார்த்தைகளால் நிரப்பிக்கொள்ள நீ முயன்றுபார்க்க வேண்டும்’ என்றாள் தீக்ஷா அம்மாவிடம்.

அம்மா இடவலமாகத் தலையை ஆட்டிவிட்டு, தொலைக்காட்சி பார்க்கத் திரும்பினார். அவரது மகள் ஐந்தாம் வகுப்புதான் படிக்கிறாள். இப்பவே அவரால் அவளைப் புரிந்துகொள்ள முடியவில்லை! அவரது சிந்தனைகளை அஜ்ஜியிடம் வார்த்தைகளாக மாற்றினார். ‘இப்பெல்லாம் பெண்களுக்கு என்ன சொல்லித் தருகிறார்களோ!’

கல்பனாவின் கருத்து தீக்ஷாவுக்கு ஆச்சரியத்தைக் கொடுத்தது. அவள் நடித்துக்கொண்டுதான் இருந்தாள். அதில் எந்தச் சந்தேகமும் இல்லை. ஆனாலும், ஒருகணம் உண்மையிலேயே அடைத்துக்கொண்ட அவளது உப்பிய வாய்க்குள் வார்த்தைகள் நிரம்பியிருப்பதுபோலவே உணர்ந்தாள். திடீரென்று நிறைய உமிழ்நீர் உற்பத்தியானது; அந்த வார்த்தைகளெல்லாம் உமிழ்நீரோடு கலந்து வயிற்றுக்குள் பாய்ந்தன. வகுப்பில் நடந்த கலந்துரையாடலை நினைத்துப்பார்த்தாள். உண்மையிலே வார்த்தைகள் எச்சில் ஊடாகத்தான் கொண்டு செல்லப்படுகின்றனவா?

கல்பனா ஒரு காகிதத்தில் எழுதினாள்: *மூளை பேசுகிறது. மூளை கேட்கவும் செய்கிறது.*

அவள் மூளையிலிருந்து ஒரு குழாயை நாக்குக்கு இணைத்து அதைக் காதுவரை நீட்டித்தாள். இவையெல்லாம் மண்டைக்குள் தனித்து இருப்பதுபோல் இருந்தன.

'நீ உன் வாயை மூடிக்கொண்டு பேசினால், உன்னால் மட்டும்தான் கேட்க முடியும்' என்றாள் தீக்ஷா.

கல்பனா ஏற்றுக்கொண்டு தலையசைத்தாள். இருவரும் சிந்தித்துக்கொண்டு அமைதியாக அமர்ந்திருந்தார்கள்.

தயக்கத்தோடு, 'ஆனால், நான் எனக்குள் பேசிக்கொண்டுதான் இருக்கிறேன்' என்றாள் தீக்ஷா.

கல்பனா உற்சாகமாக எழுந்துகொண்டு கைதட்டினாள். ஆமாம், ஆமாம், ஆமாம். அவளது தலை மேலும்கீழுமாக அலைபாய்ந்தன.

தீக்ஷாவும் துள்ளிக்குதித்து எழுந்தாள். 'ஆமாம், நாம் நம்மோடு எப்பவும் பேசிக்கொண்டே இருக்கிறோம்.'

அவள் கொஞ்சம்போல் நடனமாடி, அறையைச் சுற்றித் துள்ளிக்குதித்து ஓடத் தொடங்கினாள். அவள் கல்பனாவை இறுக்கக் கட்டிக்கொண்டாள். பிறகு, வெளியே ஓடினாள்.

அஜ்ஜி, அம்மா, அப்பா மூவரும் அசதியாகத் தொலைக்காட்சியின் முன்னால் உட்கார்ந்திருப்பதைப் பார்த்தாள். அவள் தொலைக்காட்சியின் முன்னால் வந்து நின்று, செய்தி அறிவிப்பாளர்போல் பேசத் தொடங்கினாள்.

'நான் உங்களிடமெல்லாம் ஒரு செய்தி சொல்லப்போகிறேன். அக்கா எந்நேரமும் பேசிக்கொண்டுதான் இருக்கிறாள்.'

அதில் அதிகம் ஆச்சரியப்பட்டுப்போனது அப்பாதான். ஆனால், அவரது பெண்பிள்ளைகள் குறித்து அவர் அவ்வளவாக அறிந்திராததால், தீக்ஷா உண்மையைச் சொல்கிறாளா அல்லது கிண்டல் செய்கிறாளா என்று அவரால் தீர்மானிக்க முடியவில்லை.

அஜ்ஜியையும் அம்மாவையும் பார்த்து, 'ஆமாம், அவள் நாள் முழுக்கப் பேசிக்கொண்டுதான் இருக்கிறாள்' என்றாள் தீக்ஷா.

இருவரது முகமும் வாடியது. கல்பனா அப்படிச் செய்யவில்லை என்று அவர்களுக்குத் தெரியும். 'இந்தப் பொண்ணு என்ன சொல்லுறா? உனக்குத் தெரியுமா? அப்படின்னா நாம் ஏன் டாக்டர்கிட்ட எல்லாம் போனோம்?' என்று அம்மாவிடம் கேட்டார் அப்பா.

அம்மாவின் முகத்தைப் பார்த்த தீக்ஷா அவசரமாக, 'கல்பனா அவளுக்குள்ளாக எந்நேரமும் பேசிக்கொண்டிருக்கிறாள் என்று இப்போதுதான் நான் கண்டுபிடித்தேன். அவள் தொடர்ந்து பேசிக்கொண்டுதான் இருக்கிறாள், ஆனால் அவளால் மட்டுமே அதைக் கேட்க முடியும்.'

அப்பாவுக்குக் கோபம் தலைக்கேறியது. அவர் நாற்காலியிலிருந்து எழுந்து, தீக்ஷாவை அறைவதற்காகக் கை ஓங்கினார். உயர்த்திய அவரது கைக்கு அடியில் புகுந்து தீக்ஷா நழுவியிருப்பாள். ஆனால், அவரது உள்ளங்கை அவள் முதுகில் வேகமாக வந்திறங்கியது. அப்பா அவளைப் பயமுறுத்த மட்டுமே நினைத்தார். ஆனால், தீக்ஷா இந்த அடியை வாங்கிக்கொண்டு அழத் தொடங்கினாள்.

அப்பாவைப் பார்த்துக் கத்தினார் அம்மா. அஜ்ஜி எல்லோர் மீதும் சாபங்களை முணுமுணுக்கத் தொடங்கினார்.

தீக்ஷாவைத் தூக்கிவைத்துக்கொண்ட அப்பா, அவளை அடிக்க நினைக்கவில்லை என்றார். தீக்ஷா அவரைக் கட்டிக்கொண்டு, 'நான் உண்மையைத்தான் சொல்கிறேன். அவளால் பேச முடியும். அவள் பேசுகிறாள். ஆனால், நம்மிடம் பேச அவளுக்கு விருப்பமில்லை. யார்கிட்டேயும் பேச.' அவளது வார்த்தைகள் அவளுக்கானவை மட்டுமே. அவளுக்குள்ளாகப் பேசிக்கொண்டிருப்பதில் சலிப்புற்றுப்போகும்வரை நாம் காத்திருப்பதைத் தவிர நாம் எதுவும் செய்ய முடியாது என்று அவள் சொல்ல விரும்பியிருக்கலாம். ஆனால், தீக்ஷாவால் அப்படிச் சொல்ல முடியவில்லை — அப்போதைக்கு முடியவில்லை.

கல்பனா முன்னறைக்கு வந்து, நடப்பதையெல்லாம் மௌனமாகப் பார்த்துக்கொண்டிருந்தாள். அவளது அம்மாவால் தன்னைக் கட்டுப்படுத்திக்கொள்ள முடியவில்லை. 'எல்லாம் உன்னால்தான். சாதாரணப் பெண்போல் நீ ஏன் பேச மாட்டேன்

என்கிறாய்?' கல்பனா மூன்று பெரியவர்களையும் பார்த்தாள். அவர்கள் எல்லோரும் அவளைக் குற்றம்சாட்டுவதுபோல் பார்ப்பதாக உணர்ந்தாள். திடீரென்று ஏமாற்றப்பட்ட உணர்வு அவளுள் மேலோங்க, அவளது அறைக்குள் ஓடிச்சென்றாள்; கண்ணீர் விட்டு கதறும் நிலைக்குத் தள்ளப்பட்டாள்.

ஏன் அவளால் சாதாரணமாகப் பேச முடியவில்லை? ஆமாம், ஏன் அவளால் பேச முடியவில்லை? ஒரு சிறிய பெண் அவளது வாழ்க்கைத் தீயை — தன்னுடைய பேச்சை — தானாக ஏன் அணைக்கத் தீர்மானிக்க வேண்டும்? அந்த இரவில் காட்டுக்குள் ஒரு மரத்தடியில் உட்கார்ந்து, கற்பனைசெய்து பார்க்க முடியாத ஜந்துக்களெல்லாம் அவளது உடலுக்குள் ஊடுருவுவதாகக் கற்பனை செய்திருந்தால் அம்மாவால் புரிந்துகொள்ள முடியலாம். அல்லது, அவள் தொலைந்துபோனதற்கு அடுத்த நாள், பச்சையாக இல்லாமல் கருமையாக இருந்த இலைகளிலான கூரையின் ஊடாக, வீணாக வானத்தைப் பார்த்துக்கொண்டு, பார்க்க முடிந்த ஒவ்வொரு இடைவெளியையும் இதுவே பாதையாக இருக்க வேண்டும் என்று நினைத்துக்கொண்டு நடந்தாள். தங்களையெல்லாம் மறைத்துக்கொண்டிருப்பவர்களைக் கத்தி அழைத்துப்பார்த்தாள். அவர்களுடைய வீடுகளெல்லாம் மழையில் கரைந்துபோக, சிறிய கல்பனா மட்டுமே — குட்டையாக, மெலிந்த, எலும்பும் தோலுமாக இருக்கும் இந்தச் சிறிய பெண் மட்டுமே அந்தப் பூதாகரமான மழைக்காட்டுக்கு நடுவில் தன்னந்தனியாக நின்றுகொண்டிருந்தாள்.

அடுத்த நாள் சற்று தேவலாம்போல் இருந்தது. சூரியன் வெளிப்பட்டது. அவள் அதுவரை கேட்டிராத பறவைச் சத்தங்கள் அவளது கவனத்தை ஈர்க்க ஒன்றோடொன்று போட்டியிட்டன. கொஞ்சம்போல் கண்களை மூடிமூடித் திறந்து, அந்தக் காட்டின் ஊடே தடுமாறிச்சென்று, அவளால் பார்க்க முடியாத மனிதர்களை நோக்கி, அதிலும் அவளால் பார்க்க முடியாத விநாயகரை நோக்கித் தொடர்ந்து குரல் எழுப்பியதால் அவளது குரல் தேய்ந்துபோக, அந்த இரவை எப்படியோ தாக்குப்பிடித்தாள். அவள் வழியைத் தவறவிட்டாள். பேரச்சம் அவளைச் சூழ்ந்துகொள்ள, வெறுமனே படுத்திருந்து காத்திருக்கத் தயாரானாள். ஆனால், திடீரென்று சூரிய ஒளி வந்தது. இலைகள் ஊடாகப் பாய்ந்தது. கல்பனா படுத்திருந்த மரப்பட்டைகள்

ஊடாக ஊர்ந்துவந்து அவளது கண்களைக் கூசச்செய்தது. கல்பனா கண்களைத் திறந்தபோது, சூரியன் அவளுக்கு முன்பாக நின்றுகொண்டிருந்ததாகவும், அவளது கண்களைக் கூசும் அளவுக்கு அவ்வளவு பிரகாசமாகச் சிரித்துக்கொண்டிருந்ததாகவும் சத்தியம் செய்திருப்பாள். அவள் சுற்றிலும் பார்த்தாள். காய்கள் பழுக்கத் தொடங்கிய மாமரங்கள் அவளைச் சூழ்ந்திருப்பதைப் பார்த்தாள். காட்டு மாங்காய் ஊறுகாய்க்கு மிகப் பிரபலம். அவள் வயிறு நிறைய சாப்பிட்டாள். அவளது பையில் கொஞ்சம்போல் திணித்துக்கொண்டாள். இப்போது, ஒரு நோக்கத்தோடு நடப்பதுபோல், தொலைவில் ஏதோ ஒரு வீட்டைப் பார்த்துவிட்டதுபோல் நடக்கத் தொடங்கினாள். காடு என்றால் என்னவென்று அவள் அறிந்துகொண்டாள். பாதி வெடித்திருந்த பலாப்பழம் கீழே கிடப்பதைப் பார்த்து, அதைப் பிளந்தாள். எந்தப் பழமும் அவ்வளவு புனிதமாக ருசித்ததே இல்லை.

மாலை வந்தபோது மேகங்கள் கூடின. இருள் மிக வேகமாக விழுந்தது. அயர்ச்சியுற்ற அவளது குரலால் மேலும் சத்தம் எழுப்ப முடியாமல்போனது. ஆனால், கல்பனா கோழையல்ல. ஓர் இரவைத் தாக்குப்பிடித்திருக்கிறாள். மற்றொரு இரவையும் அவளால் தாக்குப்பிடிக்க முடியும். அவள் மிகப் பெரிய ஆலமரத்தைப் பார்த்தாள். ஆலமரங்கள் நூறு வருடப் பழமையானவை என்று அவரது ஆசிரியர்கள் சொன்னதை நினைத்துக்கொண்டாள். வயது குறித்த இந்த விஷயம் அவளுக்கு ஆறுதல் கொடுப்பதாக இருந்தது. இந்தக் காட்டில் எண்ணிகையிலடங்கா இரவுகளை, ஒவ்வொரும் நாளும், ஒவ்வொரு மழையிலும் இந்த மரத்தால் தாக்குப்பிடிக்க முடியும் என்றால் அவளாலும் தாக்குப்பிடிக்க முடியும். அவள் பாதி உட்கார்ந்து, பாதி படுத்துக்கொண்டு அடிமரத்தைக் கட்டிப்பிடித்துக்கொண்டாள். அந்த இரவு அவ்வளவு சுலபமாக இருக்கவில்லை. மழை நின்றது. அதே சமயத்தில் காட்டுக்குள் ஒளியூட்டிய நிலவைக் காட்டுவதற்கு மேகங்கள் திடீரென்று மறைந்துபோயின. அவளிடம் அச்சம் குடிகொண்டிருந்தாலும் கூட, கல்பனா பெரும் மகிழ்ச்சியாக இருப்பதாக உணர்ந்தாள். வீட்டிலேயே இருந்திருந்தால், இப்படியான ஒரு காட்சியை ஒருபோதும் அவளால் பார்த்திருக்க முடியாது என்பதே அவளது பிரதான எண்ண ஓட்டமாக இருந்தது. நட்சத்திரங்களில்

அவளும் ஒன்றாகிவிட்டதுபோல் உணரும் அளவுக்கு அவள் நட்சத்திரங்களை வெறித்துப்பார்த்துக்கொண்டிருந்தாள். இந்த மரங்களுக்கும் மேலாகப் பறந்து அந்த நட்சத்திரங்கள்போல் ஜொலிப்பது அவளுக்குச் சாத்தியப்பட்டால் எவ்வளவு நன்றாக இருக்கும். தூக்கம் ஆட்கொள்வதற்கு முன் அவளுக்கு ஒரு எண்ணம் தோன்றியது. ஆனால், அது என்னவென்று அவள் முழுமையாக உள்வாங்கிக்கொள்வதற்கு முன் அவள் இருண்ட தூக்க உலகத்துக்குள் மறைந்துபோனாள்.

*ஆக, உன்னால் ஏன் சாதாரணமாகப் பேச முடியவில்லை?* தனக்குப் பெரும் அநீதி இழைக்கப்படுவதாக கல்பனா நினைத்தாள். தீக்ஷா மட்டும் உள்ளே வந்து அவளுக்கு அருகில் படுத்துக்கொள்ளவில்லை என்றால், மீண்டும் கொஞ்ச நேரத்தில் ஒரு சுற்று அழத் தொடங்கியிருப்பாள்.

'என்ன மன்னிச்சுடு அக்கா. நான் இதைச் சொல்லியிருக்கக் கூடாது. இது உன்னோட ரகசியம்.'

கல்பனா மௌனமாக இருந்தாள். முன்னறையில் பெரியவர்களின் முணுமுணுக்கும் பேச்சுச் சத்தங்கள் பின்னணியாக நிறைந்திருந்த நீண்ட அமைதிக்குப் பிறகு, 'நீ உன்னுடைய குரலையோ அல்லது உன்னுடைய மொழியையோ இழந்துவிடவில்லை என்பது எனக்கு அவ்வளவு சந்தோஷத்தைக் கொடுத்தது. நான் அது குறித்துதான் கவலைப்பட்டுக்கொண்டிருந்தேன்' என்றாள் தீக்ஷா.

இப்படிச் சொல்லிக்கொண்டே தீக்ஷா அழத் தொடங்கினாள். 'நீ இனி எப்போதும் பேச மாட்டாய் என்றே பயந்துகொண்டிருந்தேன். கோயிலுக்கு வெளியே இருந்த அந்தப் பைத்தியக்காரக் கிழவிபோல் ஆகிவிடுவாய் என்று பயந்துகொண்டிருந்தேன்.'

அவளது தொண்டை மௌனமாக அசைய கல்பனா அமைதியாகச் சிரிக்கத் தொடங்கினாள். அவள் தீக்ஷாவைத் தனக்கு அருகில் இழுத்துக்கொண்டாள். ஓ, அவளது காதுகளில் கிசுகிசுப்பதற்குத்தான் எவ்வளவு இருக்கின்றன.

தீக்ஷா எழுந்து உட்கார்ந்தாள். 'அக்கா, என்கிட்ட பிரமாதமான யோசனை ஒன்னு இருக்கு. என்ன செய்யணும்னு எனக்குத் தெரியும். உன் வாயை நீ திறக்க வேண்டிய அவசியமே

இல்லை. எப்படியிருந்தாலும் உனக்குள்ளாக நீ எப்போதும் பேசிக்கொண்டுதான் இருக்கிறாய். உன்னுடைய மூளை உன்னுடைய காதுகளிடம் பேசிக்கொண்டுதான் இருக்கிறது. ஆக, நான் என்ன நினைக்கிறேன் என்றால், உன் மூளையில் ஒரு மைக்கைப் பொருத்திவிட்டு அதை டிவியோடு இணைத்துவிடலாம். பிறகு, நீ அமைதியாக உட்கார்ந்து கொண்டிருக்கலாம். நீ சொல்வதை எங்களால் தெளிவாகக் கேட்க முடியும்! டிவிக்குள்ளிருந்து நீ பேசுவதுபோல் எங்களால் கேட்க முடியும்!' அவள் கை தட்டிக்கொண்டே மேலும்கீழும் குதித்தாள். 'அக்கா, இது நல்ல யோசனை. நீ என்ன சொல்கிறாய்?'

முன்னறையில் சோகமாக உட்கார்ந்திருந்த மூன்று பெரியவர்களும் தீக்ஷா உரக்கச் சிரிப்பதைக் கேட்டார்கள். பிறகு, மேலும் சத்தங்கள் வந்தன — முத்துகள் உருண்டு, ஒன்றோடொன்று சந்தோஷமாக மோதி விலகுவதுபோல். இந்தச் சத்தங்களை அவர்கள் இன்னும் உன்னிப்பாகக் கேட்டார்கள் என்றாலும்கூட, அதில் தீக்ஷாவின் சிரிப்பு எது என்றும், அவளது அக்காவின் சிரிப்பு எது என்றும் அவர்கள் சொல்வதற்கு வழியேதும் தென்படவில்லை.

கல்பனா அவளது சபதத்தை மீறும் தருணத்துக்கு மிக அருகில் வந்தாள். சிரிப்புகளெல்லாம் அடங்கிய பின் அவள் தீக்ஷாவின் காதோடு பேசுவதற்குக் குனிந்தாள். 'உன்னுடைய யோசனைக்குப் பரிசாக இதோ என்னுடைய வார்த்தைகள்' என்று அவள் சொல்லியிருக்கக்கூடும். ஆனால், கடைசி நேரத்தில் அவளுக்குள்ளிருந்து தப்பித்து வெளியே வரத் தீவிரமாக இருந்த வார்த்தைகளைக் கட்டுப்படுத்திக்கொள்ளும் விதமாக, அவளது உடலை வளைத்து முகத்தைத் திருப்பிக்கொண்டாள். அவளது வார்த்தைகள் இப்போது அவற்றுக்கான சுதந்திரமான எத்தனத்தைக் கொண்டிருப்பதுபோல், அவற்றின் மீதான கட்டுப்பாட்டை அவள் வேகமாக இழந்துகொண்டிருந்தாள்.

கல்பனா தனக்கு நெருக்கமாக வந்ததால், ஏதோ சொல்லப்போகிறாள் என்றுதான் தீக்ஷாவும் எதிர்பார்த்தாள். கடைசி நேரத்தில் அவள் திரும்பிக்கொண்டதில், மிக அதிகமாக ஏமாற்றமடைந்தாள். தன்னை எப்படியோ கட்டுப்படுத்திக்கொண்டு, 'பேசுவதன் மேல் நீ ஏன் இவ்வளவு கோபமாக இருக்கிறாய்?' என்று பலவீனமாகக் கேட்டாள். 'என்னால் புரிந்துகொள்ளவே

முடியவில்லை. அக்கா, நீ ஏன் இப்படிச் செய்கிறாய் என்று எனக்குப் புரியவே இல்லை' என்றாள்.

கல்பனா படுக்கையிலிருந்து எழுந்து, தனது குறிப்பேட்டை எடுத்துக்கொண்டாள். அறைக்கு வெளியேயிருந்து வந்த வெளிச்சத்தில் அவள் எழுதத் தொடங்கினாள். அவள் பேசுவதற்கான விருப்பத்தை இழந்த அந்த நொடியை மிகத் துல்லியமாக நினைவில் வைத்திருந்தாள். அவள் அதை மறக்க விரும்பவில்லை. அவள் எழுதினாள்:

*பிரார்த்தனைகள் எல்லாம் பொய்*

*நம்முடைய பிரார்த்தனைகளைக் கேட்க கடவுள் எங்கு இருக்கிறார்?*

*நாம் தேர்வில் தேறுவதற்குக் கடவுள் உதவுவார் என்று எப்படி நாம் எதிர்பார்க்க முடியும்?*

*அல்லது நம் வயிற்றுவலியைப் போக்குவார் என்று?*

*பிரார்த்திக்கும்போது நாம் யாரிடம் பேசிக்கொண்டிருக்கிறோம்?*

காட்டில் மூன்றாவது நாள், பசியாலும் உடல்நிலை சரியில்லாததாலும் எல்லாவற்றையும் இழந்துவிட்டதுபோல் கல்பனா மிக மோசமாக உணர்ந்தாள். வெறுமையை அனுபவித்தாள்; எதுவுமாக இல்லாமல் இருப்பதுபோல் உணர்ந்தாள். நீரூறிய மண்ணில் கொஞ்சம்கொஞ்சமாக அழுகிக்கொண்டிருக்கும் இலையாகத் தன்னைப் பார்த்துக்கொண்டாள். அவள் தூக்கியெறிப்பட்டவளாகவும் ஏமாற்றப்பட்டவளாகவும் உணர்ந்தாள். எல்லாவற்றையும்விட, அவள் நம்பிய, சிந்திக்காமல் பின்தொடர்ந்த வார்த்தைகளால் அவள் ஏமாற்றப்பட்டாள். மானுடர்களின் ஒவ்வொரு மூலைமுடுக்கிலும் எதிரொலித்துக்கொண்டிருக்கும் வார்த்தைகளால் ஏமாற்றப்பட்டாள். எந்நேரமும் பொய்யான பிரார்த்தனைகளைச் சொல்லிக்கொண்டிருக்கும் அஜ்ஜியால் ஏமாற்றப்பட்டாள். பல கோயில்களுக்கு அழைத்துச்சென்று, அவர்களுக்கே புரியாத பிரார்த்தனைகளையெல்லாம் சொல்லவைத்த அவளது பெற்றோரால் ஏமாற்றப்பட்டாள். காட்டில் பிரார்த்தனைகள் அவளைக் கைவிட்டதையே மிகப் பெரிய ஏமாற்றமாக உணர்ந்தாள். அவளது கதறல்களை, அழுகைகளை, வேண்டுதல்களை ஒரே ஒரு கடவுள்கூடக்

கேட்கவில்லை. ஆதரவாகப் பிடித்துக்கொள்ள ஒரு கைகூட இல்லாமல்போனது. அவளது பேரச்சத்தை அவள் மட்டுமே அனுபவிக்க வேண்டியிருந்தது. பார்க்க முடியாத கடவுள்களுக்கான பிரார்த்தனைகள், பாடல்கள் எல்லாமே பொய் என்பதில் அவள் தீர்மானமாக இருந்தாள். தன்னுடைய பிரார்த்தனைகள் கடவுள்களால் கேட்கப்படுகின்றன என்ற நம்பிக்கை ஒரு பொய்.

அன்று, வேறொரு நிழலான மரத்துக்கு அடியில் படுத்துக் கொண்டிருந்தபோது, அதிகமாக மாம்பழங்கள் சாப்பிட்டதாலும், பழுப்பு நிறத்தில் இருந்த தண்ணீரைக் குடித்ததாலும், உடல் சரியில்லாமல் போனதாலும், கேட்பார் எவருமே இல்லாத அவளது பலவீனமான கதறலை அவளே கேட்டுக்கொண்டு இருக்க வேண்டியிருந்ததாலும், இருத்தல் மீதான நம்பிக்கையை அவள் இழந்திருந்ததாலும், கோபத்தைப் புது விதமாகத் தான் உணர்வதை அவள் கண்டுபிடித்தாள். காட்டிலிருந்து வெளியேறுவதற்கான வழியைக் கண்டுபிடிப்பது என்றும், மொழி பொய்யானது என்றும், அவர்கள் அவ்வளவு நம்பும் அவர்களது பிரார்த்தனைகளும் பொய்யானவை என்றும் உலகத்துக்குக் காட்டும் வழியைக் கண்டுபிடிக்கப்போவதாகத் தனக்குள் உறுதிபூண்டாள். அவள் கத்துவதை நிறுத்தினாள். விநாயகரை அழைப்பதை நிறுத்தினாள். மாறாக, அவளைச் சுற்றிலும் உள்ள லட்சக்கணக்கான ஜீவராசிகளின் பெரும் மௌனத்தைக் கேட்கத் தொடங்கினாள். இந்த ஜீவராசிகள் எதுவுமே மனிதர்கள்போல் பேசுவதில்லை என்று உணர்ந்துகொண்டாள். இந்தச் சிந்தனை அவளுள் பெருத்த நிறைவைக் கொடுத்தது. இவற்றால் பேச முடியவில்லை என்றால், இவற்றால் பொய் சொல்ல முடியாது என்றாகிறது. *இவற்றால் பொய் சொல்ல முடியாது. இவற்றால் பொய் சொல்ல முடியாது.* இதுவே அவளது புதிய தீர்மானமானது.

பிறகு மதியப் பொழுதில், அதன் உறுதியான கிளைகளைத் தரைவரையிலும் கொண்டிருந்த மிக உயரமான மரம் ஒன்றைப் பார்த்தாள். அவள் சற்றே சிரமப்பட்டுதான் என்றாலும், அந்த மரத்தின் மீது ஏறத் தொடங்கினாள். ஆனால், இன்னும் மேலே சென்ற பிறகு, பிரம்மாண்டமான விதானம்போல் இருந்த மரங்களுக்கு ஊடாகப் பூச்சிகள் தாவிச்செல்வதுபோல், ஒரு கிளையிலிருந்து மற்றொன்றுக்குத் தாவிச்செல்ல முடியும் என்று

உணர்ந்துகொண்டாள். அடர்த்தியான இலைகளுக்கு மேலாக அவள் ஏறிச்சென்ற பிறகு, காட்டின் பெரும் பரப்பை அவளால் பார்க்க முடிந்தது. இந்தப் பார்வை அவளை அமைதிப்படுத்தியது. காட்டோடு தன்னை ஐக்கியப்படுத்திக்கொண்டாள். அவளது அச்சமெல்லாம் காணாமல்போயின. அவை ஏறக்குறைய சந்தோஷங்களாக மாறின. சில நிமிடங்கள் கழித்து, மேலே மீண்டும் மேகங்கள் சூழ்ந்துகொள்ள, இந்த முறை ஏதோ ஒரு கடமையைச் செய்வதுபோல் ஒரு விளக்கு வெளிச்சத்தைப் பார்த்ததாக நினைத்துக்கொண்டாள். அவள் அதையே வெறித்துப் பார்த்துக்கொண்டிருந்தாள். மாலையில், இருட்டு பரவிக்கொண்டிருக்க வெகு தொலைவில் குலுங்கும் மஞ்சள் விளக்கு ஒன்றைப் பார்த்ததாக நினைத்தாள். கொஞ்ச தூரம் தள்ளி, சாலையைப் பார்க்க முடியும் என்பதில் உறுதியாக இருந்தாள். இதனால் ஊக்கம் பெற்று, ஆடைகள் இங்குமங்கும் கிழிய, கைகளிலும் முட்டிகளிலும் சிராய்வுகள் ஏற்பட, அவசர அவசரமாக இறங்கினாள். புத்துணர்வோடு அவள் அந்தச் சாலை இருந்த திசை நோக்கி நடக்கத் தொடங்கினாள். ஆனால், மழை பிடித்துக்கொண்டது. அவள் மூச்சுத்திணறிப்போகும் அளவுக்கு இருட்டு பலம் கொண்டு பாய்ந்தது. மற்றொரு இரவை நடுங்கும் குளிரில் அவள் கழிக்க வேண்டியிருந்தது. அடுத்த நாள் காலை, மலைகளுக்கு ஊடாகப் பேருந்து வரும் சத்தத்தை அவள் கேட்கும்வரை, அவளது சோதனைகள் முடிந்தபாடாக இல்லை.

கல்பனா குறிப்பேட்டை எடுத்து, கடைசி நாளன்று அவளது மனத்தில் நிரம்பியிருந்த எண்ணங்களையெல்லாம் எழுதத் தொடங்கினாள். பொய்யர்களின் நிலத்தில் இனி பேசுவதில்லை என்று உறுதி எடுத்துக்கொள்ள வைத்த சிந்தனைகளையெல்லாம். மொழி என்று ஒன்றைக் கொண்டிராமல், பிரார்த்தனைகளை முணுமுணுக்க கடவுள்கள் என்று எதையும் கொண்டிராமல், அதனால் பொய் ஏதும் சொல்ல முடியாமல், பேச முடியாமல் அவளைச் சுற்றியிருக்கும் மிருகங்கள், பூச்சிகள்போல் இருப்பது என்று உறுதி எடுத்துக்கொள்ளவைத்த சிந்தனைகளையெல்லாம் எழுதத் தொடங்கினாள்.

சாலையில் கண்டெடுக்கப்பட்டு, அடையாளம்காணப்பட்டு, வீட்டுக்கு அழைத்துவரப்பட்டபோது அவள் உணர்ந்தவை யெல்லாம், காட்டில் என்னவெல்லாம் உணர்ந்தாளோ அவையெல்லாமே உண்மை என்று அவளுக்கு உணர்த்துவதாக இருந்தன. அவளைச் சூழ்ந்திருந்த ஒருவராலும் அவளது மௌனத்தையும் புரிந்துகொள்ள முடியவில்லை, லட்சக்கணக்கான ஜீவராசிகளிடம் அவற்றின் பகுதியாக இருக்கிறேன் என்று போட்டுக்கொண்ட ஒப்பந்தத்தையும் புரிந்துகொள்ள முடியவில்லை. மௌனத்தில் வாழ்வது; உண்மையில் வாழ்வது. மாறாக, அவர்களுடைய மொழி, அவர்களுடைய அச்சத்தையும், அந்த அச்சம் குறித்த பொய்களையுமே காட்டிக்கொடுத்தது. அவளது உடலை அவர்கள் பரிசோதிக்க வேண்டும் என்றார்கள். யாராவது ஒருவன் அல்லது கூட்டாக அவளைத் தூக்கிக்கொண்டுபோனார்களா என்று தெரிந்துகொள்ள விரும்பினார்கள். பிற எல்லாவற்றையும்விட இதுவே மிக முக்கியமானது என்பதுபோல், 'அவர்கள் உன்னை ஏதாவது செய்தார்களா?' என்று கேட்டார்கள். கல்பனா, அவளது மௌனத்தின் ஊடாக அவர்கள் மேல் பரிதாபப்பட்டாள். ஒருசில நாள்களுக்குப் பின் அவள் பேசியிருப்பாளானால், அவள் இப்படியாகச் சொல்லியிருக்கக்கூடும்: 'இது அவர்களுடைய தவறில்லை. இது அவர்களுடைய மொழியின் தவறு. அவர்களிடம் வார்த்தைகள் இருக்கின்றன என்பதாலேயே என்ன சொல்கிறோம் என்று ஏதும் தெரியாமல் சொல்கிறார்கள்.'

அவள் திரும்பி வந்த பிறகு, தூக்கமின்மையிலான திகைப்போடும், அவளது எலும்புகளின் ஆழத்துக்குள் நுழைந்துவிட்ட ஜலதோஷத்தோடும், அவளைப் பார்க்க வரிசைகட்டியவர்களையெல்லாம் பார்த்தபோது அவளுக்குள் தோன்றியதை, இப்போது குறிப்பேட்டில் எழுதும்போது நினைவுக்குக் கொண்டுவந்தாள்.

*பேசுவது என்று நாம் தீர்மானிக்கிறோமா அல்லது எப்போது வாயிலிருந்து வெளியே வர வேண்டும் என்று வார்த்தைகள் தீர்மானிக்கின்றனவா?*

இந்தக் கேள்விதான், இதை அவள் முழுமையாகப் புரிந்துகொள்ளவில்லை என்றபோதும், இனி பேசுவதில்லை என்று அவள் எடுத்த தீர்மானத்தைச் சுலபமாகத் தாங்கிக்கொள்ளக்கூடிய

ஒன்றாக்கியது. அவளது வலுக்கட்டாயமான மௌனத்தில், அவளது யத்தனத்தையும் அவளது உண்மையான குரலையும் அவள் கண்டெடுத்தாள். அவளது அனுமதியில்லாமல் வெளியே பாய்ந்துவந்து அவை என்ன சொல்ல விரும்புகின்றனவோ அதைச் சொல்லும் வார்த்தைகளுக்கு அவள் இனியும் அடிமையாக இருக்கப்போவதில்லை.

தீக்ஷா வார்த்தைகளை உரக்கப் படித்தாள்.

'இது புதிரா?' என்று கேட்டாள். கல்பனா இடவலமாகத் தலையசைத்தாள்.

'பேசுவது நான்தானே அக்கா, இல்லையா? நான் பேசும்போது பேசுவது கல்பனா இல்லையே.' சற்று இடைவெளிவிட்டாள். 'அல்லது அஜ்ஜி பேசவில்லையே.' தீக்ஷா சிரித்தாள்.

கல்பனா எழுதினாள்: உனக்குப் பேச விருப்பம் இல்லாதபோதும், நீ பேசுகிறாயா?

'இல்லையே. எனக்குப் பேச விருப்பம் இல்லை என்றால், நான் பேசப்போவதில்லை.'

தீக்ஷாவால் புரிந்துகொள்ள முடியவில்லை என்று — இப்போதைக்கு முடியவில்லை என்று — கல்பனா உணர்ந்து கொண்டாள். அவள் எழுதினாள்: மௌனமாக இருக்க முயற்சிசெய். ஒரு நாள் மட்டும் பேசாதே.

'நான் அப்படிச் செய்ய மாட்டேன். அம்மா ரொம்ப பயந்துடுவாங்க!'

கல்பனா வேறு என்னவெல்லாம் எழுதியிருக்கிறாள் என்று தீக்ஷாவிடம் காட்டினாள்.

> பிரார்த்தனைகள் எல்லாம் பொய்
>
> நம்முடைய பிரார்த்தனைகளைக் கேட்க கடவுள் எங்கு இருக்கிறார்?
>
> நாம் தேர்வில் தேறுவதற்குக் கடவுள் உதவுவார் என்று எப்படி நாம் எதிர்பார்க்க முடியும்?
>
> அல்லது நம் வயிற்றுவலியைப் போக்குவார் என்று?
>
> பிரார்த்திக்கும்போது நாம் யாரிடம் பேசிக்கொண்டிருக்கிறோம்?

தீக்ஷா எல்லா வரிகளையும் படித்தாள்.

'நான் ஏத்துக்கிறேன் அக்கா. உபாத்யா சார் சொல்வதுபோல் சொல்வதென்றால் நல்ல கேள்விகள்!' அவள் சற்று இடைவெளிவிட்டாள். 'ஆனால், இவையெல்லாம் தவறு. ஏனென்று கேட்காதே. எனக்குத் தெரியவில்லை.'

அவள் எது குறித்துப் பேச விரும்பவில்லையோ அது குறித்து ஏதாவது சொல்ல வேண்டும் என்று கேட்டுக் கொள்ளப்படுவதுபோல் தீக்ஷா உணர்ந்தாள். அவளது பள்ளி அனுபவத்தில் இதுவரை, விடைகள்தான் சரியாகவோ தவறாகவோ இருந்திருக்கின்றன. இப்போது இந்தக் கேள்விகள் எல்லாமும் தவறாக இருப்பதுபோல் அவளுக்குத் தோன்றுகிறது. தலையில் பூச்சூடிக் கோயிலுக்குப் போக அவளுக்குப் பிடிக்கும். அங்கே கிடைக்கும் இனிப்புகளைச் சாப்பிடப் பிடிக்கும். அழகான தொந்தியோடு இருக்கும் குட்டி விநாயகரைக்கூட அவளுக்கு ரொம்பப் பிடிக்கும். ஏனோ தெரியவில்லை, துதிக்கை தவிர மற்ற விஷயங்களில் விநாயகர் அவளைப் போல் இருப்பதாகவே நினைத்தாள். துதிக்கை குறித்து அவள் நினைத்தபோது அவள் புன்னகைத்தாள். அந்தளவுக்கு பூஜிக்கத் தகுந்தவர். அந்த அளவுக்கு நட்பானவர். கல்பனாவிடமிருந்து வரும் இந்தக் கேள்விகள் அவளுக்கு எவ்விதமான அர்த்தத்தையும் கொடுக்கவில்லை.

'நான் விநாயகரிடம் பேசுகிறேன்' என்று ஏற்றுக்கொண்டாள். 'நான் உன்னைப் பற்றி அவரிடம் சொன்னேன். ஏன் அவர் உன்னைக் கவனித்துக்கொள்ள மாட்டேன் என்கிறார் என்றும் கேட்டேன்.'

கல்பனா ஆச்சரியப்பட்டாள். அவள் எழுதினாள்: *அப்படி யென்றால், அவர் என்ன சொன்னார்?*

தீக்ஷாவுக்குக் கஷ்டமாக இருந்தது. கல்பனா அவளைக் கேலிசெய்வதாக நினைத்தாள்.

'நீ நல்லா இருப்பேன்னு சொன்னார்.'

*இதை அவர் கன்னடத்தில் சொன்னாரா இல்லை வேறு ஏதாவது மொழியில் சொன்னாரா?*

கல்பனாவை எதிர்ப்போடு பார்த்தாள் தீக்ஷா. 'ஆமாம், அவர் கன்னடத்தில் சொல்வதை நான் கேட்டேன்.'

அவருடைய குரல் எப்படியாக இருந்தது?

தீக்ஷா யோசித்தாள். அவள் கண்களை இறுக்க மூடிக்கொண்டாள். விநாயகர் அவளுக்கு எப்படியாக ஒலித்தார்? அவள் கண்களைத் திறந்து 'நீ பேசுவதுபோலவே இருந்தது' என்றாள்.

கல்பனா திகைத்துப்போனாள். நகைச்சுவையாக ஏதாவது சொல்லவே விரும்பினாள். அவளது தங்கையை முட்டாள் என்று சொல்ல ஆசைப்பட்டாள். அல்லது இன்னும் மோசமாகப் பொய்யர் என்று. இந்த எண்ணம் வந்தவுடன் அவள் திடீரென்று நிறுத்தினாள். அவள் என்ன செய்துகொண்டிருக்கிறாள் என்று அவள் பிரக்ஞை பெற்றாள். அவளது தங்கையைக் காயப்படுத்த அவள் மொழியைப் பயன்படுத்துகிறாள். அவள் எழுதுவதை நிறுத்திவிட்டு, தீக்ஷாவைப் பார்த்துப் புன்னகைத்தாள்.

தீக்ஷா விடுவதாக இல்லை. 'ஏதாவது எழுது.'

கல்பனா இடவலமாகத் தலையசைத்தாள். தீக்ஷாவுக்கும் திடீரென்று அம்மாபோல் கல்பனா தெரிந்தாள். தோற்றத்தில் இல்லையென்றாலும் அயர்ச்சியால் வயதானவள்போல் தெரிந்தாள்.

தீக்ஷா மீண்டும் முயன்றாள். 'தயவுசெய்து ஏதாவது எழுது.'

கல்பனா மறுத்தாள்.

'சரி, அப்படின்னா நான் விநாயகர்கிட்ட பேசுறதுக்குப் போகிறேன்' என்றாள். கல்பனாவுக்கு அருகில் படுக்கையில் படுத்தாள். பிறகு, அவளிடமிருந்து திரும்பிக்கொண்டாள். அர்த்தமில்லாத சத்தங்களுக்கு இடையிடையே 'விநாயகா' என்ற ஒலியையும் சேர்த்து ஏதோ முணுமுணுக்கத் தொடங்கினாள்.

தீக்ஷாவும் குமாரியும் பள்ளியிலிருந்து குமாரியின் வீட்டுக்கு நடந்துவந்துகொண்டிருந்தார்கள். தன்னுடைய அம்மா முந்தைய தினம் செய்த இனிப்பை தீக்ஷா ருசித்துப்பார்க்க வேண்டும் என்று குமாரி விரும்பினாள். அவர்கள் அந்த இனிப்பை வாயில்

போட்டுக்கொண்டு, குமாரியின் வீட்டுக்கு வெளியே இருந்த சிறிய சிமெண்ட் மேடையில் உட்கார்ந்துகொண்டார்கள்.

'உபாத்யா சாருக்கு இன்னொரு கேள்வி நம்மிடம் இருக்கிறது' என்று சொல்லத் தொடங்கினாள் தீக்ஷா.

'என்ன அது?'

'நாம் பேசுகிறோமா அல்லது வார்த்தைகள் பேசுகின்றனவா?'

'ம்ம், இது விடுகதைபோல் இருக்கிறது.'

'இல்லை. இது விடுகதையில்லை.'

'அப்படியென்றால், இது முட்டாள்தனம். வார்த்தைகளால் பேச முடியாது.' குமாரி தனது வார்த்தைகளைக் கேட்டு அவளே சிரிக்கத் தொடங்கினாள்.

தீக்ஷா எரிச்சலடைந்தாள். 'நான் என்ன சொல்ல வருகிறேன் என்றால், நீ என்ன சொல்ல வேண்டும் என்று நீதான் தீர்மானிக்கிறாயா? என்ன சொல்லக் கூடாது என்றும்? சில சமயங்களில் நீ ஏதோ ஒன்றைச் சொல்லியிருக்கக் கூடாது என்று உணர்ந்திருந்தாலும் அதைச் சொல்வதில்லையா?'

நிச்சயமாக அப்படி நடந்திருக்கிறது! பல முறை வார்த்தைகள் தப்பித்துக்கொண்டு வெளிவந்ததையும், அவர்கள் மௌனமாக இருந்திருக்க வேண்டும் என்று பின்னர் உணர்ந்ததையும் இருவருமே நினைத்துப்பார்த்தார்கள்.

'கல்பனா சொல்வது சரியென்றே நான் நினைக்கிறேன். வார்த்தைகள் அதுவாகவே வெளிவருகின்றன.'

குமாரி அதிர்ந்துபோனாள். 'இல்லை தீக்ஷா, நான் ஏற்றுக்கொள்ள மாட்டேன். பேசுவது நான்தான்.'

அவர்கள் தீவிரமாகச் சிந்தித்துக்கொண்டு அமைதியாக அமர்ந்திருந்தார்கள்.

பிறகு குமாரி, 'நம்முள்ளிருந்து எந்த வார்த்தை வெளியே வர வேண்டும் என்று வார்த்தைகள் எப்படித் தீர்மானிக்கின்றன?' என்று கேட்டாள். இது குறித்து அவர்கள் இன்னும் சற்று நேரம் சிந்தித்தார்கள்.

'எனக்கு ஒரு கேள்வி இருக்கிறது' என்றாள் குமாரி. 'வாய் அதைத் திறந்துகொள்வது என்று முடிவெடுத்து அதுவாகப் பேசுகிறதா?'

தீக்ஷாவிடம் உடனடி பதில் ஒன்று இருந்தது. 'மூளைதான் பேசுகிறது என்று கல்பனாவிடம் டாக்டர் சொல்லியிருக்கிறார். ஒருவேளை வாய் அதை எப்போது திறந்துகொள்ள வேண்டும், எப்போது மூட வேண்டும் என்று மூளை சொல்வதாகவும் இருக்கலாம்.'

'அப்படியென்றால், பேசுவது மூளைதான்' என்று குமாரி அறிவித்தாள். இது அவர்களுக்கு அவ்வளவு அபத்தமாக இருந்ததால், அவர்கள் நிறுத்த முடியாமல் வெடித்துக் கிளுகிளுத்துக் கொண்டிருந்தார்கள்.

குமாரியின் அம்மா வெளியே வந்து, 'பொண்ணுங்களா, அப்படி என்னடி பேசிக்கிட்டு இருக்கீங்க?' என்று கேட்டார்.

குமாரியிடம் மிகப் பாதுகாப்பான பதில் ஒன்று இருந்தது. 'நாங்கள் வீட்டுப்பாடம் பற்றிப் பேசிக்கிட்டு இருக்கோம்மா.'

குமாரியின் அம்மா அன்று இரவு தனது கணவரிடம், 'இப்பல்லாம் பள்ளிக்கூடத்துல எதோ வித்தியாசமாகச் சொல்லிக்கொடுக்கறாங்கபோல இருக்கு. குமாரியும் தீக்ஷாவும் இவ்வளவு சந்தோஷமா வீட்டுப்பாடம் செய்வதுபோல் எந்தப் பெண்பிள்ளைங்களும் செய்து நான் பார்த்ததேயில்லை' என்றார்.

இரண்டு பெண்களும் தாயம் ஆடுவது என்று தீர்மானித்தார்கள். அவர்களது விரல்களால் மண் தரையில் படம் வரைந்தார்கள். சோழிக் குண்டுகளைப் பகடையாகப் பயன்படுத்தினார்கள். விளையாடிக்கொண்டிருக்கும்போது தீக்ஷாவின் கவனம் சிதறியது. உடனே தீக்ஷாவுக்கு ஆட்டத்தில் ஈடுபாடு இல்லாததை குமாரி உணர்ந்துகொண்டாள்.

'இந்த விளையாட்டு உனக்குப் பிடிக்கலையா?' என்று கேட்டாள்.

'இல்ல, இல்ல. நான் சிந்தித்துக்கொண்டிருந்தேன். வார்த்தைகள் மூளையைப் பேசவைப்பதாக இருந்தால்? ஒருவேளை, மூளையைக் காட்டிலும் மொழி அதிக சக்தி கொண்டதாக இருக்கலாம்.'

குமாரி ஒருகணம் சிந்தித்தாள். ‘ஆமாம் தீக்ஷா, மொழி இல்லாமல் மூளையால் என்ன செய்ய முடியும்?’

இரண்டு பெண்களும் மலைகளைப் பார்த்துக்கொண்டு, கொட்டகைக்குக் கூட்டமாகத் திரும்பிக்கொண்டிருந்த மாடுகள், மறைந்து கொண்டிருந்த சூரியனுக்குத் தாலாட்டு பாடுவதுபோல் அவற்றின் கழுத்தில் கட்டியிருக்கும் மணியால் ஓசை எழுப்புவதைக் கேட்டுக்கொண்டு மௌனமாக உட்கார்ந்திருந்தார்கள்.

‘விநாயகரைக் காட்டிலும் மூளை இன்னும் சக்திவாய்ந்ததுபோல் தெரிகிறது’ என்றாள் தீக்ஷா. ஒருவிதமான சோகம் தங்களை ஆட்கொள்வதை இருவருமே உணர்ந்தார்கள்.

தீக்ஷா வீட்டுக்குக் கிளம்பும்போது அவள் பக்கம் சட்டென்று திரும்பிய குமாரி, ‘அப்படின்னா, நாம் மூளைக்கு ஒரு கோயில் கட்டுவோம். விநாயகர் கோயில் கொண்டிருக்க முடியும் என்றால், மூளை அவரைக் காட்டிலும் சக்திவாய்ந்தது என்றால், நாம் மூளைக்கும் ஒரு கோயில் கட்டத்தான் வேண்டும்’ என்றாள்.

இருவரும் கீச்சொலி எழுப்புவதற்கு இது போதுமானதாக இருந்தது. அவர்கள் வீட்டுப்பாடத்தில் அப்படியென்ன வேடிக்கை இருக்க முடியும் என்று குமாரியின் அம்மாவை அது வியக்கவைத்தது.

அவர்கள் பிரியும்போது வரும் ஞாயிறு அன்று அவர்களது இஷ்டக் கடவுளைக் காட்டிலும் இன்னும் சக்திவாய்ந்ததுபோல் தெரியும் மூளைக்குக் கோயில் கட்டுவதென்று தீர்மானித்தார்கள்.

அன்று இரவு குமாரியோடு நடந்த உரையாடலை தீக்ஷா சொல்ல கல்பனா மௌனமாகக் கேட்டுக்கொண்டிருந்தாள். கடந்த இரண்டு நாள்களில் கல்பனா நிறைய மாறியிருந்தாள். எழுதத் தொடங்கிய அந்தத் தருணத்திலிருந்து அவள் மீண்டும் மொழியின் பிடிக்குள் சிக்கிக்கொண்டுவிட்டதுபோல் உணர்ந்தாள். அவள் மௌனமாக இருந்தாள். அதில் எந்தச் சந்தேகமும் இல்லை. ஆனால், மொழியிடமிருந்து அவளால் இன்னும் விடுதலை அடைய முடியவில்லை. கல்பனாவைத் தொடர்ந்து ஊடுருவிப்பார்த்துக்கொண்டிருந்த தீக்ஷாவுக்கு

அவள் இன்னும் வயதானவள்போலவும் அனுபவசாலிபோலவும் தெரிந்தாள். நாள் முழுக்க அவள் சுவரில் சாய்ந்துகொண்டு, அவளுக்கு முன்னால் இருந்த சிறிய சாய்வான எழுதுமேசையில் அவளது குறிப்பேட்டை வைத்துக்கொண்டு, படுக்கையில் உட்கார்ந்தபடியே இருந்தாள்.

ஞாயிறு அன்று மூளைக்கு ஒரு கோயில் கட்டப்போவதாக தீக்ஷா அவளிடம் சொன்னவுடன், கல்பனா அவளையும் அறியாமல் புன்னகைத்தாள்.

'நீதான் பூசாரியாக இருக்கப்போற' என்றும் சேர்த்துக்கொண்டாள் தீக்ஷா. கல்பனா சிரித்தாள். சிறிய மெல்லிய சத்தங்கள் தப்பிக்கப் போராடின, அவளுக்குள்ளிருந்து தப்பிக்கப் போராடின.

ஆனால் பிறகு, சகோதரிகள் தூக்கத்தில் விழவிருந்தபோது, மூளை மீது மொழி கட்டுப்பாட்டைக் கொண்டிருக்கிறதா என்று தீக்ஷா கேட்ட கேள்வி குறித்து கல்பனா நினைத்துப்பார்த்தாள். அப்படியாக இருக்குமென்றால், அவர்கள் மொழிக்கே கோயில் கட்ட வேண்டும். கன்னடத்துக்கு ஒரு கோயில் — கற்பனைசெய்து பாருங்கள்! அவளது படுக்கையில் சுருண்டு படுத்தபோது அவள் புன்னகைத்தாள்.

**இ**றுதியாக, அவரது அன்றைய வகுப்பில் மாணவர்களுக்குப் புதிய வார்த்தைகள் கற்றுக்கொடுப்பது என்ற தீர்மானத்துக்கு உபாத்யா வந்துசேர்ந்தார். மத்திய அரசு அலுவலகங்களில், ஒவ்வொரு நாளும் ஒரு இந்தி வார்த்தையை அறிமுகப்படுத்துவது என்ற இந்திய அரசாங்கத்தின் முயற்சியில் உந்துதல் பெற்றுதான் ஒவ்வொரு நாளும் ஒரு வார்த்தையைக் கற்றுக்கொடுப்பது என்ற பெரும் திட்டத்தை அவர் முதலில் தொடங்கினார். ஆனால், அரசாங்கம்போல் இல்லாமல், உபாத்யா தனது திட்டத்தைச் சீக்கிரத்தில் கைவிட்டார். ஒவ்வொரு நாளும் ஒரு வார்த்தை என்று சேர்ந்துகொண்டே போவதைக் காட்டிலும், ஒரு வார்த்தையைப் பலவிதமான வாக்கியங்களில், பலவிதமான பின்னணிகளில் பயன்படுத்துவதுதான் முக்கியம் என்ற முடிவுக்குவந்தார்.

ஆனால், அந்தக் குறிப்பிட்ட நாளில், முந்தைய வகுப்பில் பெற்ற உந்துதலில், ஒரு புது வார்த்தையை அறிமுகப்படுத்தும்

பழைய முறைக்குப் போவது என்று தீர்மானித்திருந்தார். அவர் 'தேர்தல்' என்ற வார்த்தையைத் தேர்ந்தெடுத்தார். அவர் அதைக் கன்னடத்தில் பலகையில் எழுதினார். பின்னால் இருந்த மாணவர்கள் குழு ஒன்று அவர்களுக்குள் பேசிக்கொண்டும் சிரித்துக்கொண்டும் இருந்தார்கள். 'சந்துரு எழுந்து நில்!' என்று குரல் கொடுத்தார் உபாத்யா. அவன் அதிர்ந்துபோய் எழுந்துநின்றான். தான் இருப்பதை அவர் பிரக்ஞைபூர்வமாக உணர்ந்திருப்பார் என்றோ அல்லது தனது பெயரை அவர் அறிந்திருப்பார் என்றோ அவன் நினைத்ததே இல்லை.

இதைக் கவனித்துக்கொண்டிருந்த தீக்ஷாதான் முதலில் எதிர்வினையாற்றினாள். சந்துருவிடம் உபாத்யா ஏதேனும் சொல்வதற்கு முன், அவளது கையைக் காற்றில் உயர்த்திக்கொண்டே குதித்து எழுந்து, 'சார், சார்' என்று கத்தினாள்.

உபாத்யா அவளைக் கண்டுகொள்ளாமல், சந்துருவிடம் வார்த்தையை உரக்கப் படிக்கச் சொன்னார். சந்துருவின் வாசிப்புத் திறன் இருக்க வேண்டிய அளவுக்கு இல்லாமல்போனது. எல்லோருடைய கவனமும் அவன் மீது இருந்ததால், அவன் திக்கத் தொடங்கினான். அவன் வகுப்பைச் சுற்றிலும் பார்த்தான். அறியாத முதுகுகளும் அறியாத முகங்களும் தெரிந்தன. இவர்களையெல்லாம் அவன் தினமும் பார்த்துக்கொண்டுதான் இருக்கிறான் என்றாலும்கூட, அமர்ந்திருப்பவர்களையெல்லாம் கீழ்நோக்கி இந்தத் தருணத்தில் பார்ப்பதுபோல் இதற்கு முன் அவர்களை எப்போதும் அவன் பார்த்ததில்லை.

உபாத்யா அவனைத் திட்டியிருப்பார். ஆனால், தீக்ஷா குறுக்கிட்டாள். 'சார், சார்' என்றாள் மறுபடியும். உபாத்யா பொறுமையிழந்து அவள் பக்கம் திரும்பினார்.

'உனக்கு என்ன வேண்டும்?'

'சார், எங்கிட்ட கேள்வி எதுவும் இல்லை.'

பெரிய ஆச்சரியம்தான். சந்துரு இன்னமும் நின்றுகொண்டிருக்கிறான் என்பதை நன்றாக அறிந்திருந்தும் உபாத்யா அவளைப் பார்த்தார்.

'சார், சந்துருவை நீங்கள் எழுந்து நிற்கச் சொன்னீர்கள். அவனும் எழுந்து நின்றான். இது எப்படின்னா... எப்படின்னா...'

குமாரி அவளுக்குப் பக்கத்தில் குதித்து எழுந்தாள். 'இது இப்படி இருக்கிறது. ஒரு மாட்டைச் சுற்றிக் கட்டப்பட்டிருக்கும் கயிற்றை இழுத்தால் அந்த மாடு எழுந்து நிற்கும்.'

குமாரியைத் தட்டிக்கொடுத்தாள் தீக்ஷா. 'ஆமாம். அது கயிறு போன்றதுதான்.'

'எது?' என்று கேட்டார் உபாத்யா.

'வார்த்தை சார். அது கயிறு போன்றதுதான். நீங்கள் எழுந்து நிற்கச் சொன்னீர்கள், அவன் எழுந்து நின்றான். மாடுபோலவே.'

சந்துருவை உட்காரச் சொன்னார் உபாத்யா.

தீக்ஷா சந்தோஷத்தில் கைதட்டினாள். 'சார் பார்த்தீங்களா, நீங்கள் உட்காரச் சொன்னீர்கள். அவன் உட்கார்ந்துகொண்டான். அவன் ஏன் அதைச் செய்தான்?'

'நான் சொன்னதுனால செய்தான்.'

'அப்படின்னா யாரு அவனை உட்காரவைத்தது?'

'நான்தான். நான்தான் ஆசிரியர். நான் உட்காரச் சொன்னேன். அதனால், அவன் உட்கார்ந்துகொண்டான்.'

குமாரி பயப்படவில்லை. 'சார், இவள் என்ன சொல்ல வருகிறாள் என்றால், நீங்கள் சொன்ன வார்த்தைகள்தான் அவனை உட்காரவைத்தன. அவனை உட்காரவைத்தது உங்களுடைய வார்த்தைகள்தானே தவிர, நீங்கள் இல்லை சார்.'

உபாத்யா ஒருகணம் பிரமித்துப்போனார். இந்த இரண்டு சின்னப் பெண்களும் உண்மையிலேயே இரண்டு சின்னச் சாத்தான்கள்தான். இப்படியெல்லாம் இவர்களாகவே சிந்திப்பது என்பது சாத்தியமே இல்லாதது. ஆனால், உள்ளுக்குள் அவர் மிகவும் சந்தோஷப்பட்டார். இந்த சந்தோஷம்தான் இந்த உரையாடலைத் தொடர்வதற்கான உந்துதலை அவருக்குக் கொடுத்தது.

'நாம் சந்துருவிடம் கேட்போம்' என்றார். சந்துரு பயந்து போனான். ஆசிரியரிடமிருந்து தப்பித்துவிட்டதாக நினைத்தான். ஆனால், அவனது பெயர் மீண்டும் வகுப்பறையில் எதிரொலித்துக்கொண்டிருக்கிறது. அவன் வேகமாகக்

குதித்து எழுந்தான். அவனுக்கு முன் இருந்த மேசையில் சதையேதுமில்லாத தொடையை இடித்துக்கொண்டான்.

'சந்துரு' என்று அழைத்ததும், 'நீ ஏன் எழுந்து நின்றாய்?' என்று கேட்டார் உபாத்யா.

'ஏன்னா... ஏன்னா நீங்க நிற்கச் சொன்னீங்க சார்.'

'ஆக, நான் சொன்னதால்தான் நீ எழுந்து நின்றாயா?' அவர் இடைவெளிவிட்டார். 'அல்லது "எழுந்து நில்" என்ற ஒலியைக் கேட்டு எழுந்து நின்றாயா?'

சந்துரு குழம்பிப்போனான். சாருக்கும் அவரது வார்த்தைகளுக்கும் இடையே ஏதாவது வேறுபாடு இருக்கிறதா?

'உங்களால்தான் சார். நீங்கள் சொன்னதால்தான் சார் நான் எழுந்து நின்றேன்.'

'இதே வார்த்தைகளை தீக்ஷா சொல்லியிருந்தால் நீ எழுந்து நின்றிருப்பியா?'

தீக்ஷாவைப் பார்த்தான் சந்துரு. மற்றவர்கள்போலவே அவளது இருப்பை அவனும் பிரக்ஞைபூர்வமாக உணர்ந்ததில்லை. அவர்கள் இருவருமே குட்டையாக, கறுப்பாக, எலும்பும் தோலுமாக இருந்தார்கள். அவள் அப்படிச் சொல்லியிருந்தால் அவன் எழுந்து நின்றிருப்பானா? அவன் அமைதியாக இருந்தான்.

தீக்ஷா பக்கம் உபாத்யா திரும்பினார். 'பார்த்தியா? சந்துரு நான் சொன்னால் மட்டுமே கேட்பான். நீ சொன்னால் அல்ல. நாம் இருவருமே ஒரே வார்த்தையைத்தான் சொல்கிறோம். ஆனாலும், அவன் எனக்கு மட்டுமே கட்டுப்படுவான். ஆக, அவனை எழுந்து நிற்கவைப்பது அல்லது உட்காரவைப்பது மொழியில்லை.' சந்துரு இன்னும் நின்றுகொண்டிருப்பதை நினைவில் கொண்டு, அவனை உட்காருமாறு சைகை செய்தார்.

தீக்ஷா காற்றெல்லாம் இறங்கிப்போனவளானாள். தன்னுடைய கருத்து பெரும் ஊக்கத்தைக் கொடுக்கக்கூடியது, ஆழமான பார்வை கொண்டது என்றுதான் நினைத்திருந்தாள். அவளைப் பொறுத்தமட்டில் குமாரி சொன்னதும் சரி என்பதுபோல்தான் இருக்கிறது. மொழி ஒரு கயிறு போன்றது. அதை இழுப்பதன் ஊடாக நாம் மனிதர்களைச் செயல்படவைக்க முடியும்.

அவள் கல்பனாவை நினைத்துப்பார்த்தவுடன், என்ன சொல்ல வேண்டும் என்று அவளுக்குத் தெரியவந்தது. அவள் மீண்டும் எழுந்து நின்று, 'சார், நீங்கள் மௌனமாக இருந்தால் அவன் எழுந்து நிற்க மாட்டான்' என்றாள்.

உபாத்யா அவளை நிராகரித்தார். அல்லது அவள் சொல்வதைக் கேட்காததுபோல் பாவனை செய்தார். அல்லது அவளுடைய வார்த்தைகள் அவரைச் செயல்படவைக்கும் கயிறு இல்லை என்று அவளுக்கு உணர்த்த விரும்பியிருக்கலாம்.

குமாரிக்கு எந்தச் சந்தேகமும் இல்லை. பள்ளி முடிந்த பின் அவர்கள் இருவரும் வீட்டுக்கு நடந்துவந்துகொண்டிருந்தபோது, தாள அளவுக்கு உட்பட்டு அவளது உடலை ஆட்டிக்கொண்டே ஊனி நடந்துவந்த குமாரி, 'தீக்ஷா, நீ சொன்னது சரிதான். நான் உன்னை நிற்கச் சொன்னால் நீ நிற்பாய். நான் ஓடச் சொன்னால் நீ ஓடுவாய். இதையெல்லாம் வார்த்தைகள்தான் செய்யவைக்கின்றன' என்றாள். அவள் நின்று சுற்றிலும் பார்த்தாள். 'எந்த ஒரு விஷயத்தையும் விலங்குகள் எப்படிச் செய்கின்றன என்று யோசித்துக்கொண்டிருக்கிறேன்.'

அவர்கள் குமாரியின் வீட்டை அடைந்தவுடன், நேராக நீண்ட கயிற்றில் கால்கள் கட்டப்பட்டு இங்குமங்கும் குதித்துக்கொண்டிருக்கும் சேவல்களும் கோழிகளும் இருக்கும் கொல்லைப்புறத்துக்குச் சென்றார்கள். இவர்கள் மௌனமாக உட்கார்ந்து, அவை என்ன செய்தனவோ அதை ஏன் செய்தன என்று கவனித்துக்கொண்டிருந்தார்கள். அங்குள்ள மரத்தில் இருந்த சில பறவைகளும் மௌனமாகப் பார்த்துக்கொண்டிருந்தன. பிறகு, கேட்க முடியாத ஏதோ ஒரு அழைப்புக்குப் பதில் சொல்வதுபோல் அவை பறந்துசென்றன.

அன்று இரவு, தீக்ஷா வகுப்பில் நடந்ததை கல்பனாவிடம் சொன்னாள். 'நீ சொன்னது சரி அக்கா. வார்த்தைகள்தான் நம்மைக் கட்டுப்படுத்துகின்றன.'

அவள் சற்றுநேரம் யோசித்துவிட்டு, 'நம்முடைய அப்பா, அம்மாகூட நம்மைக் கட்டுப்படுத்துவது கிடையாது. நம்மை நோக்கிக் கத்துவதற்கு அவர்களுக்கும் வார்த்தைகள் தேவைப்படுகின்றன' என்று சேர்த்துக்கொண்டாள்.

கண்ணாடிப் புட்டியை நினைத்துக்கொண்டாள் தீக்ஷா. அவள் சமையலறைக்கு வேகமாக ஓடிச்சென்று புட்டியைக் கவனமாக எடுத்துவந்தாள். வெறுமையாக இருந்த புட்டியை இரண்டு பெண்களும் பார்த்தார்கள். அறையில் மங்கிக்கொண்டிருக்கும் மஞ்சள் வெளிச்சத்தில், ஏதோ ஒன்று வளர்ந்துகொண்டிருப்பதாக தீக்ஷா நினைத்தாள்.

அவள் உற்சாகமானாள். 'மரா என்ற வார்த்தை உண்மையான மரமாக மாறிக்கொண்டிருக்கிறது!'

கல்பனா நம்ப மறுத்தாள். அவள் மௌனமாகப் புட்டியை தீக்ஷாவிடம் கொடுத்தாள். சமையலறையில் வைக்குமாறு கைகாட்டினாள்.

கட்டுப்படுத்துவது குறித்து தீக்ஷா சொன்னதைக் கேட்டவுடன், காட்டில் அவள் திரும்ப எப்போதும் எழுந்துகொள்ளாத நிலையில் படுத்துவிட வேண்டும் என்று விரும்பிய தருணத்தை நினைவில் கொண்டுவந்தாள். பாம்புகள், புலிகள் குறித்தான பயம் அவள் மனதை முழுமையாக ஆட்கொண்டிருந்தன. அவளால் இதற்கு மேல் எதிர்த்துநிற்க முடியவில்லை. மௌனத்தையும் அவளை நோக்கி வரும் தூக்கத்தையும் வரவேற்க அந்தளவுக்கு அவள் தயாராக இருந்தாள். வெகு சீக்கிரத்தில், விளைவுகள் எப்படியானதாக இருந்தாலும், சூழ்நிலையை அப்படியே ஏற்றுக்கொண்டு, அங்கிருந்து நகர்வதற்கான விருப்பத்தைத் தொலைக்க வேண்டியிருக்கும் என்று அவள் அறிந்திருந்தாள். வார்த்தைகள் மட்டுமே அவளுக்குத் துணையாக இருந்தன. திரும்பத்திரும்பச் சொல்லப்பட்ட மனபூர்வமான வார்த்தைகள்தான் அவளை எழுந்துநிற்கத் தூண்டின. அவளை இழுத்துநிறுத்தியதும் வார்த்தைகள்தான். அவள் தனக்குள்ளாக, 'எழுந்துகொள். நட. வீடு அருகில்தான் இருக்கிறது' என்று திரும்பத்திரும்பச் சொல்லிக்கொண்டே இருந்தாள். மற்ற எல்லாமும் அவளைக் கைவிட்டுவிட்ட நிலையிலும் அவளுக்குத் துணையாக நின்றது அவளுடைய வார்த்தைகள்தான். இதை அவள் நன்றாக அறிந்திருந்தாள். எப்படி என்று தெரியாவிட்டாலும், வார்த்தைகள் இல்லாமல் மானுடர்கள் மிருகங்களாகக்கூட இருக்க முடியாது என்று அவள் அறிந்திருந்தாள்.

ஆனால், தீக்ஷா இரவை முடித்துக்கொள்வதாக இல்லை. ‘பாரு அக்கா, நான் புட்டியைச் சமையலறையில் வைக்கப்போனேன். போ என்று நீ சொல்லவில்லை. ஆனாலும், நான் போனேன். ஏன்? உன் கையையும் முகத்தையும் பயன்படுத்தி, போ என்று நீ என்னிடம் சொன்னாய். ஆக, எந்த வார்த்தைகளும் போ என்று சொல்லாவிட்டாலும்கூட நான் போனேன்.’

கல்பனா பிரமித்துப்போனாள். தீக்ஷா சொன்னதை எப்படி எடுத்துக்கொள்வது என்று கல்பனாவுக்குத் தெரியவில்லை. எவருமே செய்யச் சொல்லாமல் தீக்ஷா செய்திருக்கிறாள். வார்த்தைகள் மீது அவ்வளவு கோபத்தில் இருந்ததால், முகம் எப்படிக் கோபத்தை வெளிப்படுத்தும் என்பதையே கல்பனா மறந்துவிட்டாள். அவளது கையை உயர்த்தி மட்டுமே, தெருநாய்களை அவளால் குதிக்கவைக்க முடியும். ஆக, மொழி மீதான அவளது கோபம் உண்மையிலேயே எப்படியானது?

அவளிடம் சொல்வதற்கு எதுவும் இல்லை. அல்லது செய்வதற்கு. அல்லது ஏன் உணர்வதற்குக்கூட. அவள் மௌனமாகச் சென்று அவளுடைய படுக்கையில் படுத்துக்கொண்டாள்.

தீக்ஷாவுக்கு ரொம்ப சந்தோஷம். அவள் அக்காவுக்குப் பெரிய கேள்வியைக் கொடுத்துவிட்டாள். இப்போது அவளது அக்காபோலவே அவளும் சிந்திக்கிறாள் என்று எண்ணிப்பார்த்து அவள் ஆச்சரியப்பட்டாள். முன்பு இப்படியெல்லாம் கேள்விகேட்க முடியும் என்று அவள் நினைத்துப்பார்த்ததுகூடக் கிடையாது. இந்த மூவருக்குள்ளாக எவ்வளவோ புதிய சிந்தனைகள் மேலெழுந்துவருகின்றன! இந்தக் கருத்துகளெல்லாம் எங்கிருந்து வருகின்றன? அவள் தூங்க இருந்த தருணத்தில் இந்தக் கேள்விக்கான விடை அவளுக்குத் தெரியும் என்று அவள் கண்டுகொண்டாள். மூளைதான்! சகலமும் மூளைதான். ஞாயிறு அன்று அவர்கள் மூளைக்காக ஒரு கோயில் கட்டப்போகிறார்கள். அவள் நிம்மதியாக உறங்கப்போனாள்.

மூன்று மணியளவில் கல்பனா திடுக்கிட்டு எழுந்துகொண்டாள். தீக்ஷாவின் கேள்விக்கான விடையை அவள் கண்டுபிடித்து விட்டாள். இரவின் மௌனத்தில், அவளது கபாலக் குகைவெளியில் அது அவளிடம் பேசியது. அவளால் விடையை மிகத் தெளிவாகக் கேட்க முடிந்தது. அந்தக் குரல் அவளுடையதாக

இருந்திருக்க வேண்டும். ஆனாலும், அவள் அப்போதும் தூக்கக் கலக்கத்தில்தான் இருந்தாள். அவளது மண்டைக்குள் அவள் கேட்டது குறித்துச் சிந்தித்தாள், புன்னகைத்தாள், மல்லாக்கப் படுத்தாள், தூக்கம் வரும்வரை இப்படியும் அப்படியும் புரண்டு கொண்டிருந்தாள்.

அடுத்த நாள் காலையில் தீக்ஷா எழுந்தபோது, கல்பனா முன்னரே எழுந்து அவளது குறிப்பேட்டில் ஏதோ எழுதிக்கொண்டிருந்தாள். தீக்ஷா படுக்கை விரிப்பில் எழுந்து உட்கார்ந்துகொண்டாள். கல்பனா அவள் எழுதியிருப்பதைச் சுட்டிக்காட்டினாள்.

என்னுடைய சைகையை நீ பின்பற்றியபோது, நீ உனக்குள்ளாகப் பேசிக்கொண்டாய். உன்னுடைய மனதுக்குள், 'அவள் என்னைச் சமையலறைக்குப் போகச் சொல்கிறாள்' என்று சொல்லிக்கொண்டாய். ஆக, வார்த்தைகள்தான் உன்னைச் செயல்படவைத்தன. உன்னுடைய வார்த்தைகள், என்னுடைய சைகையல்ல.

இந்த வாக்கியத்துக்குக் கீழே பூனைபோல் கோட்டோவியம் ஒன்றை வரைந்திருந்தாள். ஏன் என்று தெரியாவிட்டாலும், அவள் எழுதியிருக்கும் வார்த்தைகள் முழுமையற்று இருப்பதாக அவள் உணர்ந்தாள்.


சில நாள்கள் கழித்துதான், அதாவது மூளைக்கு ஒரு கோயில் கட்டிமுடித்து, சேறும் சகதியுமாக அயர்ச்சியாக உட்கார்ந்திருந்தபோதுதான், அவளுடைய விடையை ஏன் முழுமையற்றதாக உணர்ந்தாள் என்று கல்பனா புரிந்துகொண்டாள். வார்த்தைகள் செயல்பட ஒரு உடல் தேவைப்படுகிறது என்று உணர்ந்துகொண்டாள். எழுந்துநில் என்ற கட்டளைக்குக் கட்டுப்படக்கூடிய ஏதோ ஒன்று தேவைப்படுகிறது. இறுதியாக அவளது பிரச்சினையை அவள் புரிந்துகொண்டாள். காட்டில் அவளது வேண்டுகோள்களுக்கு ஏற்பச் செயல்பட எவருமே இல்லை. வார்த்தைகள் அவளது வாயிலிருந்து தோன்றும் கயிறுதான் என்றாலும்கூட, அதன் மறுமுனையில் எவரும் இல்லை. அவளது வேண்டுகோளை நிறைவேற்ற அவளது வார்த்தைகளின் மறுமுனையில் விநாயகர் என்று எவரும் இல்லை. அந்த மூன்று இரவுகள், அவளது குரல் வெற்று

வெளிக்குள் செலுத்தப்பட்ட தனிமையான சமிக்ஞையாகவே இருந்தன. இருளும் மரங்களும் செடிகளும் பாறைகளும், ஏன் பேச முடியாத பல ஜீவராசிகளும் மட்டுமே அவளது குரலைக் கேட்டன.

கல்பனா வீட்டிலேயே உட்கார்ந்திருப்பதில் அர்த்தம் ஏதுமில்லை என்ற தீர்மானத்துக்கு வந்தார் அவளது அப்பா. அவள் சங்கடமான வயதை அடைந்துவிட்டாள். பதின்ம வயதுக்குள் நுழைந்துகொண்டிருக்கிறாள். அவளுக்கு வாழ்க்கை சீக்கிரத்தில் வேறாக அமையப்போகிறது. அவளுக்கு என்ன நடந்தது என்ற விஷயம், எப்போதும் மேற்பரப்புக்கு அடியில்தான் என்றாலும், எல்லா இடங்களிலும் கிசுகிசுப்புகளாக மிதந்துகொண்டே இருந்தது.

'அவளுக்கு உண்மையிலேயே என்ன நடந்தது என்று கண்டுபிடித்தீர்களா?' என்று யார், எப்போது கேட்பார்கள் என்று யாருக்கும் தெரியாது. என்ன நடந்திருக்க முடியும்? குற்றவுணர்வோடுதான் என்றாலும்கூட, அந்த மூன்று நாள்களில் என்ன நடந்தது என்று கல்பனாவால் சொல்ல முடியாமல் இருப்பதில் அவருக்கு மகிழ்ச்சிதான். இறுதியாக, யாருக்குத் தெரியும்? தெரிந்துகொள்ளாமல் இருப்பது ஒருவேளை நல்லதாகக்கூட இருக்கலாம்.

ஆக, இறுதியாக கல்பனாவை பெங்களூரு கொண்டுசெல்வதாகத் தீர்மானித்தார். அங்கு இருந்த அவரது ஒன்றுவிட்ட தம்பியோடு பேசியும்விட்டார். அவர்கள் ஒரு மாத காலம் தங்குவதற்கு இடம் பார்த்துவைப்பதாகவும், கல்பனாவின் சிகிச்சை குறித்து அவர்கள் பிறகு முடிவெடுத்துக்கொள்ளலாம் என்றும் அவன் சொல்லியிருந்தான். தீக்ஷா பள்ளிக்குப் போவதுதான் பிரச்சினை. ஆனால், சூழ்நிலையைப் புரிந்துகொண்டு முதல்வர் இதற்கு அனுமதி கொடுப்பார் என்ற நம்பிக்கை அவருக்கு இருந்தது. அவரது மனைவியிடம், 'எப்படியிருந்தாலும், ஐந்தாம் வகுப்பில் அப்படி என்ன முக்கியமானதை அவள் கற்றுக்கொள்ளப்போகிறாள்?' என்று கேட்டதுபோல்.

ஆனால், இந்த முடிவுகளெல்லாம் எடுக்கப்படுவதற்கு முன்னே, அஜ்ஜி தனது திட்டத்தில் வெற்றியடைந்தார். கல்பனாவுக்கு

இசை கற்றுக்கொடுங்கள் அல்லது குறைந்தபட்சம் இசை வகுப்புக்கு அனுப்பிவையுங்கள் என்று பூசாரி சொன்னதிலிருந்து, ஒரு ஆசிரியரைக் கண்டுபிடிக்குமாறு கல்பனாவின் அம்மாவைத் தொந்தரவு செய்துகொண்டிருந்தார். கல்பனா வகுப்புக்குப் போவாள் என்ற நம்பிக்கை எதுவும் அவளது அம்மாவுக்கு இல்லையென்றாலும், அஜ்ஜி சொன்னதற்கு எதிர்ப்பு எதுவும் தெரிவிக்கவில்லை. இதைப் புரிந்துகொண்ட அஜ்ஜி, கல்பனாவுக்கு இசை கற்றுக்கொடுக்கும் ஆசிரியரைத் தேடும் வேலையை அவரே மேற்கொள்ளத் தொடங்கினார். அவரது கிராமத்தில் சரியான ஒருவரைக் கண்டுபிடித்துவிட்டதாகவும் நினைத்தார். அதை அவர் அம்மாவிடம் சொல்ல, அம்மா அதைப் போகிறபோக்கில் தோன்றிய யோசனையாக கல்பனாவிடம் சொன்னார். ஆனால், கல்பனா அதைக் காதுகொடுத்துக் கேட்கவும் தயாராக இல்லை. அவளது கணவரும், அது குறித்துப் பேசுவதில் விருப்பம் இல்லாதவராகத்தான் இருந்தார்.

எல்லோரையும் பெங்களூருக்குக் கொண்டுசெல்லலாம் என்று யோசித்துக்கொண்டிருப்பதாக அவரது மகன் சொன்னபோது, அதை நாம் பிறகு பார்த்துக்கொள்ளலாம் என்று அஜ்ஜி எதிர்வினையாற்றினார். 'அவளுக்கு இசை கற்றுக்கொடுக்க ஒருவரைப் பார்த்திருக்கிறேன்' என்றார்.

அவரது மகன் சிரித்தார். 'பேசவே முடியாத அவளால் பாட முடியும் என்று நினைக்கிறாயா?'

மிகச் சரியாக அதனால்தான் என்றார் அஜ்ஜி. 'குழந்தைகள் பிறக்கும்போதே பேசுவதில்லை. முதலில் அவர்கள் ஒலி எழுப்புகிறார்கள். அவர்கள் முதலில் பாடுகிறார்கள்.' அப்பா மறுபடியும் சிரித்து, குழந்தைகள் பாடுவது குறித்து நான் இதற்கு முன் கேள்விப்பட்டதே இல்லை என்றார். அஜ்ஜியின் கோபம் தலைக்கேறியது. அவரது மனைவி முன்பாக, 'மூன்று வயசு ஆகும்வரை நீ பேசவே இல்லை. நீ ஊமையாகப் பிறந்திருப்பதாகவே நாங்கள் நினைத்தோம். நீ பேச முடியும் என்பதில் உன் அப்பாவுக்குச் சுத்தமாக நம்பிக்கையில்லாமல்போனது. ஆனால், பஜனைகள் கேட்பதற்கும் யக்ஷகானம் பார்ப்பதற்கும் நான் உன்னைத் தூக்கிக்கொண்டுபோனேன். உனக்கு இசை என்றால் ரொம்பப்

பிடிக்கும். அப்படித்தான் நீ பேசக் கற்றுக்கொண்டாய். அதையெல்லாம் மறந்துவிடாதே' என்றார்.

அப்பா, 'பொம்பளைங்க நீங்க என்ன செய்யணும்னு நினைக்கிறீங்களோ அதைச் செய்யுங்க' என்றார் சுரத்தில்லாமல்.

ஆக, இரண்டு பெண்மணிகளும், இசை என்பதற்கே இணையாக இருந்திருக்கக்கூடிய கங்கம்மா என்பவரைச் சந்திக்கச் சென்றார்கள்.

வனப்பகுதி சூழ்ந்திருக்கும் ஒரு வீட்டில் கங்கம்மா வாழ்ந்துவந்தார். அது கிராமத்துக்குள்ளாக இருந்தாலும், குவியலாக இருந்த பிற வீடுகளிலிருந்து தனித்து இருந்தது அவரது வீடு. அது பெரிய வீடல்ல. ஆனால், வீட்டுக்கு முன்னேயும் பின்னேயும் பெரிய திறந்த வெளி இருந்தது. வீட்டுக்குப் பின்னால், காடு பரவாமல் தடுப்பதற்கான வீண் முயற்சிபோல் வேலி போடப்பட்டிருந்தது. காடு பரவியிருந்த பகுதிக்கு மத்தியில் ஒரு சிறு குட்டை உருவாகியிருந்தது. மழைக் காலங்களில் தவளைகள் கூட்டமும் எண்ணற்ற பூச்சிகளும் எழுப்பும் சத்தங்களுக்கு மத்தியில் அவர் வாழ்ந்துகொண்டிருப்பதுபோல் ஒலித்தன. இப்படி இயற்கையாக லட்சக்கணக்கான வண்ணங்களில் எழுப்பப்படும் ஒலிகளுக்கு மத்தியில் இருப்பது என்பது, நம்மால் கட்டுப்படுத்த முடியாத ஏதோ ஒரு உணர்வையே கொடுக்கிறது என்று கங்கம்மா சொல்லியிருக்கக்கூடும். எப்படியிருந்தாலும், அவரது இசையும் அதுவாகத்தான் இருந்தது.

அவரது இசை வகையை அறிந்திருந்த வட்டாரங்களில் கங்கம்மா மிகப் பிரபலமானவர். கோயில்களில் அல்லது திருமணங்களில் அல்லது குடும்ப நிகழ்வுகளில் அவர் பாடுவது கிடையாது. பெருமளவு கடவுள்கள் குறித்தில்லாமல் மக்கள் குறித்து மத்திய கால கன்னடக் கவிதைகளைப் பாடும் நாடோடிக் குடும்பத்திலிருந்து வந்தவர் அவர். அவர்கள் கடவுளை இகழ்வார்கள், புகழ்வார்கள். அவர்கள் பாடியது பார்ப்பனர்களின், பூசாரிகளின் பாடல்கள் அல்ல. இப்படியான பாடகர்கள், எந்தச் சமூகத்தைச் சேர்ந்திருந்தவர்களாக இருந்தாலும், அந்தச் சமூகத்தின் விளிம்பிலேயே வாழ்ந்துவந்தார்கள். 'நாங்கள் மதத்துக்கு வெளியே இருப்பவர்கள், சாதிக்கு வெளியே இருப்பவர்கள். உங்களுடைய சமூகத்துக்கு வெளியே இருப்பவர்கள். நீ

நினைத்துப் பார்க்கக்கூடிய எல்லாவற்றுக்கும் வெளியே இருப்பவர்கள்' என்று சொல்வதில் கங்கம்மாவுக்கு அவ்வளவு பெருமை. அவர் அப்படித்தான் பேசுவார், அப்படித்தான் பாடுவார்.

கர்நாடகத்தின் பல பகுதிகளில் கங்கம்மாபோல் பல பாடகர்கள் இருக்கிறார்கள். அவர்கள் ஏழைக் குடும்பத்திலிருந்து வந்தவர்கள். வருமானத்தை ஈடுகட்ட அவர்கள் நிலங்களில் கூலிகளாக வேலைபார்த்தார்கள். ஆனால், பாடுவதுதான் அவர்களுடைய வேட்கை. எண்ணிக்கையிலடங்கா பிற பாடகர்களிடமிருந்து இவர்களை வேறுபடுத்திக்காட்டுவது இவர்களுடைய பாடலின் உள்ளடக்கமே. இரவு முழுக்க நடக்கும் திருவிழாக்களிலும் பொருட்காட்சிகளிலும் பாடுவதற்கு இவர்களை அழைப்பார்கள். இப்படி நடக்கும் பொருட்காட்சிகளுக்கு மொத்தக் கிராமமும் வரும். இதில் பலர் இவர்கள் பாடுவதைக் கேட்பதற்கு என்றே தங்கிவிடுவார்கள். இவர்கள் உலகம் குறித்தும், பிரபஞ்சம் குறித்தும், பெண்களின் பிரசவ வலி குறித்தும், உழைக்கும் உடல்கள் குறித்தும், இறக்கும் உடல்கள் குறித்தும் பாடினார்கள். இவர்கள் சுயம் குறித்தும், மானுடர்களுக்கு இடையேயான ஒத்த தன்மைகள் குறித்தும், சமூகம் எப்படி மானுடத்தன்மையை அழித்துவிட்டது என்பது குறித்தும் பாடினார்கள். இவர்கள் கடவுள்களைப் புகழ்ந்து பாடுவதில்லை. ஆனால், கடவுள்கள் மேலும் மனிதத்தன்மை கொண்டவர்களாகத் தங்களை மாற்றிக்கொள்ள அறைகூவல் விடும் விதமாகவே பாடினார்கள். அவர்கள் அவ்வளவு ஒழுங்கற்ற முறையில் வடிவமைக்கப்பட்டிருக்கும் மேடைகளில் அமர்ந்துதான் பாடினார்கள் என்றாலும்கூட, அவர்களது மனங்களும் குரல்களும் கற்பனைசெய்து பார்க்க முடியாத வழிகளிலெல்லாம் நடமாடின. மக்கள் மேடையை நோக்கி வந்து, பாடகர்களுக்குக் காணிக்கையாகப் பணத்தை அவர்கள் மீது வீசுவார்கள். தாராளமாகக் கொடுக்கும் நிலச்சுவான்தார்கள் அல்லது இறைநம்பிக்கை கொண்ட மனைவிமார்கள் முதல் முடிந்ததைக் கொடுக்கும் ஏழைக் கூலிகள்வரை அவர்களுக்குக் கொடுப்பதே அவர்களுக்கான வருமானமாக இருந்துவந்தது.

கங்கம்மா மாணவர்கள் என்று எவரையும் ஏற்றுக்கொண்டதில்லை. அவர் தன்னை ஆசிரியராகவும் பார்த்துக்கொண்டதில்லை.

அவரது சமூகத்தில் பாடகர்கள் தங்களது மரபைத் தொடரும் குடும்ப உறுப்பினர்களுக்கு மட்டுமே கற்றுக்கொடுப்பார்கள். பக்கவாத்தியம் வாசிக்கும் அவருடைய இரண்டு சித்தப்பா மகன்களோடு அவர் தொடர்ந்து பயணித்துக்கொண்டிருந்தார். அவர் பயிற்சி கொடுப்பதற்கு அவரது குடும்பத்தில் பெண்கள் எவரும் இல்லை. மழையில்லாக் காலங்களில் அவர் போதுமான அளவுக்குச் சம்பாதிப்பார். பொதுவாக, அந்தச் சமயத்தில் ஒன்றிரண்டு பொருட்காட்சிகள் நடத்தப்படும். மழைக் காலங்களில் அவர் தனது கிராமத்திலேயே அதிகம் தங்கியிருப்பார். அவ்வப்போது பாடுவதைத் தவிர பெரும்பாலும், மௌனமாக உட்கார்ந்துகொண்டு, அவரைச் சுற்றியிருக்கும் ஒலிகளைக் கவனமாகக் கேட்டுக்கொண்டிருப்பார்.

கிராமத்து மக்கள் அவர் மீது மரியாதை கொண்டிருந்தார்கள் என்றாலும், அவரிடமிருந்து விலகியே இருந்தார்கள். அவர் 'வழக்கமான' குடும்பப் பெண்ணல்ல. எப்படியிருந்தாலும் அவர் திருமணமும் செய்துகொள்ளவில்லை, ஒரு தாயாகவும் இல்லை.

ஒருநாள் காலையில், அஜ்ஜியும் கல்பனாவின் அம்மாவும் அவரைப் பார்க்கச் சென்றபோது, வீட்டுக்குப் பின்புறம் காட்டின் எல்லையிலிருந்து அவரது நிலத்தில் பரவியிருந்த களைகளையெல்லாம் பிடுங்கிக்கொண்டிருந்தார் கங்கம்மா. இந்த இரண்டுப் பெண்களைப் பார்த்து அவர் ஆச்சரியப்பட்டார்.

அஜ்ஜி தொடங்கினார். 'நாங்கள் அந்தப் பக்கம் இருக்கிறோம். கோயிலுக்கு அருகில்.'

கங்கம்மா மேலும்கீழும் தலையசைத்தார். இவர்கள் யாரென்று அவருக்குத் தெரியும். கல்பனா காணாமல்போனது குறித்தும், அவர் மீண்டும் வந்தது குறித்தும் அவர் அறிந்திருந்தார்.

'என் பேத்தி பற்றி நீங்கள் கேள்விப்பட்டிருப்பீர்கள்.'

கங்கம்மா மீண்டும் மேல்கீழாகத் தலையசைத்தார். அவர் வேலை செய்துகொண்டிருந்ததால் அவரது கருத்த முகம் மிகச் சிறிய வியர்வைத் துளிகளால் நிரம்பியிருந்தது. அவர் புகையிலை மென்றுகொண்டிருக்கலாம் என்று அஜ்ஜி சந்தேகப்பட்டார்.

'அவளுடைய பெயர் கல்பனா. அவள் காணாமல்போன மூன்று நாள்களில் என்ன நடந்தது என்று யாருக்கும் எதுவும்

தெரியவில்லை. அவள் திரும்பி வந்துவிட்டாள். ஆனால், வந்ததிலிருந்து ஒரு வார்த்தைகூடப் பேசவில்லை.' அவசர அவசரமாக, 'அவளுக்கு எதுவும் நடக்கவில்லை, யாரும் எந்தக் காயமும் ஏற்படுத்தவில்லை' என்று சேர்த்துக்கொண்டார். அவர் சொல்வதன் முக்கியத்துவத்தை கங்கம்மா புரிந்துகொண்டார் என்று நிச்சயப்படுத்திக்கொள்ள சற்றே இடைவெளிவிட்டார். 'நாங்கள் டாக்டர்களிடம் போனோம். ஆனால், அவர்கள் யாரும் பிரயோசனமில்லை.' அவர் மறுபடியும் சற்று நிதானித்து, அவருக்கு முன்னால் இருக்கும் அச்சம் தரக்கூடிய அந்தப் பெண்மணி தான் சொல்வதைக் கேட்டுப் பாராட்டுவார் என்று நினைத்துக்கொண்டு இவ்வாறு சொன்னார்: 'அவளை ஏதோ பேய் பிடித்திருப்பதாக நினைக்கிறேன்.'

அம்மா அதிர்ந்துபோய்ப் பார்த்தார். இது புதுசு. பேய் பிடித்திருப்பது குறித்து இதுவரை அஜ்ஜி சொல்லி அவர் கேட்டதில்லை. 'அதனால்தான் நான் கோயில் பூசாரியிடம் சென்றேன்' என்று அம்மாவை நிராகரித்து அஜ்ஜி தொடர்ந்தார். 'கல்பனா பாடக் கற்றுக்கொள்ளலாம் என்று பூசாரிதான் சொன்னார்.'

கங்கம்மா முகம் சுளித்தார். அவர் திரும்பி, உமிழ்நீரை வேகமாகப் பீய்ச்சித் துப்பினார். அஜ்ஜி சந்தோஷப்பட்டார். கங்கம்மா புகையிலை மென்றுகொண்டிருப்பதை அவரே நிரூபித்துவிட்டார்.

'பாடுவதா? அந்தப் பெண்ணால் பேசக்கூட முடியாது என்றுதானே சொன்னீர்கள்?' கங்கம்மாவின் குரல் கனத்து, கம்பீரமாக இருந்தது. அவரது குரலைக் கேட்டவுடன் அம்மா தன்னை ஒரு சிறு பெண்போல் உணர்ந்தார்.

'ஆமாம். ஆனால், உங்களால் மட்டும்தான் அவளைப் பாடவைக்க முடியும் என்றும் அவர் சொன்னார்.'

கங்கம்மா அவரைச் சந்தேகத்தோடு பார்த்தார். 'என்னால் அவளைப் பேசவைக்க முடியும் என்று அவர் சொல்லவில்லையா?'

வந்திருந்த இருவரும் அமைதியாக இருந்தார்கள்.

கங்கம்மா கறாராக இருந்தார். ‘நான் யாருக்கும் கற்றுக் கொடுப்பதில்லை. எனக்கு மாணவர்கள் என்று யாரும் கிடையாது. எனக்குக் குழந்தைகள் என்றால் பிடிக்காது.’

அஜ்ஜி விடுவதாக இல்லை. ‘ஆனால், ஊமைப் பெண்ணுக்கு உங்களால் மட்டும்தான் பாடக் கற்றுக்கொடுக்க முடியும்.’

‘அது எப்படி சாத்தியம்? முன்னர் அவ ஒழுங்கா பேசிக்கிட்டு இருந்தாளா?’

அம்மா வேகமாகக் குறுக்கிட்டார். ‘அக்கா, பேசுவதை நிறுத்தச் சொன்னால்கூட கல்பனாவும் அவளது தங்கையும் பேசுவதை நிறுத்த மாட்டார்கள். எப்போதும் பேசிக்கொண்டே இருப்பார்கள், சிரித்துக்கொண்டே இருப்பார்கள்.’

‘அப்படின்னா, இப்போது ஏன் அவள் பேச மாட்டேன் என்கிறாள்? அவள் பள்ளிக்கூடம் போறாளா?’

‘இல்லை’ என்று பதில் தந்தார் அம்மா. ‘அவள் பள்ளிக்கூடம் போவதில்லை. வெறுமனே அவளது படுக்கையில் படுத்துக்கிடக்கிறாள். அவ தங்கை, தீக்ஷா, அவளோடு எந்நேரமும் பேசிக்கொண்டே இருக்கிறாள். அவர்கள் சிரித்துக்கொண்டிருப்பதை நான் கேட்டிருக்கிறேன். கல்பனா ஒருமுறை சிரித்துக்கொண்டிருப்பதைப் பார்த்தேன். ஆனால், அவள் வாயிலிருந்து சின்னச் சத்தமும் வரவில்லை.’

‘தங்கச்சி, நான் என்ன பண்ண முடியுமுன்னு நினைக்கிறே?’ என்று கேட்ட கங்கம்மா திடீரென்று, இந்த சாந்தமான பெண்மணியோடு ஏதோ ரத்த உறவு கொண்டிருப்பதுபோல் உணர்ந்தார். ‘நான் வெறும் பாடகி. டாக்டர்களாலும் அவளுக்கு எதுவும் செய்ய முடியவில்லை என்று வேறு சொல்கிறாய்.’

‘கல்பனாவால் பேச முடியும் என்று நினைக்கிறேன். ஆனால், அவள் பேசுவதில்லை என்று தீர்மானம் எடுத்திருப்பதுபோல் இருக்கிறாள்’ என்றார் அஜ்ஜி.

அம்மாவும் அதை ஏற்றுக்கொண்டு தலையாட்டினார். ‘அவள் வேண்டுமென்றே சத்தம் எழுப்புவதிலிருந்து தன்னைக் கட்டுப்படுத்திக்கொள்கிறாள் என்றுதான் நானும் நினைக்கிறேன்.’

கங்கம்மா ஆர்வமானார். 'அந்தப் பெண்ணால பேச முடியும், ஆனால் பேச மறுக்கிறாள் என்றா சொல்கிறீர்கள்?'

இரண்டு பெண்மணிகளும் ஏற்றுக்கொண்டு தலையாட்டினார்கள். 'அப்படித்தான் நாங்க நினைக்கிறோம்' என்றார் அம்மா. 'அவ தங்கைகிட்ட கேட்டுப்பார்த்தோம். ஆனால், அவ அக்கா என்ன சொல்லச் சொல்கிறாளோ அதை மட்டும்தான் சொல்கிறாள்.'

இப்போது கங்கம்மாவுக்கு ஆர்வம் கூடியது. 'பேச்சைக் கட்டுப்படுத்த முடிந்த பிள்ளையை நான் இதுவரை பார்த்ததே இல்லை. ஒரு வார்த்தையும் சொல்லாமல் இருப்பதற்கு ஒருவருக்கு எப்படியான மன திடம் வேண்டும்! யாருக்கும் அப்படியான கட்டுப்பாடு கிடையாது. நிச்சயமாக, சின்னப் பெண் ஒருத்தி கொண்டிருக்க முடியாது.' அவர் மௌனமாக உட்கார்ந்துகொண்டார். வார்த்தைகள் மீது அப்படியான கட்டுப்பாட்டைக் கொண்டிருப்பவர்கள் யாராக இருந்தாலும், அவர்களால் பெரிய பாடகராக முடியும் என்று நினைத்தார். ஆனால், அதை அவர் உரக்கச் சொல்லவில்லை.

களைகளுக்கு நடுவே புகையிலையைத் துப்ப கங்கம்மா எழுந்துசென்றார். அவர் திரும்பிவந்து, இரண்டு பெண்மணிகளுக்கு அருகில் வந்து நின்று, 'யாருக்கும் அப்படியான கட்டுப்பாடு கிடையாது. அப்படி ஒருவரை மட்டுமே நான் பார்த்திருக்கிறேன். பணக்கார ஜமீன்தார் ஒருவர் தனது மகளைத் தண்டிப்பதற்காக அவளோடு பேசவதை நிறுத்திக்கொண்டார். அவர் சாகும்வரை ஒரு வார்த்தைகூட அவளோடு பேசவில்லை.'

தண்டிப்பதற்கு மௌனத்தைப் பயன்படுத்தும் சக்தி குறித்துத் தனக்கு நன்கு தெரியும் என்பதுபோல் அஜ்ஜி தலையசைத்தார்.

'ஆனால், அது வேறானது' என்று தொடர்ந்தார் கங்கம்மா. 'ஏன்னா, அவர் மற்றவர்கள் எல்லோரிடமும் பேசிக்கொண்டிருந்தார். சொல்லப்போனால், அவளது மகளை மேலும் தண்டிக்கும் விதமாக மற்றவர்கள் எல்லோரிடமும் அதிகமாகப் பேசத் தொடங்கினார்.'

அம்மா கலங்கிப்போனார். ஏன் எவரொருவரும், அதிலும் குறிப்பாக ஒரு பெண்ணின் தகப்பன் அப்படிச் செய்ய வேண்டும் என்று அவரால் புரிந்துகொள்ள முடியவில்லை.

எதற்குப் பதில் சொல்கிறோம் என்று சரியாகத் தெரிந்து கொள்ளாமலேயே, 'கல்பனா அப்படியானவள் அல்ல' என்று அம்மா முணுமுணுத்தார்.

கங்கம்மா அவர் சொன்னதைக் காதில் வாங்கிக்கொள்ளவில்லை. 'எனக்கு ஆர்வமாக இருக்கு. அந்தப் பெண் உண்மையிலேயே ரொம்ப மன திடம் கொண்டவளாக இருக்க வேண்டும். அவளுக்கு உண்மையிலேயே என்ன நடந்திருக்கலாம் என்றுதான் நான் யோசித்துக்கொண்டிருக்கிறேன்?' அவர் அம்மாவைத் தீவிரமாக வெறித்துப்பார்த்து, 'நிஜமாகவே உங்களுக்குத் தெரியாதா?'

குழந்தைத்தனமான குரலில், 'ஆமாம் அக்கா, எனக்கு உண்மையிலேயே தெரியாது. ஒருவேளை அவள் உங்களிடம் சொல்லலாம்' என்றார். அவரது குரலில் நம்பிக்கை தொனித்தது.

அஜ்ஜி பக்கம் திரும்பிய கங்கம்மா தனது புருவங்களை உயர்த்தி அதே கேள்வியை அவரிடம் கேட்டார்.

அஜ்ஜி மறுத்துத் தலையசைத்தார். 'எனக்கு எப்படித் தெரியும்' என்று தேவையில்லாமல் சேர்த்துக்கொண்டார்.

'அப்படின்னா, அந்தப் பெண்ணுக்கு உண்மையிலேயே பாடக் கற்றுக்கொடுப்பது உங்களுடைய அக்கறையில்லை. உங்களுக்கு அவள் மீண்டும் பேசத் தொடங்க வேண்டும், அவ்வளவுதான். என்னமோ நான் அவளுடைய டாக்டர்போல்.'

'வெளிப்படையா சொல்லணும்னா, அதுதான். எங்களுக்கு முதலில் அவள் பேச வேண்டும். அவள் பள்ளிக்குப் போக வேண்டும். ஆனால், அவள் பாடக் கற்றுக்கொண்டாள் அதுவும் நல்லது என்றே நாங்கள் நினைக்கிறோம். எப்படியிருந்தாலும்' — கங்கம்மாவை கபடமாகப் பார்த்து — 'பேசுவதைக் காட்டிலும் பாடுவது ரொம்ப முக்கியம்தானே. நான் சொல்லுறது சரிதானே?' என்றார்.

'ஆமாம், அவள் பேசுவதுதான் எங்களுக்கு முக்கியம். அவள் பள்ளிக்கூடம் போக வேண்டும்' என்று அம்மாவும் சேர்ந்துகொண்டார்.

'அப்புறம், அந்த மூன்று நாள்களில் என்ன நடந்தது என்றும் நீங்கள் தெரிந்துகொள்ள வேண்டும்' என்று முடித்தார் கங்கம்மா.

அஜ்ஜி அதைப் பொருட்படுத்தவில்லை. 'அது நடந்து முடிந்துவிட்டது. உண்மையிலேயே என்ன நடந்தது என்று தெரிந்துகொள்ள எங்களுக்கு விருப்பமில்லை. அந்தப் பெண்ணோட எதிர்காலம் குறித்துதான் நாங்கள் கவலைப்படுகிறோம்.' அவர் சற்றே இடைவெளிவிட்டு, அவரது வலது உள்ளங்கையை கங்கம்மாவின் வலது உள்ளங்கையில் வைத்து, 'உங்களால் மட்டும்தான் உதவ முடியும். அந்தப் பெண்ணுக்குள் என்ன நடக்கிறது என்று உங்களால் மட்டுமே புரிந்துகொள்ள முடியும்' என்றார்.

கங்கம்மாவுக்குச் சங்கடமாக இருந்தது. குளிர்ந்திருந்த, சுருக்கங்கள் விழுந்த அஜ்ஜியின் தீண்டுதலை உணர்ந்தார். உடனடியாக, 'அவளை அழைத்துவாருங்கள். பிறகு நான் சொல்கிறேன், அவளுக்குக் கற்றுக்கொடுக்க முடியுமா முடியாதா என்று' என்று சொல்லிக்கொண்டே தனது உள்ளங்கையைப் பின்னுக்கு இழுத்துக்கொண்டார்.


பாட்டு வகுப்புக்குப் போக கல்பனா மறுத்தாள். அவளது அம்மா கெஞ்சிப்பார்த்தார். அஜ்ஜி கத்திப்பார்த்தார். ஆனாலும், அவள் பிடிவாதக்காரியாக இருந்தாள். இந்தத் திட்டம் எது குறித்து என்று அவள் ஊகித்திருந்தாள். தன்னைப் பேசவைப்பதற்கான இந்தத் தந்திரத்தில் ஏமாந்துவிடக் கூடாது என்பதில் தீர்மானமாக இருந்தாள். அம்மா தீக்ஷாவை வீட்டுக்கு வெளியே அழைத்துச்சென்று, அவளது காதில் கிசுகிசுத்தார். 'கல்பனாவைப் பாட்டு வகுப்புக்குப் போகச்சொல்லி பேசிப்பார். மாணவர்கள் என்று யாரையும் கங்கம்மா சேர்த்துக்கொள்வதில்லை. இருந்தாலும், கல்பனாவைப் பார்க்க அவர் சம்மதித்திருக்கிறார். நமக்கு இதைவிடச் சிறந்த வாய்ப்பு கிடைக்காது.' கல்பனா பாடக் கற்றுக்கொள்வாள் என்பதில் அவ்வளவு நம்பிக்கை இல்லையென்றாலும்கூட, பெரியவர்கள் செய்ய வேண்டிய வேலையைச் செய்யும் மிக முக்கியமான ஒருத்தியாகத் தன்னை தீக்ஷா பார்த்துக்கொண்டாள்.

அன்று இரவு, பல்லிகளின் கூச்சல்களையும் அவை எங்கே மறைந்திருக்கின்றன என்பது குறித்தும் யோசித்துக்கொண்டே அவளது படுக்கையில் சுருண்டு படித்திருந்தாள் தீக்ஷா. கல்பனா மீண்டும் தனது குறிப்பேட்டில் கிறுக்கத் தொடங்கியிருந்தாள். 'நீ பாட்டு கத்துக்கப்போறேன்னு கேள்விப்பட்டேன்' என்றாள் தீக்ஷா. கல்பனா வேகவேகமாக இடவலமாகத் தலையசைத்தாள். அவளது குறிப்பேட்டில் 'நோ' என்று பெரிதாக எழுதி அதைத் தங்கையிடம் காட்டினாள்.

அதை ஏற்றுக்கொள்வதுபோல் தலையசைத்து, 'அக்கா, நீ செய்றதுதான் சரின்னு நினைக்கிறேன். ஏன்னா பாடுவதும்கூடப் பேசுவதுபோல்தான். நீ பாடுவதாக இருந்தால், பேசவும் செய்யலாமே.'

கல்பனா குழம்பிப்போய் ஒருகணம் சிந்தித்தாள்.

'நான் பாடகராக ஆக முடியுமா?' என்று கேட்டாள் தீக்ஷா.

கல்பனா பலமாக இடவலமாகத் தலையசைத்தாள்.

தீக்ஷா அமைதியானாள். பிறகு, 'எனக்குப் பாடக் கற்றுக்கொள்ள வேண்டும்போல் இருக்கிறது. நீ போனால், நானும் உன்னோடு வந்து வகுப்பில் சேர்ந்துகொள்ளலாமா?' என்று தொடர்ந்தாள்.

கல்பனா இன்னும் வேகமாகத் தலையை இடவலமாக ஆட்டினாள். மிக எளிமையான வார்த்தை அவளது பிரச்சினையைத் தீர்த்திருக்கும் எனும்போது, உடம்பில் இவ்வளவு அசைவுகள் கொடுப்பதில் அவள் சலிப்புற்றுப்போனாள். மொழிதான் எவ்வளவு அற்புதமானது என்று ஏக்கத்தோடு நினைத்துப்பார்த்தாள்.

அவள் தீக்ஷாவைச் சந்தேகத்தோடு பார்த்தாள். இசை மீது தீக்ஷா ஈடுபாடு கொண்டிருப்பாள் என்று அவள் எப்போதும் நினைத்துப்பார்த்ததே கிடையாது.

கல்பனா தயங்குவதைப் பார்த்த தீக்ஷா, 'அதுவும் அந்த டீச்சர் ஒரு பைத்தியக்காரக் கிழவியாம். அவள் காட்டுக்குப் பக்கத்தில் இருக்கிறாள். இரவு முழுக்கப் பாடிக்கொண்டிருப்பாளாம். அவளால் மிருகங்களையும் பூச்சிகளையும் புரிந்துகொள்ள முடியும் என்று அஜ்ஜி சொன்னாள். அவற்றுக்காக அவள்

பாடவும் பாடுவாளாம். ஓ, காட்டு மிருகங்களுக்குப் பாடுவது எவ்வளவு நன்றாக இருக்கும்!' என்றாள்.

தீக்ஷாவிடமிருந்து திரும்பிப்படுத்துத் தூங்கச்சென்றாள் கல்பனா.

தொடர்ந்து வந்த ஞாயிற்றுக் கிழமையன்று, மூன்று பெண்பிள்ளைகளும் மூளைக்குக் கோயில் கட்டினார்கள். அவர்களது வீட்டுக்கு அருகில் இருந்த திறந்த வெளிக்குச் சென்றார்கள். அது கிராமத்தின் ஊடாகச் செல்லும் பிரதான சாலைக்கு அருகில் இருந்தது. மரமும் அதைச் சுற்றிப் புற்களும் நிறைந்திருந்த துண்டு நிலம். சிலசமயங்களில் கிராமத்து மாடுகள் இந்த நிலத்தில் மேய வரும். பிற்காலையில் குமாரி வீட்டுக்கு வெளியே நின்று அழைத்தபோது, கல்பனாவும் தீக்ஷாவும் தங்களுடைய வீட்டைவிட்டுக் கிளம்பினார்கள். அங்கிருந்த மரத்துக்குக் கீழே மூளைக் கடவுளுக்குக் கோயில் கட்டுவதென்று முடிவுசெய்து அதை நோக்கி நடந்தார்கள். 'கோயில் கட்டுவதற்கு நம்மிடம் பணம் இல்லை. அதனால், இந்த மரத்தையே நாம் கோயிலாகப் பயன்படுத்திக்கொள்ளலாம்' என்று தீக்ஷா சொல்லியிருந்தாள்.

அவர்கள் தட்டையான சில கற்களைப் பொறுக்கி எடுத்துக் கொண்டார்கள். சில கற்களைக் கீழே வைத்தும், சிலதைக் கூரைக்காக மேலே வைத்தும் கருவறை கட்டினார்கள். பெரிய கற்துண்டுகள் கருவறையின் சுவர்களாயின. இப்போது அது ஒரு பக்கம் திறந்திருக்கும், குட்டி பொம்மை அறைபோல் இருந்தது.

எப்படியான விக்கிரகம் வைப்பது என்று குமாரியும் தீக்ஷாவும் பேசி முடிவெடுத்திருந்தார்கள். பள்ளிச் சுவரில் ஒட்டியிருந்த சுவரொட்டி ஒன்றில் இருந்த மூளைப் படத்தை இவர்கள் பார்த்திருக்கிறார்கள். இந்தச் சுவரொட்டிகளை பெங்களூருவில் உள்ள என்ஜிஓ ஒன்று அனுப்பியிருந்தது. அதில் சூரியக் குடும்பத்தின் படம், உடல் உறுப்புகள் படம், இந்திய வரைபடம், பிரபலமான இந்தியச் சுதந்திரப் போராட்ட வீரர்களின் படமெல்லாம் இருந்தன. தீக்ஷாவும் குமாரியும் உடல் உறுப்புகளை விளக்கும் சுவரொட்டியைக் கடந்து பலமுறை சென்றிருக்கிறார்கள் என்றாலும், அவர்கள் அதை ஒரு முறைகூட நின்று கவனமாகப் பார்த்ததில்லை. தங்களுக்கான கோயில்

கட்டுவது என்று தீர்மானித்த பிறகு, ஒவ்வொரு முறையும் அந்தச் சுவரொட்டியைக் கடந்துசெல்லும்போது, அதன் முன்பு நின்று அதை வெறித்துப்பார்த்துக்கொண்டிருந்தார்கள்.

மூளை பார்க்க வேடிக்கையாக இருந்தது. அது விசித்திரமான வடிவத்தில் இருந்தது — ஏறக்குறைய தலைபோலவே. அல்லது ஒரு களிமண் கட்டிபோலவும் அதில் பல சாலைகளைக் கொண்டிருப்பதுபோலவும் இருந்தது. தலையைப் போலவே மூளையும் மிகத் திடமான ஒன்று என்றே அவர்கள் நினைத்திருந்தார்கள். ஆனால், அது சாம்பல் நிறத்தில் மிக மிருதுவான ஒன்று என்று சுவரொட்டி விளக்கியது.

அவர்களது கோயிலுக்கு மூளையின் மிருதுத்தன்மைதான் பிரச்சினையாக இருந்தது. கடவுள்கள் எல்லாம் கற்களால் செய்யப்பட்டவையாக இருந்ததால், அவர்களது கோயிலில் உள்ள விக்கிரகமும் கல்லில்தான் இருக்க வேண்டும். தீக்ஷா ஒரு யோசனை சொல்லும்வரை, மிருதுத்தன்மை குறித்துக் கவலைப்பட்டார்கள். 'விநாயகரின் தொந்தியும் மிருதுவாகத்தானே இருக்க வேண்டும், இல்லையா? ஆனால், விக்கிரகம் கல்லாக இருப்பதால், அது கெட்டியாகத்தானே இருக்கிறது.'

கல்பனா பங்காற்ற பெரியதாக ஏதுமில்லை. உண்மையிலேயே மூத்த பூசாரிபோல், அந்த இருவரும் கருவறை கட்டுவதைக் கவனித்துக்கொண்டிருந்தால் போதும் என்று தீர்மானித்தாள்.

அவர்களது விக்கிரகத்தின் வடிவத்துக்கு தீக்ஷாவும் குமாரியும் தீர்வு கண்டுபிடித்தார்கள். அவர்கள் சுவரொட்டியில் உள்ள மூளைப் படத்தைப் பார்த்து வரைந்தார்கள். ஓரளவுக்கு மூளை வடிவத்தில் இருக்கும் ஒரு கல்லில் அந்தப் படத்தை ஒட்டுவது என்று தீர்மானித்தார்கள். அது அவர்களுடைய விக்கிரகமாக இருக்கும். மரத்தைச் சுற்றிச் சரியான வடிவத்தில் இருக்கும் ஒரு கல்லை கல்பனா தேடத் தொடங்கினாள். மண்ணில் பாதி புதைந்திருந்த ஒரு கல்லை அவள் கண்டெடுத்தாள். அதை அவள் வெளியே இழுத்தபோது, அந்தக் கல்லுக்கு அடியிலிருந்து நூற்றுக்கணக்கான எறும்புகள் வெளியே வந்தன. அந்தக் கல் அவளுக்கு நிறைவைக் கொடுத்தது. அவள் மட்டும் பேசியிருந்தால், 'இது உயிரோடு இருக்கும் கல். இதுவே

மூளைக்குச் சரியான மாதிரியாக இருக்க முடியும்’ என்று சொல்லியிருக்கக்கூடும்.

தனியாகச் செயல்பட வேண்டும் என்ற அவளது முயற்சிகளை மீறி, இந்தத் திட்டத்தின் பகுதியாக இருப்பதில் அவளுக்கு மகிழ்ச்சிதான். பிரார்த்தனைகள் பிரச்சினைக்கு மூளையைக் கடவுளாக்குவது அவளுடைய பதிலாக இருந்தது. விநாயகர் கடவுளாக இருக்கலாம், ஆனால் அவரை யாராலும் பார்க்க முடியாது. ஆனால், மூளை அப்படி இல்லை. அதை எல்லோராலும் பார்க்க முடியும். மூளை எங்கிருக்கிறது என்றும், அது எவ்வளவு பெரியது என்றும், அதன் வண்ணம் மற்றும் எடை குறித்தும் அவர்களுக்குத் தெரியும். அவர்களுடைய கடவுள்கள் குறித்து இப்படியெல்லாம் சொல்ல முடியுமா? தீக்ஷாவும் குமாரியும் கல்லைச் சுத்தப்படுத்தினார்கள். இருந்தாலும், எறும்புகள் ஒரு புள்ளியிலிருந்து மற்றொரு புள்ளிக்குப் போக பெரும் அவசரத்தில் இருப்பதுபோல் ஊர்ந்துகொண்டிருந்ததை அவர்கள் ரசித்தார்கள். அவர்களோடு கொண்டுவந்திருந்த, சிறிய பசைக் குழாயிலிருந்து பசையை எடுத்து, மூளைப் படத்தை அந்தக் கல்லில் ஒட்டினார்கள். அதை அவர்கள் அவ்வளவு சரியாகச் செய்யவில்லை என்றாலும்கூட, அதைப் பார்த்துக்கொண்டிருந்த மூன்று பெண்பிள்ளைகளுக்கும், ஏறக்குறைய கடவுளோடு இருப்பது போன்ற உணர்வே ஏற்பட்டது. கோயில்களில் உள்ள கடவுள்களைப் பார்க்கப்போவதற்குப் பதிலாக, மற்ற பிள்ளைகளெல்லாம் வந்து பார்க்கும் விதமாக, ஒவ்வொரு மண்டைக்குள்ளும் மறைந்திருக்கும் மூளையை வெளியே தெரியும்படி வைப்பார்கள்.

குமாரியின் உற்சாகம் கூடிக்கொண்டேபோனது. ‘நம்முடைய விக்கிரகம் கறுப்பாக இருப்பது நல்லதுதான். நம்முடைய மண்டையிலிருந்து மூளையை எடுத்து ஒரு நாள் வெயிலில் வைத்தால் அதுவும் நம்மைப் போல் கறுப்பாகிவிடும்.’

தீக்ஷாவும் குமாரியும் விக்கிரகத்தை கல்பனாவிடம் கொடுத்தார்கள். அதை கல்பனா பக்தியோடு கருவறையில் வைத்தாள். அருகில் இருந்த புதர்களை நோக்கி ஓடிய குமாரி, மிக மிருதுவான பூக்களைக் கொஞ்சம்போல் பறித்துவந்தாள். அவற்றை விக்கிரகத்தின் மீது வைத்தாள். நூற்றுக்கணக்கான எறும்புகளும் தேனீக்களும் அவளைப் பின்தொடர்ந்து

கருவறைக்கு வருவதுபோல் கற்பனைசெய்து பார்த்தாள். கோயில்களில் விக்கிரகத்துக்கு முன் தேங்காய் உடைப்பதை இவர்கள் பார்த்திருக்கிறார்கள். அதுபோல் இங்கு உடைக்க தேங்காய் ஏதுமில்லை. ஆனால், குமாரி அருகில் இருந்த பெரிய, காய்ந்த விதை ஒன்றைக் கண்டெடுத்தாள். அதை ஒரு கல்லின் மீது ஓங்கி வீசினாள். ஆனால், அது உடையவில்லை. பொறுமையிழந்த கல்பனா வேறொரு கல்லை எடுத்துவந்து, அதைக் கொண்டு அந்த விதையை உடைத்தாள்.

தீக்ஷாவும் குமாரியும் கைதட்டினார்கள். அவர்களுடைய கோயில் இப்போது முறையாகத் திறக்கப்பட்ட ஒன்றானது. தங்கள் வீட்டிலிருந்து குங்குமம் கொண்டுவந்து அதை விக்கிரகத்தின் மீது பூசுவது என்று தீர்மானித்தார்கள். கறுப்பு விக்கிரகத்தில் சிவப்புப் பட்டைகள் பார்ப்பதற்கு எப்போதும் அவ்வளவு அழகாக இருக்கும்!

'அப்படிச் செய்தால், இங்கே கோயில் இருப்பது மற்றவர்களுக்கும் தெரியவரும்' என்று தீக்ஷா குமாரியிடம் விளக்கம் கொடுத்தாள். இதைக் கேட்ட குமாரி, ஒரு மரத்தைச் சுற்றிப் படர்வதற்கு வீணாக முயன்றுகொண்டிருந்த சில கொடிகளை நோக்கி ஊனியபடி நடந்துசென்று, சில கொட்டையில்லாச் சிவப்புப் பழத்தோடு திரும்பிவந்தாள். அதை விக்கிரகத்தில் நசுக்கி, மிச்சமிருந்ததையெல்லாம் அதன் மேல் தடவிவிட்டாள். மூளையின் படம் இப்போது சிவப்பால் பூசப்பட்டு, ஆங்காங்கே கொஞ்சம்போல் கொழுப்புத் துளிகளைக் கொண்டிருக்கும் ஒன்றானது.

அந்த விக்கிரகத்துக்கு முன் மூவரும் மௌனமாக நின்றார்கள். ஒவ்வொருவரும் தங்களுக்கான தனித்த சிந்தனைகளைக் கொண்டிருந்தார்கள்.

மூளைதான் பேசுகிறது என்றால், இது பேசும் கோயிலாக இருக்கும் என்று நினைத்தாள் கல்பனா. மாடுகளும் ஆடுகளும் இந்தக் கோயில் முன்னால் நின்று மூளை பேசுவதைக் கேட்பதாக அவள் கற்பனைசெய்து பார்த்தாள். அவள் கண்களைத் திறந்தபோது, அவளது கற்பனையைப் பார்த்து விக்கிரகம் சிரிப்பதுபோல் உணர்ந்தாள்.

பேசும் ஆற்றலை கல்பனாவிடம் திருப்பிக்கொடுக்குமாறு மூளையிடம் தீக்ஷா வேண்டிக்கொண்டாள்.

குமாரி கண்களை மூடிக்கொண்டு, 'ப்ளீஸ் நானும் தீக்ஷாவும் எப்போதும் நண்பர்களாக இருக்கும்படி செய்' என்று முணுமுணுத்தாள்.

அவர்களுடைய கருவறையைச் சுற்றி மூன்று பெண் பிள்ளைகளும் உட்கார்ந்திருந்தார்கள். 'கொஞ்சம் பிஸ்கட் கொண்டுவந்திருக்கலாம். நம்முடைய கடவுளுக்குப் படைத்துவிட்டு, பிறகு நாம் அதை எடுத்துக்கொள்வது நன்றாக இருந்திருக்கும்' என்றாள் குமாரி.

தீக்ஷா வீட்டை நோக்கி ஓடினாள். வாயிலில் நின்றுகொண்டே இந்தப் பெண்களைக் கவனித்துக்கொண்டிருந்த அஜ்ஜியைக் கடந்துசென்று, மூவருக்கும் கொஞ்சம் பிஸ்கட் வேண்டும் என்று அம்மாவிடம் கேட்டாள். அம்மா மூன்று பார்லே-ஜி பிஸ்கட்டை எண்ணி அவளிடம் கொடுத்தார். தீக்ஷா கீச்சொலியில், 'இன்னும் மூணு, இன்னும் மூணு!' என்றாள்.

அவள் திரும்ப ஓடிவந்தாள். மூவரும் நின்றுகொண்டிருக்க, கல்பனா பிஸ்கட்டுகளை விக்கிரகத்துக்குப் படைத்தாள். பிறகு, பக்தியோடு தங்களுக்குள் பிஸ்கட்டைப் பிரித்துக் கொண்டார்கள். திடீரென்று, உற்சாகமான பறவைகள் கூட்டமாகப் பாய்ந்துவந்து அந்த மரத்தில் அமர்ந்துகொண்டன. கருவறைக்கு அருகில் மௌனமாக அமர்ந்து அவர்கள் பிஸ்கட் சாப்பிட்டுக்கொண்டிருந்தார்கள். உண்பதற்கு ஏதாவது கிடைக்கும் என்ற நம்பிக்கையில், இரண்டு நாய்கள் சோம்பேறித்தனமாக அவர்களைப் பார்த்தபடி சுற்றிச்சுற்றி வந்தன. அந்தப் பெண்கள் மலைகளைப் பார்த்தார்கள். உச்சிக்குப் பின்னால் திரண்டிருந்த மேகங்கள் மாலைக்குள் கிராமத்தை வந்தடைந்துவிடும். சகலமும் — மனிதர்கள், நாய்கள், பறவைகள், மறந்துவிட வேண்டாம் எறும்புகளும்கூட — மௌனமாகக் காத்திருந்தன.

அவர்களது அம்மா வெளியே வந்து அவர்களை அழைத்தார். அவர்கள் திரும்பி வீட்டுக்கு வந்துகொண்டிருந்த சமயத்தில், கங்கம்மாவைச் சந்திப்பது என்று கல்பனா தீர்மானித்தாள். அவள் பாடப்போவதில்லை; அதில் அவள் மிக உறுதியாக இருந்தாள். ஆனால், இப்படிச் செய்வதால், தீக்ஷா இசை கற்றுக்கொள்ள

முடியும் என்றால், அவளோடு போக கல்பனா தயாராக இருந்தாள். அவர்களது கோயிலுக்கு அவளைப் பூசாரியாக்கிய அவளது செல்லத் தங்கைக்கு அவள் குறைந்தபட்சம் இதையாவது செய்தே ஆக வேண்டும்.

தீக்ஷா எப்படிக் கற்பனைசெய்து பார்த்தாளோ அப்படியே இருந்தார் கங்கம்மா. அவர்களது கோயிலைத் திறந்ததற்கு அடுத்த நாள் கங்கம்மாவைச் சந்திக்க இரண்டு பெண்பிள்ளைகளையும் அம்மா அழைத்துச்சென்றார். கல்பனா ஒப்புக்கொண்டது அவருக்கும் ரொம்ப ஆச்சரியமாக இருந்தது — ஒப்புதலை மூஞ்சைத் தூக்கிவைத்துக்கொண்டு மௌனமாகத்தான் தெரிவித்தாள் என்றபோதும். கல்பனாவுக்கு உதவ வேண்டும் என்பதால்தான் கங்கம்மாவைப் பார்க்க தீக்ஷா சென்றாள் என்றால், தீக்ஷா இசை கற்றுக்கொள்ள ஒரு சந்தர்ப்பத்தை உருவாக்கிக்கொடுக்கும் உதவியைச் செய்வதற்காக கல்பனா ஒப்புக்கொண்டாள். கங்கம்மாவின் வகுப்புகள் தொடங்குவதற்கு முன்பே அவரது தாக்கம் இந்தளவுக்கானதாக இருந்தது.

அம்மா சில வாழைப்பழங்களைத் தன்னோடு எடுத்துவந்திருந்தார். மூவரும் கிராமத்தின் ஊடாக நடந்துசென்றபோது, ஊரார் இவர்களைத் திரும்பிப் பார்த்தார்கள். சிலர் உரக்க வந்தனம் சொன்னார்கள் என்றால் சிலர் வெறுமனே வெறித்துப்பார்த்துக் கொண்டிருந்தார்கள். மூவரும் கங்கம்மா வீட்டுக்குப் போகும் பாதையில் நடந்துகொண்டிருப்பதைப் பார்த்து ஊரார் ரொம்பவும் ஆச்சரியப்பட்டார்கள். அந்தப் பாதையில் கங்கம்மா வீடு மட்டும்தான் இருந்தது. கிராமத்தின் அந்தப் பகுதியில் வசிப்பவர்கள் அம்மாவையோ அல்லது அந்தப் பெண்பிள்ளையையோ அந்தப் பகுதியில் இதற்கு முன் எப்போதும் பார்த்ததே இல்லை.

இவர்களைப் பார்த்தவுடன் கங்கம்மா வீட்டை விட்டு வெளியே வந்தார். இவர்கள் அவருடைய வீட்டை அடைந்தபோது, அவர் தாழ்வாரத்தில் அமர்ந்திருந்தார். கங்கம்மாவின் காலில் விழுந்து பழத்தை அவரிடம் கொடுக்குமாறு அம்மா தனது பெண்பிள்ளைகளிடம் சொன்னார். இரண்டு பெண்பிள்ளைகளையும் உட்காரச் சொன்னார் கங்கம்மா.

அம்மா தயக்கத்தோடு, 'நான் பிறகு வந்து இவர்களை அழைத்துச்செல்லட்டுமா அல்லது இங்கேயே இருக்கலாமா' என்றார்.

'இல்லை, இல்லை, நீங்கள் திரும்பிப்போகலாம், வீட்டுக்கு வர இவர்களுக்கு வழி தெரியும்' என்றார் கங்கம்மா. அவர் அந்தப் பெண்பிள்ளைகளைப் பார்த்தார். 'சரிதானே?' பிரகாசமான சிவப்புப் புடவையில், நெற்றியில் பெரிய வட்டத்தில் குங்குமமும், கழுத்தில் கைகளில் நகைகள் அணிந்துகொண்டு பெரும் பிரமிப்பைக் கொடுத்த கங்கம்மாவின் முன் இரண்டு பெண்பிள்ளைகளும் ஊமைபோல் தலையசைத்தார்கள். அவர் ஏறக்குறைய கடவுள்போல் அல்லது படங்களில் பார்த்திருக்கும் கடவுள்போல் அப்படியே இருப்பதாக தீக்ஷா நினைத்துக்கொண்டாள்.

அம்மா தயங்கினாள். 'கவலைப்படாதீங்க. அவர்கள் பத்திரமாக வீட்டுக்கு வந்துசேர்வது என் பொறுப்பு' என்றார் கங்கம்மா.

அம்மா, 'பணம் எவ்வளவுன்னு...' என்றாள்.

அவரைக் கிளம்பச்சொல்லி கையசைத்தார். 'அத நாம் அப்புறம் பார்த்துக்கலாம்' என்றார். தன்னுடைய மகள்களிடம் சொல்லிவிட்டு, அம்மா கிளம்பிச்செல்லும்வரை அவர் காத்திருந்தார். அது முன்மாலைப் பொழுதாக இருந்தது. வெப்பமாகவும் வெக்கையாகவும் இருந்தது. தன்னுடைய பார்வையை தீக்ஷா பக்கம் முதலில் திருப்பினார் கங்கம்மா.

'நீ...'

தீக்ஷாவால் புரிந்துகொள்ள முடியவில்லை.

'உன் பெயரென்ன?'

'தீக்ஷா.'

'இதுக்கு முன்னாடி இசை கத்துக்கிட்டு இருக்கியா?'

தீக்ஷா இல்லை என்று தலையசைத்தாள்.

'உனக்குப் பாடக் கற்றுக்கொள்ள விருப்பமா?'

தீக்ஷா ஆம் என்று வேகவேகமாகத் தலையசைத்தாள். தன்னுடைய ஈடுபாட்டை அழுத்தமாக வெளிப்படுத்தும் விதமாகப் பெரிதாகப் புன்னகைக்கவும் செய்தாள். கங்கம்மா முகம்சுளித்தார். பிறகு, தீவிர யோசனையோடு அவரையே பார்த்துக்கொண்டிருந்த கல்பனா பக்கம் திரும்பினார்.

'உன் பெயர் என்ன?'

கல்பனா மௌனமாக இருந்தாள்.

'உன் பெயர் என்ன?' என்று சத்தமாகக் கேட்டார்.

தீக்ஷா குறுக்கிட்டாள். 'அவளால் பேச முடியாது.' சற்றே இடைவெளிவிட்டுத் தொடர்ந்தாள். 'ஆனால், அவளால் கேட்க முடியும்.'

கங்கம்மா சிரித்தார். 'உன்னால் பேச முடியாது. ஆனால், பாட விரும்புகிறாயா? அது எப்படி சாத்தியம்?'

கல்பனா மௌனமாக இருந்தாள்.

கங்கம்மா விடுவதாக இல்லை. 'நான் எப்படி உனக்குக் கற்றுக்கொடுக்க முடியும்? என்ன கற்றுக்கொடுக்க முடியும்?' திடீரென்று தனது வலது உள்ளங்கையைத் தரையில் ஓங்கி அடித்து, 'நீ என் நேரத்தை வீணடிக்கிறாய். நான் யார் என்று உனக்குத் தெரியுமா?' என்று கத்தினார்.

தீக்ஷா தன்னையும் அறியாமல் கல்பனாவின் கையைப் பிடித்துக்கொண்டாள். கல்பனா கொஞ்சமும் பின்வாங்காமல் அவரையே வெறித்துப்பார்த்துக்கொண்டிருந்தாள். ஆனால், அவளது கருத்த கண்கள் மாறியிருந்தன. அந்தக் கண்களை கங்கம்மா தீவிரமாக உற்றுப்பார்த்தார். அவற்றால் இழுக்கப்பட்டார். அது, கல்பனா தன்னிடம் மன்றாடுவதுபோல் இருந்தது அவருக்கு. தான் பேச முடியாத நிலையில் இருப்பதாக அவரிடம் சொல்வதுபோல் இருந்தது. மேலும், கங்கம்மாவைப் பார்த்த பிறகு, ஒரு சின்னச் சத்தமும் தன்னிடமிருந்து தப்பித்து வெளியே போக விடுவதாக இல்லை என்ற தீர்மானத்தில் அவள் உறுதியாக இருந்தாள்.

கல்பனாவை கங்கம்மா வெறித்துப் பார்த்துக்கொண்டிருப்பதையும், கங்கம்மாவை கல்பனா வெறித்துப் பார்த்துக்கொண்டிருப்பதையும்

தீக்ஷா பார்த்தாள். கங்கம்மாவின் முகம் இளகியது. திடீரென்று அவர் புன்னகைத்தார். கல்பனாவை ஆசீர்வசிப்பதுபோல் அவளது தலை மேல் கைவைத்தார். கல்பனர்வின் கண்கள் கண்ணீரால் நிறைந்தன. தீக்ஷா சொன்னது சரிதான் — தன்னுடைய மனதை மற்றவர்களால் படிக்க முடிகிறது. அவளுள்ளாக ஒலிக்கும் குரலை மற்றவர்களால் கேட்க முடிகிறது. அவள் பேசுவதை அம்மாவால் கேட்க முடிகிறது என்று தீக்ஷா அவளைக் கிண்டல் செய்திருக்கிறாள். ஆனால், இப்போது, வெளியே சொல்லப்படாத கங்கம்மாவின் சிந்தனைகளைத் தன்னால் படிக்க முடிகிறது என்று கல்பனா நினைத்தாள். தன்னுடைய தலையில் கங்கம்மா கைவைத்தபோது, தன் மீதான அவரது அக்கறை அதன் ஊடாகப் பாய்வதை அவளால் உணர்ந்துகொள்ள முடிந்தது.

பிறகு, கங்கம்மா தனது கையை தீக்ஷாவின் தலையில் வைத்தாள். ‘இப்போது உங்கள் இருவரையும் எனது மாணவர்களாக ஏற்றுக்கொள்கிறேன்’ என்று அறிவித்தார். அவர் சிரித்து, ‘ஊமைப் பெண்ணுக்கு இசை கற்றுக்கொடுக்கும் முதல் ஆசிரியர் நானாகத்தான் இருப்பேன்’ என்று சேர்த்துக்கொண்டவர் கல்பனாவைப் பார்த்து, ‘அல்லது குறைந்தபட்சம் பேசக் கூடாது என்று இருக்கும் பெண்ணுக்கு’ என்றார். அவர் தீக்ஷா பக்கம் திரும்பி, ‘மௌனமாகப் பாடுவதற்கு எப்படிக் கற்றுக்கொடுப்பது என்று பார்ப்போம்! அது அவ்வளவு சுலபமில்லை!’ என்றார்.

முதல் வகுப்பில் கங்கம்மா பாடுவதற்கு எதுவும் கற்றுக்கொடுக்கவில்லை. தீக்ஷாவிடம் அவளது பள்ளி குறித்தும், அவளது நண்பர்கள் குறித்தும், கல்பனாவிடம் அவள் என்னவெல்லாம் பேசுவாள் என்பது குறித்தும் கேட்டார். தீக்ஷா அவரிடம், கல்பனா ஏதாவது சொல்ல வேண்டும் என்றால் எழுதிக்காட்டுவாள் என்றாள். ஆனால், கல்பனாவோடு உரையாடுவதற்கு எழுத்து வடிவத்தைத் தான் பயன்படுத்தப்போவதில்லை என்று கங்கம்மா தெரிவித்தார்.

கல்பனாவிடமும் அவளது வகுப்பு குறித்தும் அவளது நண்பர்கள் குறித்தும் கேட்டார். கல்பனா வெறுமனே அவரை வெறித்துப் பார்த்துக்கொண்டிருந்தாள். பிறகு, கங்கம்மா அவளுக்கு மிக அருகில் உட்கார்ந்துகொண்டு, அவளது சிறிய மணிக்கட்டைக்

பிடித்துக்கொண்டு, அவள் காணாமல்போனது குறித்துக் கேட்டார்.

'நீ காணாமல்போன அன்று என்ன நடந்தது என்று உனக்கு நினைவிருக்கிறதா?'

கல்பனா தனது கையை இழுத்துக்கொண்டாள். கங்கம்மா அன்போடு அவளது இரண்டு மணிக்கட்டுகளையும் பிடித்துக்கொண்டார்.

'நல்லது. நாம் அதைப் பத்திப் பேச வேண்டாம். நாங்கள் யாரும் கேட்க முடியாதபடி நீ உனக்குள்ளாக "ஹா…" என்று சொல்ல வேண்டும்.'

கல்பனா அவளது வாயைத் திறந்து, 'ஹா…' என்று நீட்டி உச்சரித்தாள். அதை அவளால் மட்டுமே கேட்க முடிந்தது.

'நல்லது. இந்த ஊமைப் பெண் எப்படிப் பாடப்போகிறாள் என்று பார்ப்போம்' என்றார் கங்கம்மா.

அவர்கள் கிளம்பும்போது, கங்கம்மா இரண்டு பெண்களுக்கும் ஆளுக்கு ஒரு வாழைப்பழத்தைக் கொடுத்தார். தங்கள் ஆசிரியருக்குக் காணிக்கையாக அவர்கள் கொண்டுவந்த பழத்தை வாங்கிக்கொள்ள இரண்டு பெண்பிள்ளைகளும் மறுத்தார்கள். கங்கம்மா வற்புறுத்தினார். ஆளுக்கொரு பழத்தை எடுத்துக்கொண்டு, புதிய அனுபவம் அவர்கள் தலைமுழுக்க ரீங்காரமிட்டுக்கொண்டிருக்க, அவர்கள் கிளம்பினார்கள். அவர்கள் அந்தச் சாலையின் இறுதிக்கு வந்து திரும்பினார்கள். அங்கிருந்த ஒரு கல்லின் மீது தங்களுடைய அம்மா உட்கார்ந்திருப்பதைப் பார்த்தார்கள். நடுத்தர வயதுப் பெண்மணி ஒருவரோடு அவர் பேசிக்கொண்டிருந்தார்.

'பார்த்தியா, அம்மா யாருக்கும் தெரியாம நமக்காகக் காத்துக்கிட்டு இருக்கா' என்றாள் தீக்ஷா.

கல்பனா மேலும்கீழும் தலையசைத்தாள். அம்மா அவர்களைத் தனியே விட்டுவிட்டுப் போயிருக்க மாட்டார் என்றும், அதுவும் அவளுக்கு என்ன நடந்ததோ அது நடந்துவிட்டதால் நிச்சயமாகப் போயிருக்க மாட்டார் என்றும் அவளுக்குத் தெரிந்திருந்தது. அவள் ஒருவிதமான சந்தோஷத்தை உணர்ந்தாள்.

அவள் வெளியே வந்திருக்கிறாள். அதுவும் அவளது குடும்பம் அல்லது குமாரிக்கு வெளியே ஒருவரோடு முதல் முறையாக இருந்திருக்கிறாள். மௌனமாக இருந்ததில் சங்கடமாக எதையும் உணராததில் கல்பனாவுக்கு மகிழ்ச்சிதான். அவளது முழுமுற்றான மௌனம் அவளுக்குப் பேச்சு குறித்து சில விஷயங்களைக் கற்றுக்கொடுத்தது — எல்லோரும் தேவைக்கு அதிகமாகப் பேசிக்கொண்டிருக்கிறார்கள். அவள் மட்டும் பேசுகிறவளாக இருந்திருந்தால், ஏன் எல்லோரும் எந்நேரமும் இவ்வளவு பேசிக்கொண்டே இருக்கிறீர்கள் என்றுதான் கேட்டிருப்பாள்.

அடுத்த நாள் குமாரியிடம் இசை வகுப்பு குறித்து உற்சாகமாகச் சொல்லிக்கொண்டிருந்தாள் தீக்ஷா. குமாரி அவளை வியந்து பார்த்துக்கொண்டிருந்தாள். சில நிமிட மௌனத்துக்குப் பிறகு, 'எனக்கும் இசை என்றால் பிடிக்கும்' என்று சொன்னாள்.

அந்த நொடியே குமாரியும் அவர்களோடு சேர்ந்துகொள்ள வேண்டும் என்று தீக்ஷா முடிவெடுத்தாள். 'அடுத்த வகுப்புக்கு நீயும் வா. உனக்கு அந்த டீச்சரை ரொம்பப் பிடிக்கும். பார்க்க ரொம்ப பயமுறுத்துவதுபோல்தான் இருப்பார்' என்று சொல்லிக்கொண்டே சிரித்தாள்.

'என் அப்பா இதுக்கு ஒத்துக்க மாட்டார். நான் உன் வீட்டுக்கு மட்டும்தான் வருகிறேன்' என்றாள் குமாரி.

குமாரியின் அப்பாவை விடுங்கள், தன்னுடைய அப்பா மீதே தீக்ஷாவுக்கு எந்த பயமும் கிடையாது. 'கவலைப்படாதே குமாரி. நான் உன் அம்மாகிட்ட சொல்கிறேன்.'

அன்று கன்னட வகுப்பில், ஆசிரியர் நுழைந்தவுடன் மற்ற மாணவர்களெல்லாம் உட்கார்ந்துகொண்ட பிறகும் தீக்ஷா நின்றுகொண்டிருந்தாள்.

'இப்ப என்ன தீக்ஷா?' என்று புன்னகைத்தபடியே உபாத்யா கேட்டார்.

'சார், நீங்கள் தொடங்குவதற்கு முன், நான் ஒரே ஒரு கேள்வி மட்டுமே கேட்க விரும்புகிறேன்.'

'கேட்டுதான் ஆகணும்னு நினைச்சா, கேளு.'

குமாரியையும் இழுத்து நிற்கவைத்தாள் தீக்ஷா. 'சார், மொழி என்பது ஒலின்னு சொன்னீங்க. கன்னடம் என்பது கன்னட ஒலி.'

உபாத்யா எதையும் உறுதியாக ஒப்புக்கொள்ளாமல் வெறுமனே தலையசைத்தார். இந்த இரண்டு ராட்சசிகளும் என்ன புதிய கேள்வியை யோசித்திருப்பார்கள் என்று அவர் ஊகிக்க விரும்பவில்லை.

'சார், பாடுவதுகூடக் கன்னட ஒலியால் ஆனதா என்று நாங்கள் தெரிந்துகொள்ள விரும்புகிறோம். நாம் பாடும்போது சார், நாம் ஒலி எழுப்புகிறோம்.'

பின்னிருக்கையில் இருந்த ஒரு பையன், முனகும் சத்தம் எழுப்பினான். எல்லோரும் சிரித்தார்கள்.

தீக்ஷா அந்தப் பையன் பக்கம் திரும்பினாள். 'சார், அவன் எழுப்பிய ஒலியைப் பாருங்கள். அது கன்னட ஒலியா... அல்லது ஆங்கில ஒலியா?'

'பாடினால் அது இசை என்றழைக்கப்படுகிறது தீக்ஷா. அது மொழியல்ல.'

திடீரென்று. 'ஏன் அப்படிச் சொல்கிறீர்கள் சார்?' என்று கேட்டாள் குமாரி.

உபாத்யாவிடம் தயாராகப் பதில் இருந்தது. 'ஏனெனில் வார்த்தைகள் கொண்டிருப்பதுபோல் அதற்கு அர்த்தம் ஏதும் கிடையாது.' இப்படியான சிக்கலான கேள்விக்கு இவ்வளவு எளிமையாகப் பதில் சொல்ல முடிந்ததில் அவரைப் பார்த்து அவரே சந்தோஷப்பட்டார். அந்த ஒலியை எழுப்பிய பையனை நிற்கச்சொல்லிப் பாடச்சொன்னார்.

'என்ன பாடணும் சார்?' என்று கேட்ட அந்தப் பையன் ஏதாவது ஒரு பாடலை நினைவில் கொண்டுவர தீவிரமாக முயன்றான்.

'உங்களுடைய சினிமா பாடல்கள் எதுவும் கூடாது சந்துரு. ஏதாவது ஒரு மெட்டைப் பாடு.'

சந்துரு சில ஒலிகளை எழுப்பினான். 'சார், அது இசையில்லை' என்று குரல் கொடுத்தாள் தீக்ஷா.

‘இப்ப வேறுபாடு என்னவென்று தெரிகிறதா? வெறுமனே சில ஒலிகளை அவன் எழுப்பினான். அதில் வார்த்தைகள் எதுவும் இல்லை. அவன் பாடியதற்கு எந்த அர்த்தமும் இல்லை’ என்றார் சார்.

கிருஷ்ணா எழுந்துநின்று, ‘சார், அவன் வலியில் இருக்கிறான் என்பதுதான் அதற்கு அர்த்தம். அதனால், அவன் அந்த ஒலியை எழுப்பினான்’ என்று அறிவித்தான்.

குமாரி சிரிக்கத் தொடங்கினாள். மற்ற மாணவர்களும் அவளைப் பின்தொடர்ந்தார்கள். ஏன் உபாத்யாகூடப் புன்னகைத்தார். ஒரு மாதத்துக்கு முன் கிருஷ்ணா வகுப்பில் ஒரு வார்த்தை பேசுவான் என்று எவரும் நினைத்துகூடப் பார்த்திருக்க முடியாது.

எதிர்பார்க்கப்பட்டதுபோல், தீக்ஷா முடித்துவைத்தாள். ‘சார், இசை மொழியில்லை என்றால், இசை பொய்யில்லை.’ அவள் வெற்றிப்பார்வையோடு குமாரியைப் பார்த்துக்கொண்டே உட்கார்ந்துகொண்டாள். அவள் என்ன சொல்ல வருகிறாள் என்று உபாத்யாவுக்குப் புரியவில்லை என்பதோடு அதை மேலும் தொடர்வதில் அவருக்கு ஈடுபாடும் இல்லை. அவர் ‘தேர்தல்’ என்ற வார்த்தையைப் பயன்படுத்தி ஒரு வாக்கியத்தைப் பலகையில் எழுதினார். அந்த வாக்கியத்தை மாணவர்கள் புரிந்துகொள்ளுமாறு சொன்னார்.

அன்று இரவு, கல்பனாவின் படுக்கையில் அவளோடு படுக்க வந்தாள் தீக்ஷா.

‘அக்கா நான் உன்கிட்ட ஒன்னு சொல்லணும். பாடுவது மொழிபோல் இல்லை. ஏன்னா, வார்த்தைகள்போல் இசைக்கு அர்த்தம் ஏதும் கிடையாது என்றார் சார்.’ அவளது இரண்டு முட்டிகளைக் கீழே அழுத்தித் தன்னை உயர்த்திக்கொண்டு கல்பனாவைக் கூர்ந்து கவனித்தாள். ‘ஆக, இசை பொய்யில்லை. உனக்குப் பேச விருப்பமில்லை என்றாலும்கூட நீ பாடலாம்.’

கல்பனா இடவலமாகத் தலையசைத்தாள்.

தீக்ஷா எரிச்சலடைந்தாள். ‘ஓ, நீ ரொம்ப... ரொம்ப...’ மிகக் கோபமாகச் சிந்தித்து, சொல்வதற்கு வேறு எதுவும் இல்லை என்று தெரிந்துகொண்டு, சீறினாள். ‘நீ பேசவில்லை என்றால், உன் குரல் செத்துப்போகும்.’ சில கணங்கள் யோசித்து,

'பின்னால் நீ பேசுவது என்று முடிவெடுத்தாலும், உன் வாயிலிருந்து எதுவும் வெளியே வராது. வானொலி நிலையம் எதுவும் இல்லாத பெரிய வானொலிப் பெட்டிபோல் நீ ஆகிவிடுவாய்' என்றாள்.

இப்படியாகச் சொல்லிவிட்டு, அவள் திரும்பிக்கொண்டாள். தன்னை வானொலிப் பெட்டியாகவும் தீக்ஷா மற்றும் குமாரியை வானொலி நிலையங்களாகவும் நினைத்துப்பார்த்துப் பற்கள் தெரியப் புன்னகைத்தாள் கல்பனா. அவள் தீக்ஷாவின் அருகில் சென்று, அவளது படுக்கையில் படுத்துக்கொண்டு அவளை அணைத்துக்கொள்ள, இருவரும் இசைக் கனவுகளால் அரவணைத்துக்கொள்ளப்பட்டார்கள்.

கல்பனாவுக்குச் சொல்ல நிறைய இருந்தது. இன்னும் எவ்வளவு காலம் வார்த்தைகளை அவளுக்குள் அடக்கிவைத்துக்கொள்ள முடியும் என்று அவளுக்குத் தெரியவில்லை. ஆனால், அந்த இரவு அன்று, வெறுமையான வானொலிப் பெட்டி குறித்துச் சிந்தித்து, வார்த்தைகள் வெளியே பாய்வதற்காக வழி ஒன்றைக் கண்டுபிடித்தாக வேண்டும் என்று தீர்மானித்தாள். அவளுக்குப் பக்கத்தில் படுத்திருந்த தீக்ஷாவின் மேல் சாய்ந்தாள். அதே சமயத்தில், அவளது ஆழ்ந்த தூக்கத்தில் தீக்ஷா முழுமுற்றான அமைதியிலான உலகத்துக்குள் நுழைந்துகொண்டிருந்தாள். அந்தத் தருணத்தில், கல்பனா சொல்ல விரும்புவதையெல்லாம் சொன்னாள். அவளது வாய் அசைந்தது; அவளது தொண்டை விரிந்து சுருங்கியது; அவளது விரல்கள் நடுங்கின. அவளது முழு உடலும் பேசும் நடனத்தில் பங்குபெற்றது. வார்த்தைகளில் ஒலியைத் தவிர மற்ற எல்லாமும் இருந்தன. மௌனமான வார்த்தைகளையெல்லாம் தீக்ஷாவின் காதில் கல்பனா கொட்டித்தீர்த்தாள். கேட்காத இந்த ஒலிகளின் தாளத்துக்கு ஏற்ப, ஏற்றயிறக்கங்களுக்கு ஏற்ப தீக்ஷா உறங்கிக்கொண்டிருந்தாள். வருங்காலங்களில் எப்போதாவது ஒரு இரவு அன்று, அவள் தூங்கிக்கொண்டிருக்கும் சமயத்தில், தீக்ஷா இந்த மௌனமான வார்த்தைகளையெல்லாம் கண்டிப்பாகக் கேட்பாள் என்று கல்பனா நினைத்தாள்.

கல்பனா புதிதானதுபோல் உணர்ந்தாள். அவளுடைய தலையில், மனத்தில், வயிற்றில், கைகளில் இருந்த கனத்தையெல்லாம் இறக்கிவைத்துவிட்டதுபோல் உணர்ந்தாள் — பேசப்படாத வார்த்தைகள் அவளது உடலின் இந்தப் பகுதிகளிலெல்லாம் நிரம்பியிருந்தது போன்று. தனக்கு நடந்தவற்றையெல்லாம் தீக்ஷாவிடம் சொல்லிய பிறகு அவள் நிம்மதியாக இருந்தாள். அவள் நிறைவான தூக்கத்தில் விழுந்தபோது, அவளது கடைவாய் வலிப்பதாக உணர்ந்தாள்.

**வானம் பிரகாசமான** நீல நிறத்தில் இருந்த ஞாயிறு காலை அன்று மூன்று பெண்களும் கங்கம்மா வீட்டுக்கு நடந்துசென்றார்கள். இசை கற்றுக்கொள்ள அம்மாவின் சம்மதத்தைப் பெறுவதில் குமாரி தோற்றுப்போனாள். அப்பா ஒப்புக்கொள்ள மாட்டார் என்று அப்பா மீது பழியைப் போட்டார் அம்மா. அவளது அப்பாவை ஒப்புக்கொள்ள வைக்கிறேன் என்று துணிச்சலாகச் சொல்லிவிட்டாள் தீக்ஷா. பள்ளியிலிருந்து திரும்பும்போது அவள் நேரே குமாரி வீட்டுக்குப் போனாள். ஆனால், கடுகடுப்பாக இருந்த, எரிச்சலை வெளிப்படுத்திய அப்பாவின் முகத்தைப் பார்த்தவுடன் தீக்ஷா அமைதியாக இருந்துவிட்டாள். ஆகவே, இருவரும் எளிமையான வழி ஒன்றைத் தீர்மானித்தார்கள். குமாரியின் அம்மாவிடம், தீக்ஷாவின் அக்காவோடு விளையாடப்போவதாக இருவரும் சொன்னார்கள்.

குமாரியின் அம்மாவிடம், 'குமாரி எங்களோடு இருந்தால் அக்காவுக்கு ரொம்ப சந்தோஷம்' என்றாள் தீக்ஷா.

**ஆனால்,** குமாரியும் வந்திருப்பதைப் பார்த்து கங்கம்மா சந்தோஷப்படவில்லை.

எதற்கும் அடங்காத இன்னுமொரு பெண்ணும் அவரது வீட்டுக்கு முன் நிற்பதைப் பார்த்து, 'இவள் ஏன் இங்கு வந்தாள்?' என்று கேட்டார். அவரது வீடு சீக்கிரத்தில் பள்ளிபோல் ஆகிவிடும்!

தானும் குமாரியும் எல்லா விஷயங்களையும் சேர்ந்தே செய்வதாகச் சொன்னாள் தீக்ஷா. அவர்கள் கட்டியிருக்கும் கோயில் குறித்தும், உபாத்யா சார் குறித்தும் கங்கம்மாவிடம் சொன்னாள். மொழி

குறித்து குமாரி எப்படியான கேள்விகளையெல்லாம் கேட்டாள் என்றும் அவள் சொன்னாள்.

'இவளுக்கு இசை என்றால் பிடிக்கும். உண்மையிலேயே கற்றுக்கொள்ள வேண்டும் என்று ஆசைப்படுகிறாள். ஆனால், அவளது அப்பா அவள் போகக் கூடாது என்கிறார்.'

அன்று பளிச்சென்று மஞ்சள் நிறப் புடவையும், ஊதா நிற ரவிக்கையும் அணிந்து, தனக்கு முன்னால் இருக்கும் பெண்மணியை வெறித்துப்பார்த்துக்கொண்டிருந்த குமாரி ரொம்பவும் பயந்துபோனாள். அவரது நெற்றியில் பெரிய குங்குமப் பொட்டு வைத்திருந்தார். பலவீனமான கழுத்துக்குப் பெரிய பாரமாக இருந்திருக்கக்கூடிய மரத்தால் ஆன மணிகளால் கோக்கப்பட்ட கழுத்து மாலை ஒன்றை அணிந்திருந்தார். அவரது குரல் கம்பீரமாக இருந்தது. கங்கம்மா அவரது வாய்க்குள் மைக் ஒன்றை மறைத்துவைத்துக்கொண்டு பேசுவதாக குமாரி நினைத்துக்கொண்டாள்.

கங்கம்மா குமாரி பக்கம் திரும்பி அவளுக்கு ஏன் இசை பிடிக்கும் என்று கேட்டார்.

என்ன சொல்வது என்று குமாரிக்குத் தெரியவில்லை. 'எனக்கு — எனக்குப் பிடிக்கும்' என்று தடுமாறிக்கொண்டே சொன்னாள்.

'ஆனால், ஏன்?' என்று இடி இடிப்பதுபோல் கேட்டார் கங்கம்மா.

என்ன சொல்வது என்று குமாரிக்குத் தெரியவில்லை. அவள் வீட்டில் அவள் எப்போதும் ஈடுபாட்டோடு இசை கேட்டதே கிடையாது. அவளது உலகத்துக்குள் இசை அழையா விருந்தாளியாகவே எப்போதும் வந்திருக்கிறது. அவளது காதுகளுக்கு அருகில் மிதந்துகொண்டிருக்கும் பாடல்களையும், தொலைவில் இருக்கும் கோயில்களிலிருந்து வரும் பாடல்களையும், இரவு முழுக்க நடக்கும் யக்ஷகானப் பாடல்களையும் பல இரவுகள் அவள் கேட்டிருக்கிறாள். அவள் விழிப்போடு படுத்துக்கொண்டு, மலைகள், மரங்கள், வீடுகள் என்று எல்லாவற்றிடமிருந்தும் தப்பித்து அவளிடம் வந்துசேரும் இசையைக் கேட்க அவளால் முடிந்தமட்டும் முயன்றிருக்கிறாள். திடீரென்று அமைதி தோன்றுமானால்,

அடுத்து இசை அலைஅலையாக வந்துசேரும்வரையில், அவளது மண்டைக்குள் இருக்கும் இசையை அவள் கற்பனைசெய்து பார்த்துக்கொண்டிருப்பாள். இதையெல்லாம் கங்கம்மாவிடம் எப்படிச் சொல்வது என்று அவளுக்குத் தெரியவில்லை.

'வீட்டில் இசை கேட்பது உண்டா?' என்று கேட்டார் கங்கம்மா.

'இல்லை அஜ்ஜி. ஆனால், கோயில்களில் பாடல்கள் கேட்டிருக்கிறேன். யக்ஷகானப் பாடல்கள் கேட்டிருக்கிறேன். நான் தூங்கப்போகும்போது இரவில் இதையெல்லாம் கேட்டிருக்கிறேன்.' கங்கம்மா கூர்ந்து பார்த்துக்கொண்டிருப்பதில் உந்தப்பட்டு, 'நான் தூங்கிய பிறகும் பாடல்கள் கேட்டுக் கொண்டிருப்பேன். என் மண்டைக்குள் மற்றவர்கள் பாடிக்கொண்டிருப்பார்கள்' என்று சேர்த்துக்கொண்டாள்.

குமாரி கிளுகிளுக்கத் தொடங்கினாள். தீக்ஷாவும் சேர்ந்து கொண்டாள்.

கங்கம்மா புன்னகைத்து தனது உள்ளங்கையை குமாரியின் தலையில் வைத்தார். இந்த மூன்று பெண்களையும் பார்த்ததில் அவர் சந்தோஷப்பட்டார். உச்சரிக்கப்படாத சிந்தனை மேகங்கள் ஏதும் சூழ்ந்திராத கங்கம்மாவின் கண்களை கல்பனா பார்த்தாள். அவரது முகம் புத்தம் புதிய மேகங்களால் கழுவிவிடப்பட்டதுபோல் இருந்தது.

அவர்களையெல்லாம் முதுகை நிமிர்த்தி உட்காரச் சொன்னார் கங்கம்மா. மூச்சை உள்ளே இழுத்து வெளியே விடும்படி சொன்னார். 'மூச்சுவிடுதல் மிக முக்கியம்' என்று சொல்லி, கல்பனா பக்கமாகப் பிரத்யேகமாகத் திரும்பி, 'மூச்சுவிடுவதும் பேசுவது போன்றுதான்' என்று சேர்த்துக்கொண்டார். கங்கம்மா என்ன சொல்லவருகிறார் என்று புரிந்துகொள்ளாமலேயே கல்பனா மேலும்கீழும் தலையசைத்தாள். மற்ற மாணவர்களோடு, அது தீக்ஷா மற்றும் குமாரி என்று மட்டுமாக இருந்தாலும்கூட, வகுப்புக்குத் திரும்பியதில் அவ்வளவு சந்தோஷப்பட்டாள்.

'இசை என்பது ஒலிகள் குறித்தது' என்றார் கங்கம்மா. 'நான் உங்களுக்கு எப்படி முறையாக ஒலி எழுப்புவது என்று கற்றுக் கொடுக்கப்போகிறேன்.'

தீக்ஷா குறுக்கிட்டாள். ‘அஜ்ஜி, மொழியும் ஒலிகள்தான் என்றார் எங்கள் டீச்சர் உபாத்யா சார்.’

‘ஆமாம். ஆனால், இசை வேறானது.’

இசை எப்படி வேறானது என்று அவர் சொல்வதற்காகத் தன்னை வெறித்துப்பார்த்துக்கொண்டிருக்கும் மூன்று ஆவலான முகங்களை கங்கம்மா பார்த்தார். அவர்களுக்கு அதை விளக்க விரும்பினார் என்றாலும் அதற்கான வார்த்தைகளை அவரால் கண்டெடுக்க முடியவில்லை. ஆகவே, திடீரென்று ஒரு சுரத்தைப் பாடினார். அது தெள்ளத்தெளிவான ஒலியில், துல்லியமான சுருதியில் கீழ்ஸ்தாயிலிருந்து மேல்ஸ்தாயிக்குச் சென்றது. மூன்று பெண்பிள்ளைகளும் அவரிடமிருந்து தோன்றிய ஒலியின் போக்கைப் பார்த்துக்கொண்டிருந்தபோது, அந்த ஒலி அவரது வயிற்றிலிருந்து மேலெழுந்து வருவதைப் பார்க்க முடிவதுபோல் அதனால் வசீகரிக்கப்பட்டு அவரையே கவனித்துக்கொண்டிருந்தார்கள். திறந்த வாயை மூடாமல் அவரையே பார்த்துக்கொண்டிருந்தார்கள். அந்த ஒலியைக் கேட்டுக்கொண்டிருந்தார்கள். கங்கம்மா நிறுத்தினார். இவர்களைப் பார்த்துப் புன்னகைத்தார். ‘பார்த்தீர்களா, இதுதான் இசை. ஆனால், நான் இப்போது உங்களோடு பேசிக்கொண்டிருக்கிறேனே இது மொழி.’

குமாரி உடனடியாக எதிர்வினையாற்றினாள். ‘நீங்கள் பாடுவதுபோல் நானும் பாட விரும்புகிறேன்.’

‘ஒரு பென்சிலைக் கொண்டு என்னைக் குத்துவதுபோல் இருந்தது’ என்று சேர்த்துக்கொண்டாள் தீக்ஷா.

கல்பனா மேலும்கீழும் தலையசைத்தாள். ஏதாவது சொல்ல வேண்டும் என்ற உணர்வு மீண்டும் அவளிடம் தோன்றியது. அவளுக்குள் வார்த்தைகள் குமிழ்விடத் தொடங்கின. அந்த ஒலி அவளது வயிற்றில் படபடப்பை உருவாக்குவதற்கான அழைப்பாக இருந்தது.

இந்தப் பெண்பிள்ளைகளின் எதிர்வினையைப் பார்த்து கங்கம்மா திருப்தியடைந்தார். ‘இந்த ஒலியை உருவாக்குவது அவ்வளவு ஒன்றும் கடினமில்லை. நீங்கள் ஒவ்வொருவரும் விரும்பும் ஒலியை எழுப்ப முயலுங்கள்.’ கல்பனாவிடம்,

'உனக்கு மட்டுமே கேட்கக்கூடிய ஒலியை நீ எழுப்பலாம்' என்றார். கல்பனாவை ஆச்சரியத்தோடு பார்த்தாள் குமாரி. அவள் தீக்ஷாவின் தோளில் தட்டி, பாடுவதுபோல் பாவனை செய்துகொண்டிருக்கும் கல்பனாவைச் சுட்டிக்காட்டினாள். 'அவள் எந்நேரமும் இப்படித்தான் பேசிக்கொண்டிருப்பாள்! நீ அவளைக் கவனமாகப் பார்த்தால், அவள் பேசுவதை உன்னால் கேட்க முடியும்' என்று தீக்ஷா கிசுகிசுத்தாள். அவளது சிரிப்பின் அதிர்வலை கங்கம்மாவின் சுரம்போல் அவ்வளவு தெள்ளத்தெளிவாக இருந்தது.

சொல்லப்போனால், இசையோடு எந்தப் பரிச்சயமும் இல்லாத இந்தப் பெண்பிள்ளைகளுக்கு இசை கற்றுக்கொடுப்பது உண்மையிலேயே கங்கம்மாவிடம் பெரிய மாற்றத்தை ஏற்படுத்தியது. கங்கம்மா ஒரு ஆசிரியரிடமிருந்து முறையாக இசை கற்றுக்கொண்டவர் இல்லை. நாடோடிப் பாடகர் குடும்பத்தைச் சேர்ந்தவராக இருந்ததால், அவரது தந்தையும் பாடகராக இருந்தார். அவர்கள் பயணம் மேற்கொள்ளும்போது, வயல்களில் தங்குவார்கள் அல்லது சில சமயங்களில், அதாவது அவர்கள் பிரபலமான பிறகு, புரவலர்கள் ஏற்பாடு செய்திருக்கும் காலியான வீடு ஒன்றில் தங்குவார்கள். இவர்களுடைய நிகழ்ச்சிகள் பொதுவாக இரவிலும், சில சமயங்களில் ஒன்பது மணிக்குப் பிறகு தொடங்கி விடியும்வரையிலும் நடந்துகொண்டிருக்கும். தொடக்க காலங்களில் மைக் எல்லாம் எதுவும் கிடையாது. அவரது தந்தை இரண்டு பக்கவாத்தியக்காரர்களோடு சேர்ந்து இரவு முழுக்கப் பாடிக்கொண்டிருப்பார். இசையை அவரது தந்தை பிரார்த்தனையாகத்தான் பார்த்தார். இந்தப் பிரார்த்தனை ஆண், பெண் கடவுள்களிடம் வேண்டுவதாக இல்லாமல், மானுட ஆன்மாக்களிடம், ஒவ்வொரு மனிதருக்குள்ளும் இருக்கும் ஆன்மாவிடம் பிரார்த்திப்பதாகவே இருக்கும்.

கங்கம்மா அவரது ஒரே மகள். அவரது தந்தை அவளுக்கு இசை கற்றுக்கொடுக்கக் கூடாது, தன்னுடைய கால்தடங்களை அவள் பின்பற்றக் கூடாது என்றே நினைத்தார். ஆனால், உண்மையிலேயே அது அவரது கையில் இல்லை. இந்தப் பெண் பாடிக்கொண்டே பிறந்தவள் என்பார் அவளது தாய். இந்த உலகத்தில் அவள் எழுப்பிய முதல் ஒலி அழுகையாக

இல்லாமல் பாடலாக இருந்தது. அவளது அம்மா கதைகள் சொல்வதில் ரொம்ப விருப்பமுடையவர் என்று அவளுக்குத் தெரியும் என்றாலும், இந்தக் கதையைக் கேட்பது கங்கம்மாவுக்கு ரொம்பப் பிடிக்கும். மிகச் சிறிய வயதிலேயே தன்னுடைய அப்பாவோடு பயணம் மேற்கொள்ளத் தொடங்கினார். ஒரு நிகழ்ச்சியில் பாடிக்கொண்டிருக்கும்போதே அவளது தந்தை மயங்கி விழுந்து இறந்துபோனதால், கங்கம்மாதான் அவரது மரபை முன்னெடுக்க வேண்டும் என்று அவளும் அவளுடைய குடும்பத்தாரும் நன்றாக உணர்ந்திருந்தார்கள். அவள் திருமணம் செய்துகொள்ளவில்லை. குழந்தைகள் பெற்றுக்கொள்வது குறித்து அவள் நினைத்துகூடப் பார்த்ததில்லை. பிரபஞ்ச நிகழ்வுகள் சுற்றிவளைத்து நிகழ்வதுபோல், அவர் பாடிக்கொண்டிருக்கும் இந்தக் குகைக்குள் இந்த மூன்று பெண்பிள்ளைகளும் தஞ்சம்புகுவது நிகழ்ந்திருக்கிறது. ஒவ்வொரு பெண்ணின் தனித்தன்மைகளையும் கங்கம்மா சீக்கிரமாகப் புரிந்துகொண்டார். இந்த மூன்று பெண்பிள்ளைகளில் உண்மையிலேயே பாடக்கூடிய ஒருத்தி இருக்கிறாள் என்றால் அது குமாரியாகத்தான் இருக்க முடியும் என்று அவர் உணர்ந்துகொண்டார்.

மிகக் குறுகிய நாள்களில் இந்தப் பெண்பிள்ளைகள் கங்கம்மாவிடம் சகஜமாக உணரத் தொடங்கினார்கள். அவர்களது முதல் வகுப்பில், அவர்கள் விரும்புவதுபோல் எப்படியான ஒலியையும் அவர்கள் எழுப்பலாம் என்பதாக இருந்தது. மற்ற இருவரும் விதவிதமாக ஒலிகளை எழுப்புவதை கல்பனா தீவிரமாகப் பார்த்துக்கொண்டிருந்தாள்.

'நாம் எல்லோரும் மொழியில் சிறைப்பட்டவர்கள்' என்றார் கங்கம்மா. தீக்ஷா கல்பனாவைப் பார்த்தாள். கங்கம்மா புன்னகைத்தார். 'இந்த வீரமிக்க பெண்ணைத் தவிர' என்றார் கல்பனாவைச் சுட்டிக்காட்டி. 'ஆக, மொழியின் பிடியிலிருந்து நம்மை விடுவித்துக்கொள்வதே நாம் செய்ய வேண்டிய முதல் காரியமாக இருக்கிறது.'

குமாரி கையை உயர்த்தினாள். கங்கம்மா சிரித்தார். 'குமாரி இது ஒன்னும் வகுப்பறையில்லை. உனக்கு ஏதாவது சொல்லணும் என்று தோன்றினால் அதைச் சொல்லு போதும்.'

'மொழி என்னைச் சிறைப்பிடித்திருக்கிறது என்று சொல்கிறீர்கள். நான் ஒன்னும் சிறையில் இல்லையே.'

தீக்ஷா கிளுகிளுத்தாள். ஆனால், கங்கம்மா தன்னைப் பார்த்துக் கொண்டிருப்பதைப் பார்த்தவுடன் சட்டென்று நிறுத்தினாள்.

'உன் மண்டைக்குள்ளிருந்து மொழியை அப்புறப்படுத்தினால் மட்டுமே உன்னால் பாட முடியும். பாடுவது என்பது சுத்தமான ஒலி. இதை நான் உனக்கு எப்படி விளக்குவேன்?' என்றார் கங்கம்மா.

மூன்று பெண்பிள்ளைகளும் உடலை முன்னே சாய்த்து, அவரை எதிர்பார்ப்போடு பார்த்துக்கொண்டிருந்தார்கள்.

கங்கம்மா வார்த்தைகளைக் கண்டெடுத்தார். 'ஒவ்வொரு ஜீவராசியும் ஒலி எழுப்புகிறது. விலங்குகள், பறவைகள், பூச்சிகள் எல்லாமும் ஒலி எழுப்புகின்றன.'

'எங்களுடைய அக்காவைத் தவிர' என்று சொன்ன தீக்ஷா, குடும்பப் பாசத்தோடு குமாரியைக் கட்டி அணைத்துக்கொண்டாள்.

கங்கம்மா தன்னுடைய கவனத்தைச் சிதறவிடவில்லை. ஒருகணம் அமைதியாக இருக்க முடியுமா என்று கேட்பதுபோல் அவர் தீக்ஷாவின் கையைப் பிடித்துக்கொண்டார். 'இந்தப் பூமியில் இருக்கும் ஒவ்வொன்றும் ஒலி எழுப்புகிறது. ஆனால், இந்த ஒலிகளை வைத்து ஏதோ ஒன்று செய்வது மனிதர்கள் மட்டுமே. அவர்கள் பேசுகிறார்கள். அவர்கள் மொழியை உருவாக்குகிறார்கள். மொழிகள் வேறாக இருக்கலாம். ஆனால், இந்த உலகத்தில் ஒவ்வொன்றாலும் ஒலி எழுப்பப்படுகிறது.'

குமாரி அவரை ஈடுபாட்டோடு பார்த்துக்கொண்டிருந்தாள். 'ஊமைகள் எப்படி ஒலி எழுப்புவார்கள்? என் அப்பா என்னை ஊமை என்று சில சமயம் திட்டுவார்.'

'ஊமைகளும் அவர்களுக்குள்ளாகப் பேசிக்கொண்டுதான் இருக்கிறார்கள். நாம் எழுப்பும் ஒலிபோல் அவர்கள் ஒலி எழுப்புவதில்லை. ஆனால், நாம் இன்னொன்றையும் தெரிந்துகொள்ள வேண்டும். பெரிய மகான்களால் மட்டுமே பேசும்போதுகூட மௌனமாக இருக்க முடியும். மௌனவிரதம்

இருப்பதென்று முடிவெடுப்பவர்கள் பலர் இருக்கிறார்கள். அவர்கள் பேசவே மாட்டார்கள்.'

இந்தப் பெண்பிள்ளைகளால் கங்கம்மா சொல்வதை முழுமையாகப் புரிந்துகொள்ள முடியவில்லை. அவர்கள் அரைமனதோடு புரிந்ததுபோல் தலையாட்டினார்கள்.

அவர்களுடைய முகங்களைப் பார்த்த கங்கம்மா வேறு ஏதாவது சொல்லலாம் என்று நினைத்தார். தீக்ஷா பக்கம் திரும்பி, 'இசை என்பது நட்பு மாதிரி. எதையும் எதிர்பார்க்காமல் உன்னுடைய ஒலியை, உன்னுடைய இசையை நீ கொடுக்கிறாய். நீ பேசும்போது, குமாரியிடம் ஏதோ சொல்ல உன் மொழியைப் பயன்படுத்துகிறாய். ஆனால், பாடும்போது நீ அவளிடம் ஏதோ சொல்வதற்காகப் பாடுவதில்லை.'

கங்கம்மா இடைவெளிவிட்டார். இந்தச் சிறுமிகள் தன்னுடன் இல்லை என்று உணர்ந்துகொண்டார். அவர்கள் இவரை வெறுமையாகப் பார்த்துக்கொண்டிருந்தார்கள்.

கடைசி முறையாக இப்படிச் சொல்ல முயன்றார்: 'பாடுவது பேசுவதுபோல் கிடையாது. அது யாரிடமும் எதையும் சொல்வதில்லை.' அவரே குழம்பிப்போனதுபோல நிறுத்திக்கொண்டார்.

அவருடைய தந்தை தன்னிடம் சொன்னதை நினைத்துப்பார்த்தார். அது இசை மீது ஈடுபாடு ஏதும் இல்லாத பார்வையாளர்கள் மத்தியில் பாடிய பிறகு அவர் சொன்னது. கங்கம்மா பார்வையாளர்கள் மேல் பொங்கி எழுந்தார். ஆனால் அவரது தந்தை, 'நாம் அவர்களுக்காகப் பாடவில்லை. நம்முடைய ஆன்மாவுக்காக நாம் பாடுகிறோம். மற்றவர்களுக்குப் பிடித்திருந்தால் அவர்கள் கேட்கலாம்' என்று மட்டுமே சொன்னார்.

ஆகவேதான், அவர் இந்தப் பிள்ளைகளிடம், 'நாம் மற்றவர்களுக்காக, மற்றவர்களிடம் பாடுவதில்லை. நாம் முதலில் நமக்காகப் பாடுகிறோம். ஆனால், நாம் பேசும்போது மற்றவர்களுக்காக, மற்றவர்களிடம் பேசுகிறோம். இப்போது இதை உங்களால் புரிந்துகொள்ள முடியவில்லை என்றாலும்கூட இது குறித்துச் சிந்தித்துப்பாருங்கள்.'

அந்தப் பெண்பிள்ளைகள் கிளம்பவிருந்தபோது, அவரது மரத்திலிருந்து பறித்த மூன்று கொய்யாப் பழங்களை அவர்களிடம் கொடுத்தார். கல்பனா குனிந்து அவரது பாதங்களைத் தொட்டு வணங்கினாள். அவளது கண்களில் வெளிப்பட்ட கண்ணீரை கங்கம்மா பார்த்தார். தீக்ஷாவிடமும் குமாரியிடமும், 'நான் கற்றுக்கொடுத்த இந்த ஒரு ஒலியை நீங்கள் பாடுவதற்குப் பயிற்சி செய்ய வேண்டும்' என்றார். வீட்டில் தீக்ஷா பயிற்சி செய்வதைப் பெற்றோர்கள் எப்படி எடுத்துக்கொள்வார்கள் என்று நினைத்துப்பார்த்து கல்பனா புன்னகைத்தாள். அவர்கள் வரிசையாக வெளியேறியபோது கல்பனாவை அழைத்து, 'கல்பனா உன் தங்கை பள்ளிக்குப் போகும் நேரத்தில் நீ இங்கு வரலாம். வீட்டில் வெறுமனே உட்கார்ந்திருப்பதற்குப் பதிலாக நீ இங்கு வந்து பாடப் பழகலாம்' என்றார் கங்கம்மா. அவர் இடைவெளிவிட்டு, 'நீ மௌனமாகப் பாடுவதாக இருந்தாலும்கூட' என்றார்.

**சாத்தியப்படும்போதெல்லாம்** தீக்ஷாவும் குமாரியும் தங்களுடைய கோயிலுக்குப் போய்வந்தார்கள். மாறிமாறி அடித்துக்கொண்டிருந்த மழையையும் வெயிலையும் மீறி, அங்கு மேய்ந்துகொண்டிருக்கும் விசித்திரமான ஜீவன்களையெல்லாம் மீறி அந்தக் கருவறை நிலைத்திருந்தது. ஒரு ஞாயிறு மாலை அன்று மூவரும் தங்களுடைய கோயிலுக்குச் சென்று கருவறைக்கு முன்னே அமர்ந்திருந்தார்கள். தங்கம்போல் மஞ்சள் நிறத்தில் இருந்த உலர்ந்த திராட்சை ஒன்றைச் சமையலறையிலிருந்து யாருக்கும் தெரியாமல் தீக்ஷா எடுத்துவந்திருந்தாள். அதை விக்கிரகத்தின் மீது வைத்தாள். கல்லில் அவர்கள் ஒட்டியிருந்த மூளை படம் கூழாகியிருந்தது, பாதி காணாமல்போயிருந்தது. இப்போது அந்தக் கல் சுவரொட்டியில் இருந்த மூளைபோலவே இருந்தது — கொஞ்சம்போல் சொதசொதப்பாகவும் மென்மையான கூழாகவும்.

கோயிலிலிருந்து அவளது அம்மா கொண்டுவந்திருந்த மஞ்சளை குமாரி எடுத்துவந்திருந்தாள். அவள் அதை விக்கிரகத்துக்குத் தடவிவிட்டாள். கல்பனா கருவறையைச் சுற்றி, மண்ணில் மதில்சுவர் வரைவதுபோல் சில படங்களை

வரைந்துகொண்டிருந்தாள். தீக்ஷா அதைச் சற்று கவனமாகப் பார்த்தபோது, அது 1 + 1 = 2 என்பதுபோல் இருந்தது.

‘அக்கா, நீ நம்முடைய மூளைக்குக் கணிதம் கற்றுக்கொடுக்கிறாய்’ என்றாள் தீக்ஷா ஆச்சரியத்தோடு.

குமாரி ஒற்றைக் காலில் சந்தோஷமாகக் குதித்தாள். ‘மூளைக்கு உன்னுடைய உலர்ந்த திராட்சையைக் காட்டிலும் கணிதம்தான் அதிகம் தேவைப்படுகிறது.’

ஒரு குச்சியைப் பென்சிலாகக் கொண்டு, ஓரளவுக்கு ஈரமாக இருந்த நிலத்தில் அமர்ந்துகொண்டு, இந்த நிலமே தன்னுடைய குறிப்பேடாக இருப்பதுபோல் கல்பனா உணர்ந்தாள். தீக்ஷா சுட்டிக்காட்டும்வரை, அவள் மண்ணில் எண்களைக் கீறிக்கொண்டிருக்கிறாள் என்று உணர்ந்திருக்கவில்லை. கல்பனாவுக்கு எப்போதும் கணிதத்தின் மீது ஈடுபாடு அதிகம். அதில் அவள் திறமையானவளும்கூட. மொழியோடான அவளது இந்தக் கசப்பான போராட்டத்தில் அவள் இதை மறந்தேபோனாள். ஆனால், அந்த நொடியில் எந்த அளவுக்கு அவள் கணிதத்தை இழக்க வேண்டியிருக்கிறது என்று அவள் உணர்ந்துகொண்டாள். மூளை விக்கிரகத்தைக் கூர்ந்து பார்த்துக்கொண்டிருந்தபோது, இப்படியான சிந்தனைகள் தோன்றுவதை அவள் அறிந்துகொண்டாள்: கணிதம் கன்னடம் போன்று இல்லை. கடவுளுக்குப் பிரார்த்தனைகள் எழுதக் கணிதம் பயன்படுத்தப்படுவதில்லை. கணிதம் எப்போதும் உண்மை குறித்ததாக இருக்கிறது என்று அவளது ஆசிரியர் அடிக்கடி சொல்லிக்கொண்டிருப்பார். அவர் சொன்னதை கல்பனாவால் அப்போது புரிந்துகொள்ள முடியவில்லை. அவள் கணிதப் பாடத்தையெல்லாம், அதில் உள்ளதையெல்லாம், அவளைச் சுற்றியுள்ள திறந்த நிலத்தில் குச்சியைப் பயன்படுத்தி போட்டுப்பார்ப்பது என்று தீர்மானித்தாள்.

அன்று இரவு தனது குறிப்பேட்டில் இவ்வாறு எழுதினாள்: *நான் பள்ளிக்குப் போக விரும்புகிறேன். ஆனால், கணித வகுப்புக்கு மட்டும். மற்ற வகுப்புகளுக்குப் நான் போக மாட்டேன். முதல்வரிடம் பேசுமாறு அம்மாவிடம் சொல்.*

இதை தீக்ஷாவிடம் காட்டினாள்.

'அக்கா, நீ பேசாமல் இருந்தால் பள்ளிக்கு வரக் கூடாது. அவர்கள் உன்னைக் கேலிசெய்வார்கள்.'

கல்பனா எழுதினாள்: எனக்குக் கவலையில்லை.

'இது நல்ல யோசனையாகத் தெரியவில்லை. எல்லா வகுப்புகளுக்கும் போ' என்றும் சேர்த்துக்கொண்டாள் தீக்ஷா.

கல்பனா இடவலமாகத் தலையசைத்தாள் — தீர்மானமாக முடியாது என்று.

தீக்ஷா வெளியே வந்து அம்மாவை அழைத்தாள். கல்பனாவின் குறிப்பை அவரிடம் காட்டினாள். பல பக்கங்கள் எழுத்துகளால் நிரம்பியிருப்பதைப் பார்த்து ஆச்சரியப்பட்டுப்போன அவர், அதைப் படிக்க முயன்றார். கல்பனா அவரிடமிருந்து குறிப்பேட்டைப் பிடுங்கிக்கொண்டாள்.

'அம்மா, ஒரே ஒரு வகுப்புக்கு மட்டும் போகுறது அவ்வளவு சரியா இருக்காது என்று அக்காவிடம் சொன்னேன். பிரின்சிபால் ஒப்புக்கொள்ள மாட்டார். எல்லோரும் அவளைப் பார்த்து பயப்படுகிறார்கள்.'

இது நல்ல யோசனை இல்லை என்று அம்மாவும் ஒப்புக் கொண்டார்.

பிறகு, கல்பனா எழுதினாள்: கணித வகுப்புக்கு மட்டுமே போகுமாறு மருத்துவர் என்னிடம் சொன்னதாக முதல்வரிடம் சொல்லு.

அம்மாவும் தீக்ஷாவும் திகைத்துப்போனார்கள். அவளது மூளை இப்படியெல்லாம் எப்படிச் சிந்திக்கிறது என்று பார்க்க முயல்வதுபோல் அவளையே வெறித்துப்பார்த்துக் கொண்டிருந்தார்கள்.

கல்பனா எழுதினாள்: கணிதம் மூளைக்கு நல்லது. ஆகையால், நான் பேசுவதற்கு உதவும். இந்த வாக்கியத்துக்குப் பக்கத்தில் சிரித்துக்கொண்டிருக்கும் ஒரு பூனையையும் வரைந்தாள்.

ஒரு வாரம் கழித்து இனி நடக்கப்போவதைக் குறிப்பால் உணர்த்துவதுபோல் நிறைய நடந்தது. எதுவும் செய்ய முடியாத

காலம் ஒன்று வரும் என்று கங்கம்மா சொல்லியிருக்கக்கூடும். நிகழ்வுகள் ‘அதுவாக’ நடக்கும்போது, அதன் பகுதியாக இருப்பவர்கள் அதனிடமிருந்து விலகியிருப்பவர்களாக, அதை வெறுமனே பார்த்துக்கொண்டிருப்பவர்களாக இருக்க வேண்டியுள்ளது. ‘சில சமயங்களில் அப்படியாக நடக்கும்போது, ஏதோ ஒன்றைத் தடுக்க வேண்டும் என்று நமக்குத் தெரிந்திருந்தாலும், எதுவுமே செய்ய முடியாமல் போகும்போது, நம்மால் பாட மட்டுமே முடியும். பாடுவது விரக்தியிலிருந்து பிறக்க வேண்டும்’ என்று கங்கம்மா சொல்லியிருக்கக்கூடும். கங்கம்மா சொன்னது சரிதான். இறுதியாக, மூன்று பெண்பிள்ளைகளிடமும் கங்கம்மா தனது சிந்தனைகளைப் பகிர்ந்துகொண்ட சமயத்தில், தீக்ஷா அவரிடம் சுட்டிக்காட்டியபோதுதான், அவர் இதை உணர்ந்துகொண்டார். பெரிய அனுபவசாலிபோல் இதை ஏற்றுக்கொண்டு தலையாட்டி, ‘ஆமாம், ஆமாம், நாம் மொழி மீது விரக்தியடைவது போன்று’ என்று சொன்னாள் தீக்ஷா — எது குறித்துப் பேசுகிறோம் என்று அவள் உண்மையிலேயே அறிந்திருப்பதுபோல். ஆனால், இந்த வார்த்தைகளெல்லாம் குறிப்பாகத் தனக்கானவை என்று கல்பனா அறிந்துதான் இருந்தாள்.

இவையெல்லாம் பின்னர் வந்தன. முதலில் வந்தது முதல்வரின் முறை. கல்பனா வகுப்புகளுக்கு மீண்டும் வரத் தொடங்க வேண்டும் என்ற செய்தியை கல்பனாவின் அப்பாவுக்கு அவர் அனுப்பிவைத்தார். திங்கள் கிழமையன்று, அவரது அலுவலகம் போகும் வழியில் முதல்வரைச் சந்திக்கச்சென்றார் கல்பனாவின் அப்பா. மற்றுமொரு பண்டிகை விடுமுறைகளுக்குப் பிறகு மீண்டும் பள்ளி தொடங்கியிருந்தது. சில ஆசிரியர்களின் குரல்கள் அங்கு அலைந்துகொண்டிருந்தன. மாணவர்கள் இவ்வளவு அமைதியாக இருக்கும் நேரத்தில் அவர் பள்ளிக்கு வந்ததே கிடையாது. பள்ளிக்குப் பதிலாக ஏதோ ஆசிரமத்துக்கு வந்துவிட்டதுபோல் உணர்ந்தார். நீண்ட நேரம் தனது அலுவலகத்துக்கு வெளியே அவரைக் காத்திருக்கவைத்தார் முதல்வர். இறுதியாக, தைரியத்தை வரவழைத்துக்கொண்டு, முதல்வரின் அலுவலகத்துக்கு வெளியே இருக்கும் உதவியாளரிடம், வேலைக்குப் போக நேரமாகிறது என்பதால் கிளம்புவதாகச் சொன்னார். கிறீச்சிட்டு ஆடிக்கொண்டிருந்த

கதவின் ஊடாக இதைக் கேட்டவுடன், அவரை உள்ளே வருமாறு அழைத்தார் முதல்வர்.

பெரிய மேசைக்குப் பின்னால் அவர் அமர்ந்திருந்தார். அவருக்குப் பின்னால் இருந்த ஜன்னல் திறந்திருந்தது. அவரது மேசைக்கு மேலே ஒரு பழைய மின்விசிறி, சூறாவளிக்கு முன் தூசும் துப்பும் பறப்பதுபோல் பொடியான தூசுகளை அவ்வப்போது சுழற்றியடித்துக்கொண்டிருந்தது. அவரது மேசைக்கு முன்னால் பல பெஞ்சுகள், ஒன்றன் பின் ஒன்றாகப் போடப்பட்டிருந்தன. என்ன செய்வது என்று தெரியாமல் அப்பா அவற்றையே பார்த்தபடி நின்றுகொண்டிருந்தார். முதல்வரின் அலுவலகம் மாற்றியமைக்கப்பட்ட வகுப்பறைபோல் இருந்தது.

'உட்காருங்க' என்றார் முதல்வர் அவரது மேசைக்கு அருகில் இருக்கும் பெஞ்சைச் சுட்டிக்காட்டி. தனக்கு முன்னால் தெரிந்த அதிகாரம் மிளிரும் முகத்தைப் பார்த்துக்கொண்டே, அப்பா அந்தப் பெஞ்சுக்கு நடுவில் அமர்ந்துகொண்டார். ஏதோ குழப்பத்தில் இருப்பவர்போல் சுற்றிலும் பார்த்துக்கொண்டிருந்தார்.

மிக வெளிப்படையாகத் தெரியக்கூடியதைக்கூட அவரால் புரிந்துகொள்ள முடியவில்லையே என்பதுபோல் அப்பாவைப் பார்த்தார் முதலவர். 'ஆசிரியர்கள் கூட்டமும் இங்கு நடப்பதால், பெஞ்சுகள் போடப்பட்டிருக்கின்றன' என்றார் முதல்வர்.

முதல்வர் வகுப்பில் மாணவர்கள்போல் ஆசிரியர்கள் அமர்ந்திருப்பதை நினைத்துப்பார்த்து, அவரையும் அறியாமல் புன்னகைத்தார்.

அவரது அலுவலகத்தைப் பார்த்து — இன்னும் மோசமாக, அவரது பள்ளியைப் பார்த்து அவர் சிரிப்பதாக முதல்வர் எடுத்துக்கொண்டார். 'எங்களுடைய ஆசிரியர்கள் மிகத் திறமைவாய்ந்த ஆசிரியர்கள், பெங்களூரில் உள்ள துறையிலிருந்து நற்சான்றிதழ்கூட வாங்கியிருக்கிறோம்.'

அதை ஏற்றுக்கொள்வதுபோல் தலையசைத்துவிட்டு மேலும், 'ஆமாம், பெங்களூரில் உள்ள துறை உங்களையும் உங்கள் பள்ளியையும் குறிப்பிட்டிருப்பது பற்றி நானும் கேள்விப்பட்டிருக்கிறேன். நீங்கள் சிறப்பாகச்

செயல்பட்டுக்கொண்டிருப்பது அவர்களுக்குத் தெரியும்' என்றார் அப்பா.

அவர் தன்னைக் கேலிசெய்கிறாரோ என்று அவரைச் சந்தேகத்தோடு வெறித்துப்பார்த்தார் முதல்வர்.

'நான் அரசாங்கத் துறையில் வேலைபார்க்கிறேன். பள்ளிக் கல்வித் துறையோடு எங்கள் துறை தொடர்புகொண்டது' என்று அப்பா விளக்கம் கொடுத்தார்.

அலுவலக உதவியாளரை அழைத்து இரண்டு கப் தேநீர் கொண்டுவரும்படி சொன்னார் முதல்வர்.

'மன்னிக்கணும். நான் அலுவலகம் கிளம்ப வேண்டும்' என்றார்.

ஆனாலும், சின்னஞ்சிறிய கோப்பைகளில் தேநீர் வரும்வரை அவர்கள் உட்கார்ந்திருந்தார்கள். அது அதிகமான பாலும் சர்க்கரையும் கொண்டிருந்தது. எண்ணிலடங்கா விறகுகளின் புகை வாசமும் அதோடு கலந்திருந்தது. முதல்வர் தனது கோப்பையைக் கீழே வைத்துவிட்டு, 'உங்க பெண் பள்ளிக்குத் திரும்ப வந்தாக வேண்டும். நீண்ட நாள்களாக அவள் வராமல் இருக்கிறாள். இந்த நாள்களையெல்லாம் நாம் மருத்துவ விடுப்பாக எடுத்துக்கொள்ளலாம். ஆனால், இனியும் முடியாது' என்றார்.

'என்னால் அவளை எதற்காகவும் கட்டாயப்படுத்த முடியாது. நாங்கள் இன்னும் மருத்துவர்களைப் பார்த்துக்கொண்டிருக்கிறோம். அவளால் பேச முடியவில்லை. அவளால் பேச முடிகிறவரைக்கும் அவள் வகுப்புகளில் உட்கார்ந்துகொண்டிருப்பது நல்லதில்லை என்றே நான் நினைக்கிறேன்' என்று பதில் தந்தார் அப்பா.

முதல்வர் அவரது பதிலில் கறாராக இருந்தார். 'மாணவர்கள் வகுப்பில் பேச வேண்டியதில்லை. அவள் கேட்டுக் கொண்டிருந்தால் போதும். அவளால் கேட்டுப் புரிந்துகொள்ள முடியும். சரிதானே?'

அப்பா ஏற்றுக்கொண்டு தலையசைத்தார். 'ஆனாலும்...'

'இங்கே "ஆனாலும்..." என்பதற்கெல்லாம் இடமில்லை. இது அவளது நல்லதுக்குத்தான். இல்லையென்றால் நாங்கள் அவளை ஃபெயில் போட வேண்டியிருக்கும். அவள் இதே வகுப்பில்

மீண்டும் படிக்க வேண்டியிருக்கும். இது நல்லது இல்லை, சரியா?'

அப்பா கவலைப்படத் தொடங்கினார். அவரது மகள் மீண்டும் அதே வகுப்பில் படிக்க வேண்டியிருக்கும் என்று அவர் நினைத்துகூடப் பார்க்கவில்லை. அவசரஅவசரமாக அவர் பேசினார். 'அதற்குத் தேவை இருக்காது என்பதில் எனக்கு எந்தச் சந்தேகமும் இல்லை. அவள் நன்றாகப் படிக்கக்கூடியவள். அவள் தேர்வு எழுத நீங்கள் அனுமதித்தால், வகுப்புகளுக்குப் போகாமல்கூட அவள் தேர்வாகிவிடுவாள்.'

முதல்வர் முன்னே சாய்ந்துகொண்டார். 'வகுப்புகள் அவசியமில்லை என்று சொல்கிறீர்களா? ஆசிரியர்கள் நடத்துவதெல்லாம் வீணா?'

'இல்லை, நான் அப்படிச் செல்லவில்லை மேடம்.' அப்பா, 'மேடம்' என்று விரக்தியில் சேர்த்துக்கொண்டார். 'நான் அரசாங்க விதிகள் பற்றிதான் யோசித்துக்கொண்டிருக்கிறேன்.' ஏதோ தீவிரமாகச் சிந்தித்துக்கொண்டிருப்பதுபோல் அப்பா மேலும்கீழும் தலையாட்டிக்கொண்டிருந்தார். 'ஆமாம், அரசாங்க விதிகள். மருத்துவ விடுப்பில் இருக்கும் மாணவர்களுக்கு. அதுவும் பெண்பிள்ளைகளுக்கு.'

முதல்வர் சந்தேகத்தோடு அவரைப் பார்த்தார். தனக்குத் தெரியாத விதிகள் எதையாவது அவர் அறிந்திருக்கலாம். பெண்பிள்ளைகளுக்கென்று பல திட்டங்கள் இருப்பதால், அவர் கவலைப்படத் தொடங்கினார்.

'எனக்கு அந்த விதிகள் குறித்துத் தெரியாது. அந்த விதிகளை எனக்கு நீங்கள் அனுப்பிவையுங்கள். நான் பார்க்கிறேன். ஆனால், வகுப்புகளுக்கு வராமல் அவளால் எப்படித் தேர்வெழுத முடியும்? அது என்னுடைய ஆசிரியர்களை அவமானப்படுத்துவதுபோல் இருக்கும்.'

அப்பா வேகமாகச் சிந்திக்கக்கூடியவர். 'நான் ஆசிரியர்களிடமிருந்து அனுமதி வாங்கிவந்தால் நீங்கள் ஏற்றுக்கொள்வீர்களா?'

அவர் அப்படிச் சொல்லியிருக்கக் கூடாது. 'இல்லை, இல்லை. என் ஆசிரியர்களைப் பார்த்து நீங்கள் பேசக் கூடாது. அவர்கள் முடிவெடுப்பவர்கள் இல்லை. நான்தான் முதல்வர்,

உங்களுக்குத் தெரியும் என்று நினைக்கிறேன்.' பிறகு அவர் கொஞ்சம்போல் சமரசம் செய்வது குறித்துச் சிந்தித்தார், 'நான் இதை கல்பனாவின் நன்மைக்காகத்தான் சொல்கிறேன். நானும் பெண்குழந்தைகளுக்குத் தாயாக இருக்கிறேன். இந்தப் பெண்பிள்ளைகள் எப்படி உணர்வார்கள் என்று எனக்குத் தெரியும்.'

அவர் ஒரு பெண் இல்லை என்றும் அவரால் அவருடைய பெண்ணைப் புரிந்துகொள்ள முடியாது என்றும் இப்படி நுட்பமான வழியில் சொல்வது அவரைப் பின்வாங்கவைக்கும் என்றும் முதல்வர் நினைத்திருப்பாரானால், அதில் அவர் மிகத் துல்லியமாக வெற்றியடைந்தார் என்றே சொல்ல வேண்டும். அப்பா பெஞ்சில் நெளிந்தார். அவர் ஒரு அப்பாவாக இருப்பதால், அவரது பெண்களுக்கு உண்மையிலேயே என்ன வேண்டும் என்று அவர் அறிந்திருக்க முடியாது என்ற முன்வைப்பு அவரை நிலைகொள்ளாமல் செய்தது.

முதல்வர் தொடர்ந்து, 'பெண்பிள்ளைகள் எப்படி உணர்வார்கள் என்று எனக்குத் தெரியும். அவர்களது நண்பர்களெல்லாம் தன்னைக் கைவிட்டுவிட்டதாக நினைப்பார்கள். அவளை எந்நேரமும் வீட்டிலேயே வைத்திருப்பதால் என்ன பிரயோசனம். சிறையில் இருப்பதுபோல்!' என்றார். அப்பா குற்றவுணர்வோடு அவரைப் பார்த்தார். 'ஆமாம், சிறையில் இருப்பதுபோல். அதிகம் பேசிக்கொண்டே இருப்பாள் என்றாலும்கூட கல்பனா புத்திசாலியான பெண். ஆனால், இப்போது சுத்தமாகப் பேசுவது இல்லை! அந்தப் பாவப்பட்ட பெண் எப்படியெல்லாம் உணர்வாள் என்று நீங்கள் நினைத்துப்பார்த்தீர்களா? அவளது பேச்சை இழந்துவிட்டாள். இப்போது அவளுடைய நண்பர்களையும் இழந்துவிட்டாள்' என்று சொன்ன முதல்வர் பிறகு நாடகத்தனமாக, 'இப்போது அவளது படிப்பையும் இழந்துவிட்டாள்' என்று சேர்த்துக்கொண்டார்.

முதல்வர் தனது இருக்கையிலிருந்து எழுந்து அவரை நோக்கி நகர்ந்தார். 'அவள் மனதளவில் ஆரோக்கியமாக இருப்பதற்காகவேனும் அவள் பள்ளிக்கூடம் வந்தே ஆக வேண்டும். அந்தச் சின்னப் பெண் வீட்டிலேயே கிடப்பது — அதுவும் இந்த வயதில், அவ்வளவு நல்லதல்ல. கவலைப்படாதீர்கள். நாங்கள் அவளைப் பார்த்துக்கொள்கிறோம். வகுப்புகளுக்கு வந்து மற்ற

மாணவர்களோடு சேர்ந்திருந்தால், ஒருவேளை அவளுக்குப் பேச்சு திரும்பி வந்தாலும் ஆச்சரியப்படுவதற்கில்லை.'

முதல்வர் அவர் மீது பெரும் ஆதிக்கம் செலுத்துவதுபோல் அவருக்கு மிக அருகில் நின்றுகொண்டிருந்தார். தான் மீண்டும் பள்ளியில் இருப்பதுபோல் அப்பா உணர்ந்தார். ஆசிரியரின் கண்களைத் தவிர்க்க விரும்பும் மாணவர்போல் அப்பா பெஞ்சில் நெளிந்துகொண்டிருந்தார். அவர் சங்கடத்தோடு எழுந்து நின்றுகொண்டு, 'அவளைப் பள்ளிக்கு வர சம்மதிக்கவைக்க முயல்கிறேன்' என்றார்.

முதல்வர் அவரிடமிருந்து விலகி, நிமிர்ந்துநின்று, அவர் தன்னைக் கடந்துபோவதற்குப் புலப்படாத வழியை உருவாக்கிக்கொடுத்தார். 'சம்மதிக்கவைக்கவெல்லாம் எதுவுமில்லை. அவள் சின்னப் பெண்தானே. இதையெல்லாம் அவளால் தீர்மானிக்க முடியாது. கண்டிப்பாகப் போக வேண்டும் என்று மட்டும் சொல்லுங்கள்.' அவர் கிளம்பியபோது, 'அல்லது பிரின்சிபால் மேடம் வீட்டுக்கு வந்து அவளைப் பள்ளிக்கு இழுத்துப்போவார் என்று சொல்லுங்கள்' என்றும் சேர்த்துக்கொண்டார்.

அவர் புன்னகையோடு திரும்பி அவரைப் பார்த்தார். ஆனால், அவர் சொல்லிய வார்த்தைகளை அப்படியே செயல்படுத்தக்கூடியவர் என்று அவரது கண்டிப்பான முகத்தைப் பார்த்ததும் அப்பா தெரிந்துகொண்டார். அவர் அவசரமாகப் பள்ளியை விட்டு வெளியேறினார்.


பள்ளியில் மீண்டும் சேர்வதற்கு நல்ல நாள் என்று அஜ்ஜியால் தேர்ந்தெடுக்கப்பட்ட ஒரு புதன் கிழமை அன்று தீக்ஷா, அவளது அம்மா மற்றும் அஜ்ஜி ஆகியோர் கல்பனாவைப் பள்ளிக்கு அழைத்துச்சென்றார்கள். கல்பனா போக மறுத்தாள். அவளது தந்தையின் மிரட்டலால் எந்தப் பயனுமில்லை. என்ன செய்தாலும் அவள் திரும்ப வகுப்புகளுக்குப் போகத் தயாராக இல்லை. திங்கள் அன்று மாலை அலுவலகத்திலிருந்து திரும்பிய பின், முதல்வர் சொன்னது குறித்து கல்பனாவிடம் தந்தை பேசிப்பார்த்தார். காரணமே இல்லாமல், அவள் ஒரு வருடத்தை இழக்க வேண்டியிருக்கும் என்றும், அப்படி நடப்பதை அவரால் பார்த்துக்கொண்டிருக்க முடியாது என்றும் சொன்னார். கல்பனா

தலையைத் தீவிரமாக இடவலமாக ஆட்டிக்கொண்டிருந்தபோது அவளது அம்மாவும் சேர்ந்துகொண்டார். பின், முன்னறையிலிருந்து அஜ்ஜியும் அவசியமே இல்லாமல் குரலை உயர்த்தி, 'அவள் மறுத்தால் நான் பாபுவை வரச்சொல்கிறேன். அவன் இவளைத் தூக்கிக்கொண்டுபோய் பள்ளியில் விடுவான்' என்றார்.

இதைக் கேட்டவுடன் கல்பனா அழத் தொடங்கி, பழைய சாமான்கள் அறைக்குள் ஓடிப்போனாள். அப்பா மிகவும் சங்கடப்பட்டுப்போனார். அவருக்கு என்ன செய்வதென்று தெரியவில்லை. கல்பனாவைச் சமாதானப்படுத்த அம்மா முயன்றாள். ஆனால், கல்பனா இறங்கிவர மறுத்தாள்.

அன்று இரவு விளக்குகளெல்லாம் அணைக்கப்பட்ட பிறகு, கல்பனா அருகில் நகர்ந்துவந்த தீக்ஷா அவளைக் கட்டிப்பிடித்துக்கொண்டாள். கல்பனா அவளைத் தள்ளிவிட முயன்றாள். ஆனால் தீக்ஷா, 'நான் பேசப்போவதில்லை. நான் உன்னோடு படுத்துத் தூங்குகிறேன்' என்றாள் தாழ்ந்த குரலில்.

அவர்கள் இருவரும் மல்லாக்கப் படுத்திருந்தார்கள். சற்று நேரத்தில் ஒத்திசைந்து மூச்சுவிடத் தொடங்கினார்கள். மூச்சு உள்ளே சென்றது, வெளியே வந்தது. சீக்கிரத்தில், அவர்கள் கேட்க விரும்பிய சிந்தனைகள்போல் அவர்களது மூச்சுக்காற்று வார்த்தைகளாக ஒலித்தது.

'பள்ளிக்கு வந்தால் நீ ஹீரோபோல் இருப்பாய். எல்லோரும் உன்னைப் பார்க்க விரும்புகிறார்கள்' என்றாள் தீக்ஷா.

கல்பனா இடவலமாகத் தலையசைத்தாள்.

'உன் ஃபிரண்ட்ஸெல்லாம் இனிப்புகள் கொண்டுவந்து உனக்குக் கொடுப்பார்கள். அதையெல்லாம் நீ என்னிடம் கொடுத்துவிடலாம்'. இப்படிச் சொன்னபோது தீக்ஷா கிளுகிளுத்தாள். கல்பனா அவளைத் தள்ளிவிட முயன்றாள்.

தீக்ஷா விடாப்பிடியாக இருந்தாள். 'எவ்வளவு காலம் நீ வீட்டிலேயே இருப்பாய்? பள்ளியில் நடத்தப்படும் எவ்வளவோ பாடங்களை நீ இழக்க வேண்டியிருக்கு. எல்லா டீச்சர்ஸும் உன்னைப் பற்றிக் கேட்கிறார்கள், எப்போது திரும்ப வருவாள் என்று கேட்கிறார்கள். உனக்கு அம்மாபோலவோ, அஜ்ஜிபோலவோ ஆக விருப்பமா? அம்மாவுக்காவது நாள்

முழுக்க செய்ய வேலை இருக்கிறது. இப்படி வீட்டில் உட்கார்ந்திருந்தால் நீயும் அஜ்ஜிபோல் ஆகிவிடுவாய். எல்லா நேரங்களிலும் பிரார்த்தனைகளை முணுமுணுத்துக்கொண்டு. அப்புறம் நாங்கள் எல்லோரும் உன்னை கல்பனா அஜ்ஜி என்று அழைப்போம்.'

தீக்ஷாவோடு சேர்ந்து கல்பனாவும் கிளுகிளுத்தாள். அவளது பாட்டிபோல் ஆகாமல் இருப்பதற்கு அவள் என்ன வேண்டுமென்றாலும் செய்யத் தயாராக இருந்தாள். அவர்தானே அவளுடைய பிரச்சினைகளுக்கெல்லாம் மூல காரணம்! மேலும், வீட்டிலேயே உட்கார்ந்திருப்பதால் அமைதியில்லாமல் இருந்தாள். சில கணங்கள் கண்களை மூடி உட்கார்ந்திருந்தாள். அவள் கண்களைத் திறந்தபோது அவள் ஏதோ முடிவெடுத்துவிட்டதை தீக்ஷாவால் பார்க்க முடிந்தது.

கல்பனா அவளது குறிப்பேட்டை எடுத்து அதில் எழுதினாள்: என்னைப் பாட்டு வகுப்புக்குத் தொடர்ந்து அனுப்பினால் மட்டுமே நான் பள்ளிக்கூடம் போவேன்.

தீக்ஷாவுக்குச் சந்தோஷம் தாங்க முடியவில்லை. அவள் பள்ளிக்குப் போகும்போது கல்பனாவும் அவளோடு வருவாள். மேலும், அவளைப் பாதுகாக்கும் விதமாக அவள் மேல் ஒரு கண் வைத்திருக்கவும் முடியும். அந்த ஒரு நாள் கல்பனா தனியாகப் பள்ளிக்குப் போக வேண்டியிருந்தபோது என்னவெல்லாம் நடந்துவிட்டது பாருங்கள்!

புதன் கிழமை அன்று, மேகங்களும் வரவேற்பு கொடுப்பதுபோல் வானத்தில் விலகிச்சென்று மலைகளுக்குப் பின்னால் மறைந்துகொண்டன. இரவு பெய்த தூரல் சாலைகளைக் கழுவிவிட்டிருந்தது — குறிப்பாக, கல்பனாவுக்காகப் புதிதாகப் போடப்பட்டதுபோல் இருந்தன. அவளது சீருடையைத் துவைத்து இஸ்திரி போட்டுவைத்தார் அம்மா. சிவப்பு செம்பருத்திப் பூவைப் பறித்து கல்பனா தலையில் வைத்தார் அஜ்ஜி. அவளது தந்தை எப்படி வெளிப்படுத்துவது என்று தெரியாமல், எண்ணெய் தடவிய அவளது தலையைத் தட்டிக்கொடுத்து 'குட், குட்' என்றார்.

அவர்கள் பள்ளிக்கு நடந்துசென்றபோது, இரண்டு நாய்கள் இவர்களை நோக்கி வந்து, பின் இவர்களைத் தவ்வித்தவ்விப்

பின்தொடர்ந்தன. மிதிவண்டியில் வந்துகொண்டிருந்த பழைய குண்டப்பா, கல்பனா நடந்துபோய்க்கொண்டிருப்பதைப் பார்த்து, மிதிவண்டியிலிருந்து இறங்கி, அவர்களோடு சேர்ந்து நடக்கத் தொடங்கினான். ஒவ்வொரு வீட்டிலிருந்தும் எட்டிப்பார்ப்பதுபோல், இந்தச் சிறிய ஊர்வலத்தை எல்லோரும் மௌனமாகப் பார்த்துக்கொண்டிருப்பதுபோல் கல்பனா உணர்ந்தாள். பள்ளியில் இன்னும் மோசமானது நடக்கும் என்று அவளுக்குத் தெரிந்துதான் இருந்தது.

அம்மா நேரடியாக முதல்வர் அறைக்கு கல்பனாவை அழைத்துச்சென்றார். அஜ்ஜி பள்ளிக்கு வெளியே நின்றுகொண்டு, உள்ளே நுழையும் ஒவ்வொரு மாணவரையும் கண்டிப்போடு முறைத்துப் பார்த்துக்கொண்டிருந்தார். தீக்ஷா தனது வகுப்புக்கு ஓடிப்போனாள். கல்பனாவைப் பார்த்ததில் முதல்வருக்கு சந்தோஷம்தான். கல்பனாவின் அம்மா வந்ததில் அவருக்கு மேலும் சந்தோஷம். அம்மாவை பெஞ்சில் உட்காரவைத்து பள்ளியை நடத்துவது குறித்துப் பேசத் தொடங்கினார்.

'அவ்வளவு சிரமமாயிருக்கு. சமையலை முடிக்கணும், வீட்டைச் சுத்தப்படுத்தணும், இதுக்கெல்லாம் அப்புறம் பள்ளியை நடத்தணும். பசங்கள சமாளிக்கிறது அவ்வளவு சுலபம் இல்லை. உங்களுக்கும் தெரியும், எனக்கும் தெரியும். ஆனால், நான் ஆசிரியர்களையும் கையாள வேண்டியிருக்கு. கஷ்டம் அவ்வளவு கஷ்டம்.' அவர் பெருமூச்சுவிட்டார். புடவையில் சொருகிவைத்திருந்த கைத்துண்டை எடுத்து வியர்வையிலான தனது முகத்தைத் துடைத்துக்கொண்டார். அம்மாவுக்குப் பக்கத்தில் கல்பனா அமைதியாக உட்கார்ந்திருந்தாள். கல்பனாவுக்கு அருகில் வந்த முதல்வர், அவளைக் கிள்ளிவிட முயல்வதுபோல் அசைவுகள் கொடுத்தார். கல்பனா உடலைச் சாய்த்துக்கொண்டாள்.

முதல்வர், 'இவள் ஏதாவது சத்தமாவது எழுப்புகிறாளா இல்லையா?' என்று அம்மாவிடம் கேட்டார்.

'ஆமாம், எழுப்புகிறாள்' என்று அம்மா பதில் சொன்னார்.

முதல்வர் குரலை உயர்த்தி கல்பனாவிடம் பேசினார். 'ஆக, எப்படிப் பேசுவது என்று உனக்கு மறந்தேவிட்டதா?' கல்பனா அவரை வெறுமனே வெறித்துப்பார்த்துக்கொண்டிருந்தாள்.

அம்மா முணுமுணுத்தார். 'அவளால் நன்றாகக் கேட்க முடியும். ஆனால், பேச மாட்டேன் என்கிறாள்.'

'அது சரி, கேட்க முடிந்தால் போதும். நான் உன்னுடைய கணவரிடம் சொல்லிக்கொண்டிருந்ததுபோல், வகுப்பில் பிள்ளைகள் பேசக் கூடாது. கேட்க வேண்டும், அது போதும். அப்புறம், ஆசிரியர் சொல்வதை எழுதிக்கொள்ள வேண்டும். அவளால் எழுத முடியுமா?'

முடியும் என்று தலையசைத்தார் அம்மா. 'அவள் எழுதிக்கொண்டே இருக்கிறாள். பல குறிப்பேடுகள் முழுக்க அவள் எழுதி நிரப்பியிருக்கிறாள்.'

பெஞ்சுக்கு அடியில் மறைந்திருந்த தன்னுடைய காலால் அம்மாவை எட்டி உதைத்தாள் கல்பனா. ஆனால், முதல்வரின் கவனம் ஏற்கெனவே சிதறியிருந்தது. கல்பனாவை அவளது வகுப்புக்குப் போகச் சொல்லிவிட்டு, அம்மாவிடம், 'கவலைப்பட வேண்டாம். அவள் சீக்கிரத்தில் பேசத் தொடங்குவாள்' என்றார். கல்பனாவின் இணக்கமற்ற முகத்தைப் பார்த்து, 'அப்படி நடப்பதற்கு நான் பொறுப்பு. கவலைப்பட வேண்டாம்' என்றும் சேர்த்துக்கொண்டார்.

கல்பனாவின் வகுப்பறைவரை அவளோடு சென்றார் அம்மா. அவள் உள்ளே போக, பெண்ணைத் திருமணம் செய்துகொடுக்கும்போது எப்படி நடந்துகொள்ள வேண்டும் என்பதற்கு ஒத்திகைபார்ப்பதுபோல், அவர் வெளியே நின்றுகொண்டிருந்தார். அவருக்கு அங்கிருந்து கிளம்ப மனமில்லை. அனுமதித்திருந்தால் வகுப்பில் கல்பனாவோடு அவரும் உட்கார்ந்துகொண்டிருப்பார். அம்மாவைத் திரும்பிப்பார்த்து, போ என்று கையசைத்தாள் கல்பனா. அம்மா கிளம்புவதற்குத் திரும்பியபோது, கணித ஆசிரியர் உள்ளே வந்தார். பல வருடங்களாக அவர் கணிதப் பாடம் எடுத்துக்கொண்டிருக்கிறார். அவர் கல்பனாவின் அம்மாவைப் பார்த்தவுடன், அவரது கைகளைப் பிடித்துக்கொண்டு, 'கவலைப்படாதீர்கள். நாங்கள் அவளை நன்றாகப் பார்த்துக்கொள்கிறோம்' என்றார். மற்ற பிள்ளைகள் கல்பனாவைச் சூழ்ந்துகொண்டிருப்பதைப் பார்த்து, 'அவ ரொம்ப நல்ல மாணவி' என்றும் சேர்த்துக்கொண்டார்.

மீண்டும் வகுப்புத் தோழிகளோடு இருப்பதில் சந்தோஷப்பட்டாள் கல்பனா. சிலர் அவளைச் சூழ்ந்துகொண்டு நின்றார்கள். சிலர் அவளது கூந்தலை இழுத்துப்பார்த்தார்கள். வேறு சிலர் என்ன சொல்வது என்று தெரியாமல் ஏதாவது சொல்ல முயன்றுகொண்டிருந்தார்கள். கல்பனா பற்றிப் பெரியவர்கள் பேசிக்கொண்டிருக்கும்போது, அது பிள்ளைகளுடைய காதுகளை வரவேற்காத ஒரு கருத்த இடமாகவே இருந்துவந்தது. அதனால், வகுப்புத் தோழிகளுக்கு கல்பனாவிடம் என்ன கேட்பது என்று தெரியவில்லை என்றாலும்கூட, அவளைச் சூழ்ந்துகொண்டு நின்றார்கள். சில பையன்கள் வகுப்பறைக்குப் பின்னால் ஒன்றுகூடி நின்றுகொண்டிருந்தார்கள். மௌனமாக இருக்கப் பயின்றிருக்கும் கல்பனா, அவளைச் சுற்றி நடந்துகொண்டிருப்பதையெல்லாம் பார்த்துக்கொண்டிருக்கும் ஒரு பார்வையாளராகத் தன்னைப் பார்த்துக்கொண்டாள். நடப்பதையெல்லாம் மௌனமாகப் பார்த்துக்கொண்டிருந்தாள்.

ஆசிரியர் உள்ளே நுழைந்தவுடன் மாணவர்கள் அவரவர் பெஞ்சுகளுக்கு நகர்ந்தார்கள். 'திரும்பவும் வகுப்புக்கு வந்திருக்கும் கல்பனாவுக்கு நாம் வரவேற்பு கொடுக்க வேண்டும்' என்றார் ஆசிரியர். எல்லோரும் கைதட்டினார்கள். பொருத்தமில்லாமல், சுதந்திர தினத்தன்று கொடியேற்றுவதை கல்பனா நினைத்துக்கொண்டாள். கொடி வெற்றிகரமாக ஏற்றப்பட்ட பின் மாணவர்கள் எல்லோரும் கைதட்டுவதை நினைத்துப்பார்த்தாள். கல்பனா இருக்கும் இடத்துக்கு வந்து, அவளை வகுப்புக்கு முன்னால் அன்போடு அழைத்துச்சென்றார் ஆசிரியர்.

'கல்பனா தைரியமான பெண். ஒரு விபத்தால் அவளது குரலை இழந்துவிட்டாள். ஆகவே, நீங்கள் எல்லோரும் அவளிடம் நல்லபடியாக நடந்துகொள்ள வேண்டும்.' அவர் பார்வையைக் கீழாகக் கொண்டுவந்து கல்பனாவைப் பார்த்து, 'கல்பனா, நான் சொல்வதையெல்லாம் உன்னால் கேட்க முடிகிறதா?' என்று கேட்டார். முடிகிறது என்று கல்பனா தலையசைத்தாள்.

திடீரென்று பின்னால் அமர்ந்திருந்த இரண்டு மாணவர்கள், 'பேசு, பேசு' என்று கோஷமிட்டார்கள். கூட்டாகச் சங்கடப்படுவதுபோல் மொத்த வகுப்பும் அமைதியானது. கல்பனா அந்தப் பையன்களைப் பார்த்தாள், சாக்பீஸ் ஒன்றை

எடுத்துக்கொண்டு பலகையில் 'வாயை மூடுங்கள்' என்று கன்னடத்தில் எழுதினாள்.

இம்முறை எல்லாப் பெண்களும் கைதட்டினார்கள். அவளது வகுப்புகளைத் தொடங்குவதற்கு முன்னரே கல்பனா பாலினப் பிளவை உருவாக்கிவிட்டாள்!

உணவு இடைவேளையின்போது மற்ற வகுப்பு மாணவர்கள் கல்பனாவை வேடிக்கைபார்க்க வந்தார்கள். தீக்ஷா தன்னோடு பள்ளி மதில்சுவர் மூலைக்கு கல்பனாவையும் குமாரியையும் அழைத்துச்சென்றாள். பெரிய அரசமரத்தின் நிழலில் உட்கார்ந்துகொண்டார்கள். எல்லோருடைய கவனமும் கல்பனா மீது இருந்ததால், சிம்மாசனம்போல் இருந்த ஒரு பெரிய கல் மீது அவளை உட்காரச்சொன்னாள் தீக்ஷா. யாரையும் நேரடியாகப் பார்க்காமல், ஆனால் அங்கு வந்தவர்களையெல்லாம் உற்றுப்பார்த்தபடியே கம்பீரமாக அமர்ந்திருந்தாள் கல்பனா. சில பெண்கள் சற்றே தொலைவில் நின்றுகொண்டு, அவர்களுக்குள் வம்பளந்துகொண்டிருந்தார்கள். வேறு சிலர் தீக்ஷாவிடம் பேசுவதற்காக வந்தார்கள் என்றாலும்கூட அவர்களது பார்வை கல்பனா மீதாகவே இருந்தது. கல்பனாவின் பாதுகாவலர்போல் குமாரி அவளுக்குப் பக்கத்தில் அமர்ந்திருந்தாள்.

ஆசிரியர்கள் அறையிலிருந்து இந்தப் பெண்பிள்ளைகளை நோக்கி உபாத்யா நடந்துவந்ததுதான் இதற்கெல்லாம் உச்சகட்ட தருணமாக இருந்தது. அவர் கல்பனாவின் முதுகில் தட்டிக்கொடுத்துவிட்டு, தீக்ஷாவைத் தனியே அழைத்துச்சென்று, 'அவள் பேசுவதில் ஏதாவது முன்னேற்றம் இருக்கிறதா?' என்று கேட்டார். இல்லை என்று தீக்ஷா பதில் சொல்ல, ஒருகணம் தான் பெரியவர்போல் ஆகிவிட்டதாக உணர்ந்தாள்.

அன்றைய நாள் முடிந்துவிட்டது என்று மணியடித்த பிறகு கல்பனா, தீக்ஷா, குமாரி மூவரும் பள்ளியின் பிரதான வாயிலுக்கு வந்தபோது அங்கு அம்மா இவர்களுக்காகக் காத்திருப்பதைப் பார்த்தார்கள். அன்றே இசை வகுப்புக்குப் போவது அவசியமில்லை என்று அவர் அவ்வளவு சொன்னாலும்கூட, கங்கம்மா வீட்டுக்கு அவர்களோடு அவரும் சென்றார். வழியில் சாப்பிடுவதற்கு மூன்று பெண்களுக்கும் ஆளுக்கொரு வாழைப்பழத்தைக் கொடுத்தார்.

இவர்களைப் பார்த்ததில் கங்கம்மாவுக்கு மகிழ்ச்சி. கல்பனா மீண்டும் பள்ளிக்குப் போகிறாள் என்பதில் அவர் ரொம்பவும் சந்தோஷப்பட்டார். அவளுக்குள்ளிருந்து வார்த்தைகள் பாய்ந்துவரும் காலம் அவ்வளவு தொலைவில் இல்லை என்று அவருக்குத் தெரியும். இந்தச் சின்னப் பெண் எவ்வளவு பிடிவாதமாக இருந்தாலும் வார்த்தைகள் பாயத்தான்போகின்றன. மொழியின் சக்திக்கு, அதன் தன்னாட்சிக்கு ஈடாக எதுவும் இருக்க முடியாது. அவரது அப்பா இறந்த பின், பாடுவதில்லை என்று அவர் தீர்மானித்த பின், அவருக்குக் கணவரைத் தேடும் முயற்சியில் தோற்றுப்போன பின், இது அவருக்கு மிகத் தெளிவானது. அவர் பாடுவதை நிறுத்தினால் யாரேனும் அவரைத் திருமணம் செய்துகொள்ள முன்வரலாம் என்று அவரது அம்மா சொன்னார். அப்போது கங்கம்மா பாடுவதை நிறுத்தினார். ஆனால், அதற்காக அவர் வருந்தாத நாள்களே கிடையாது. இரண்டு வருடங்கள் பாடாமல் இருந்தார். ஆனால், அவருக்குள் சிறைப்பட்டிருந்த ஒலியால் அவர் படாதபாடு பட்டார். ஒருநாள் விடிகாலையில் அவரது உடல் கலகம் செய்தபோது, வாந்தியெடுத்த சத்தம் ஒரு பாடலின் தாளத்துக்கேற்ப வெளிப்பட்டன. அதற்குப் பிறகு அவர் புதிதாகப் பிறந்ததுபோல் உணர்ந்தார். அதனால்தான், பாவப்பட்ட கல்பனா பேசுவதைத் தவிர வேறு வழியில்லை என்று நினைத்தார். ஆனாலும், அவள் எவ்வளவு காலத்துக்கு மௌனமாக இருப்பதென்று தீர்மானிக்கிறாளோ அவ்வளவு காலத்துக்கு அவளுக்கு இசையின் ஒலி குறித்து அவர் கற்றுக்கொடுப்பார். அதற்குப் பிறகு பூமியின், நீரின், காற்றின், நெருப்பின், வானத்தின், அன்றாடத் தோழிகளாக இருக்கும் அவளது இஷ்ட தெய்வங்களின் ஆசீர்வாதங்களுக்கு விட்டுவிட வேண்டியதுதான்.

இப்படியாகத்தான் கல்பனா இரண்டு முறை மீண்டும் மீண்டும் கற்றவளானாள். முதல் முறை அவள் பள்ளியில் கற்றுக்கொண்டது. ஆனால், இதில் எந்தக் கருத்தும் சொல்லாமல் அல்லது நண்பர்களின் காதுகளைக் கடிக்க முடியாமல், வெறுமனே கேட்டுக்கொண்டிருப்பதாக இருந்தது. அது கட்டுப்பாட்டை வளர்த்துக்கொள்வதற்கான பயிற்சியானது. இவ்வடிவிலான கட்டுப்பாட்டைக் கொண்டிருப்பதற்குப் பெரியவர்கள்கூட மிகவும் போராட வேண்டியிருக்கிறது. அது அவளது சிந்தனையிலும் பெரும் பாதிப்பை ஏற்படுத்தியிருந்தது.

ஒருநாள் மாலை அவர்களுடைய மூளைக் கோயிலுக்கு வெளியே அமர்ந்திருந்தபோது இதை அவள் உணர்ந்துகொண்டாள். அவள் அவளுக்குள்ளாகக் குறைவாகப் பேசிக்கொண்டாள். உள் காதுகளிடம் இப்போது அவள் பேசுவது முன்புபோல் வார்த்தைகளின் ஓயாத சத்தமாக இல்லாமல், கவனமாகத் தேர்ந்தெடுக்கப்பட்ட வார்த்தைகளாக இருந்தன. அவளுக்குள்ளாக வார்த்தைகள் பணம்போல் ஆனது. சிந்தித்தல் எவ்வளவு முடியுமோ அவ்வளவு குறைவாகச் செலவிடும் செயலானது. இன்னுமொரு முக்கியமான பாடத்தையும் அவள் கற்றுக்கொண்டாள்: பேசுவதன் பெரும் பகுதி ஒருவருடைய கட்டுப்பாட்டுக்கு அப்பால் இருக்கிறது. பேசுதல் என்பது உண்மையிலேயே பேசுகிறவரின் கட்டுப்பாட்டுக்குள் இல்லை — இப்படியான வார்த்தைகளில் அவளால் முன்வைக்க முடியவில்லை என்றாலும்கூட — என்று அவள் புரிந்துகொள்ளத் தொடங்கினாள்.

ஓர் இரவு கல்பனாவுக்கு அருகில் தீக்ஷா சுருண்டு படுத்திருக்கும்போது, கல்பனாவின் மண்டைக்குள் தெளிவில்லாமல் கிடந்த சிந்தனைக்குக் குரல்கொடுத்தாள் தீக்ஷா. ‘இப்போது நீ பேசாமல் இருப்பதில் ரொம்ப சந்தோஷமாக இருப்பதுபோல் தெரிகிறது. பேச வேண்டும் என்று நீ நினைக்கும்போது, உன்னால் பேச முடியாமல் போகப்போகிறது பார்.’ கல்பனா புன்னகைத்தாள்.

இதனால் உற்சாகம்பெற்ற தீக்ஷா, ‘ஆக நீ என்னிடமும் பேசவில்லை என்றால், நீ உண்மையிலேயே ஊமை ஆகிவிடுவாய்’ என்று சேர்த்துக்கொண்டாள்.

கல்பனாவும் தீக்ஷாவும் தங்களுடைய உள் உலகத்துக்குள் முற்றிலுமாகப் பேசாமல் இருந்தால் எப்படி இருக்கும் என்று கற்பனைசெய்து பார்த்தார்கள். இந்தச் சிந்தனை தீக்ஷாவை அந்த அளவுக்கு ஊக்கப்படுத்தியது என்றால், அவளது புதிய சிலேட்டை எடுத்து அதில் இவ்வாறு எழுதினாள்: *உன்னைப் போல் நானும் பேசுவதை நிறுத்தப்போகிறேன்.*

ஒருகணம், ஒரு நொடிப்பொழுதுதான் என்றாலும், கல்பனா பயந்துபோனாள். தீக்ஷா என்ன வேண்டுமென்றாலும் செய்யக்கூடியவள். அவள் சிலேட்டில் பெரிய எழுத்துகளில் எழுதினாள்: *நோ.*

இதை மறுத்து தீக்ஷா தலையசைத்தாள். 'நேர்'வை அழித்துவிட்டு எழுதினாள்: இன்று முதல்.

பயந்துபோன கல்பனா அவளுக்குப் புரியவைக்கும் விதமாக, அவளைப் பிடித்து உலுக்கினாள் — அவளிடமிருந்து வார்த்தைகளை வெளியே கொட்டவைக்க முயல்வதுபோல்.

தீக்ஷா சிரித்தாள். உரக்கக் கிசுகிசுத்தாள். 'என்னால் முடியாது அக்கா. உன்னைப் போல் என்னால் மௌனமாக இருக்க முடியாது. என்னால் உன்னைப் போல் இருக்க முடியாது.'

கல்பனா எப்போது காணாமல்போனாள், அந்த மூன்று நாள்களோடு தொடர்புடைய மர்மம் என்னவென்று எல்லாம் ஏறக்குறைய எல்லோரும் மறந்துவிட்டார்கள். உற்சாகத்தாலும் கேள்விகளாலும் நிரம்பியிருந்த கல்பனாவின் பிரகாசமான முகத்தைப் பார்த்தபோது, ஏற்கெனவே மறந்துபோன நிகழ்வை மீண்டும் நினைக்க வேண்டிய அவசியத்தை எவருமே உணரவில்லை.

பள்ளியில் பேசாமல் பயில்வது என்பது பயிலும் அனுபவத்தையும் முற்றிலும் வேறான ஒன்றாக்கியதை கல்பனா சீக்கிரத்தில் புரிந்துகொண்டாள். அவளுடைய ஆசிரியர்களின் வார்த்தைகள் அவளுக்குள் மிக மெதுவாக நுழைந்தன. அவளுடைய சொந்த வார்த்தைகளோடு முட்டிமோதிக்கொள்ளாமல், ஆசிரியரின் வார்த்தைகள் கொத்தாக இல்லாமல் மிகத் தெளிவாக இருந்தன. ஆச்சரியமான விஷயம் என்னவென்றால், அவள் மிகக் கவனமாகக் கேட்டுக்கொண்டிருப்பதைக் கண்டுபிடித்தாள். ஆங்கில வகுப்பில் இருந்தபோது, மிக அற்புதமான ஒரு விஷயத்தை அவள் கண்டெடுத்தாள்.

பிற ஆசிரியர்கள்போலவே ஆங்கிலம் எடுத்த ஆசிரியரும் மாணவர்கள் மீது அக்கறைகொண்டவராக இருந்தார். சக ஆசிரியர்களுக்கு மத்தியில் அவர் முக்கியத்துவம் பெற்றவராகவும் இருந்தார். பள்ளியில் உள்ள மற்ற ஆசிரியர்கள்போல் அல்லாமல் அவர் உடுப்பியில் எம்.ஏ. முடித்தவர். அவர் ஆங்கில ஆசிரியராக மட்டுமல்லாமல், தேவைப்பட்டால் ஆங்கிலத்தில் பேசக்கூடியவராகவும்

இருந்தார். அதனால்தான், எந்தவொரு அரசாங்க நிகழ்ச்சியாக இருந்தாலும் வந்திருக்கும் பார்வையாளர்களிடம் ஆங்கிலத்தில் பேசுவார். எதேச்சையாகத்தான் என்றாலும்கூட அவர் ஆங்கில ஆசிரியராக இருந்ததால்தான் இப்படியெல்லாம் நடக்க முடியும் என்பதுபோல், அந்தக் கிராமத்தில் உள்ள பணக்காரக் குடும்பத்தில் அவர் திருமணம் செய்துகொண்டார்.

அன்று வகுப்பில், அவளது ஆசிரியர் ஆங்கிலக் கவிதை ஒன்றை உரக்கப் படித்துக்கொண்டிருப்பதைக் கேட்டுக்கொண்டிருந்தபோது, கல்பனா மெல்ல வேறொரு மண்டலத்துக்குள் நுழைந்தாள். அவள் ஆசிரியரின் குரலை அல்லாமல் வார்த்தைகளையே கேட்டுக்கொண்டிருப்பதைக் கண்டாள். அவளது மூளையில் இருந்த மௌனக் குகையில் ஒவ்வொரு வார்த்தையும் படிகம்போல் ஜொலித்தன. அவள் வார்த்தைகளை மட்டுமே கேட்கவில்லை. அந்த வார்த்தைக்குள் இருக்கும் பலவிதமான ஒலிகளையும் கேட்டாள். அன்று இரவு, இந்த அனுபவத்தை அவள் தீக்ஷாவிடம் சொல்ல முயன்றபோது, அவளது ஒன்றுவிட்ட சகோதரன் சுரேஷாவை நினைத்துக்கொண்டாள். அவன் பலாப்பழத்தைச் சாப்பிடும்போது, வெறுமனே நன்றாக இருக்கிறது என்று சொல்ல மாட்டான். உதடுகளை நக்குவான், நாக்கைச் சுழலவிடுவான், பெருமூச்சுவிடுவான், அந்தப் பழம் எப்படி மணக்கிறது, எப்படி ருசிக்கிறது என்று விளக்கிக்கொண்டிருப்பான். கல்பனாவும் தீக்ஷாவும் திறந்த கண்களை மூடாமல் அவன் பேசுவதைக் கேட்டுக்கொண்டிருப்பதைப் பார்த்து இன்னும் உற்சாகமாகி, ‘எப்படியான மண்ணில் இந்த மரம் வளர்ந்திருக்க வேண்டும் என்றும் என்னால் சொல்ல முடியும்’ என்பான்.

அன்று, கல்பனாவைப் பொறுத்தமட்டில் மொழி பலாப்பழம்போல் ஆனது. இப்போது, அவள் வார்த்தைகளின் ஒலியைக் கேட்டுக்கொண்டிருப்பதில்லை. மாறாக, பலவிதமான அதன் ‘மண’த்தையும் ‘ருசி’யையும் அனுபவிக்கத் தொடங்கியிருந்தாள். அந்த ஒலியைப் படைத்த நாக்கின் சுழற்சியையும், ஏன் இந்த வார்த்தைகளைப் படைத்த மனத்தின் உள் சொடுக்குகளையும் — இதை, மிகப் பின்னால்தான் என்றாலும் — அவள் அனுபவிக்கத் தொடங்கியிருந்தாள். அவளது உடலே காதுகளாக மாற, வார்த்தைகளின் அதிர்வுகளையும்

உயிரொலியின் எதிரொலிகளையும் அவள் கண்டெடுக்கத் தொடங்கியிருந்தாள். ஒலிகளை அனுபவிப்பதில் அவள் அந்த அளவுக்கு மூழ்கியிருந்ததால், வார்த்தைகளையோ அவற்றின் அர்த்தங்களையோ அவள் நினைவில் கொண்டிருக்கவில்லை.

வெக்கையான அந்த இரவில் தீக்ஷாவிடம் சொல்வதற்கு அவளிடம் அவ்வளவு இருந்ததால், வார்த்தைகள் குறித்த அவளது சிந்தனைகளையெல்லாம் கல்பனா எழுதத் தொடங்கினாள். இதை தீக்ஷா படித்தாள் என்றாலும்கூட, கல்பனா எப்படி வார்த்தைகளின் அர்த்தத்தை மறந்து அதன் ஒலியின் மீதும் வாசத்தின் மீதும் மட்டுமே — எவ்வளவு அபத்தம்! — கவனம்கொள்ள முடியும் என்று அவளால் புரிந்துகொள்ள முடியவில்லை.

'வார்த்தைகள் எதுவும் மணப்பதில்லை. நாம் மட்டும்தான் மணக்கிறோம்! அர்த்தமில்லாத வார்த்தைகள் என்று எதுவும் இல்லை. நீ ஒரு வார்த்தையைக் கேட்டால், அதன் அர்த்தமும் அதோடு சேர்ந்தே இருக்கிறது' என்றாள் தீக்ஷா.

பதிலாக கல்பனா எழுதினாள்: *அப்படின்னா, நீ ஒரு வார்த்தையைக் கேட்கும்போது, அதன் அர்த்தத்தையும் கேட்கிறாயா?*

'ஆமாம்.'

*ஆக, நீ 'வெக்கை' என்ற வார்த்தையைக் கேட்டால், அதன் அர்த்தத்தையும் கேட்கிறாயா?*

'ஆமாம்.'

*அதுக்கு என்ன அர்த்தம் என்று சொல்ல முடியுமா?*

தீக்ஷா வேகமாகச் சிந்தித்தாள். 'வெக்கை என்றால் வியர்க்கிறது என்று அர்த்தம்.'

*ஆக, ஒரு வார்த்தையோடு அதன் அர்த்தத்தையும் நீ கேட்பதாகச் சொல்வதால், வெக்கை என்ற வார்த்தையை நீ கேட்கும்போது, வியர்க்கிறது என்பதையும் சேர்த்துக் கேட்கிறாயா?*

தீக்ஷா முற்றிலுமாகக் குழம்பிப்போனாள். 'இல்லை, யாரோ ஒருவர் வியர்க்கிறது என்று சொல்வதை நாம் கேட்பதில்லை.

ஆனால், 'வெக்கை' என்ற வார்த்தையைக் கேட்டும் அந்தக் கணத்தில் நாம் வியர்க்கிறது என்று நினைத்துக்கொள்கிறோம்.'

கல்பனா சிலேட்டைச் சுத்தமாகி, மேலும் உற்சாகத்தோடு அவளது வார்த்தைகளை எழுதினாள். ஆக, நீ வார்த்தையைக் கேட்ட பிறகே, அதன் அர்த்தம் உன்னிடம் வருகிறது.

தீக்ஷாவுக்குக் குழப்பமாக இருந்தது. 'ஆமாம், இல்லை.' எரிச்சலடைந்து, 'நீ ரொம்பக் கஷ்டம் அக்கா. நீ எல்லாத்தையும் குழப்புகிறாய். நீ மோசமான டீச்சராக இருப்பே' என்றாள்.

ஒலிகளற்ற தூக்கம் அவர்களுக்குள் ஊடுருவக் காத்திருப்பதுபோல், அவர்கள் மௌனமாகப் படுத்திருந்தார்கள். தீக்ஷா திரும்பி கல்பனாவைக் கிள்ளினாள். தன்னைக் கட்டுப்படுத்திக்கொள்வதில் கல்பனா அந்த அளவுக்கு முன்னேறியிருந்ததால் அவளிடமிருந்து சின்னச் சத்தமும் வெளியேறவில்லை. அவள் வெறுமனே தீக்ஷாவின் கையை ஓங்கி அடித்துத் தள்ளிவிட்டாள்.

'பார்த்தியா, இது இப்படித்தான் இருக்கிறது. முதலில் கிள்ளுவதை நீ உணர்ந்தாய். அப்புறம் வலியை உணர்கிறாய். ஆனால், கிள்ளுவதும் வலிப்பதும் ஒன்றாக நடக்கிறது' என்றாள் தீக்ஷா.

அவளது முடிவை அறிவிப்பதற்குத் தன்னுடைய படுக்கையிலிருந்து தீக்ஷா குதித்து எழுந்தாள். 'இப்படித்தான் வெக்கையும் வியர்க்கிறதும் இருக்கிறது.'

மீண்டும் தன்னுடைய தங்கையைப் பார்த்து வியந்து, புன்னகைத்தபடியே திரும்பிப்படுத்தாள் கல்பனா.


கங்கம்மாவாலும் பாட்டு வகுப்புகளாலும் கல்பனா இரண்டாவது முறையாக மீண்டும் கற்றுக்கொண்டாள். பள்ளியில் ஒலிகளை அவள் அனுபவித்தது, பாடும் அனுபவத்தால் தாக்கம் பெற்றிருந்தது என்பதில் எந்தச் சந்தேகமும் இல்லை. கங்கம்மா மற்றுமொரு பாட்டு ஆசிரியர் போன்றவர் இல்லை. சொல்லப்போனால், அவர் ஆசிரியரே இல்லை. மேலும், அவர் யாருக்கும் முறையாகக் கற்றுக்கொடுத்தவரும் இல்லை. அவர் அடிக்கடி சொல்வதுபோல், பெரும்பாலும் தனக்குள்ளாக

என்றாலும்கூட, பேச மறுக்கும் பெண் ஒருத்திக்கு எந்த ஆசிரியரும் பாடுவதற்குக் கற்றுக்கொடுத்திருக்க மாட்டார்கள்.

முதல் சில நாள்களுக்கு அவர்கள் விரும்பும் ஒலியை எழுப்பச் சொன்னதைத் தவிர வேறு எதையும் அவர் அந்தப் பெண்பிள்ளைகளுக்குக் கற்றுக்கொடுக்கவில்லை. இந்தப் பயிற்சியை தீக்ஷாவும் குமாரியும் மிகவும் சந்தோஷத்தோடு செய்தார்கள் — நாய் குரைப்பதுபோல், கோழி கொக்கரிப்பதுபோல், கற்பனையான புலி உறுமுவதுபோல், தங்களது பெற்றோர்கள் குறட்டைவிடுவதுபோல் ஒலிகள் எழுப்பும் சுதந்திரத்தைப் பெரியவர்கள் எங்கே கொடுக்கப்போகிறார்கள்? கங்கம்மா உண்மையிலேயே என்ன கற்றுக்கொடுக்க விரும்புகிறார் என்று தெரிந்துகொள்ள விரும்பிய கல்பனா இந்தப் பெண்கள் எழுப்பிய ஒலிகளையெல்லாம் மௌனமாகப் பார்த்துக்கொண்டிருந்தாள்.

இரண்டாவது பாடத் தொகுப்பு, அவர்கள் அதுவரை கேட்டிராத, கற்பனையிலான ஒலி குறித்ததாக இருந்தது. ஆனால், தீக்ஷாவும் குமாரியும் எழுப்பிய ஒவ்வொரு ஒலியையும் கேட்டுவிட்டு, அவர்கள் இருப்பதை நகல் எடுக்க முயல்வதாக கங்கம்மா அவர்களுக்குப் புரியவைத்தார். கல்பனா அவளுக்கான ஒலியை, அவள் எப்போதும் கேட்டிராத ஒலியைக் கற்பனை செய்து உருவாக்க முயன்றாள். இந்தப் பிள்ளைகள் வகுப்பு முடிந்து வீடு திரும்பிய பின், பலவிதமாக ஒலிகளை எழுப்ப முயன்றுபார்த்தார்கள். கங்கம்மா மிகக் கவனமாகக் கேட்கச்சொன்னார் — இவர்கள் அதுவரை கேட்டிராத பல ஒலிகளால் நிரம்பியிருந்தது இரவு. மலைகள் உறுமின, இலைகள் முணுமுணுத்தன, மழை முனகியது, பறவைகளின் சிறகடிப்பு அதிர்ச்சி அலையிலான ஒலியைப் படைத்தன. 'இதையெல்லாம் கேளுங்கள்' என்றார் கங்கம்மா. 'இரவின் மௌனத்தைக் கேளுங்கள்' என்றார்.

ஆகவே, எல்லோரும் உறங்கச்சென்ற பின் தீக்ஷாவும் குமாரியும் புதுப் பழக்கத்தை நடைமுறைப்படுத்தத் தொடங்கினார்கள். முழுமுற்றான அமைதியில் உட்கார்ந்திருந்து இரவின் ஒலிகளைக் கேட்க முயன்றார்கள். மழை பெய்தபோது, மழைத்துளிகளின் வேகமான தாளத்தைக் கேட்டார்கள். மழை நின்ற பிறகு, கூரையிலிருந்து தரையில் விழும் ஒற்றைத் துளியின் சுரத்தைக் கேட்டார்கள். சுவர்க்கோழிகள் அவற்றின்

கர்ணக்கடூர இரைச்சலைத் தொடங்கியபோது, அவை எழுப்பிய ஒலிகளைத் திடமான சுவராக உணர்ந்தார்கள். அந்த ஒலிகள் சமச்சீராக அவர்களுக்கு முன் விரிந்திருக்கும் சுவராகவும் அதை உடைத்துக்கொண்டுபோவது சாத்தியமே இல்லாததுபோலவும் அவர்களுக்கு இருந்தது. ஆனால், சுவர்க்கோழிகளின் தடுமாற்றங்களை இன்னும் துல்லியமாகக் கேட்டபோது, இந்த ஒலிகள் கொண்டிருக்கும் நுட்பமான வேறுபாடுகளை அவர்களால் கண்டுபிடிக்க முடிந்தது. ஒரே அலைவரிசையில் பைத்தியம் பிடிக்கவைக்கும் இந்த ஒலிகளின் ஊடாக, அவர்களால் வேறு பல ஒலிகளையும் கேட்க முடிந்தது. பல்லியின் பாதங்களின் மெல்லிய சரசரப்பும், அஜ்ஜியின் மூச்சிழுப்பும் மின்விசிறியின் மெல்லிய தாளத்திலிருந்து வேறாக இடையிடையே வெளிப்பட்டன.

உயிர்ப்புள்ள, பரபரப்பான இரவு உலகத்தின் குறிகளான நாய்கள் குரைக்கும் ஒலிகளையும் காட்டிலிருந்து வரும் ஒலிகளையும் அவர்கள் கேட்டார்கள். எல்லாவற்றுக்கும் மேலாக, கல்பனா தனக்கு மிகவும் பிடித்தமான ஒலியைக் கேட்டாள்: மேகங்கள் ஒன்றையொன்று தொட்டுக் கிச்சுகிச்சு மூட்டும் ஒலிகள், மரங்களை உரசிச்செல்லும் காற்றின் ஒலிகள், அசதியான பறவைகள் இறக்கைகளைப் படபடக்கும் ஒலிகள், தொடர்ந்து குறைபட்டுக்கொள்ளும் மலைகளின் ஒலிகள். ஒரு முனிவர்போல் அவள் தனது படுக்கையில் உட்கார்ந்துகொண்டு, தனக்குள் பாயும் இரவின் ஒவ்வொரு ஒலியும் அவளிடம் ஓடிவருவதுபோல் உணர்ந்து, ஒலிகள் ஒவ்வொன்றையும் நண்பர்களை வரவேற்பதுபோல் தனித்தனியாக வரவேற்றுக்கொண்டிருந்தாள்.

தீக்ஷா தனது இசை வகுப்பில் பாடுவதற்கு இந்த ஒலிகளையெல்லாம் பதிவுசெய்ய விரும்பினாள் கல்பனா. ஒலிகளை விவரித்து எழுத முயன்றாள். ஆனால், அவற்றைப் படித்த தீக்ஷாவால் அந்த ஒலிகளை மீண்டும் உருவாக்க முடியவில்லை. இதன் மூலம், இசையிலான ஒலிகளை மொழியால் எப்போதும் விவரிக்க முடியாது என்பதையே இது நிரூபிக்கிறது என்று கல்பனா உறுதிப்படுத்திக்கொண்டாள்.

ஒரு விசித்திரமான ஒலி, இறுதியாக கல்பனாவின் எதிர்ப்பு அணையை, ஓரளவுக்கு உடைத்தது என்று சொல்லலாம். இரவெல்லாம் ஒலிகளைத் துருவியகழ்வதில் அவ்வளவு

ஈடுபாட்டோடு இருந்தார்கள் சகோதரிகள். புதிய ஒலிகளைப் பிடிக்க மெனக்கெட்டுக்கொண்டிருக்கும்போதே தூங்கிப்போவார்கள். அவர்களைப் பொறுத்தமட்டில், இரவு முற்றிலும் வேறான பிரபஞ்சமாக மாறியிருந்தது. முன்னர் இரவு தூங்குவதற்கான ஒன்றாக இருந்தது என்றால், இப்போது, அவர்கள் ஆவலோடு எதிர்பார்க்கும் புதிய உயிர்ப்புள்ள உலகமாக மாறியிருந்தது. ஒரு இரவு முடிவே இல்லாமல் பெய்துகொண்டிருந்த மழையின் சலிப்பூட்டுகிற டக்-டக் ஒலியைக் கேட்டுக்கொண்டே அவர்கள் தூங்கிப்போனார்கள். திடீரென்று ஏதோ துல்லியமான ஒலி ஒன்று தன்னைக் கொட்டியதுபோல் கல்பனா எழுந்துகொண்டாள். மழை நின்றிருந்தது. சுவர்க்கோழிகள் அவ்வளவு ஒன்றும் சத்தம் எழுப்பவில்லை. மின்சாரம் இல்லாததால் மின்விசிறியும் ஓடவில்லை. அவளை எழுப்பிய அந்த ஒலியை கல்பனா நினைவில் வைத்திருந்தாள். அதைக் கைக்கொள்ள முயன்றாள். சில நிமிடங்கள் கழித்து, அதை அவள் மீண்டும் கேட்டாள். அதனிடம் ஒரு தயக்கம் இருந்தது. அவளது காதுகளைத் தட்டலாமா வேண்டாமா என்று அதனால் தீர்மானிக்க முடியவில்லை. வரவேற்கப்படுவோமா மாட்டோமா என்று அந்த ஒலியால் தீர்மானிக்க முடியவில்லை. ஆனால், அந்த ஒலி, கல்பனாவின் நினைவலைகளை அவ்வளவு பலமாகத் தட்டி எழுப்பியது. அந்த ஒலி அவளுக்கு மிக அருகில் எழுப்பப்படுவதுபோல் உணர்ந்தாள்.

அது பேருந்து எழுப்பிய ஹாரன் ஒலி. அவளைச் சுற்றி லட்சக்கணக்கில் இருக்கும் இயற்கையான ஒலிகளுக்கு அந்நியமான ஒலி அது. அது மிகத் தெளிவாக ஹாரன் ஒலியாகவும் இல்லை. அது மழை பெய்துகொண்டிருக்கும், மூடுபனி நிறைந்திருக்கும், சுற்றிச்சுற்றிச் செல்லும் மலைப்பாதைகளைக் கொண்டிருக்கும் இரவின் மிக ஆழமான பகுதிகளிலிருந்து மட்டுமே உற்பத்தியாகக்கூடிய ஒலியாக இருந்தது. அது நம்பிக்கைக்கான, விரக்திக்கான, எச்சரிக்கைக்கான ஒலியாக இருந்தது. மலை மேல் ஏறும் பேருந்தின் முயற்சியை அந்த ஒலி சுமந்துசென்றது. இந்தக் குறிப்பிட்ட ஒலியுடன் இணைந்திருந்த இரண்டு முகப்பு விளக்குகள், மலைப்பாதைகளில் வளைந்து உருண்டுசென்றன. மலைகளில் உள்ள கற்பாறைகளில் பட்டுத் தெறித்தன. அடர்த்தியான மரங்களின் ஊடாகப் பாய்ந்துசென்றன. இரவில் மிரண்டுபோன ஜீவராசிகளைத் தலைதெறிக்க

ஓடவைத்தன. அது அதன் வீட்டைக் கண்டுபிடித்துவிட்டதுபோல், அது இருப்புக்கான காரணத்தையே கண்டுபிடித்துவிட்டதுபோல் அவ்வளவு தெளிவாகவும் தனித்துவமாகவும் அவளை வந்தடைந்தன.

இந்த ஒலி அவளுள் பிற ஒலிகளைப் பெரும் வெள்ளம்போல் பாயவைத்தது. அவள் உடனடியாகவும் தெளிவாகவும் பேரச்சத்தைக் கொடுத்த அந்த மூன்று நாள்களுக்குப் பிறகு காட்டைவிட்டு வெளியே வருவதற்கான வழியை அவள் எப்படிக் கண்டுபிடித்தாள் என்று நினைவில் கொண்டுவந்தாள். அந்த ஒலிதான் அவளுக்கான ஒளியாக இருந்தது. அவளைக் கண்டெடுத்த சாலைக்கான வழியை அவளுக்குக் காட்டியது. அஜ்ஜி சொன்ன பிரார்த்தனைகள் அவளிடம் பாய்ந்தோடி வந்தன. அக்கறையில்லாமல் அவள் சிதறியடித்த வார்த்தைகள். இவையெல்லாம் அவள் கண் முன்னால் நடந்துகொண்டிருப்பதுபோல் அவளது நினைவில் வந்தன — அந்த வார்த்தைகள் கொண்டிருந்த சுரங்கள் பளிங்குபோல் தெளிவாக அவளுக்குச் சைகைகாட்ட, அதன் நடனமாடும் வடிவங்கள் அவளைப் பின்தொடரவைத்தன. அவளது சுற்றுப்புறம் குறித்து இன்னும் தெளிவாகவும் பிரக்ஞைபூர்வமாகவும் இருந்திருக்க வேண்டிய அவள் வார்த்தைகளை மட்டுமே பார்த்தாள். அவை விளையாட்டுத்தனமாக ஓடிக்கொண்டிருப்பதை மட்டுமே பார்த்தாள். அவளுக்கு முன்னே நடனமாடிக்கொண்டிருப்பதை மட்டுமே பார்த்தாள். அந்த இரவு நடந்தவையெல்லாம் அவளுக்கு முன்னே மிகத் தெளிவாக விரிந்தன. தன்னுடைய சொந்த ஒலியை அவளால் கட்டுப்படுத்திக்கொள்ள முடியவில்லை. அவள் வாயை இறுக்கமாக மூடிக்கொண்டாள். ஆனாலும், அதிலிருந்து அவை கசியத் தொடங்கின. முதலில் மெல்லிய சிறு ஒலிகள். பிறகு, உரத்துத் தேம்பி அழுவது. தீக்ஷா எழுந்து, அக்கா தேம்பி அழுவதைப் பார்த்து அவளைக் கெட்டியாகப் பிடித்துக்கொள்ளாமல் இருந்திருந்தால் கல்பனா பேசியிருப்பாள். அவள் உரக்கக் கத்தியிருப்பாள். யாராலும் அவளைத் தடுத்திருக்க முடியாது. தீக்ஷா அவளைக் கெட்டியாகப் பிடித்துக்கொண்ட அந்தத் தருணத்தில் கல்பனா லகுவானாள். அவளது தேம்பல்கள் இரவின் குரலாயின. அது, மேகங்களிடமும் மலைகளிடமும் பல்லிகளிடமும் பூச்சிகளிடமும் பாம்புகளிடமும், அப்புறம் ஆமாம், புலிகளிடம்கூட அவள் தேம்பி அழுவதுபோலவே

ஒலித்தது. கல்பனாவின் குரலை அவ்வளவு தெளிவாகவும், அவ்வளவு இசைத்தன்மையோடும், அவ்வளவு மாயத்தன்மையோடும் தீக்ஷா இதற்கு முன் எப்போதும் கேட்டதில்லை. ஆனாலும், பேசுவதற்கான உந்துதலுக்கு கல்பனா தன்னை ஒப்புக்கொடுக்கவில்லை. மாறாக, அன்றைய தினத்திலிருந்து அவள் எப்போதும் பாடிக்கொண்டிருந்தாள். அவளைத் தவிர எவரும் கேட்க முடியாத இசையிலான ஒலிகளை அவள் படைத்துக்கொண்டிருந்தாள்.

மூளைக் கோயில் பிரபலமாகிவந்தது. இந்த மூன்று பெண்பிள்ளைகள் மட்டுமே சந்திக்கும் இடமாக இருந்தது அந்தக் கோயில். கல்பனா பள்ளிக்குப் போகத் தொடங்கிய பின் மேலும் பல பெண்பிள்ளைகள் அதை நோக்கி இழுக்கப்பட்டார்கள். ஒருநாள் மாலை அது மிக இயல்பாக நடந்தது. மூன்று பெண்களும் தங்களுடைய கருவறைக்கு வெளியே உட்கார்ந்துகொண்டிருப்பதை கல்பனாவின் வகுப்புத் தோழிகள் சிலர் பார்த்தார்கள். அவர்களும் வந்து சேர்ந்துகொண்டார்கள். தீக்ஷாவும் குமாரியும் விக்கிரகத்தையும், அதைச் சுற்றி முளைவிட்டிருந்த குருத்துகளையும், கருவறையைச் சுற்றி எண்களால் கிறுக்கப்பட்டருந்த மதில்சுவரையும் உற்சாகமாகக் காட்டிக்கொண்டிருந்தார்கள். எறும்புகள், தேனீக்கள், வெட்டுக்கிளிகள் எல்லாம் மூளையை வழிபட வருவது குறித்துத் தனக்குத் தெரியும் என்றாள் தீக்ஷா. ஒரு பெண், 'அதனால், என்ன? இப்போது பெருக்கல், வகுத்தலெல்லாம் அவற்றால் செய்ய முடியுமா?' என்று கேட்டாள்.

இந்தக் கேள்வியைக் கேட்கும்போது, அவள் தீக்ஷாவை மிகத் தீவிரமாகப் பார்த்துக்கொண்டிருந்தாள். 'முடியும், அவற்றால் செய்ய முடியுமே' என்று தீக்ஷா மழுப்பினாள். தீக்ஷாவுக்கு முட்டுக்கொடுக்க குமாரி சேர்ந்துகொண்டாள். 'எறும்புகள் ஓர் இலையைச் சிறுசிறு துண்டுகளாக வெட்டி, அவற்றுக்குக் கூடுகட்டுவதற்கு எப்படி ஒவ்வொரு எறும்பும் குறிப்பிட்ட துண்டுகளைச் சுமந்துசெல்கின்றன தெரியுமா' என்று கேட்டாள்.

'அவை சமமாகப் பகிர்ந்துகொள்ளும் விதத்தில்தான் துண்டுகளாக்கப்படுகின்றன. அவற்றுக்கு வகுத்தல் தெரியும்' என்றாள் தீர்மானமாக.

பெண்கள் இதில் திருப்தியடைந்து, அவர்களைச் சுற்றிலும் வேகமாக ஓடிக்கொண்டிருந்த எறும்புகளைப் பக்தியோடு பார்க்கத் தொடங்கினார்கள். இதுவும், இது போன்று சொல்லப்பட்ட, சொல்லப்படாத கதைகள் எல்லாம் மிக வேகமாகப் பரவத் தொடங்கின. கணிதத் தேர்வில் தேறுவதற்குக் கடவுளின் ஆசியைப் பெறும் இடமாக இந்தக் கருவறை பிரபலமானது. மேலும் சில பெண்களும் வந்தார்கள். கருவறையைச் சுற்றியிருந்த திறந்த வெளி விளையாட்டு மைதானமானது. பெண்கள் இங்கே பந்து எறிந்து விளையாடினார்கள், ஓடிப்பிடித்து விளையாடினார்கள். ஒரு மாலை, நான்கு பையன்கள் ஒரு குழுவாக வந்து அகம்பாவத்தோடு நடந்துகொண்டார்கள். இதற்கு மேல் அனுமதிக்க முடியாது என்று மூன்று பெண்களும் தீர்மானித்தார்கள். இது பெண்களுக்கு மட்டுமான கோயில் என்றும் இங்கு ஆண்களுக்கு இடம் கிடையாது என்றும் அவர்கள் சொல்லிப்பார்த்தார்கள். அந்தப் பையன்கள் இதை அவமரியாதையாக எடுத்துக்கொண்டு அங்கிருந்து நகர மறுத்தார்கள். தீக்ஷாவும் குமாரியும் அவர்களோடு சண்டை பிடித்தார்கள். ஆனால், அந்தப் பையன்கள் தங்களுடைய நண்பர்களையெல்லாம் அழைத்துவருவோம் என்று மிரட்டினார்கள். அதில் ஒருவன் குச்சியைக் கொண்டு மூளை விக்கிரகத்தைக் குத்தப்பார்க்கும் தவறைச் செய்தான். அதுவரை அமைதியாக இருந்த கல்பனா திடீரென்று அவளது அடித்தொண்டையிலிருந்து கிறீச்சிட்டுக் கத்தும் சத்தத்தை வெளியே விட்டாள்.

அந்தப் பையன்களிடம் தோன்றிய திடீர் பயத்தை மேலும் அதிகப்படுத்தும் விதமாக, 'என் அக்காதான் இந்தக் கோயில் பூசாரி. அவள் அடுத்து என்ன செய்வாள் என்று எனக்குத் தெரியாது. நீங்கள் இப்போதே கிளம்பிவிடுவது நல்லது. இல்லையென்றால் நீங்கள் எல்லோரும் உங்கள் தேர்வில் தேர்ச்சிபெற மாட்டீர்கள்' என்றாள் தீக்ஷா.

இதற்குப் பிறகு அந்தப் பையன்கள் திரும்ப வரவே இல்லை. அதுபோலவே வேறுசில பெண்களும் திரும்பிவரவில்லை.

ஆனாலும்கூட, எப்போதும் கைவிட்டு எண்ணக்கூடிய அளவுக்கான பெண்பிள்ளைகள் அந்த மூளையைச் சுற்றிக்கொண்டுதான் இருந்தார்கள். அந்த இடம் 'பெண்களுக்கான இட'மாகப் பிரபலமானது.

கங்கம்மாவுக்கு ஒரு அதிர்ச்சி காத்திருந்தது. இறுதியாக, கல்பனாவிடமிருந்து ஒலி கசிந்த இரண்டு நாள்களுக்குப் பிறகு, அந்தப் பெண்பிள்ளைகள் மாலையில் இசை வகுப்புக்குச் சென்றார்கள். தாழ்வாரத்தில் மூன்று பெண்களையும் தன்னுடைய கண்களைத் தாழ்த்திப்பார்த்தபடி கங்கம்மா மூங்கில் நாற்காலியில் உட்கார்ந்திருந்தார். அவர் வாயைத் திறப்பதற்கு முன்பாக, தீக்ஷா கையை மேலே உயர்த்தி, 'இறுதியாக அக்கா நேற்று பேசிவிட்டாள்' என்றாள். கங்கம்மா அதிர்ச்சியானார். ஆச்சரியத்தோடு கல்பனாவைப் பார்த்தார். கல்பனா இடவலமாகத் தலையசைத்தாள்.

தீக்ஷா தொடர்ந்தாள். 'இல்லை, நாம் பேசுவதுபோல் இல்லை. அவள் சத்தம் எழுப்பினாள். கோபமான சத்தம். அவள் பாடினாள் என்று சொல்ல முடியும். நாங்கள் எல்லோரும் அதைக் கேட்டோம்.'

குமாரி உற்சாகத்தில் கைதட்டினாள். 'அவளது குரல் நன்றாக வேலைசெய்கிறது என்று இப்போது தெரிகிறது.'

கல்பனாவைப் பார்த்தார் கங்கம்மா. கல்பனா திரும்ப கங்கம்மாவைப் பார்த்தாள். கங்கம்மா, 'சரி, அப்படின்னா கல்பனா, நானும் அந்தச் சத்தத்தைக் கேட்கலாமா?' என்றார்.

கல்பனா மௌனமாக இருந்தாள். தீக்ஷா தனது விரல்களால் குத்தி கல்பனாவை முடுக்கிவிட முயன்றாள். ஆனாலும், கல்பனா எப்படியான எதிர்வினையும் காட்டவில்லை.

'நான் என்ன சொல்லவருகிறேன் என்றால், பேச வேண்டும் என்று நினைத்தால் அக்காவால் பேச முடியும்' என்றாள் தீக்ஷா.

கங்கம்மாவுக்கு அது தெரியும். 'ஆனால், அவள் ஏன் பேச வேண்டும்?'

'நம்மிடம் பேச. என்னிடம் பேச.'

'அவள் ஏன் உன்னிடம் பேச வேண்டும்?'

தீக்ஷா மௌனமாக இருந்தாள். குமாரி அவளது கையைப் பிடித்துக்கொண்டாள். தீக்ஷா ஏதோ முடிவுக்கு வந்ததுபோல், 'ஏன்னா, அவள் என்னுடைய அக்கா. அக்கா தங்கை ஒருவரோடு ஒருவர் பேசிக்கொள்ள வேண்டும்' என்றாள்.

'தீக்ஷா, இது நல்ல காரணமில்லை' என்றார் கங்கம்மா மென்மையாக.

'அவள் பேசவில்லை என்றால், அவள் என்ன நினைக்கிறாள் என்று எனக்குத் தெரிவதில்லை.'

'அவள் என்ன நினைக்கிறாள் என்று நீ ஏன் தெரிந்துகொள்ள வேண்டும்?'

'ஏன்னா, அவ என்னோட...' குமாரி இடவலமாகத் தலையசைப்பதை தீக்ஷா பார்த்தாள். 'ஏன்னா... ஏன்னா அது அவளுக்கு நல்லது. ஆமாம், அவள் பேசவில்லை என்றால், அவளுக்கு என்ன வேண்டும் என்று நமக்குத் தெரியாது. ஆக, அது அவளுக்கு நல்லதில்லை.'

'ஆனால், இவ்வளவு நாளும் பேசாமலேயே அவள் நன்றாகத்தானே இருக்கிறாள்.'

தீக்ஷா அதிர்ந்துபோனாள். அவளும் குமாரியும் ஒருவரையொருவர் பார்த்துக்கொண்டார்கள். பிறகு, இருவரும் கல்பனாவைப் பார்த்தார்கள்.

'எனக்குப் பேச வேண்டியிருப்பதால் நான் பேசுகிறேன். என்னால் மௌனமாக இருக்க முடியாது' என்றாள் குமாரி.

கங்கம்மா புன்னகைத்தார். 'ஆக, கல்பனா மௌனமாக இருக்கிறாள் என்றால் அவளுக்குப் பேச விருப்பமில்லை என்றே அர்த்தம். அவளுக்கு என்ன வேண்டுமோ அதை அவள் செய்யட்டுமே.'

தீக்ஷாவுக்கு ஏமாற்றமாக இருந்தது. அவளுடைய அக்காவுக்கு அவளோடு பேச விருப்பமில்லையா? அவள் கல்பனா பக்கம் திரும்பி, பெரும் ஏமாற்றத்தோடு சுரத்தில்லாமல், 'அக்கா, உனக்கு என்கிட்ட பேச விருப்பமில்லையா?' என்று கேட்டாள்.

என்ன சொல்வது என்று கல்பனாவுக்குத் தெரியவில்லை. கங்கம்மா சொன்னதைக் கேட்டவுடன், அவர் தன்னை வளர்ந்த ஒருவராக ஏற்றுக்கொண்டதுபோல் உணர்ந்தாள். அவள் குறித்து எவ்வளவு தீவிரமான உரையாடலை அவர்கள் நடத்திக்கொண்டிருக்கிறார்கள்! ஆனால், தீக்ஷா இங்குதான் இருக்கிறாள். அவளது வெகுளியான, காயப்பட்ட கண்களோடு தன்னைப் பார்த்துக்கொண்டு. கல்பனா எரிச்சலடைந்து, தனக்காகப் பேசும்படி கங்கம்மாவைப் பார்த்தாள்.

'இல்லை, தீக்ஷா' என்று கங்கம்மா உடனடியாகப் பதில் கொடுத்தார். 'அவளுக்கு உன்னோடு பேச விருப்பம்தான். ஆனால், இப்போது அவள் உன்னோடு பேசாமல் இருப்பதற்குக் காரணம் இருக்கிறது.'

தன் சார்பாக ஆசிரியரைப் பேசவைக்கிறாள் என்பதைப் பார்த்தவுடன் தீக்ஷாவுக்கு இன்னும் ஏமாற்றமாக இருந்தது. 'அப்படியென்றால், என்ன காரணம் என்று கேளுங்கள்? ப்ளீஸ் நீங்கள் கேளுங்கள்' என்றாள். அவள் கல்பனாவை எதிர்ப்புணர்வோடு பார்த்தாள்.

தீக்ஷாவிடம், 'உனக்குக் காரணம் தெரியுமா?' என்று கங்கம்மா கேட்டார்.

'தெரியும், எனக்குத் தெரியும். அக்கா காணாமல்போன அன்று அஜ்ஜி ஏதோ பிரார்த்தனை சொல்லிக்கொண்டிருந்தார். அக்கா அவரிடம் அவரது பிரார்த்தனைகள் எங்கே போகின்றன என்று கேட்டிருக்கிறாள். அதனால், அவற்றைப் பின்தொடர்ந்து எங்கே போகின்றன என்று பார் என்று சொல்லியிருக்கிறார் அஜ்ஜி. அப்படித்தான், வார்த்தைகள் எங்கே போகின்றன என்று தெரிந்துகொள்ள அக்கா அவற்றுக்குப் பின்னால் ஓடியிருக்கிறாள்.'

கங்கம்மா திகைத்துப்போனார். அவரது முகத்திலும் அது வெளிப்பட்டது. 'என்னது? இவள் பேசாமல் இருப்பதற்குக் காரணம் இதுதானா?' இந்தத் தகவல் அவரை நிலைதடுமாறச்செய்தது. அவர் எழுந்துகொண்டு தாழ்வாரத்தில் மேலும்கீழுமாக நடக்கத் தொடங்கினார்.

‘இல்லை, அது மட்டுமே முழுக் காரணம் இல்லை. மொழி பொய்யானது என்று அக்கா நினைக்கிறாள். அதனாலேயே எந்த மொழியையும் பேச மாட்டேன் என்கிறாள்.’

மீண்டும் கங்கம்மாவுக்கு ஆச்சரியம் தாங்க முடியவில்லை. இப்படியான காரணத்தை அவர் நினைத்துகூடப் பார்க்கவில்லை.

அவர் கல்பனாவைப் பார்த்து, ‘அப்படியா, மொழி பொய்யானது என்றா நினைக்கிறாய்?’ என்று கேட்டார். கல்பனா மேலும்கீழும் தலையசைத்தாள். ‘அது எல்லாமும் பொய்யாக இருந்தாலும்கூட, பேசுவதை நீ ஏன் நிறுத்த வேண்டும்?’

கல்பனாவால் எப்படிப் பதில் சொல்ல முடியும்? அதாவது, அவள் பேசத் தொடங்கிவிட்டால், அவளால் அதை எப்போதும் நிறுத்த முடியாது. முன்னர், அவளது மண்டை முழுக்க பேசப்படாத வார்த்தைகளால் நிரம்பியிருந்ததுபோல் இருந்தது. இப்போது வார்த்தைகள் அவளது வயிற்றையும் நிரப்பியிருப்பதுபோல் இருந்தது. வயிறு எல்லா நேரங்களிலும் பெரியதாகவும் நிறைந்ததாகவும் இறுக்கமாகவும் இருந்தது. ஏன் பேசுவதை நிறுத்தினாள் என்று அவளால் நிச்சயமாகச் சொல்ல முடியவில்லை — மூன்று நாள்கள் காட்டில் தொலைந்துபோனது மட்டும்தான் காரணமா? முழு நம்பிக்கையோடு எந்தக் கடவுள்களுக்குப் பின்னால் ஓடினாளோ, அந்தக் கடவுள்களால் ஏமாற்றப்பட்டதாக உணர்ந்ததே காரணம் என்று அவள் நினைத்திருந்தாள். அவளுக்கு மிகவும் தேவைப்பட்டபோது, வார்த்தைகள் எப்படிக் காணாமல்போயினவோ அதுபோலவே கடவுள்களும் காணாமல்போனதில் அவள் ஏமாற்றப்பட்டதாக நினைத்தாள். ஆனால் சமீபமாக, காட்டில் அவ்வளவு பயந்துபோய் இருந்ததை மறைப்பதற்காகத்தான் தான் பேசாமல் இருக்கிறேனோ என்று அவள் நினைக்கத் தொடங்கினாள். அவ்வளவு அழுக்கானவளாக அவள் மாறிவிட்டாள். அவளுக்குள்ளாகத் தோன்றிய ஒரு வார்த்தைகூட, காட்டிலிருந்து வெளியேறுவதற்கான வழியைக் கண்டுபிடிக்க அவளுக்கு உதவவில்லை என்பதை நினைத்துப்பார்த்தாள். அவளைப் போல் பேச முடியாத லட்சக்கணக்கான ஜீவராசிகளோடு அவள் கழித்த அன்று மூன்று நாள்களில், மொழி முழுக்கமுழுக்க வீணானது என்று அவள் புரிந்துகொண்டாள். அப்போதுதான் மொழி முழுக்கப் பொய்யானது என்ற முடிவுக்கு அவள் வந்தாளா?

ஆனால், இதை எதையும் அவளால் பேசாமல் விளக்கிச்சொல்ல முடியாது.

கல்பனா தனது இசைக் குறிப்பேட்டை எடுத்தாள். மற்ற இரண்டு பெண்கள்போலவே, அவளும் ஒரு குறிப்பேடும் புதிய பென்சிலும் வைத்திருந்தாள். ஆனால், அதில் எதுவுமே அவள் எழுதவில்லை. இப்போது அதைத் திறந்து எழுதத் தொடங்கினாள். இந்தத் தருணம் குறித்துதான் அவள் சிந்தித்துக்கொண்டிருந்தாள். இப்போது அதற்கான நேரம் வந்துவிட்டது.

*நான் பிரார்த்தனையைப் பின்தொடர்ந்தேன். விநாயகா என்ற ஒலியைப் பின்தொடர்ந்தேன். எங்கே போகிறேன் என்று எனக்குத் தெரியவில்லை. என்னைச் சுற்றிலும் இருந்த சுத்தமான ஒலிகளை மட்டுமே என்னால் தெளிவாகப் பார்க்க முடிந்தது, கேட்க முடிந்தது. நான் சந்தோஷமாக அவற்றுக்குப் பின்னால் ஓடினேன். பிறகு, காட்டில் இருப்பதாக உணர்ந்துகொண்டேன். மழை வந்தது. நான் தொலைந்துபோனேன். மூன்று இரவுகள் நான் காட்டில் இருந்தேன். பிறகு, நான் சாலையைக் கண்டுபிடித்தேன். காட்டிலேயே நான் இறந்துவிடுவேன் என்றுதான் நினைத்தேன். எல்லா நேரமும் விநாயகா என்று அழைத்துக்கொண்டே இருந்தேன். யாரும் எனக்கு உதவ வரவில்லை. விநாயகர் என்பது ஒரு பொய். அவரது பெயரும் ஒரு பொய். வார்த்தைகள் எங்கும் கொண்டுசெல்வதில்லை. எங்கும் நம்மைக் கொண்டுசெல்வதில்லை.*

கங்கம்மா இதை ஒரு முறை படித்தார். பிறகு, மீண்டும் இரண்டு முறை படித்தார். இந்த வார்த்தைகளை இந்தச் சின்னப் பெண் எழுதியிருக்கிறாள் என்பதை அவரால் நம்ப முடியவில்லை. கல்பனா என்ன எழுதியிருக்கிறாள் என்று தெரிந்துகொள்ள தீக்ஷா கையை நீட்டினாள். கங்கம்மா கையில் இருந்த குறிப்பேட்டைப் பிடுங்கிக்கொண்டு அதைத் தனது பையில் வைத்துக்கொண்டாள் கல்பனா. என்ன சொல்வது என்று ஒருவருக்கும் தெரியாததால் எல்லோரும் மௌனமாக அமர்ந்திருந்தார்கள்.

அப்போது, எது குறித்தோ மிகத் தீவிரமாகச் சிந்தித்துக்கொண்டிருந்த குமாரி, ‘அஜ்ஜி, எழுதுவதுகூடப் பேசுவதுபோல்தானே? என்றாள்.

தீக்‌ஷா கிளுகிளுத்தாள். ‘இல்லை குமாரி, எழுதுவதற்கு பேப்பர், பென்சில் பயன்படுத்துகிறோம். பேச வாய் மட்டுமே போதுமானது.’

‘அப்புறம் மூளை’ என்று சேர்த்துக்கொண்டாள் குமாரி. அவள் மீண்டும் கங்கம்மா பக்கம் திரும்பினாள். ‘அஜ்ஜி, எழுதுவதும் பேசுவதுபோல்தானே. ஏன்னா, கல்பனா எழுதியதை நீங்கள் படிக்கும்போது அவள் உங்களிடம் பேசுவதுபோல்தான் இருக்கிறது. கேட்பதற்குப் பதிலாக, அவள் பேசுவதை நீங்கள் வெறுமனே படிக்கிறீர்கள்.’ என்ன சொல்ல வருகிறாள் என்பதில் அவளே குழம்பிப்போய் நிறுத்திக்கொண்டாள்.

இந்தப் பிள்ளைகளுக்கு என்ன பதில் சொல்வது என்று கங்கம்மாவுக்குத் தெரியவில்லை. ஒரே ஒரு கணம் அதன் போக்கில், பள்ளியில் ஆசிரியராக இருந்திருந்தால் எவ்வளவு சுவாரசியமாக இருந்திருக்கும் என்று நினைத்துப்பார்த்தார்.

தான் எழுதுவதைப் பேச்சாக குமாரி சுருக்கியதால், அவள் மீது கோபப்பட்டாள் கல்பனா. எரிச்சலில், அவள் எழுதிய பக்கத்தைத் துண்டுதுண்டாகக் கிழித்து அதைப் பைக்குள் போட்டுக்கொண்டாள்.

கங்கம்மா தீக்‌ஷா பக்கம் திரும்பினார். ‘அவள் ஏன் பேச வேண்டும் என்று நான் உன்னிடம் கேட்டேன் இல்லையா. நாம் எல்லோரும் பேச வேண்டும் என்று ஏன் நினைக்கிறோம்?’

மூவரும் குழம்பிப்போயிருப்பதுபோல் தெரிந்தார்கள். ஆகவே அவர், ‘பாடக் கற்றுக்கொள்ள வேண்டும் என்றால், இந்தக் கேள்விக்கு நீ பதில் சொல்ல வேண்டும்’ என்றும் சேர்த்துக் கொண்டார்.

அந்தப் பெண்பிள்ளைகள் அமைதியாக இருந்தார்கள். ‘சரி, நான் இதை வேறு விதமாகக் கேட்கிறேன். நீ பாட வேண்டும் என்று ஏன் நினைக்கிறாய்?’

குமாரி கையை உயர்த்தி, பின் அதை உடனடியாகக் கீழே இறக்கிக்கொண்டாள். ‘எனக்குப் பிடித்திருப்பதால் நான் பாட விரும்புகிறேன்.’

‘உனக்கு இனிப்பு எப்படிப் பிடிக்குமோ அதுபோல் பிடிக்குமா?’

'ஆமாம், ஆனால் இது வேறாகவும் இருக்கிறது.' அவர் தீக்ஷாவைப் பார்த்தார். அவள் உற்சாகமாகத் தலையை மேலும்கீழும் அசைத்துக்கொண்டிருந்தாள். 'இது இனிப்பைக் காட்டிலும் மேலானது. பாடும்போது நான் சந்தோஷமாக இருக்கிறேன்.'

கல்பனா தனது குறிப்பேட்டை எடுத்து எழுதத் தொடங்கினாள்.

'பாடும்போது நீ ஏன் சந்தோஷமாக இருக்கிறாய்?'

'எனக்குத் தெரியவில்லை. ஆனால், நான் சந்தோஷமாக இருக்கிறேன்.'

கல்பனா இப்படி எழுதியிருந்தாள்: மற்றவர்கள் நம்மைக் கேட்கிறார்கள் என்பதில் சந்தோஷமா?

குமாரி இந்தக் கேள்வியைப் புரிந்துகொண்டாள். 'இல்லை, இல்லை. தனியாக இருக்கும்போதுதான் நான் பாடுகிறேன். அப்போதுதான் நான் சந்தோஷமாக இருக்கிறேன். அம்மாவோ அப்பாவோ அதைக் கேட்கிறார்கள் என்றால், எனக்குச் சங்கடமாக இருக்கிறது. நான் சந்தோஷமாக இல்லை.'

கங்கம்மாவுக்குப் பொறிதட்டியது. அவர் தீக்ஷா பக்கம் திரும்பி, 'மிக முக்கியமான ஒரு விஷயத்தை குமாரி சொல்லியிருக்கிறாள். அது என்னவென்று உன்னால் சொல்ல முடியுமா?' என்று கேட்டார்.

தீக்ஷா குமாரியைப் பார்த்தாள். அவள் தெரியவில்லை என்பதுபோல் தலையசைத்தாள். என்ன சொல்வது என்று தீக்ஷாவுக்கு அவ்வளவு தெளிவாக இல்லை. 'பாடும்போது அவள் சந்தோஷமாக இருக்கிறாள் என்றாள்' என்று தொடங்கினாள்.

'அப்புறம்...?'

அவளும் இந்தக் கேள்வியை உரக்கக் கேட்பதுபோல் கல்பனா தீக்ஷாவை வெறித்துப்பார்த்தாள்.

தீக்ஷா சிந்தித்துப்பார்த்தாள். ஆனாலும், அவளுக்கு எதுவும் தோன்றவில்லை. வீட்டைச் சுற்றியுள்ள முற்றத்தில் விடை கிடைக்குமா என்று பார்த்தாள். நிலைகொள்ளாமல் எழுந்துகொண்டாள்.

'வேறென்ன குமாரி சொன்னாள்?' என்று கேட்டார் கங்கம்மா.

'அவள் சந்தோஷமாக இருக்கிறாள்... ஆமாம், அவள் கேட்க யாரும் இல்லாதபோது அவள் பாட விரும்புகிறாள்.'

தூண்டிவிடுவதுபோல் கங்கம்மா அவளைப் பார்த்தார். 'அப்படின்னா, நீ என்ன சொல்லலாம்?'

தாழ்வாரத்தில் மேலும்கீழும் நடந்தாள் தீக்ஷா. திடீரென்று அவள் புரிந்துகொண்டாள். அவள் கத்திக்கொண்டே தாழ்வாரத்திலிருந்து கீழிறங்கி, நுழைவாயில்வரை ஓடிச்சென்று, திரும்பி வந்தாள்.

'எனக்குத் தெரியும் அஜ்ஜி, எனக்குத் தெரியும்' என்று கீச்சிட்டாள். 'எனக்குத் தெரியும். நாம் நமக்காகத்தான் பாடுகிறோம். ஆனால், பேசுவது அப்படியில்லை. பைத்தியக்காரன் மட்டும்தான் தானாகப் பேசிக்கொள்வான்.'

அவளது சிறிய கைகளை ஆட்டியபடியே, சந்தோஷத்தில் குதித்து எழுந்து, 'கரெக்ட், கரெக்ட்' என்றாள் குமாரி. 'பைத்தியக்காரன் மட்டும்தான் தானாகப் பேசிக்கொண்டிருப்பான்.'

கங்கம்மா புன்னகைத்து, 'ஆனால், நாம் நமக்காகத்தான் பாடுகிறோம். கேட்க எவருமே இல்லை என்றாலும்கூட.'

கல்பனா சீற்றத்தோடு எழுதினாள்: தானாகப் பாடிக் கொண்டிருந்தால் எல்லோரும் என்னைப் பைத்தியம் என்றே நினைப்பார்கள்.

கங்கம்மா மூவரையும் அமைதிப்படுத்தி, உட்காரச் சொன்னார். 'ஒருவேளை யாரோ ஒருவர் எப்போதும் கேட்டுக் கொண்டிருக்கலாம். நாம் ஒரு ஒலி எழுப்பினால், அதை யாரோ ஒருவர் எப்போதும் கேட்டுக்கொண்டிருக்கலாம் என்பதாக நினைக்கிறாயா?'

மெல்லிய குரலில், 'கடவுள்?' என்றாள் குமாரி. கல்பனா அவளை முறைத்துப்பார்த்தாள்.

தோட்டத்தில் பலவிதமான மரங்களுக்கும் செடிகளுக்கும் தண்ணீர் பாயும் சிறிய கால்வாயைச் சுட்டிக்காட்டினார் கங்கம்மா. 'நான் இங்கு தண்ணீர் ஊற்றுகிறேன்' — அவர் சுட்டிக்காட்டினார் — 'பிறகு தண்ணீர் பாய்கிறது. மரங்களுக்காகத் தண்ணீர்

பாயவில்லை. அது பாய்ந்துசெல்கிறது அவ்வளவுதான். எந்தெந்த மரங்களுக்கும் செடிகளுக்கும் தண்ணீர் தேவைப்படுகிறதோ அவை எடுத்துக்கொள்கின்றன.'

தீக்ஷாவும் குமாரியும் மிகத் தெளிவாகப் புரிந்ததுபோல் தலையசைத்தார்கள்.

கங்கம்மா தொடர்ந்தார். 'நாம் பாடும்போது, நம்முடைய ஒவ்வொரு சுரமும் மற்றவர்களால் கேட்கப்படுகிறது. ஒலி தண்ணீர் போன்றது. அது பாய்கிறது, அவ்வளவுதான். நாய்கள் என்னுடைய பாட்டைக் கேட்கின்றன. மயில்கள் நடனமாடுகின்றன. நான் பாடும்போது இலைகள்கூட எழுந்துகொள்கின்றன. நான் இந்த உலகத்துக்கு என்னுடைய ஒலிகளைக் கொடுக்கிறேன். அதனால், நான் பாடுகிறேன்.'

'ஆனால், நாம் ஏன் மற்றவர்களுக்காக மட்டுமே பேசுகிறோம்' என்று ஈடுபாட்டோடு கேட்டாள் தீக்ஷா.

'நான் நாய்களிடமும் கோழிகளிடமும் பேசுவேன்' என்றாள் குமாரி அமைதியாக. எல்லோரும் ஆச்சரியப்பட்டு அவளைத் திரும்பிப்பார்த்தபோது, அவள் தைரியமாகத் தொடர்ந்தாள். 'அவையும் என்னிடம் பேசுகின்றன — சில சமயங்களில் அப்படித்தான் நினைக்கிறேன்.'

தங்களது சிந்தனைகளைத் தாங்களே கேட்டுக்கொண்டு நான்கு பேரும் அமைதியாக உட்கார்ந்திருந்தார்கள். எதுவும் அவர்களுக்குத் தெளிவாக இல்லை என்றாலும் ஒரு நோக்கத்தோடு அவர்கள் ஒன்றிணைந்திருப்பதுபோல் உணர்ந்தார்கள். இந்தப் பாட்டு வகுப்புகள் அவர்களுக்கு எதையோ, எதை வேண்டுமென்றாலும் காட்டலாம் என்பதுபோல். இருட்டும்வரை அவர்கள் அமைதியாக உட்கார்ந்திருந்தார்கள். அந்தப் பக்கத்தில் இருந்த வீடுகளுக்கு மாடுகள் திரும்பிவரும் மணிச் சத்தங்களை அவர்களால் கேட்க முடிந்தது. பிள்ளைகள் ஏன் இன்னும் வீட்டுக்குத் திரும்பவில்லை என்று கவலையோடு கங்கம்மா வீட்டுக்கு அம்மா வரும்வரை அவர்கள் அப்படியே உட்கார்ந்திருந்தார்கள். இரண்டு நாய்கள் அவர்களுக்கு மத்தியில் ஒன்றுபோல் படுத்திருப்பதையும், பாடிக்கொண்டிருப்பதற்குப் பதிலாக நால்வரும் அமைதியாக உட்கார்ந்துகொண்டிருப்பதையும் அம்மா பார்த்தார்.

அவர்கள் கிளம்பிச்சென்ற பின், அந்தப் பெண்பிள்ளைகளுக்கு என்ன கற்றுக்கொடுக்க வேண்டும் என்று கங்கம்மா தெரிந்துகொண்டார். முற்றிலும் வேறான ஒன்றை. ஒலி குறித்து ஏதாவது, தான் இதுவரை பேசியிராத ஒன்றை அவர்களுக்குச் சொல்லலாம். பாடுதல் எனும் மாயவித்தையை அவர்களுக்குக் கற்றுக்கொடுக்கலாம். இந்தப் பிள்ளைகள் சாதாரணப் பெண்பிள்ளைகள் இல்லை.

சில வகுப்புகளுக்குப் பிறகு கங்கம்மாவுக்கும் கல்பனாவுக்கும் இடையே முதல் முரண்பாடு வெளிப்பட்டது. பலவிதமான ஒலிகளை எழுப்புவது குறித்த வகுப்புகள் வேடிக்கையாக இருந்தன. மூன்று பிள்ளைகளும் மிகவும் சந்தோஷமாக அதைச் செய்தார்கள். ஒரு சிறிய பாடலைக் கற்றுக்கொடுக்கிறேன் என்று கங்கம்மா தொடங்கியபோதுதான் பிரச்சினை வெளிப்பட்டது. அவர் பாடத் தொடங்கியபோது அவரது தந்தை அவருக்குக் கற்றுக்கொடுத்த முதல் பாடல் உள்ளூர் ஆவிகளிடம் வேண்டும் ஒரு சிறிய பிரார்த்தனையாக இருந்தது என்று அவர்களிடம் சொன்னார். அந்தப் பிரார்த்தனை இசை நிகழ்ச்சிகளுக்கு முன் ஆசிகளை வேண்டிய பாடலாகவும் இருந்தது. முதலில், கங்கம்மா அந்தப் பாடலைப் பாடினார். பிறகு ஒவ்வொரு வரியாகப் பாடி, பெண்பிள்ளைகளைத் திரும்பப் பாடச் சொன்னார். கல்பனா மௌனமாக அமர்ந்திருந்தாள். பிரச்சினை என்னவென்று கங்கம்மா உணர்ந்துகொண்டார்.

'பேசுவதுபோல் இல்லை கல்பனா. இது பாடல்.'

கல்பனா கோபமாக எழுதினாள்: இவையும் வார்த்தைகள்தான். நான் அவற்றைச் சொல்ல மாட்டேன்.

'இல்லை. இவை வார்த்தைகள் இல்லை. இது பாடல். இது இசை.' அவர் சொல்லவந்ததை கங்கம்மா விளக்கிச்சொல்ல முயன்றார். 'நாம் யாரோ ஒருவரிடம் ஏதோ ஒன்றைச் சொல்வதற்குப் பேசுகிறோம். ஆனால், இது பாடல். நாம் யாரிடமும் எதுவும் சொல்வதில்லை.'

தீக்ஷா ஏற்றுக்கொண்டு தலையசைத்தாள். 'இவையெல்லாம் கன்னடத்தில் இருந்தாலும்கூட.'

கல்பனா எழுதினாள்: நீங்கள் கடவுளிடம் பேசுகிறீர்கள்.

அதைப் படித்துவிட்டு குமாரி திடீரென்று, 'இல்லை, நாம் கடவுளுக்குப் பாடுகிறோம்' என்றாள்.

கல்பனா வேகமாகக் கிறுக்கினாள்: இல்லை. இதுவும் பேசுவதுபோல்தான். உங்களைக் காப்பாற்றுமாறு கடவுளிடம் வேண்டுகிறீர்கள்.

அவர்களது கவனத்தைப் பெறுவதற்காக கங்கம்மா கைதட்டினார். 'நான் "மரா" என்ற வார்த்தையைச் சொல்கிறேன்.' பெண்கள் தன்னிச்சையாக அருகில் இருந்த மரத்தைப் பார்த்தார்கள். 'நான் இந்த வார்த்தையைச் சொல்லும்போது, நான் என்ன சொல்லவருகிறேன் என்று உங்களுக்கெல்லாம் தெரிந்திருக்கிறது'. அவர்கள் ஏற்றுக்கொண்டு தலையசைத்தார்கள். 'இப்போது, நான் அதைப் பாடப்போகிறேன்' என்று அறிவித்தார்.

அந்த வார்த்தையை கங்கம்மா பாடினார். அது பேசும்போது ஒலித்த வார்த்தைபோல் கொஞ்சமும் இல்லை. அது அவருடைய வாயிலிருந்து உற்பத்தியான வார்த்தையாகவும் இல்லை. அது உடலின் ஆழத்திலிருந்து உருவாக்கப்பட்டதுபோல் இருந்தது. அவர் அந்த வார்த்தையை முழுமையாக உச்சரித்த தருணத்திலும்கூட, அது மரத்தைக் குறிக்கும் வார்த்தையாக இல்லை. அந்த மூவரில் எவரும் மரத்தைப் பார்க்க வேண்டும் என்று நினைத்துகூடப் பார்க்கவில்லை. கங்கம்மா அந்த வார்த்தையைப் பாடி முடித்த பின் சற்று நேரம் அவர்கள் அமைதியாக இருந்தார்கள். 'அஜ்ஜி, அது உங்கள் குரல்போல் இல்லை. இப்படியான ஒலியை எப்படி உங்களால் உருவாக்க முடிகிறது' என்று தாழ்ந்த குரலில் கேட்டாள் தீக்ஷா.

கங்கம்மா புன்னகைத்தார். அவரது 'பாடல்' எப்படியான பாதிப்பை ஏற்படுத்தியிருக்கும் என்பதை அவர் அறிந்திருந்தார். அவர் அறிந்திருந்த வேறு பல பாடகர்கள்போலவே, அதாவது ஓரிடத்திலிருந்து மற்றொரு இடத்துக்குச் சென்று பாடி, பணமும் உணவும் பெற்றுக்கொள்ளும் பாடகர்கள், சொற்ப வார்த்தைகளை மட்டுமே கொண்டு நீண்ட பாடலை எப்படிப் பாடுவது என்று அவரும் அறிந்திருந்தார்.

அவர் கல்பனா பக்கம் திரும்பி, 'ஆக, நான் "தேவி" என்ற வார்த்தையைப் பாடும்போது, நான் அவளுடைய பெயரை உச்சரிக்கவில்லை. இந்தத் தேவி உங்களுடைய கோயில்களில் இருக்கும் தேவி இல்லை. அவள் எங்களுடைய குடும்பத்துக்கு வழிகாட்டும் ஒளி. அவளே எங்களைக் காக்கிறாள். நான் அவளது பெயரைப் பாடும்போது, நான் அவளை அழைக்கிறேன். நான் அவளுக்காக உரக்கக் குரல்கொடுக்கிறேன். நான் அவளுக்காகப் பாடுகிறேன்.'

கங்கம்மாவை அப்பாவித்தனமாகப் பார்த்துக்கொண்டிருந்தாள் குமாரி. அந்தத் தருணத்தின் தீவிரத்தில் வழக்கத்தைவிடவும் கங்கம்மா பெரிய ஆகிருதியாகத் தெரிந்தார். 'அப்படின்னா, உங்கள் அழைப்பை உங்களுடைய தேவி கேட்கிறாரா?'

குமாரியின் கையைப் பிடித்து நிற்கவைத்தார். பிரதான வாயிலை நோக்கி நடக்கச் சொன்னார். 'குமாரி' என்று அழைத்தார்.

குமாரி திரும்பிப்பார்த்து, 'சொல்லுங்க அஜ்ஜி' என்றாள்.

'வாயிலுக்கு வெளியே போ. இன்னும் சற்று அப்பால் நடந்துபோ' என்றார் கங்கம்மா. இப்போது அவர் குமாரியைப் பெயரைச் சொல்லி அழைத்தார். அவர் குரலை குமாரியால் கேட்க முடிகிறதா என்று கேட்டார்.

'சொல்லுங்க அஜ்ஜி.' குமாரியை இவர்களால் பார்க்க முடியவில்லை என்றாலும்கூட, அவளது குரல் இவர்களிடம் சத்தமாகவும் தெளிவாகவும் வந்தடைந்தது.

அவளைத் திரும்பவரச் சொன்னார். அந்தப் பெண்கள் எல்லோரும் ஒன்றிணைந்து ஒரு பரிசோதனை நடத்தியதுபோல் உணர்ந்தார்கள்.

'ஆக, இதிலிருந்து நீ என்ன கற்றுக்கொண்டாய்?' என்று கேட்டார் கங்கம்மா.

'உங்களுடைய குரலை என்னால் தெளிவாகக் கேட்க முடிந்தது' என்றாள் குமாரி.

'உங்களுடைய குரல் சத்தமா இருந்தது' என்றாள் தீக்ஷா.

*கல்பனா எழுதினாள்: உங்களை எங்களால் பார்க்க முடியவில்லை என்றாலும் நாங்கள் உங்களைக் கேட்டோம்.*

கல்பனாவைத் தட்டிக்கொடுத்த கங்கம்மா, நம்மால் பார்க்க முடியாதவர்களோடும் வார்த்தை மூலமாக நாம் தொடர்பு ஏற்படுத்திக்கொள்ள முடியும் என்றார் அவர்களிடம். 'ஆக, நான் என்னுடைய தேவியை அழைக்கும்போது, நம் யாராலும் அவளைப் பார்க்க முடியவில்லை என்றாலும்கூட அவளால் நம்மைக் கேட்க முடியும்.'

தீக்ஷாவும் குமாரியும் உற்சாகமானார்கள். அவர்களுடைய வாழ்க்கையில் தேவியை மிக நெருக்கமாக எதிர்கொண்ட முதல் அனுபவமாக இது இருந்தது. அவர்கள் பலவிதமான தேவி கோயில்களுக்கும் போயிருக்கிறார்கள். அவர்கள் வாழும் பகுதியில் நூற்றுக்கணக்கான தேவி கோயில்கள் இருக்கின்றன. ஆனாலும், தேவி எப்போதும் அவர்களிடமிருந்து விலகியிருப்பவளாகவும், சில சமயங்களில் அச்சம் தரக்கூடியவளாகவுமே இருக்கிறாள். ஆனால், இங்கே தங்களுடைய இசை ஆசிரியரால் அழைக்கக்கூடிய தேவி ஒருத்தி இருக்கிறாள்!

கல்பனாவின் எரிச்சல் வெளிப்படையாகத் தெரிந்தது. அவர் பெரிய எழுத்துகளில் இவ்வாறு எழுதினாள்: *உங்களைக் கேட்பதற்கு தேவி இருக்கிறாள் என்பதாவது உங்களுக்குத் தெரியுமா? எங்கு இருக்கிறாள்? நீங்கள் அவளைப் பார்த்ததுண்டா? அவள் சிவப்பு நிறத்தில் புடவை கட்டிக்கொண்டிருப்பாளா?*

கல்பனா எழுதி முடிக்கும்வரை மூவரும் அமைதியாக உட்கார்ந்திருந்தார்கள். 'அக்கா, எழுதுவதைக் காட்டிலும் வேகமாகப் பேசலாம்' என்று தீக்ஷாவால் சொல்லாமல் இருக்க முடியவில்லை.

இதில் உற்சாகம் பெற்ற குமாரி, 'இன்னும் எளிமையானதும்கூட' என்று சேர்த்துக்கொண்டாள். இந்தக் கேள்வி அவளுக்குள் பொறிதட்ட, 'நாம் ஏன் எழுதுகிறோம்? எல்லோரும் வெறுமனே பேசினால் மட்டுமே போதாதா? என்று கங்கம்மாவிடம் கேட்டாள். 'பள்ளியில்கூட நாங்கள் எப்போதும் எழுதிக்கொண்டே இருக்க வேண்டியுள்ளது. நாங்கள் தேர்வுகள் எழுத வேண்டியிருக்கு. நல்ல நல்ல பென்சில்கள் வாங்க

வேண்டியிருக்கு. அப்புறம் என்னுடைய விரல்களெல்லாம் வலிக்கத் தொடங்குகின்றன.'

கல்பனா முடித்தவுடன் அவள் எழுதியிருந்ததை கங்கம்மா படித்தார். தீக்ஷா அவரிடம், 'என்ன எழுதியிருக்கிறாள் காட்டுங்கள், காட்டுங்கள்' என்றாள்.

'தேவி இருப்பது எனக்கு எப்படித் தெரியும் என்று கேட்கிறாள். நான் அவளைப் பார்த்திருக்கிறேனா?' என்றார் கங்கம்மா.

'ஆமாம் அஜ்ஜி, நீங்கள் அவளைப் பார்த்திருக்கிறீர்களா?' என்று கேட்டாள் தீக்ஷா.

'நான் பார்த்திருக்கலாம். ஆனால், நம்மால் பார்க்க முடிந்ததை மட்டுமே நாம் ஏன் நம்ப வேண்டும்?' அவர் சற்று இடைவெளிவிட்டார். அவரைத் திரும்பப் பார்த்துக்கொண்டிருக்கும் உற்சாகமான அந்தச் சின்ன முகங்களைப் பார்த்தார். 'இப்போது நம்மைச் சுற்றியிருக்கும் ஒலிகளையெல்லாம் நீங்கள் அமைதியாக இருந்து கேட்க வேண்டும் என்று நினைக்கிறேன்.'

சில நிமிடங்கள் கழித்து அவர், 'நீங்கள் என்ன கேட்டீர்கள் என்று என்னிடம் சொல்ல முடியுமா? இசை ஒலி ஏதாவது நீங்கள் கேட்டீர்களா?' என்று கேட்டார்.

தீக்ஷாவும் குமாரியும் ஒன்றாக, ஒரு பறவை பாடுவதைக் கேட்டதாகச் சொன்னார்கள்.

'அது பறவைதான் என்று உங்களுக்கு எப்படித் தெரியும்? நீங்கள் அதைப் பார்த்தீர்களா?'

'ஓ, அதில் எனக்கு எந்தச் சந்தேகமும் இல்லை' என்றாள் தீக்ஷா.

'வீட்டுக்குப் பின்னால் போய் அதைச் சரிதானா என்று பார்க்க முடியும்' என்று சேர்த்துக்கொண்டாள் குமாரி.

கங்கம்மா புன்னகைத்தாள். பிள்ளைகள் பதில் சொல்வதில் இவ்வளவு வேகமாக இருப்பார்கள் என்று அவர் கற்பனை செய்துகூடப் பார்த்ததில்லை. அதுவும் அவ்வளவு தன்னம்பிக்கையோடு!

'ஆக, ஒலியை மட்டுமே கேட்டு பறவை இருக்கிறது என்று உங்களுக்குத் தெரிகிறது, சரியா?'

அவர்கள் ஆமென்று தலையசைத்தார்கள். மேலும், 'நான் இடியோசையைப் பார்க்காமலேயே அதைக் கேட்கிறேன், அவை மேகத்தில் இருக்கின்றன என்று எனக்குத் தெரியும்' என்றாள் தீக்ஷா.

தீக்ஷாவும் குமாரியும் சேர்ந்து ஒரு பாடலைப் பாடுவதுபோல் ராகத்தோடு, 'நான் முதல்வரைப் பார்க்கவில்லை. அவர் வேறொரு வகுப்பறையில் மாணவர்களிடம் கத்திக்கொண்டிருப்பதை என்னால் கேட்க முடிகிறது' என்றார்கள்.

'இருண்ட இரவில், என்னால் பார்க்க முடியவில்லை என்றாலும் பல்லிகள் ஓடிக்கொண்டிருக்கின்றன என்று எனக்குத் தெரியும்.'

குமாரி உற்சாகத்தில் துள்ளிக்குதித்தாள். 'என்னால் சுவர்க்கோழிகளைக் கேட்க முடிகிறது. ஆனால், இதுவரை ஒன்றைக்கூட நான் பார்த்ததில்லை!'

அவர்கள் எல்லோரும் கல்பனா பக்கம் திரும்பினார்கள். அவர்கள் எல்லோரும் ஒரு பக்கமாகச் சேர்ந்துகொண்டதுபோல் அவர்களையெல்லாம் முறைத்துப்பார்த்துக்கொண்டிருந்தாள் கல்பனா. ஒருகணம் யோசித்துப்பார்த்து, பிறகு புன்னகைத்தாள். அவள் எழுதினாள்: கவனமாகக் கேளுங்கள்.

இரண்டு பெண்களும் கண்களை இறுக்க மூடிக்கொண்டு கவனத்தைக் கூர்மையாக்கினார்கள். சில கணங்கள் கழித்து, கல்பனா அவர்களது முதுகில் தட்டினாள். அவர்கள் கண்களைத் திறந்தார்கள். கல்பனா எழுதினாள்: காற்றுபோல் ஒரு சத்தத்தை நீங்கள் கேட்டீர்களா?

அவ்வளவு உறுதியாக இல்லாமல் ஆமென்று தலையசைத்தார்கள்.

கல்பனா மேலும் எழுதினாள். இந்த வீட்டுக்குப் பின்னால், அந்த மலைகள் மீது ஒரு யானை பறந்துகொண்டிருக்கும் ஒலி அது.

பிறகு, அவள் சிரித்தாள். மெல்லிய ஒலிகள் அவளது வாயிலிருந்து தப்பிக்க முயன்றன.

தான் தண்டிக்கப்பட்டதுபோல் குமாரி உணர்ந்தாள். குமாரியைப் பார்த்துவிட்டு தீக்ஷா, கல்பனாவிடம் திரும்பி, 'அக்கா, எங்களைக் கேலிசெய்யாதே. பறக்கும் யானைகள் என்று எதுவும் கிடையாது' என்றாள்.

'சொல்கிறேன்' என்பதை அழித்துவிட்டு அதை, 'எழுதுகிறேன்' என்று மாற்றினாள். பிறகு, மேலும் எழுதினாள்: தேவி என்று ஒருத்தி கிடையாது. தேவி என்பது பறக்கும் யானை போன்றுதான்.

கங்கம்மாவைக் கோபப்படுத்தியிருக்குமோ என்ற எண்ணத்தில் அவரைத் திரும்பிப்பார்த்தாள்.

அல்லது விநாயகா என்றும் சேர்த்துக்கொண்டாள்.

கங்கம்மா இதை மௌனமாகப் படித்தார். என்ன சொல்வது என்று அவர் யோசித்துப்பார்த்தார். பிறகு, வகுப்பை முடிக்க வேண்டிய நேரம் வந்துவிட்டது என்றார். ஆனால், அவர்கள் கிளம்புவதற்கு முன் இந்த வார்த்தைகளைச் சொன்னார்: 'நான் பேசும்போது வார்த்தைகளுக்குப் பின்னால் அர்த்தங்கள் இருக்கின்றன. ஆனால், நான் பாடும்போது மரத்தை, பறவைகளை, காற்றை, பட்டாம்பூச்சிகளை எல்லாம் நீங்கள் உணர்வீர்கள். நான் பாடும்போது அதன் அர்த்தங்களை அப்புறப்படுத்துகிறேன். நான் பாடும்போது அர்த்தமேதும் இல்லாத சுத்தமான ஒலியை மட்டுமே உங்களுக்குக் கொடுக்கிறேன்.'

கங்கம்மா நிறுத்தினார். தன்னை ஒழுங்காக வெளிப்படுத்திக் கொண்டோம் என்று அவரால் உறுதியாகச் சொல்ல முடியவில்லை. பிள்ளைகள் அவரை வெறுமையாகப் பார்த்துக்கொண்டிருந்தார்கள். இசையை இதுபோல் கங்கம்மா எப்போதும் அர்த்தப்படுத்தியதே கிடையாது. தனக்குள்ளாகவும்கூட அவர் இப்படியெல்லாம் சொல்லிக்கொண்டது கிடையாது. இந்தக் கருத்துகளெல்லாம் எங்கிருந்து வருகின்றன?

அவர் எழுந்துகொண்டு பிள்ளைகளைக் கிளம்பச் சொன்னார். சீக்கிரத்தில் மழை வரும்போல் இருந்தது. அவர்கள் கிளம்பிய சமயத்தில், அடுத்த வகுப்புக்கு முன் அவர்கள் செய்துபார்க்க வேண்டி ஒரு பயிற்சியைக் கொடுத்தார். 'உங்களுக்குப் பிடித்த ஒரு வார்த்தையை எடுத்துக்கொள்ளுங்கள். சாத்தியப்படக்கூடிய

எல்லா வகையிலும் அதைக் கேட்க முயலுங்கள். அது எப்படியெல்லாம் ஒலிக்கிறது என்று உணருங்கள். அதன் அர்த்தத்தை மறந்துவிடுங்கள்.’

அவர்கள் சரியென்று தலையசைத்தார்கள் என்றாலும், வெறுமையாகத்தான் பார்த்தார்கள்.

கூடுதலாக அவர் கல்பனாவிடம், ‘பாடுவது உனக்குள் இருப்பதைக் காட்டுகிறதே தவிர, உனக்கு வெளியே இருப்பதை அல்ல. இது குறித்து நீ சிந்தித்துப்பார்க்க வேண்டும்’ என்றார். தங்களுக்கு அவ்வளவு ஆச்சரியமாக இருந்தது என்று சொல்லிக்கொண்டிருந்த இரண்டு மத்திய வயதுப் பெண்மணிகளோடு அம்மா தெருமுனையில் பொறுமையாகக் காத்திருந்தார். கங்கம்மா பிள்ளைகளுக்குப் பாடம் எடுப்பார் என்று அந்தப் பெண்மணிகள் ஒருபோதும் நினைத்துகூடப் பார்த்ததில்லை. அவரது விசித்திரமான இந்த நடத்தை அவரை மேலும் ஏற்றுக்கொள்ளத்தக்க ஒருவராக்கியது.

தீக்ஷாவும் குமாரியும் இசை கற்றுக்கொண்டார்களோ இல்லையோ புதிதாக ஒன்றைக் கற்றுக்கொண்டார்கள். வார்த்தைகளின் அர்த்தங்கள் மீது கவனம் செலுத்தாமல் அதன் ஒலி மீது கவனம் செலுத்தத் தொடங்கிய பின், ஒரே வார்த்தையைப் பலவிதமானவர்கள் உச்சரிக்கும்போது அது பலவிதமாக ஒலிப்பதைக் கேட்கத் தொடங்கினார்கள். குடும்பத்தில் உள்ள ஒவ்வொருவரும் தன்னுடைய பெயரை உச்சரிக்கும்போது எப்படி வேறாக ஒலிக்கிறது என்று தான் புரிந்துகொண்டதாக தீக்ஷாவிடம் குமாரி தெரிவித்தாள். தீக்ஷாவும் தன்னுடைய அம்மா கோபமாக இருக்கும்போது அவள் பெயரை உச்சரிப்பது, சாப்பிடக் கூப்பிடும்போது உச்சரிப்பதிலிருந்து எப்படி வேறாக இருக்கிறது என்று சந்தோஷமாகச் சேர்த்துக்கொண்டாள். அவர்கள் கண்டுபிடித்த மற்றொன்றையும் கங்கம்மாவோடு பகிர்ந்துகொள்வது என்று இவ்விரண்டு பெண்பிள்ளைகளும் முடிவெடுத்தார்கள்: ஒருவர் புன்னகைக்கும்போது, அலறும்போது, கோபப்படும்போது, நிதானமாக இருக்கும்போது வார்த்தைகள் வேறாக ஒலிக்கின்றன. ஒலியை சந்தோஷமானதாக, வருத்தமானதாக, கோபமானதாக எல்லாம் நம்மால் கேட்க

முடியும் என்று அவர்கள் ஏற்றுக்கொண்டார்கள். பெருமையோடு தன் அவதானிப்பை தீக்ஷா இப்படிச் சொல்லி முடித்தாள்: 'நம்முடைய ஆசிரியர்கள் வகுப்பில் அழைப்பதுபோல் சலிப்பூட்டுவதாகவும் இருக்கிறது.'

கல்பனா தன்னுடைய முழுமையான மௌனத்துக்குள் மீண்டும் போய்விடுவாளோ என்று தீக்ஷா கவலைப்படத் தொடங்கினாள். அவளும் மற்ற எல்லோரும்போலவும் கல்பனா இயல்பாகப் பேசத் தொடங்கும் அந்த நாளுக்காகக் காத்திருந்தாள். கல்பனாவிடம் பேசுவதற்கு அவளுக்கு அவ்வளவு விஷயங்கள் இருந்தன. மௌனமாக இருப்பது, கல்பனா எழுதிக்காட்டுவதைப் படிப்பது, கல்பனாவின் முக பாவனைகளை அர்த்தப்படுத்துவது என்ற இந்த விளையாட்டு சலிப்பூட்டுவதாக இருந்தது. பேசுவது வாழ்க்கையை லகுவாக்குகிறது. கல்பனாவைப் பேசவைக்க வேறு என்னதான் செய்ய முடியும் என்று அவளுக்கு உண்மையிலேயே தெரியவில்லை. உண்மையிலேயே, பள்ளிக்கூடம் போவதும்கூட அவள் பேசுவதற்கு உதவக்கூடியதாக இருக்கவில்லை. அவள் வகுப்பில் உட்கார்ந்துகொண்டிருக்கிறாள், அவளது குறிப்பேடுகளில் எழுதிக்கொண்டிருக்கிறாள். ஆனாலும், அவள் பேசத் தொடங்குவதற்கு எதுவுமே அவளை உந்தித்தள்ளவில்லை. ஒருநாள் பள்ளி முதல்வரின் அறைக்கு கல்பனா போக வேண்டியிருந்தது. பேசவே முடியாமல் கல்பனா வளர்ந்துகொண்டிருப்பது குறித்து அவர் கறாராக அறிவுரைகள் சொன்னார். முதல்வர் சொன்னது அந்தப் பெண்பிள்ளை மீது எந்தத் தாக்கத்தையும் ஏற்படுத்தவில்லை. 'நீ இப்படியே இருந்தால் உன்னை யாரும் கல்யாணம் செய்துகொள்ள மாட்டார்கள்' என்று முதல்வர் இறுதியாகக் கண்டிக்கவும் செய்தார். கல்பனா கிளம்பும் முன், முகத்தில் ஒரு வெளிப்பாடும் இல்லாமல் அவள் நின்றுகொண்டிருந்ததைப் பார்த்து, அவள் உண்மையிலேயே பேச முடியாதவளா, அல்லது 'மண்டை சரியில்லாதவளா' — இதைத் தனது அலுவலக உதவியாளரிடம் பின்னர் சொன்னார் — என்று யோசிக்கத் தொடங்கினார்.

ஆகவேதான், தீக்ஷா கவலைப்படத் தொடங்கினாள். ஒரு காலை, அவள் எழுந்துகொண்டபோது கல்பனா முன்னரே எழுந்திருந்து தன்னுடைய படுக்கையில் உட்கார்ந்திருப்பதைப் பார்த்தாள். மண்டையில் தெளிவான சிந்தனைகளோடு தீக்ஷா

எழுந்துகொண்டாள். 'அக்கா, கங்கம்மா என்ன சொன்னார் என்று நினைவில் வைத்துக்கொள். பாடுவது உன்னைக் குறித்தே; மற்றவர்கள் குறித்தல்ல. அதனால், பாடுவது பொய்யாக இருக்க முடியாது. அப்படி இல்லேன்னா, நீயே பொய் என்று அர்த்தமாகிவிடும். நீ பொய் இல்லை' என்றாள்.

கணித வகுப்பில், ஆசிரியர் சோம்பேறித்தனமாகப் பின்னங்கள் குறித்துச் சொல்வதை கல்பனா கேட்டுக்கொண்டிருந்தாள். அவள் குழப்பத்தில் இருந்தாள். அவளது கவனம் சிதறியிருந்தது. காலையில் தீக்ஷா சொன்னது அவளுக்குள் எதிரொலித்துக்கொண்டே இருந்தது. புறத்தில் உள்ள உலகம் குறித்தானதுதான் மொழி என்ற அவளது சிந்தனை ஒருவேளை தவறாகவும் இருக்கலாம் என்று கொஞ்சம்கொஞ்சமாக நினைக்கத் தொடங்கினாள். பாடுவது நம்முள்ளாக இருக்கும் ஒன்றுக்கானதுதானே தவிர வெளியே இருக்கும் உலகத்துக்காக இல்லை என்ற கங்கம்மாவின் பார்வை அவளுக்கு அர்த்தமுள்ளதாக இருந்தது. கங்கம்மா அவரது ஆழமான குரலில் சொன்னபோது அதை அவளால் முழுமையாகப் புரிந்துகொள்ள முடியவில்லை. ஆனால், பாடுவது பொய் இல்லை என்று தீக்ஷா அவளிடம் சொன்னபோது, அவள் பேசும் மொழிக்கும் பாடுவதற்கும் இடையே வேறுபாடு இருக்கிறது என்று உணர்ந்துகொள்ளத் தொடங்கினாள். இதையும்கூட அவளால் புரிந்துகொள்ள முடியவில்லை. ஆனால் தீக்ஷா, 'நீ பொய் இல்லை' என்று சொன்னது அவளுள் ஆழமான தாக்கத்தை ஏற்படுத்தியது.

ஆசிரியர், மாணவர்கள், வகுப்பறை என்று எல்லாவற்றையும் மறந்து கல்பனா தனது குறிப்பேட்டில் கிறுக்கிக்கொண்டிருந்தாள். அவளது கிறுக்கலெல்லாம் அவள் பொய்தானா இல்லையா என்ற கேள்வியைச் சுற்றிவந்த அவளது சிந்தனைகளின் குழப்பமான வெளிப்பாடாக இருந்தன. திடீரென்று ஆசிரியரின் கீச்சிடும் குரல் அவளது சிந்தனைகளுக்குள் நுழைந்தது. தான் கணித வகுப்பில் இருப்பது குறித்து அவள் பிரக்ஞை பெற்றாள். ஆசிரியர் மட்டுமல்லாமல் மற்ற மாணவர்களும் தன்னைப் பார்த்துக்கொண்டிருப்பதாக உணர்ந்தாள். அவள்

தூங்கிவிட்டாளா? அவள் பலகையைப் பார்த்தாள். அதில் பெரிய பின்னம் எழுதப்பட்டிருந்தது: 56,100/255.

'இதை உன்னால் வகுக்க முடியுமா?' என்று வகுப்பைப் பார்த்துக் கேட்பதுபோல் இருந்தாலும், ஆசிரியர் கல்பனாவையே பார்த்துக்கொண்டிருந்தார்.

எந்தச் சிந்தனையும் இல்லாமல், அவள் என்ன செய்கிறாள் என்று தெரியாமல், இன்னும் பொய்கள் குறித்த குழப்பத்தின் பிடியிலிருந்து விடுபடாமல், தன்னிச்சையாக, '220' என்றாள் கல்பனா. ஆசிரியர் வைத்திருந்த அவரது புத்தகத்தில் உள்ள விடையோடு சரிபார்த்தார்.

பிறகுதான் உண்மையிலேயே என்ன நடந்தது என்று அவர் புரிந்துகொண்டார். வெறும் எண்களை மட்டுமே உச்சரித்திருக்கிறாள் என்றாலும்கூட, கல்பனா பேசிவிட்டாள்.

மற்ற பிள்ளைகளும் இதைத் திடீரென்று உணர்ந்துகொண்டார்கள். அவர்கள் எல்லோரும் கைதட்டத் தொடங்கினார்கள். சிலர் அவள் சொன்ன விடைக்காக என்றால், சிலர் கல்பனா வகுப்புக்குத் திரும்பிவந்த பிறகு எழுப்பிய முதல் ஒலிக்காக.

ஆசிரியர் அவளை நோக்கி வேகமாகச் சென்று, அவளது கைகளைப் பிடித்துக்கொண்டார். 'நீ பேசிட்டே' என்றார் பெரும் உவகையோடு.

தன்னைத்தானே ஏமாற்றிக்கொண்ட உணர்வில் கல்பனா அவரை வெறித்துப்பார்த்துக்கொண்டிருந்தாள்.

ஆசிரியருக்கு உற்சாகம் தாங்க முடியவில்லை. 'அப்ப உன்னால் நன்றாகப் பேச முடியும். என்னிடம் ஏதாவது பேசு. இந்த வகுப்பில் ஏதாவது பேசு.'

கல்பனா மௌனமாக இருந்தாள்.

'உன் பெயரைச் சொல்லு.'

கல்பனா அவரை வெறித்துப்பார்த்தாள்.

ஆசிரியர் முற்றிலும் உடைந்துபோனார். அவர் அவ்வளவு சந்தோஷப்பட்டார். 'உன்னால் பேச முடியாதா?' என்று கேட்டார்.

கல்பனா இடவலமாகத் தலையசைத்தாள்.

'ஆனால், இப்போ பேசின — நீ சரியான விடையைச் சொன்ன.'

கல்பனா மேலும்கீழும் தலையசைத்தாள்.

'அப்ப உன்னால் பேச முடியும்.'

முடியாது என்பதுபோல் கல்பனா தலையசைத்தாள். ஆனால், ஆசிரியர் அவ்வளவு சுலபத்தில் விடுவதாக இல்லை.

'விடையை உன்னால் இப்போது உரக்கச் சொல்ல முடியுமா?'

கல்பனா மௌனமாக இருந்தாள்.

ஆசிரியர் பெரும் நம்பிக்கையோடு, 'நூறு வரை எண்களை யெல்லாம் உன்னால் சொல்ல முடியுமா?' என்றும் கேட்டுப் பார்த்தார்.

கல்பனா மௌனமாக இருந்தாள். பிள்ளைகள் முணுமுணுக்கத் தொடங்கினார்கள். ஆசிரியருக்கு நேரமும் இல்லாமல், பொறுமையும் இல்லாமல் போனது. வகுப்பு மணி அடித்தது. இன்னும் அதிகமாகப் பலர் கணநேரம் அவளை நோட்டமிட்டுக்கொண்டிருப்பதை, அவளை நோக்கிக் கிசுகிசுவென்று பேசிக்கொண்டிருப்பதை சம்பாதித்துக் கொண்டதுதான் மிச்சம்.

ஆனால், இப்படி நடந்தது அவளை ரொம்பவும் ஆட்டங்கொள்ளவைத்தது. பேசாமல் இருப்பதில் அவள் தோற்றுப்போனாள். முழுமையாக இல்லை என்றாலும்கூட. ஏனெனில், அவள் மொழியிலிருந்து ஒரு வார்த்தையைக்கூடப் பேசவில்லை; எண்ணை மட்டுமே உச்சரித்திருக்கிறாள். எண்கள் மொழியில்லை என்று தீர்மானித்தாள். அவை பொய் சொல்வதில்லை. எண்கள் அவளைப் போன்றவை. இப்படியாகப் புரிந்துகொண்டது அவளுக்கு அளவிட முடியாத சந்தோஷத்தைக் கொடுத்தது. 220 எப்போதும் 220 ஆகத்தான் இருக்கும். ஒரு வெப்பமான நாளில் அது 125 ஆகவோ அல்லது வேறு எண்ணாகவோ மாறுவதில்லை. இந்தக் கருத்தில் கல்பனா அவ்வளவு உற்சாகமானதால் அதைக் குறித்துக்கொள்ளத் தொடங்கினாள். எழுதிக்கொண்டிருக்கும்போது திடீரென்று சற்றே குற்றவுணர்வோடுதான் என்றாலும், மூளைக் கோயிலுக்கு

அவள் பூசாரியாக இருப்பதை நினைத்துப்பார்த்தாள். பள்ளியிலும் இசை வகுப்புகளிலும் காலத்தைக் கழித்ததால் அவள் கருவறை மீது அக்கறைகாட்டாமல் போனாள். ஆனால் இப்போது, வகுப்பில் அவள் உச்சரித்ததற்குப் பிறகு, அவளுக்கு உத்வேகம் கிடைத்தது. கோயிலில் ஒரு திருவிழா நடத்த ஏற்பாடு செய்வது என்று முடிவெடுத்தாள். அங்கே தொடர்ந்து வரும் பெண்பிள்ளைகள் போதுமான அளவுக்கு இருந்தார்கள். அந்தக் கருவறையைக் காட்டிலும், வீட்டுக்கு வெளியே இருப்பதுதான் அந்தப் பெண்பிள்ளைகளை அங்கு இழுத்துவந்தது. அந்தக் கருவறையைச் சுற்றி விளையாடுவதற்குப் பதிலாக, புத்தகங்கள் படிக்கலாம் அல்லது வகுப்புகள் எடுக்கலாம் என்ற யோசனையை தீக்ஷா முன்வைத்தாள். அது மூளைக் கோயிலாக இருப்பதால், மூளை பொருந்திப்போகிறாற்போல் புத்தகம் ஒன்று தேவை என்றாள் குமாரி. உடனடியாக தீக்ஷாவும் குமாரியும், 'கணிதப் புத்தகம்' என்று சொல்லி கல்பனாவைப் பார்த்தார்கள். அவள் மட்டும் பேசுவதாக இருந்தால், அந்தக் கோயிலுக்கு வெளியே நிச்சயமாகக் கணிதப் பாடம் எடுத்திருப்பாள் என்று அவள் நினைத்துக்கொண்டாள்.

மதிய உணவு வேளையில் மரத்தடிக்கு அடியில் அமர்ந்துகொண்டு, தீக்ஷாவுக்காகக் காத்திருக்கும்போது அவள் திருவிழா நடத்துவது குறித்துத் திட்டமிடத் தொடங்கினாள். அது இசை விழாவாக இருக்கும். ஆனால், பாடல்களெல்லாம் எண்களை மட்டுமே கொண்டிருக்கும். அவர்கள் எண்களைப் பாடுவார்கள். கடவுள்களுக்கான வெறுமனே எண்ணெய் விளக்குகள் மட்டுமே கொண்டிருக்கும் கோயில்கள்போல் இல்லாமல், மூளையைச் சுற்றி அலங்கார மின்விளக்குகள் போடுவார்கள். பெரியவர்கள் தங்களுடைய கடவுள்கள் குறித்துப் பாடுவது என்று தீர்மானித்தால், பிள்ளைகள் சிறிய எண்கள், பெரிய எண்கள், முதன்மை எண்கள், தசமங்கள், பின்னங்கள் குறித்தெல்லாம் பாடுவார்கள் என்று தீர்மானித்தாள். அவர்கள் பாடுவதற்குக் கணிதம்தான் எத்தனைக் கடவுள்களைக் கொண்டிருக்கிறது!

கல்பனா உட்கார்ந்திருக்கும் இடத்துக்கு தீக்ஷா விரைந்துவந்தாள். அவள், 'உன் வகுப்பு முழுக்கக் கேட்டிருக்கிறது. எனக்கும் கேட்க வேண்டும்போல் இருக்கிறது. அது என்ன எண்?'

என்று உற்சாகமாகக் கேட்டாள். கல்பனா இடவலமாகத் தலையசைத்தாள்.

குமாரி வந்து கல்பனாவோடு ஒட்டினாற்போல் தொப்பென்று உட்கார்ந்துகொண்டாள். 'எல்லோரும் உன்னைப் பற்றிதான் பேசிக்கொண்டிருக்கிறார்கள்.'

'என்ன சொல்கிறார்கள்?' என்று கேட்டாள் தீக்ஷா.

'அக்கா வகுப்பில் பேசியது குறித்துதான்.'

'அக்கா, வகுப்பில் உண்மையிலேயே நீ என்ன பேசின?'

கல்பனா இடவலமாகத் தலையசைத்தாள். இப்படி எல்லோருடைய கவனமும் தன் மேல் இருப்பதில் அவள் மிகவும் அயர்ச்சியுற்றாள். அதுவும் அவள் செய்வதற்கு இன்னும் முக்கியமான விஷயங்கள் இருக்கும்போது. முதலில், திருவிழா குறித்தான தனது திட்டத்தை தீக்ஷாவிடம் சொல்வதற்கான வழியை அவள் கண்டுபிடித்தாக வேண்டும்.

தீபாவளிப் பண்டிகை நெருங்கிக்கொண்டிருந்தது. ஒவ்வொரு வருடமும் தேவி கோயிலை மையமாகக் கொண்டு பல இசை நிகழ்ச்சிகளும் நடன நிகழ்ச்சிகளும் நடத்திக் கொண்டாடப்படும். இந்த வருடக் கொண்டாட்டத்துக்கு அஜ்ஜி பெரிய திட்டம் ஒன்று வைத்திருந்தார். கல்பனாவைத் திரும்பக் கொண்டுவந்து சேர்த்ததற்குக் காணிக்கையாக எல்லா பக்தர்களுக்கும் ஒரு நாள் மாலை உணவுக்கு ஆகும் செலவை எடுத்துக்கொள்ள வேண்டும் என்று மகனிடம் சொல்லியிருந்தார். இந்தச் சமயத்தில் மட்டுமே பூக்கக்கூடிய பூவைக் கொண்டு சிறப்பு மாலை ஒன்று செய்து தேவிக்குப் போடுவதாகவும் வேண்டிக்கொண்டிருந்தார். உடுப்பிச் சந்தையிலிருந்து அந்தப் பூவை வாங்கிவருமாறு சித்தையாவிடம் சொல்லியிருந்தார். உடுப்பியில் இருந்துவரும் பூவும்கூட அங்குள்ள கோயிலின் புனிதத்தைக் கொண்டிருக்கும் என்பதுபோல். இந்த நுண்மையான பூவை மாலையாகக் கோப்பது மிகக் கடினமானது. ஆனாலும், கல்பனாவைத் தங்களிடம் திரும்பக் கொண்டுவந்ததுக்குக் கடவுள்களுக்குக் குறைந்தபட்சம் இதையாவது செய்ய வேண்டும் என்றிருந்தார் அஜ்ஜி.

பண்டிகைக்குச் சில வாரங்கள் முன்பு, என்னவெல்லாம் திட்டமிடப்பட்டுள்ளது என்பது குறித்துதான் எல்லோரும் பேசிக்கொண்டிருந்தார்கள். அதைப் பள்ளியில், தெருக்களில், அவளது வீட்டில் என்று எங்கும் கல்பனா கேட்டுக்கொண்டிருந்தாள். பொதுவாக அவ்வளவு உற்சாகம் காட்டாத அவளது தந்தைகூட அந்த வருடத் தீபாவளிக்காக ரொம்ப உற்சாகமாக இருந்தார். இரண்டு பெண்களுக்கும் சிறப்பு இனிப்பு செய்வதாக அவளது அம்மா உறுதியளித்திருந்தார். இரண்டு பெண்களோடு அவர்களது கோயில்களுக்கு வருவதாகப் பதினெட்டு கடவுள்களிடம் அவர் வேண்டிக்கொண்டிருந்தார். நல்லவேளை, இந்தக் கோயில்களெல்லாம் அந்தக் கிராமத்தைச் சுற்றியே இருந்தன. மூன்று நாள்களில் இந்த யாத்திரையை முடித்துவிட அவர் திட்டமிட்டிருந்தார்.

கல்பனா நடத்த விரும்பிய இசைத் திருவிழாவுக்கு சரியான சந்தர்ப்பமாக அமைந்தது தீபாவளி. அது கோயில்களில் நடத்தப்படும் அளவுக்கு அவ்வளவு பிரம்மாண்டமாக இருக்காது என்றாலும், மின்விளக்குகள் வாங்கவும், பெண்பிள்ளைகளுக்குக் கொடுக்க இனிப்புகள் வாங்கவும் பணம் கொடுக்க அம்மாவைச் சம்மதிக்கவைத்தாக வேண்டும். பெரியவர்கள் சிலரையும் அழைத்தால் என்ன என்றும் யோசித்துப்பார்த்தாள். தங்களுடைய இந்த மூளைக் கடவுள் குறித்து மற்றவர்கள் என்ன நினைப்பார்கள் என்று ஒருகணம்கூட இந்தப் பெண்கள் நினைத்துப்பார்க்கவில்லை.

கல்பனா தன்னுடைய திட்டங்களை எழுதிய பிறகு அதைப் படித்துப்பார்த்த தீக்ஷா ரொம்ப உற்சாகமானாள். அந்த இசைத் திருவிழாவில் கங்கம்மா அஜ்ஜியின் நிகழ்ச்சி இருக்க வேண்டும் என்ற யோசனையை உடனடியாக முன்வைத்தாள் தீக்ஷா. கங்கம்மா ஒப்புக்கொள்வாரா என்ற சந்தேகம் இருந்தாலும், கல்பனா மேலும்கீழும் தலையசைத்தாள். அவரது தேவிக்குப் ட்திலாகக் கணித எண்களைக் கொண்டு மட்டுமே பாடுவதற்கு அவர் ஒப்புக்கொள்வாரா என்று கல்பனா கவலைப்பட்டாள்.

'உன்னைப் பூசாரியாக்குவதற்கு நாம் ஒரு சடங்கு நடத்தலாம். உன் கழுத்தில் மாலை போட்டு, உன் காலில் விழுந்து ஆசீர்வாதம் வாங்கலாம்' என்றாள் தீக்ஷா.

பெண்கடவுளின் குட்டி அவதாரமாகத் தன்னைக் கற்பனைசெய்து பார்த்து, கல்பனா சத்தமில்லாமல் சிரித்தாள்.

'நினைச்சுப்பாரு, இங்கு நீதான் முதல் பெண் பூசாரி' என்றாள் தீக்ஷா. அவள் சில நிமிடங்கள் யோசித்து, 'ஏன் அக்கா, பெண் கடவுள்களுக்குக்கூட எல்லாம் ஆண்களே பூசாரிகளாக இருக்கிறார்கள்?' என்று கேட்டாள்.

கல்பனாவுக்குத் தெரியவில்லை. கோயில்கள், பூசாரிகள் குறித்தெல்லாம் அவள் கவலைப்படவும் இல்லை.

தீக்ஷா இன்னும் கொஞ்சம் யோசித்தாள். 'ஆனால், நம்முடைய கோயில் ரொம்ப வித்தியாசமானது.' திடீரென்று ஒரு சந்தேகம் அவளுக்குள் தோன்றியது. அவர்களுடைய கடவுள் ஆணா பெண்ணா? அவள் கல்பனாவிடம், 'மூளை ஆணா, பெண்ணா? அல்லது அப்படியெல்லாம் இல்லையா? ஆண் மூளை, பெண் மூளை என்றெல்லாம் இருக்கிறதா?' என்று கேட்டாள்.

தீக்ஷா சிந்திக்கும் முறையைப் பார்த்து கல்பனா பிரமித்துப்போனாள். இதற்கு என்ன பதில் சொல்வது என்று அவளுக்குத் தெரியவில்லை.

அவள் எழுதினாள்: நாளை அறிவியல் ஆசிரியரிடம் கேள்.


பெண்களுக்கு அவர் கொடுத்திருந்த பயிற்சியின் முடிவுகளைக் கேட்டு கங்கம்மா ரொம்ப சந்தோஷப்பட்டார். பலவிதமானவர்கள் தங்களை அழைப்பது எப்படி அவ்வளவு வேறுபாட்டோடு இருக்கிறது என்று தீக்ஷாவும் குமாரியும் உற்சாகத்தோடு சொல்லிக்கொண்டிருந்தார்கள். எப்படி சில வார்த்தைகள் கோபமாக இருக்கின்றன என்றும், சில சந்தோஷமாக இருக்கின்றன என்றும், சில வருத்தமான, சலிப்பூட்டுகிற வார்த்தைகளாகவும் இருக்கின்றன என்றும் அவர்கள் கங்கம்மாவிடம் சொல்லிக்கொண்டிருந்தார்கள். வார்த்தையின் அர்த்தத்தைக் குறித்துக் கவலைப்படாமல் அதன் ஒலி மீது மட்டும் கவனம் செலுத்தும்போது, எப்படி அவளது செவிக் குழலில் அந்த ஒலியை அவளால் உணர்ந்துகொள்ள முடிகிறது என்றும் குமாரி சேர்த்துக்கொண்டாள்.

'காதில் பாயும் வார்த்தைகள் தண்ணீர் சொட்டாகக் கசிந்து, என்னுள் நிதானமாக நகர்ந்தன.'

தீக்ஷா இன்னும் ஒரு படி மேலே போனாள். 'ஒலி மீது மட்டுமே கவனம் செலுத்தியபோது, வார்த்தைகளை எனக்கு முன்னால் பார்க்கத் தொடங்கினேன்.'

குமாரி கிளுகிளுத்தாள். 'அது எப்படி சாத்தியம் அஜ்ஜி? இது ரொம்ப வேடிக்கையாக இருக்கு — வார்த்தைகளைப் பார்ப்பது.'

கல்பனா ரொம்ப எரிச்சலடைந்தாள்.

இந்த இரண்டு பெண்களுடைய அனுபவங்களைப் பார்த்து கங்கம்மா ஆச்சரியப்பட்டுப்போனார். அவர் தீக்ஷாவிடம், 'வார்த்தைகளைப் பார்ப்பது குறித்து உன்னிடம் யாராவது சொன்னார்களா?' என்று கேட்டார்.

தீக்ஷா அதிர்ந்துபோனாள். 'இல்லையே அஜ்ஜி, நீங்கள் சொன்னதை நான் செய்துபார்த்தேன். என்னுடைய அஜ்ஜி என் அம்மாவிடம் பேசிக்கொண்டிருந்த ஒலியை நான் கேட்டுக்கொண்டிருந்தேன். முதலில் என்னால் அதைக் கேட்க முடியவில்லை. ஏனெனில், அவர் என்ன சொல்கிறார் என்று புரிந்துகொள்வதன் மீது கவனம் செலுத்தினேன்.' ஆனால், சீக்கிரத்தில், அஜ்ஜியின் வார்த்தைகள் ஒலியாக மாறும் மண்டலத்துக்குள் தீக்ஷா நுழைந்தாள். அங்கு வார்த்தைகளோடு சேர்ந்திருக்கும் அவரது கரகரத்த குரலையோ அல்லது அர்த்தத்தையோ அவை கொண்டிருக்கவில்லை. அந்தத் தருணத்தில், வார்த்தைகள் அவளுக்கு முன்னால் வரிசையாகத் தோன்றி, மெல்ல நகர்ந்துகொண்டிருந்தன. தீக்ஷா அரைத்தூக்க நிலைக்குச் சென்றாள். அவள் தலையை உலுக்கிவிட்டுக்கொள்ள, அந்தத் தரிசனத்தை அவள் தொலைக்க வேண்டியிருந்தது.

'தீக்ஷா, வார்த்தைகளைப் பார்ப்பது குறித்து நீ சொன்னது மிக முக்கியமானது. குறிப்பாகப் பாடகர்களுக்கு. என்னைப் போல் பல பாடகர்கள் அப்படித்தான் உணர்கிறோம்' என்றார் கங்கம்மா. அவர் கல்பனா பக்கம் திரும்பினார். 'நான் இப்போது சொல்வதையெல்லாம் எழுதிக்கொள். தேவி ஒரு பொய் என்றும், நம்மால் அவளைப் பார்க்க முடியாது என்றும் நீ சொல்கிறாய். நான் தேவி குறித்துப் பாடும்போது, நான் அவளை அழைக்கவும் இல்லை, அவளை உனக்குச்

சுட்டிக்காட்டவும் இல்லை. நான் ஏன் பாடுகிறேன் என்றால், ஒலியின் ஊடாக நான் அவளைத் தேடிக்கொண்டிருக்கிறேன். அந்த வார்த்தை குறித்து அல்லது அவள் குறித்துப் பாடும்போது, நான் பலவிதமான ஒலிகளை முயன்றுபார்க்கிறேன். தேவி எப்படியிருப்பாள் என்று உனக்குச் சொல்வதற்காக நான் அவளைப் பாடுவதில்லை. இந்த ஒலிகள் ஊடாக தேவி எப்படியிருப்பாள் என்று பார்க்க முயலும் விதமாகவே நான் பாடுகிறேன். இசையிலான ஒலியானவள்போல் இருக்கிறாள் தேவி. மேலும், நான் அக்கறையோடும் ஆழமாகவும் பாடுவதில் மூழ்கியிருக்கும்போது, தீக்ஷா எப்படி வார்த்தைகளைப் பார்த்தாளோ அதுபோல் நான் என் தேவியைப் பார்க்கிறேன்.'

கங்கம்மா சொன்னதையெல்லாம் கல்பனா வேகவேகமாக எழுதிக்கொண்டாள். பிறகு, அதை அவரிடம் காட்டினார். கங்கம்மா அதைப் படித்துப்பார்த்துவிட்டு, 'நல்லது. நான் சொன்னதை நீ புரிந்துகொண்டிருக்கிறாய். இப்போது நீ இதையும் எழுதிக்கொள்ளலாம்: வார்த்தைகள் பொய் சொல்லலாம், ஆனால் இசை பொய் சொல்வதில்லை.' கல்பனா சந்தோஷமாக அதையும் எழுதிக்கொண்டாள்.

கங்கம்மா தொடர்ந்தார். 'சரி கல்பனா, இந்தப் பெண்கள்போல் ஒலி குறித்து நீயும் பரிசோதனைகள் செய்துபார்த்தாயா?'

கல்பனா அப்படி எதுவும் செய்யவில்லை. இந்தப் பயிற்சியை அவள் ஒதுக்கித்தள்ளினாள். ஒரே வார்த்தையை அம்மா, அப்பா, அஜ்ஜி எல்லாம் உச்சரிக்கும்போது எப்படி வேறாக ஒலிக்கின்றன என்று தன்னிடம் காட்ட தீக்ஷா முயன்றபோது, அவளை நிராகரித்தாள். ஆனால், இதை கங்கம்மாவிடம் அவளால் சொல்ல முடியாது. அதே சமயத்தில் பயிற்சி செய்துபார்த்தேன் என்று சொல்லவும் அவள் விரும்பவில்லை. அப்படிச் சொன்னால், அவளே பொய்யாகிவிடுவாள் என்பதாக நினைத்தாள்.

ஆகவே, அவள் இடவலமாகத் தலையசைத்தாள். அவள் சொல்ல விரும்பியதையெல்லாம் அவளது முகமே சொல்லியது.

'பரவாயில்லை' என்று சொன்ன கங்கம்மா, 'முயன்றுபார்த்து அடுத்த முறை என்னிடம் சொல்' என்றார்.

கல்பனா மேலும்கீழும் தலையசைத்தாள். பிறகு, அவளது குறிப்பேட்டில் இவ்வாறு எழுதினாள்: 220.

ஒன்றும் புரியாமல் கங்கம்மா அதைப் பார்த்தார். அவரது முகவெளிப்பாட்டைப் பார்த்த தீக்ஷா உடலை வளைத்து, குறிப்பேட்டுக்குள் உற்றுப்பார்த்தாள்.

'இந்த எண்தான் வகுப்பில் நீ சொன்னதா?' என்று கல்பனாவிடம் கேட்டாள்.

கல்பனா மேலும்கீழும் தலையசைத்தாள். கணித வகுப்பில் நடந்தது குறித்து மற்ற மாணவர்களிடமிருந்து அவள் கேள்விப்பட்டது என்று எல்லாவற்றையும் கங்கம்மாவிடம் தீக்ஷா சொன்னாள். 'அவள் அந்த எண்ணை மிகத் தெளிவாகப் பேசியிருக்கிறாள்.'

அந்த எண்ணைத் திரும்பச் சொல்லுமாறு கங்கம்மா கேட்டார்.

கல்பனா சங்கடப்பட்டாள். அவள் இடவலமாகத் தலையசைத்து, இப்படி எழுதினாள்: நீங்கள் எல்லோரும் இந்த எண்ணை உரக்கப் படியுங்கள்.

முதலில் கங்கம்மா படித்தார். அவரது குரல் உச்சஸ்தாயியில் மிகத் தெளிவாக இருந்தது. தீக்ஷாவும் அதைச் சரியாக உச்சரித்தாள். குமாரி அதை உச்சரிக்கும்போது, இடையில் ஒரு அசை தடுமாறினாள்.

கல்பனா எழுதினாள்: 220 என்பது வார்த்தையா?

பெண்கள் தீவிரமாகச் சிந்தித்தார்கள். 'ஆமாம், அப்படித்தான் தெரிகிறது' என்றாள் தீக்ஷா.

'ஆனால்,' குமாரி சேர்ந்துகொண்டாள். 'அதைச் சொல்லும்போது மிக நீண்ட வார்த்தையாக இருக்கிறது.'

தீக்ஷா ஆமென்று தலையசைத்தாள். 'ஆமாம், உண்மையிலேயே வாக்கியம்போல் இருக்கிறது!' இரண்டு பெண்பிள்ளைகளும் உற்சாகத்தில் கைதட்டினார்கள்.

இதைக் கேட்ட கல்பனாவுக்குச் சந்தோஷமாக இருந்தது. எண்கள் வேறானவை என்று அவள் அறிந்திருந்தாள். இப்போது

இந்தப் பெண்கள், தாங்களாகவே அதைச் சொல்கிறார்கள்: *வார்த்தைகளுக்குப் பின்னால் மறைந்திருப்பவையே எண்கள்.*

'அஜ்ஜி, இந்த வார்த்தையைப் பலவிதமானவர்கள் பலவிதமாக உச்சரிப்பார்களா?' என்று கங்கம்மாவிடம் கேட்டாள் தீக்ஷா.

கல்பனா அவசரஅவசரமாக எழுதினாள்: *இல்லை, எண்களை மாற்ற முடியாது. அது எப்போதும் அதுபோலவே இருக்கும். கோபமான 220 என்றோ, வருத்தமான 220, சத்தமான எண், மென்மையான எண் என்றொவெல்லாம் எதுவும் கிடையாது.*

குமாரி குதித்து எழுந்தாள். போலியோவால் பாதிக்கப்பட்ட அவளுடைய கால் தள்ளாடியது. 'எண்கள் எண்கள் மட்டுமே.' அவள் என்ன சொல்ல வருகிறாள் என்று அவளுக்குத் தெரிந்திருக்கவில்லை.

*எண்கள் வார்த்தைகளும் இல்லை, ஒலியும் இல்லை. அவை முழுக்க உண்மையானவை.*

கல்பனா எழுதுவதை நிறுத்தினாள். அவளுக்கு இன்னும் நிறைய எழுத வேண்டும்போல் இருந்தது. ஆனால், எப்படி என்று அவளுக்குத் தெரியவில்லை.

கல்பனாவிடம், 'அப்படின்னா, எண்களில் இசை என்று எதுவும் இல்லையா?' என்று கங்கம்மா கேட்டார்.

குமாரி, 'தேவி எண் இல்லை' என்று கீச்சிட்டாள்.

இந்த வார்த்தைகள்தான் இறுதியானவை என்பதுபோல் கல்பனா எழுதினாள்: *இசை இருக்கிறது. உங்களால் எண்களைப் பாட முடியும். ஆனால், அது வார்த்தைகளைப் பாடுவதிலிருந்து வேறானது.*

திட்டமிட்டு இல்லையென்றாலும் இதை ஒரு குறிப்பாக எடுத்துக்கொண்டு, தீக்ஷா எழுந்துநின்று, மரியாதையோடு கங்கம்மாவிடம் இப்படி அறிவித்தாள். 'தீபாவளிக்கு வார்த்தைகள் இல்லாமல் எண்களை மட்டுமே கொண்டு பாடல்கள் பாடும் ஒரு இசைத் திருவிழாவை நடத்த வேண்டும் என்று அக்கா விரும்புகிறாள். நீங்கள் முதலில் பாட வேண்டும் என்றும் விரும்புகிறாள்.'

கங்கம்மா உரக்கச் சிரித்தார். பாடல்கள் ஊடாகத் தனது கண் முன்னே கடவுளின் உருவத்தைக் கொண்டுவந்தவர் — எண்களைப் பாட வேண்டுமாம்! அடக்க முடியாமல் சிரித்துக்கொண்டே இருந்தார்.

கல்பனா தான் எழுதியிருப்பதை அவரிடம் காட்டி, அவர் சிரிப்பதை நிறுத்தினாள்: *உங்களுடைய பாடல்கள் ஊடாக நீங்கள் எப்படி தேவியைப் பார்க்கிறீர்களோ அதுபோலவே எண்களை எப்படிப் பார்ப்பது என்று நீங்கள் எங்களுக்குக் காட்டலாம்.*

இதற்கு கங்கம்மாவிடம் பதில் இல்லை. அவர் கல்பனாவை வெறித்துப்பார்த்தார். மூன்று பெண்பிள்ளைகளும் அவர் கோபமாக இருப்பதாக நினைத்துக்கொண்டார்கள். கல்பனாவிடமிருந்து குறிப்பேட்டைப் பிடுங்கி அவள் என்ன எழுதியிருக்கிறாள் என்று பார்த்தாள் தீக்ஷா. அவள் குழம்பிப்போய், 'அஜ்ஜி இது உண்மைதானே. இல்லையா? நாம் தேவியைப் பார்க்க முடியாததுபோல் எண்களையும் பார்க்க முடியாதுதானே' என்றாள்.

குமாரி மேலும்கீழும் தலையசைத்தாள். அவளைப் பொறுத்தமட்டில் கணிதம் எப்போதும் உண்மையானது. வகுப்பில் அவளது ஆசிரியர் திரும்பத்திரும்ப இதைச் சொல்லிக்கொண்டிருப்பார். பலகையில் அவர் ஒரு கணிதக் கேள்விக்கு விடைகாணும்போதும், மாணவர் தவறாக விடையைக் கொடுக்கும்போதும், 'இதை எப்போதும் மறக்காமல் நினைவில் வைத்துக்கொள்ளுங்கள். கணிதத்தில் ஒரே ஒரு விடை மட்டும்தான் இருக்கிறது. அதுதான் உண்மை' என்று அந்த ஆசிரியர் சொல்வார். ஆசிரியர் என்ன சொல்லவருகிறார் என்று குமாரியாலும், அவளது வகுப்பு மாணவர்களாலும் புரிந்துகொள்ள முடியவில்லை. ஆனால் இப்போது, குமாரிக்குக் கொஞ்சம் ஒளி கிடைத்ததுபோல் இருந்தது. ஒருவரால் எண்களைப் பார்க்க முடியுமானால், அவை உண்மையாகத்தான் இருக்க வேண்டும். மேலும், எண்களைப் பாடலாகப் பாடுவதன் மூலம் நாம் அதைப் பார்க்கவும் முடியும்.

ஏதோ விடுதலை உணர்வு கிடைத்ததுபோல் குமாரி உணர்ந்தாள். அவளுக்கு கங்கம்மாவின் வீட்டைச் சுற்றி, மரங்களைச் சுற்றி

ஓட வேண்டும்போல் இருந்தது. அவளையும் அறியாமல் அவள் எழுந்துகொண்டாள். போலியோ காலின் கணத்தை அவள் உணர்ந்தாள். மீண்டும் உட்கார்ந்துகொண்டாள்.

கங்கம்மா மீண்டும் நெகிழ்ந்துபோனார். கற்றுக்கொடுப்பது இவ்வளவு பயனுள்ளதாக இருக்கும் என்று அவர் கற்பனை செய்துகூடப் பார்த்ததில்லை. அவரது கண்களுக்கு முன்பாகப் புதுப்புதுக் கருத்துகள் தோன்றிய வண்ணம் இருக்கின்றன. சிந்தித்தல் என்பதே ஒருவிதமாகப் பாடுவதுபோல்தான் இருக்கிறது. இந்தச் சிந்தனையை அவர் கைக்கொண்டவுடன், அவர் மிகவும் நெகிழ்ந்துபோனார்.

அவர்கள் கிளம்பியபோது மற்றொரு பயிற்சி ஒன்றைக் கொடுத்தார். அவர்களுக்கு மிகவும் பிடித்தமான ஒரு ஒலியைக் கண்டெடுக்குமாறு சொன்னார். 'அது உங்களுடைய பெயர்போல் இருக்க வேண்டும். அதைக் கேட்கும்போது, உங்களுடைய பெயரை நீங்கள் கேட்பதுபோல் உணர வேண்டும். அந்த ஒலி உங்களை அழைப்பதாக இருக்க வேண்டும். அந்த ஒலியைக் கேட்டவுடன், "அது நான்தான். அது என்னுடைய ஒலிதான், அது என்னுடய குரல்தான்" என்று நீங்கள் உணரக்கூடியதாக இருக்க வேண்டும்.'

உடனடியாக, 'யாராவது ஒருவர் "குமாரி" என்று அழைத்தால், அது நான்தான் என்று எனக்குத் தெரியும்' என்றாள் குமாரி.

கங்கம்மா விளக்கிச் சொன்னார். 'இல்லை, உன்னுடைய பெயர் இல்லை. உன்னுடைய பெயர்போல். நான்தான் அது என்பதுபோல் ஒரு ஒலி இருக்கிறதா?'

ஒன்றும் புரிந்துகொள்ள முடியவில்லை என்பதுபோல் அவர்கள் தெரிந்தார்கள்.

இதை மேலும் விளக்குவதற்கான ஒரு வழி குறித்து கங்கம்மா யோசித்துப்பார்த்தார். 'உனக்கு மிகவும் பிடித்த வண்ணம் என்ன? உனக்குப் பிடித்த வண்ணம் என்று ஒன்று இருக்கிறது இல்லையா?' அவர்கள் எல்லோரும் ஆமென்று தலையசைத்தார்கள். 'அதுபோல், உங்களுக்குப் பிடித்த ஒலி என்று ஒன்று இருக்கிறதா? இப்போதுவரை அப்படியொன்று உங்களுக்கு இல்லையென்றாலும், போய் எல்லா ஒலிகளையும்

கேளுங்கள், அதில் உங்களுக்குப் பிடித்தமான ஒன்றைத் தேர்ந்தெடுங்கள்.'

சமையலறையின் ஒரு மூலையில் வைக்கப்பட்டிருந்த அந்தப் புட்டியை அம்மா கண்டுபிடித்துவிட்டார். அது காலியாக இருந்தது. ஆனாலும், அதன் அடியில் பாசிபோல் ஏதோ இருந்தது. ஒரு காகிதத் துண்டை அதில் ஒட்டி, 'வீட்டுப் பாடம்' என்று எழுதியிருந்தாள் தீக்ஷா. ஆகவே, அம்மா தீக்ஷாவை அழைத்து, 'ஒன்னுமில்லாத புட்டி ஏன் சமையலறையில் இருக்கிறது' என்று கேட்டார். 'ஆசிரியர் செய்யச் சொன்னதால் செய்தேன்' என்றாள் தீக்ஷா அம்மாவிடம்.

கல்பனாவிடம் அந்தப் புட்டியைக் காட்டி, 'அவளுடைய வார்த்தைகள் நிஜமாகவே செடியாக வளர்ந்துகொண்டிருக்கின்றன' என்றாள் தீக்ஷா. கல்பனா எழுதினாள்: *பள்ளிக்கு எடுத்துப்போ. அதை நுண்ணோக்கியில் பார்.*

கல்பனாவுக்கு நுண்ணோக்கி மீது அலாதியான விருப்பம் உண்டு. ஒருநாள் அவளது அறிவியல் ஆசிரியர் பிளாஸ்டிக்கில் இருந்த ஒரு சிறிய நுண்ணோக்கியை வகுப்புக்குக் கொண்டுவந்திருந்தார். காய்ந்த இலை ஒன்றை எடுத்து, வில்லைக்கு அடியில் வைத்தார். மாணவர்களையெல்லாம் அதன் ஊடாகப் பார்க்கச் சொன்னார். மாணவர்கள் எல்லோருக்கும் அது வேடிக்கையாக இருந்தது. குறிப்பாக, கல்பனா அவள் அதுவரை பார்த்திராத வடிவங்களையும் உருவங்களையும் ரசித்துப்பார்த்தாள். வில்லை ஊடாகப் பார்க்கும்போது எல்லாம் பெரிதாகத் தெரியும் என்று ஆசிரியர் திரும்பத்திரும்பச் சொல்லிக்கொண்டிருந்தார். ஆனால், தன்னால் பார்க்க முடியாத எவ்வளவோ தன்னைச் சுற்றிலும் இருக்கின்றன என்பது கல்பனாவுக்குப் பெரிய தரிசனமாக இருந்தது. அவள் சரியான நேரத்தில்தான் நுண்ணோக்கியை எதிர்கொண்டாள் — பேசாமல் இருக்கும் அனுபவத்துக்குப் பிறகு, பாட்டு வகுப்புகள் தொடங்கிய பிறகு. பார்க்க முடியாத உலகத்துக்குத் தன்னைப் பழக்கப்படுத்திக்கொண்டிருந்தாள். அதனால், அவள் முதலில் புது வடிவங்களைப் பார்த்தபோது, இந்த உலகம் அவளது எதிர்பார்ப்புகளுக்கு ஈடுகொடுப்பதான நிறைவைப் பெற்றாள்.

*அவள் எழுதினாள்: மூளை ஆணா, பெண்ணா என்று உன் அறிவியல் ஆசிரியரிடம் கேள்.*

பள்ளியில் கல்பனா அவளது விசித்திரப் போக்கின் காரணமாகப் பிரபலமானவளாக இருந்தாள். பெங்களூரிலிருந்து அரசு அதிகாரிகள் குழு பள்ளிக்கு வந்தபோது இந்த விசித்திரத்தன்மை அதன் அபத்த எல்லைக்குக் கொண்டுசெல்லப்பட்டது. கல்பனாவை முதல்வர் தனது அறைக்கு அழைத்து, மூன்று அதிகாரிகளுக்கு — பகட்டாக வெளிப்படுத்திக்கொண்ட இரண்டு ஆண்களும், பருத்த ஒரு பெண்மணியும் — அறிமுகப்படுத்திவைத்தார். என்னவென்று கண்டுபிடிக்க முடியாத தீவிரமான பிரச்சினைகள் இருக்கும் மாணவர்களைக்கூடப் பள்ளி எப்படி அக்கறையோடு பார்த்துக்கொள்கிறது என்று அவர்களிடம் எடுத்துச்சொன்னார் முதல்வர். உடனடியாக ஆண் அதிகாரியில் ஒருவர், 'அது தொற்றுநோய் தொடர்பானது இல்லை என்று நினைக்கிறேன். அப்படி நோய்வாய்ப்பட்டவர்களைப் பள்ளிக்குள் அனுமதிப்பதில் நீங்கள் ஜாக்கிரதையாக இருக்க வேண்டும்' என்றார். அவர் மற்ற இரண்டு அதிகாரிகளையும் பார்த்தார்; அவர் சொன்னது அந்த அதிகாரிகளுக்கானதுபோல்தான் இருந்தது. ஆனால், அவர்கள் வருகை முதல்வருக்கு நல்லவிதமாக அமைந்தது. இந்தப் பள்ளி சிறப்பாக ஏதோ செய்வதாகத் தனித்துக்காட்டப்பட்டது. இந்தப் பள்ளி குறித்துப் பேசும்போது அது மற்றுமொரு அடையாளமில்லாத கிராமத்தில் காணாமல்போன மற்றுமொரு பள்ளியாக இருக்கப்போவதில்லை. மர்மமான முறையில் தன்னுடைய குரலை இழந்துவிட்ட, ஆனால் எண்களை மட்டுமே உச்சரிக்க முடிந்த (இதற்கு முதல்வர் அழுத்தம் கொடுத்தார் ) மிகமிகப் புத்திசாலியான ஒரு பெண் படிக்கும் பள்ளியாக இருக்க முடியும். அவள் மீதான கவனமெல்லாம் கல்பனாவின் நற்பெயரை அல்லது கெட்ட பெயரை — அவரவர் பார்வையிலிருந்து — அதிகப்படுத்தியது.

கொஞ்சம்போல்தான் என்றாலும் தீக்ஷாவும் கல்பனா பெற்ற கெட்ட பெயரைப் பகிர்ந்துகொள்ள வேண்டியிருந்தது. இப்போது பள்ளியில் இரண்டு கிறுக்குப் பெண்கள் இருந்தார்கள் — அதுவும் அவர்கள் சகோதரிகளாகவும் இருந்தார்கள்! உபாத்யா வகுப்புகளில் அவள் காட்டிய துணிச்சல் மிகையாகப் பிற ஆசிரியர்களிடமும் மூத்த மாணவர்களிடமும்

கொண்டுசெல்லப்பட்டது. சொல்லப்போனால், அவளும் குமாரியும் கல்பனாவும் எப்போதும் ஒன்றாக இருந்ததால், இரண்டு ‘விசித்திர’மான பெண்களோடு — அதில் ஒருத்தி ஊனி நடப்பவள் என்றால் மற்றொருத்தி எப்போதும் பேசாதவள் — தீக்ஷாவும் சேர்க்கப்பட்டாள். ஆனால், அறிவியல் ஆசிரியரோடு அவருக்குச் சமமாகப் பேசியதுதான், தீக்ஷாவின் புகழை அடுத்த கட்டத்துக்குக் கொண்டுசென்றது.

ஒருநாள், உபாத்யா வகுப்புகளில் செய்வதுபோலவே, வகுப்பறைக்குள் அறிவியல் ஆசிரியர் நுழைந்தவுடன் குதித்து எழுந்து தன்னுடைய கையைக் காற்றில் உயர்த்தி நின்றாள் தீக்ஷா. ஆனால், தீக்ஷாவுக்கு இடம்கொடுக்கும் மனநிலையில் ஆசிரியர் இல்லாததால் அவளை உட்காரச் சொன்னார். அவர் கொடுக்க வேண்டிய குறிப்புகளையெல்லாம் உரக்கச் சொல்லி முடித்த பின், வகுப்பு ஏறக்குறைய முடியும் தருவாயில் இருக்க — அசதியான வகுப்பின் கவனத்தைத் திருப்பும் விதமாகத்தான் என்றாலும்கூட — அவளது கேள்வியைக் கேட்கும்படி தீக்ஷாவிடம் சொன்னார். இந்தக் கேள்வி தீக்ஷாவின் மனதுக்குள் அரித்துக்கொண்டே இருந்தது. வகுப்பு நடந்த முழு நேரமும் அவளை அமைதியற்ற நிலையில் வைத்திருந்தது.

கேட்டுக்கொள்ளப்பட்ட பிறகு தீக்ஷா மெதுவாக எழுந்தாள். ‘மிஸ், ஆண், பெண் என்று இருக்கிறார்கள் என்று நமக்குத் தெரியும். சரியா?’ சில மாணவர்கள் தங்களுக்குள் சிரிக்கத் தொடங்கினார்கள். அவர்கள் கிளுகிளுக்க ஆண், பெண் என்ற வார்த்தைகள் மட்டுமே போதுமானவையாக இருந்தன.

வகுப்பு மணி அடிப்பதற்குக் காத்திருந்தவாறு, தீக்ஷாவைப் பார்த்துக்கொண்டிருந்தார் ஆசிரியர். முதல் கேள்வியே அவருக்குப் பிடிக்கவில்லை என்பதால் அமைதியாக இருந்தார்.

‘மிஸ், நம் எல்லோருக்கும் மூளை இருக்கிறது என்று நமக்கெல்லாம் தெரியும், சரியா?’

இப்போதும் ஆசிரியர் ஈடுபாடு காட்டாமலேயே இருந்தார்.

‘என்னுடைய கேள்வி இதுதான் மிஸ், நம்முடைய மூளையும் ஆணாகவும் பெண்ணாகவும் இருக்கிறதா. நான் ஏன் கேட்கிறேன்

என்றால், நான் பெண்ணாக இருப்பதால் என்னுடைய மூளை பெண் மூளையா?'

கேள்வி அவர்களுக்குப் புரியவில்லை என்றாலும்கூட, மாணவர்கள் சிலர் சிரிக்கத் தொடங்கினார்கள். தீக்ஷா தனது பெஞ்சுக்குப் பின்னால் திரும்பி, குட்டையாக, ஒல்லியாக இருந்ததோடு அல்லாமல் தன்னை மேலும் சுருக்கிக்கொள்ளும் விதமாகப் பெஞ்சுக்குக் கீழாகப் போக முயன்ற பையனைச் சுட்டிக்காட்டினாள். 'மிஸ், இந்த மூளை ஆணா?'

மொத்த வகுப்பும் வெடித்துச் சிரித்தது. அந்தப் பையனைச் சுட்டிக்காட்டியது மட்டுமே இப்படியான களிப்புக்குப் போதுமானதுபோல் இருந்தது. தான் ஏன் அப்படிச் செய்கிறோம் என்று அறியாமல் தீக்ஷாவும் புன்னகைத்தாள். கோபம் தலைக்கேறிய ஆசிரியர், தீக்ஷா இருக்குமிடம் சென்று, அவளை இழுத்துவந்து வகுப்பறைக்கு முன்னால் நிற்கவைத்தார்.

'இது என்ன நகைச்சுவையா, சொல்லு?' அவர் தீக்ஷாவின் வலது காதைத் திருகினார். பிறகு, விரல்களை மடித்து அவள் தலையில் ஒரு குட்டுவைத்தார். 'சொல்லு, நீ என்ன அவ்வளவு பெரிய புத்திசாலியா?'

தீக்ஷா அவர் பக்கம் திரும்பி, குழந்தைத்தனமான குரலில், 'இல்லை மிஸ். எனக்கு உண்மையிலேயே தெரிந்துகொள்ள வேண்டும் என்றுதான் கேட்டேன். ஒருநாள் பெண்போல் நான் சிந்திப்பதாக ஆசிரியர் சொன்னார். மூளைதான் சிந்திக்கிறது என்று பள்ளிச் சுவரில் இருக்கும் சுவரொட்டியில் சொல்லப்பட்டிருக்கிறது. அதனால், என்னுடைய மூளைதான் என்னைப் பெண்ணாக்குவதாக நினைத்தேன்' என்றாள்.

அவள் சொல்லி முடித்தவுடன், வகுப்பே அதிர்ச்சியடைந்ததுபோல் அமைதியானது. ஆசிரியர் சங்கடமாக உணர, என்ன சொல்வதென்று அவருக்குத் தெரியவில்லை. பிள்ளைகளைப் பொறுத்தமட்டில், அவர்களை எது ஆணாக, பெண்ணாக ஆக்குகிறது என்பது குறித்துப் பேசக் கூடாது என்றே பயிற்றுவிக்கப்பட்டிருக்கிறது. ஒருவேளை, தீக்ஷா உண்மையிலேயே மூளை பற்றிப் பேசாமல் வேறு ஏதேனும் உறுப்பு பற்றிப் பேசுகிறாளா? பேசக் கூடாத உறுப்பு பற்றி?

அவளது நெருங்கிய தோழிக்காக எழுந்துநின்றாள் குமாரி. 'மிஸ், நான் பெண்ணாக இருந்தால், நான் பெண் மூளைதான் கொண்டிருக்க வேண்டும் இல்லையா?' அவளது கடமையைச் செய்துவிட்டதுபோல் உட்கார்ந்துகொண்டாள்.

ஆசிரியர் மீண்டும் தீக்ஷாவின் காதைத் திருகினார். எல்லா மூளையும் ஒன்றுதான் என்று அவர் வகுப்பில் அறிவித்தார். அவர் சொன்னதை விளக்கும் விதமாக அவர் ஒரு பெண்ணுக்கும் பையனுக்கும் இடையேயான வேறுபாடு மூளையில் இல்லை என்று சொல்லும் தவறைச் செய்தார்.

பின்னால் இருந்த பையன் தனது நண்பர்களுக்குப் பின் தன்னை மறைத்துக்கொண்டு, அவன் வாழ்க்கையில் மறுபடியும் எப்போதும் கண்டெடுக்க முடியாத குரலில், 'அப்படியென்றால் வேறுபாடு எங்கு இருக்கிறது?' என்று கத்தினான்.

மீண்டும் வகுப்பு சங்கடமான சிரிப்புக்குள் சென்றது. ஆசிரியர் தீக்ஷாவின் புஜத்தைக் கிள்ளி, 'உன் அக்கா மாதிரியே நீயும் பைத்தியமாக இருக்கிறாய்' என்றார்.

தீக்ஷா பலவந்தமாகத் தன்னுடைய கையை விடுவித்துக்கொண்டு, 'என் அக்கா பைத்தியமில்லை' என்று அறிவித்தாள்.

அப்போது மணியடிக்க, குமாரி முன்னே செல்ல, அவள் பின்னால் மாணவிகள் கூட்டமாக தீக்ஷாவை நோக்கி ஓடினார்கள். ஆசிரியர் மெல்ல வகுப்பைவிட்டு வெளியேறினார்.

அன்று இரவு, விளக்குகளெல்லாம் அணைக்கப்பட்ட பின், தீக்ஷாவும் கல்பனாவும் தங்களுடைய சிறிய அறையில் சுவரில் சாய்ந்தவாறு உட்கார்ந்திருந்தார்கள். ஆச்சரியமாக வானம் கொஞ்சமும் மேகங்கள் இல்லாமல் தெளிவாக இருந்தது. சிறிய ஜன்னல் ஊடாக, பரந்த, இருண்ட வானத்தையும் அதில் உள்ள எண்ணிலடங்கா நட்சத்திரங்களையும் அவர்களால் பார்க்க முடிந்தது. வகுப்பில் மாணவர்கள் எப்படிச் சிரித்தார்கள், ஆசிரியர் என்ன சொன்னார் என்று வகுப்பில் நடந்ததையெல்லாம் தீக்ஷா விரிவாகச் சொல்லிக்கொண்டிருந்தாள்.

புரிந்துகொண்டதாகத் தலையசைத்த கல்பனா, இப்படி எழுதினாள்: ஆண், பெண் என்பதெல்லாம் வெறும் வார்த்தைகள். ஆகவே, அவையெல்லாம் பொய்.

'நான் அதை அவர்களிடம் சொன்னேன் அக்கா. நாம் பெண்கள்போல் நடந்துகொள்வதாகப் பலர் சொல்கிறார்கள். எங்க அறிவியல் ஆசிரியரும்கூட நம்முடைய நடத்தைகளுக்கு மூளைதான் காரணம் என்கிறார்' என்றாள் தீக்ஷா.

கல்பனா எழுதினாள்: நீ சொல்வது சரி. அவர்களால் உன்னைப் புரிந்துகொள்ள முடியவில்லை.

தீக்ஷா தொடர்ந்தாள். 'அப்படின்னா, என்னுடைய மூளைதான் என்னைப் பெண்ணாக நடந்துகொள்ளவைக்கிறது என்றால், ஒரு பையனின் மூளைதான் அவனை ஒரு ஆணாக நடந்துகொள்ள வைக்கிறது என்றால், என்னுடைய மூளை பெண்-மூளையாகவும், அந்தப் பையனின் மூளை ஆண்-மூளையாகவும்தானே இருக்க முடியும்.'

கல்பனா கைதட்டி தன்னுடைய தங்கையைக் கட்டி அணைத்துக்கொண்டாள். அவள் எழுதினாள்: நீ ரொம்ப புத்திசாலி.

இதைப் படித்த பின் கல்பனாவை வருத்தத்தோடு பார்த்த தீக்ஷா, 'உன் அளவுக்கு புத்திசாலி இல்லை அக்கா' என்றாள். அதே சமயத்தில் கல்பனாவைப் பைத்தியம் என்று ஆசிரியர் சொன்னதையும் நினைத்துக்கொண்டாள்.

தீக்ஷா பேசும்வரை அவர்கள் மௌனமாக அமர்ந்திருந்தார்கள். 'நம்முடைய மூளைக் கடவுள் ஆணா, பெண்ணா?' என்று கேட்டாள் தீக்ஷா.

கல்பனா பெரிய எழுத்துகளில் எழுதினாள்: பெண்-மூளை.

கல்பனா சொல்லியிருக்கக்கூடியதைச் சொல்லி முடித்துவைத்தாள் தீக்ஷா: 'பெண் பூசாரியைக் கொண்ட.'

தீக்ஷா தூங்கிவிழுந்தபோது, மூளைக் கடவுளுக்கென்று அவள் எடுத்துக்கொண்டுபோக வேண்டிய பொருள்களையெல்லாம் நினைத்துப்பார்த்தாள். அது பெண் என்று அவர்கள் தீர்மானித்துவிட்டால், பல வண்ணத்திலான முடிப்பட்டைகள்,

கொஞ்சம்போல் தேங்காய் எண்ணெய், முடிந்தால் ஒரு சீப்பு போன்றவற்றை எடுத்துச்செல்ல வேண்டும் என்று தீர்மானித்தாள். உதட்டில் புன்னகையோடு அவள் தூங்கிப்போனாள்.

இரண்டு மாதங்கள் தொடர்ந்து மழை பெய்த பிறகு, இப்போது விட்டுவிட்டுப் பெய்துகொண்டிருந்தது. அந்த ஞாயிற்றுக் கிழமை காலை, கல்பனாவும் தீக்ஷாவும் தங்களுடைய கோயிலுக்குச் சென்றபோது, அது மேகமூட்டத்துடன் குளிர்ச்சியாக இருந்தது. கோயிலைச் சுற்றிலும் பசுமையாக இருப்பதற்கு மழைக்குத்தான் நன்றி சொல்ல வேண்டும். கருவறையில் உள்ள கல் சற்றே பெரிதானதுபோல் தீக்ஷாவுக்குத் தெரிந்தது. அதைச் சுற்றிலும் அடர்த்தியான புல் முளைத்திருந்ததால், பார்ப்பதற்கு அது கருத்த குகைபோல் இருந்தது. அந்தப் புற்களைக் கையால் பிடுங்கியெடுக்க தீக்ஷா தொடங்கியபோது, கல்பனா அவளைத் தடுத்துநிறுத்தினாள். அவள் கீழேயிருந்து ஒரு குச்சியை எடுத்து, புற்கள் மீது அடித்தாள். அதைக் கருவறைக்குள் நுழைத்துத் தட்டிப்பார்த்தாள். தரை இன்னும் மிருதுவாக இருப்பதாக உணர்ந்தாள். பாம்புகள் ஏதுமில்லை என்று அவள் உறுதிப்படுத்திக்கொள்ள விரும்பினாள். எப்படியிருந்தாலும் இந்தப் பகுதி, நாகப்பாம்புகளுக்கும் ராஜ நாகங்களுக்கும் பேர்போனது. கிராமத்தில் உள்ள ஒவ்வொரு குடும்பமும் இந்த நாகங்களை வழிபட்டுவந்தன.

கருவறையில் தேவையில்லாத பூச்சிகள் எதுவும் இல்லை என்று உத்தரவாதப்படுத்திக்கொண்ட பின் புற்களையும் களைகளையும் கல்பனாவும் தீக்ஷாவும் பிடுங்கத் தொடங்கினார்கள். தீக்ஷா சொன்னதன் அடிப்படையில் சொல்வதென்றால், விக்கிரகம் பார்ப்பதற்குப் பாசி படிந்தும் 'அசதி'யாகவும் தெரிந்தது. விக்கிரகத்தைச் சுத்தப்படுத்த, ஒரு துணி கொண்டுவருமாறு தீக்ஷாவை கல்பனா அனுப்பினாள். தீக்ஷா துணியோடு ஓடிவந்தபோது, அஜ்ஜி சற்றே இடைவெளிவிட்டு அவளைப் பின்தொடர்ந்து வந்து, ஒரு மரத்தடியில் நின்றுகொண்டு இந்தப் பெண்கள் செய்வதைப் பார்த்துக்கொண்டிருந்தார்.

கல்பனா விக்கிரகத்தைச் சுத்தமாகத் துடைத்தாள். பிறகு, தங்களோடு கொண்டுவந்திருந்த மஞ்சள் குங்குமத்தை அதன் மீது

தடவிவிட்டாள். தீக்ஷா கொண்டுவந்திருந்த முடிப்பட்டைகள், அவளது தலைக்கு அன்றாடம் பயன்படுத்தும் சின்ன தேங்காய் எண்ணெய் பிளாஸ்டிக் புட்டி, சீப்பு, இரண்டு ஹேர்பின்கள் எல்லாவற்றையும் எடுத்தாள். இதையெல்லாம் கல்பனாவிடம் கொடுத்தாள். இவற்றைக் கொண்டு என்ன செய்வது என்று தெரியாமல் இந்த விசித்திரமான பொருள்களை கல்பனா பார்த்துக்கொண்டிருந்தாள்.

கல்பனாவின் முகத்தைப் பார்த்து, 'நம்முடைய கடவுள் பெண், அப்படித்தானே?' என்றாள் தீக்ஷா.

மேலும்கீழும் தலையசைத்து, அவற்றையெல்லாம் விக்கிரகத்துக்கு முன்னால் கல்பனா வைத்தாள்.

'விளக்கு ஒன்று வேண்டும்' என்றாள் தீக்ஷா. கோயிலைச் சுற்றி மின்சார விளக்குகள் பொருத்த விரும்பியிருந்தாலும், கல்பனா மீண்டும் மேலும்கீழும் தலையசைத்தாள். தீக்ஷாவுக்கு ஆச்சரியம் கொடுக்கும் விதமாக, பழைய சாமான்கள் அறையிலிருந்து சின்ன டார்ச் விளக்கு ஒன்றை அவள் கொண்டுவந்திருந்தாள். இரவில் மின்சாரம் இல்லாமல்போகும்போது பயன்படுத்துவதற்கானது என்றாலும், மின்சாரம் இல்லாமல்போவதற்கும் அதைத் தொடர்ந்துவரும் இருட்டுக்கும் அவர்கள் அவ்வளவு பழகியிருந்ததாலும், மிக அரிதாகவே அதை அவர்கள் பயன்படுத்தினார்கள்.

கல்பனா டார்ச் விளக்கை எரியவிட்டு, அதை விக்கிரகம் நோக்கித் திருப்பிவைத்தாள். தீக்ஷா கைதட்டினாள். 'பார்க்க எவ்வளவு அழகாயிருக்கு.'

கருவறைக்கு உள்ளேயும் வெளியேயும் மின்விளக்கு மாலை தொங்கவிட்டால் உண்மையிலேயே இன்னும் அழகாக இருக்கும் என்று கல்பனா தீர்மானித்தாள். அவள் சுற்றிலும் பார்த்தாள். கருவறைக்கு மின்சாரம் கொண்டுவருவதற்கான வழியேதும் இல்லை. திருவிழாவின்போது பயன்படுத்துவதற்கு அவளது தந்தையிடம் ஆறு சிறிய டார்ச் விளக்குகள் வாங்கித் தரும்படி கேட்பது என்று தீர்மானித்தாள்.

இந்தப் பெண்பிள்ளைகள் கருவறை சுற்றிய பகுதிகளையெல்லாம் சுத்தப்படுத்தினார்கள்.

'நம்முடைய கடவுளுக்காகப் பாட்டு போட ஒலிப்பெருக்கி இருந்தால் இன்னும் நன்றாக இருக்கும்' என்றாள் தீக்ஷா.

இதற்கு எதிர்வினையாக, கல்பனா சில நீண்ட குச்சிகளைப் பொறுக்கி எடுத்துவந்து, கருவறையைச் சுற்றி நட்டுவைத்தாள். சுத்தப்படுத்த இன்னும் கொஞ்சம் துணி எடுத்துவருமாறு தீக்ஷாவிடம் சைகை காட்டினாள்.

தீக்ஷா வீட்டுக்கு ஓடிச்சென்று, கிழிந்த, வெளுத்துப்போன துணிகளைக் கொஞ்சம்போல் கொத்தாக எடுத்துவந்தாள். இந்த முறை அவளது அம்மா வாயிற்கதவுவரை அவளைப் பின்தொடர்ந்து வந்தார். அவரும் அஜ்ஜியும் இவ்விரு பெண்களையும் வெறித்துப்பார்த்துக்கொண்டிருந்தார்கள்.

கொண்டுவரப்பட்ட துணிகள் சிலவற்றைப் பட்டையாகக் கிழித்து, குச்சிகளில் கட்டிவிட்டாள் கல்பனா. அந்த இடம் நொடியில் முற்றிலுமாக மாறிப்போனது. அது குழந்தைகளுக்கு மட்டுமேயான குட்டிக் கோயிலாகக் காட்சி தந்தது.

அப்போது, கிராமத்தின் ஊடாகப் போய்க்கொண்டிருந்த இரண்டு பெண்கள் இவ்விருவரையும் பார்த்துவிட்டு, கோயிலை நோக்கி ஓடிவந்தார்கள். ஒரு மணிநேரம் அல்லது அதற்குள்ளாக குமாரி உள்பட பெண்பிள்ளைகள் கூட்டம் ஒன்று அங்கே திரண்டுவிட்டது.

இந்தப் பெண்கள் என்ன செய்கிறார்கள் என்று பார்ப்பதற்காக அம்மாவும் அஜ்ஜியும் வீட்டைவிட்டு வெளியே வந்தார்கள். அவர்கள் நெருங்கிவர, இரண்டு பெண்கள் அவர்களை நோக்கி ஓடி, 'எங்களுடைய புதிய கோயிலை வந்து பாருங்கள்' என்றார்கள். இதைக் கேட்டு அம்மா அதிர்ச்சியடைந்தார். இவர்கள் 'கோயில்' கட்டிக்கொண்டிருப்பார்கள் என்று அவர் நினைத்துகூடப் பார்க்கவில்லை. அவர்கள் வீட்டில் உள்ள கடவுள் படங்கள் மீதோ அல்லது பெரியவர்கள் நடத்தும் பிரார்த்தனைகள் மீதோ எப்போதும் எவ்வித அக்கறையும் காட்டியது கிடையாது.

இவர்களைப் பார்த்த கல்பனா, தீக்ஷாவை முழங்கையால் குத்தினாள். தீக்ஷா அவர்களிடம் ஓடிச்சென்று, 'நீங்கள் இங்கு

நுழையக் கூடாது. இது பெண்பிள்ளைகளுக்கு மட்டுமானது' என்றாள்.

அஜ்ஜி அவரைச் சுற்றிலுமிருப்பதையெல்லாம் கூர்ந்து கவனித்தார். தீக்ஷா அவர்கள் இருவரையும் தள்ளிவிட்டு, அங்கு நின்றுகொண்டிருந்த இரண்டு பெண்களிடம், 'எல்லோரையும் இங்கே அனுமதிக்காதீர்கள். இது பெரியவர்களுக்கானது இல்லை' என்றாள்.

வேறு வழியில்லாமல் அம்மாவும் அஜ்ஜியும் கருவறையிலிருந்து சற்றே தொலைவில் நின்றுகொண்டார்கள். கிழிந்த துணிகளிலிருந்து செய்யப்பட்ட வண்ணக் 'கொடிகள்' குச்சிகளை அலங்கரித்துக்கொண்டிருந்தன. சிமிட்டிக்கொண்டிருந்த விளக்கொளி கருவறைக்குள் இருந்த கருத்த கல்லை அலங்கரித்துக்கொண்டிருப்பதை இவ்விரு பெண்மணிகளும் பார்த்துக்கொண்டிருந்தார்கள். அவர்களுக்கு அந்தக் கல், தலையின் மேல்பகுதிபோல் தெரிந்தது.

'விளக்கு எவ்வளவு பிரகாசமா சிமிட்டிக்கிட்டு இருக்கு பார். சீனா விளக்கு' என்றார் அஜ்ஜி அம்மாவிடம்.

'தீக்ஷா, மறக்காம அந்த டார்ச் விளக்கைத் திரும்பக் கொண்டுவா' என்று கத்தினார் அம்மா.

சங்கடமாக உணர்ந்த தீக்ஷா அவரிடம் ஓடி, 'அம்மா, இப்போ வீட்டுக்குப் போங்க' என்றாள். சற்றே இடைவெளிவிட்டு, 'ஆனால், பெரியவர்களாக இருக்கும் நீங்கள், எங்களுடைய கடவுளுக்குக் கொஞ்சம் இனிப்புகள் வாங்கி வந்திருந்தால் எவ்வளவு நன்றாக இருந்திருக்கும்' என்றும் சேர்த்துக்கொண்டாள்.

அஜ்ஜியும் அம்மாவும் திரும்ப நடக்கத் தொடங்கினார்கள். ஆனால், அஜ்ஜி திரும்பி தீக்ஷாவிடம் சென்று, 'என்ன கடவுள் இது?' என்று கேட்டார்.

'உனக்கு இதெல்லாம் தெரியாது அஜ்ஜி' என்றாள் தீக்ஷா. 'இது எங்கள் மூன்று பெண்பிள்ளைகளுக்கான கடவுள். நாங்கள்தான் இந்தக் கடவுளைப் படைத்தோம்' என்றாள் பெருமையாக.

அஜ்ஜியால் அமைதியாக இருக்க முடியவில்லை. 'ஓ, உங்க கடவுளுக்குப் பெயர்கூட இருக்கிறதா?' அவர் அம்மாவிடம்

உரக்க, 'ஏன்டி, இந்தப் பொண்ணுங்க அவர்களுக்கான கடவுளை உருவாக்கியிருக்கிறார்கள்' என்றார்.

இதைக் கேட்டவுடன் அம்மா வேகவேகமாகத் திரும்பிவந்தார். எங்கு இந்த விஷயம் கிராமத்தில் பரவிவிடுமோ என்ற பயத்தில், 'உங்களுக்கான கடவுளையெல்லாம் நீங்கள் உருவாக்கக் கூடாது' என்றார் தாழ்ந்த குரலில்.

இப்போது, பெண்பிள்ளைகள் கூட்டம் தீக்ஷாவுக்கு அருகில் கூடியிருந்தது. தீக்ஷாவால் பின்வாங்க முடியவில்லை. 'நாங்கள் ஏன் எங்களுக்கான கடவுளை உருவாக்கிக்கொள்ளக் கூடாது? என்று விளக்கம் கோரினாள்.

தீக்ஷாவை அவளது நண்பர்களிடமிருந்து விலக்கி இழுக்க அம்மா முயன்றார். இந்தப் பேச்சுகளெல்லாம் இந்தப் பெண்கள் வீட்டுக்குப் போனால் என்ன நடக்கும் என்று யாருக்குத் தெரியும்!

ஆனால், தீக்ஷா தன்னுடைய நிலைப்பாட்டில் திடமாக நின்றாள். 'நாங்கள் ஏன் எங்களுக்கான கடவுளை உருவாக்கிக்கொள்ளக் கூடாது? நம்முடைய கோயில்களில் இருக்கும் கடவுள்களையெல்லாம் யார் உருவாக்கினார்கள்?'

இதற்குள் இவர்களுக்கு அருகில் ஓடிவந்த கல்பனா, தீக்ஷா கேட்ட கேள்விகளைச் செவியுற்றாள். அவள் குறுக்கிட்டிருப்பாள். ஆனால், அஜ்ஜியின் கோபம் அதிகரிப்பதைப் பார்த்தாள். ஆகவே, அவள் தீக்ஷாவுக்கு அருகில் போய் நின்றுகொண்டு அவளுடைய மணிக்கட்டைக் கெட்டியாகப் பிடித்துக்கொண்டாள்.

'நீ இப்படியெல்லாம் கேள்விகள் கேட்கக் கூடாது. நாம் கடவுள்களை உருவாக்குவதில்லை. அவர்கள் ஏற்கெனவே நம்மைச் சுற்றி இருக்கிறார்கள்' என்றார் அஜ்ஜி.

பெரியவர்களுக்கு முன்னால் குட்டி உருவம்போல் இருந்த தீக்ஷா சுற்றிலும் பார்த்து, பின்னால் அவள் வருத்தப்படக்கூடிய ஒன்றைக் கேட்டாள். 'சுற்றிலும் எங்கே?' அவள் நான்கு திசைகளிலும் பார்த்து, 'என்னால் எந்தக் கடவுளையும் பார்க்க முடியவில்லை' என்று அறிவித்தாள். அவள் மற்ற பெண்களிடம் திரும்பி, 'நீங்கள் யாராவது எந்தக் கடவுளையாவது பார்க்கிறீர்களா?' என்று கேட்டாள்.

அதிர்ச்சியால் அங்கு அமைதி நிலவியது. தீக்ஷாவின் கன்னத்தில் அறைந்த அஜ்ஜி, 'நீ அதிகம் பேசற' என்றார். தீக்ஷாவை அம்மா இழுத்துச்சென்றார். கல்பனாவிடம், 'நீ பேசவே மாட்டேங்கிற. அவ எந்நேரமும் பேசிக்கொண்டே இருக்கா. இதுக்கெல்லாம் நீதான் காரணம்' என்றார் அஜ்ஜி.

வார்த்தைகளோடு அவள் நடத்திவந்த யுத்தத்தில் தோற்றுப் போகும் தருணத்துக்கு மிக அருகில் வந்தாள் கல்பனா. வேகமாகப் பாயும் நீரோடைபோல் அவளது வாயிலிருந்து வார்த்தைகள் பாய்ந்துவந்து, வெளியே கொட்டி மிக மோசமான விளைவுகளை உருவாக்கியிருக்கக்கூடும். அவள் முகத்தைத் திருப்பிக்கொண்டாள். சிமிட்டிக்கொண்டிருந்த மூளையைப் பார்த்தாள். உடனடியாக அமைதியானாள்.

அம்மா கழுத்தைத் திருப்பி மற்ற பெண்களிடம், 'வீட்டுக்குப் போங்க. போய் சாதாரண விளையாட்டு ஏதாவது விளையாடுங்க. கடவுள், கோயில் குறித்தெல்லாம் பெரியவர்கள் கவலைப்பட்டுக்கொள்ளட்டும்' என்றார். இதைச் சொல்லும்போது, தீக்ஷா சொன்னதை அந்தப் பெண்பிள்ளைகள் நினைவில் வைத்திருந்து அவர்களது வீட்டில் சொல்லிவிடக் கூடாது என்பதற்காக அவர்களைப் பார்த்துப் புன்னகைக்க முயன்றார்.

கல்பனா டார்ச் விளக்கை எடுத்துக்கொண்டாள். மற்ற பெண்கள் அமைதியாகக் கிளம்பிப்போனார்கள். அம்மா தன்னை இழுத்துச்செல்வதற்கு தீக்ஷா முரண்டுபிடித்துக்கொண்டிருந்தாள்.

தீக்ஷா சொல்லிக்கொண்டிருந்ததை கல்பனாவால் கேட்க முடிந்தது. 'எங்களுடைய கடவுள் உங்கள் கடவுள்கள் போன்று இல்லை. நீங்கள் பார்க்கத்தான் போகிறீர்கள்.' இம்மூவருக்கும் பின்னால் கல்பனா நிதானமாக நடந்துவந்தாள். வாயிற்படியில் அப்பா நின்றுகொண்டிருப்பதை அவளால் பார்க்க முடிந்தது. ஒருகணம் ஒருவேளை அவரால் புரிந்துகொள்ள முடியலாம் என்று நினைத்தாள். ஆனால், அவரிடம் விளக்கிச்சொல்வதற்கு அவளால் பேச முடியாது என்பதையும் உணர்ந்துகொண்டாள். அவள் எதாலும் சரிசெய்ய முடியாத சோகத்தை உணர்ந்தாள். தீவிரமான தனிமையை உணர்ந்தாள்.

கொஞ்சமும் எதிர்பாராத விதத்தில் அவர்களது தந்தைதான் அவர்களது காப்பாளரானார். நான்கு பேரும் ஊர்வலமாக உள்ளே நுழைந்தபோது, தீக்ஷாவை ஒரு பார்வை பார்த்தவுடனே தீக்ஷா அழுதிருக்க வேண்டும் என்று புரிந்துகொண்டார். அவர் எதுவும் கேட்காமலேயே அவரது மனைவி, 'இந்தப் பொண்ணுங்க என்ன செய்றாங்கன்னு உங்களுக்கு என்ன தெரியும்?' என்று முணுமுணுத்தார்.

அவரது எதிர்வினைக்காக எல்லோரும் காத்திருந்தார்கள். ஆகவே அவர், 'என்ன?' என்று கேட்டார்.

'இந்த இரண்டு பெண்களும், அவர்களுக்கான கடவுளுக்கு ஒரு கோயில் கட்டிக்கொண்டிருப்பதாகச் சொல்கிறார்கள்! மற்றவர்கள் இதைக் கேள்விப்பட்டால் என்னவாகும் என்று உங்களால் கற்பனைசெய்து பார்க்க முடிகிறதா? இப்பவே அவர்களெல்லாம் என்ன நினைக்கிறார்கள் என்று யாருக்கு...'

அப்பா சிரிக்கத் தொடங்கினார். அவரது மனைவி ஓடிச்சென்று தண்ணீர் கொண்டுவர வேண்டிய அளவுக்கு அவர் சிரித்தார்.

'அவர்களுக்கான சொந்தக் கடவுளா!' என்று அவர் வார்த்தைகளைத் துப்பினார். 'என்ன ஒரு அற்புதமான சிந்தனை! இந்த உத்தியை நம்முடைய சாமிஜிகள்கூடக் கண்டுபிடிக்கவில்லையே.'

அவரைப் பெரும் ஆச்சிரியத்தோடு கல்பனாவும் தீக்ஷாவும் பார்த்துக்கொண்டிருந்தார்கள். அப்பா இப்படிச் சொல்வார் என்று அவர்கள் ஒருபோதும் நினைத்துப்பார்த்தது கிடையாது.

'நம்முடைய அடுத்த பெரிய வியாபாரம் இதுதான். கடவுள் பெயரைச் சொல்லி நம் மக்கள் நிறைய பணம் பார்த்து வருகிறார்கள். ஆனாலும், இந்த இரண்டு பெண்களுக்கும் தோன்றிய யோசனை அவர்கள் யாருக்கும் தோன்றவில்லையே.'

அவர் மீண்டும் உரக்கச் சிரிக்கத் தொடங்கினார். திடீரென்று அப்பா எதற்காக இப்படிச் சிரிக்கிறார் என்று தீக்ஷாவால் புரிந்துகொள்ள முடியவில்லை. 'நாங்கள் ஒன்றும் பணம் பார்க்கவில்லை. அது உண்மையிலேயே கடவுள் என்றும் நாங்கள் நினைக்கவில்லை. மூளைக்கு ஒரு கோயில் கட்ட வேண்டும் என்று மட்டும்தான் நினைத்தோம்.'

'எதுக்கு?' அப்பாவின் குரல் ஏறக்குறைய கீச்சிட்டுக் கத்துவதுபோல் இருந்தது. அவர் இதுபோல் சிரித்துப் பல காலம் ஆகிவிட்டது. 'மூளை உங்களுடைய கடவுளா?' அவர் சொன்ன விதத்தைப் பார்த்து, அம்மாவும் புன்னகைக்கத் தொடங்கினார். இதெல்லாம் வெறுமனே குழந்தைகளின் விளையாட்டாக இருந்தால் அம்மாவுக்குப் பிரச்சினைகள் ஏதுமில்லை. ஆனால் கடவுள்கள், கோயில்கள் என்று வரும்போது, என்ன நடக்கும் என்று யாராலும் எதுவும் சொல்ல முடியாது. இதை அவர் உறுதியாக உணர்ந்திருந்தார்.

அஜ்ஜியால் அவ்வளவு சாதாரணமாக எடுத்துக்கொள்ள முடியவில்லை. தன் மகனிடம், 'நீ இவங்களோட அப்பா. அவர்களுக்கான கடவுள்களையெல்லாம் அவர்கள் உருவாக்கிக்கொள்ளக் கூடாது என்று நீதான் அவர்களிடம் எடுத்துச்சொல்ல வேண்டும். விருப்பப்படுவதுபோல் என்ன வேண்டுமென்றாலும் செய்வதற்குக் கடவுள்கள் ஒன்றும் விளையாட்டு பொம்மைகள் அல்ல' என்றார்.

அம்மா தயக்கத்தோடு மேலும்கீழும் தலையசைத்தாள்.

இதைப் பார்த்தவுடன் அப்பா அமைதியானார். விரிந்த கண்களோடு இருந்த அவரது இரண்டு பெண்பிள்ளைகளையும் பார்த்தார். திடீரென்று தான் அவர்களை எவ்வளவு குறைவாகப் புரிந்துகொண்டிருக்கிறோம் என்றும், அவர்கள் என்ன நினைக்கிறார்கள், என்ன செய்கிறார்கள் என்று எவ்வளவு குறைவாகத் தெரிந்துவைத்திருக்கிறோம் என்றும் நினைத்துப்பார்த்தார். அவர்களைப் பார்த்துக்கொண்டிருந்தபோதும், அவர்களைக் கைவிடுவதில்லை என்று தீர்மானித்தார். அதனால், அவர் ஒரு இடைப்பட்ட நிலைப்பாட்டை எடுத்தார்.

'கடவுள் எங்கும் நிறைந்திருக்கிறார் என்பதுதான் இந்து மதத்தின் முக்கியமான கருத்து' என்றார் தன் அம்மாவிடம். பிறகு தனது மகள்கள் பக்கம் திரும்பி, 'நீங்கள் பிரகலாதன் கதையைத் தெரிந்துகொள்ள வேண்டும்' என்றார். இந்தக் கதையை தீக்ஷாவும் கல்பனாவும் பலமுறை கேட்டிருக்கிறார்கள் என்றாலும், இதை இதற்கு முன் கேட்டதில்லை என்பதுபோல் தந்தையைப் பார்த்துக்கொண்டிருந்தார்கள். 'பிரகலாதனின் அப்பா தனது மகன் சதாசர்வ காலமும் விஷ்ணு குறித்துப்

பிரார்த்தித்துக்கொண்டிருப்பதைப் பார்த்து ரொம்பவும் கோபப்பட்டார். அதனால், கடும் கோபத்தில் இருந்த அவர் அவனது அன்புக் கடவுள் எங்கு மறைந்துகொண்டிருக்கிறார் என்று கேட்கிறார். கடவுள் எல்லாவற்றிலும் இருக்கிறார் என்றும், அவர் இல்லாத இடமே இல்லை என்றும் சொல்கிறான் பிரகலாதன்.'

இந்தக் கதையை இப்படி உப்புச்சப்பு இல்லாமல் சொல்வதன் மீதான தன்னுடைய அதிருப்தியை அஜ்ஜி வெளிப்படுத்தினார். தன் மனைவியின் பக்கம் திரும்பி, 'பிரகலாதன் இது நடக்கும்போது கல்பனாவைவிடப் பெரியவனாக இருந்திருக்க முடியாது என்றே நினைக்கிறேன். ஏன் அதே வயதிலும் இருந்திருக்கலாம்!' என்றார் அப்பா. மிகப் பெரிய ரகசியத்தைக் கண்டுபிடித்துவிட்டதுபோல் அவர் அறையைச் சுற்றிலும் பார்த்தார் — அந்த ரகசியம் கல்பனா குறித்ததா அல்லது பிரகலாதன் குறித்ததா என்று அவருக்கே அவ்வளவு தெளிவாக இல்லை.

அம்மா புன்னகைத்தார். தீக்ஷாவிடம், 'அப்பா சொல்லுறது உனக்குப் புரியுதுன்னு நம்பறேன். உன்னுடைய மூளை விக்கிரகத்தில்கூட நம்முடைய கடவுள் இருக்கிறார். உன்னுடைய விக்கிரகத்துக்குள்ளும் நம்முடைய கடவுள்கள் எல்லோரும் இருக்கிறார்கள். அதனால், உன்னுடைய கோயிலில் அவர்கள்தான் உண்மையான கடவுள்களாக இருக்கிறார்கள்' என்றார். தன்னுடைய பிரச்சினை இவ்வளவு சுலபமாகத் தீர்த்துவைக்கப்பட்டதில் அவருக்கு மகிழ்ச்சிதான். அவ்வப்போது அவருடைய கணவர் இதுபோல் ஆச்சரியங்களை அவருக்குக் கொடுத்துக்கொண்டுதான் இருக்கிறார்.

'அப்படின்னா, நம்முடைய விநாயகரும் அனுமாரும் எங்களுடைய மூளை விக்கிரகத்தில் இருக்கிறார்கள் என்றா சொல்கிறாய்?' என்று கேட்டாள் தீக்ஷா.

அம்மா ஆமென்று தலையசைத்தாள். 'அதில் என்ன சந்தேகம். எல்லாவற்றிலும் கடவுள் இருக்கிறார்.'

கல்பனாவுக்குக் கோபம் தலைக்கேறியது. அவள் பிடித்திருந்த பையைக் கீழே தூக்கிப்போட்டுவிட்டு, தலையை இடவலமாகக் கடுமையாக ஆட்டிக்கொண்டே, அவளது படுக்கையை நோக்கி

ஓடி, அதில் படுத்துக்கொண்டாள். அவள் அழத் தொடங்கினாள். தீக்ஷா அவள் பின்னால் ஓடிச்சென்று, சமாதானப்படுத்த முயன்றாள். என்ன நடந்தது என்று தெரியாததால் அவளது அம்மாவும் அவளை அழைத்துக்கொண்டிருந்தார். சற்று முன்புதான் எல்லோரும் சந்தோஷமாகச் சிரித்துக்கொண்டிருந்தார்கள்! அப்பாவுக்கு ஏமாற்றமாக இருந்தது. தன்னுடைய மகள்களோடு இப்படி உரையாடியது அவருக்கு சந்தோஷத்தைக் கொடுத்தது. ஆனால், அது அவ்வளவு சுருக்கமான ஒன்றாகவும் துரதிர்ஷ்டமான ஒன்றாகவும் மாறியது வருத்தப்படக்கூடிய விஷயம்தான். கல்பனாவுக்கு 'மூளைப் பிரச்சினை' இருக்கலாம் என்று யோசித்து, மீண்டும் 'மூளை டாக்டரை' நினைத்துக்கொண்டார்.

கல்பனா எழுந்து உட்கார்ந்துகொண்டு, குறிப்பேட்டை எடுத்து அதில் எழுதினாள்: நம்முடைய கோயிலில் விநாயகர் இல்லை. நம்முடைய மூளைக்குள் கடவுள்கள் யாரும் இல்லை. இதெல்லாம் பொய். 'பொய்' என்ற வார்த்தை அடுக்குமாடிக் கட்டடத்தின் மீது இருக்கும் ஒரு சிற்பம்போல் தெரியும்வரை அந்த வார்த்தைக்கு அடியில் கோடிட்டுக்கொண்டே இருந்தாள்.

கல்பனா எழுதியதைப் படித்தவுடன் அம்மா கலங்கிப்போனார். அப்பாவுக்குக் குழப்பமாக இருந்தது. கல்பனா சகஜ நிலைக்குத் திரும்பிக்கொண்டிருப்பதாக அவர் நினைத்துக்கொண்டிருந்தார். அஜ்ஜி மட்டுமே புரிந்துகொண்டார்.

இருந்தாலும், கல்பனாவின் அப்பாவை எது அவ்வளவு உற்சாகமான மனநிலையில் வைத்திருந்ததோ அது முற்றிலுமாக வடிந்துவிடவில்லை. அவரது மனைவி அவ்வளவு சோகத்தோடு இருப்பதைப் பார்த்து, 'நான் கல்பனாவை பிரகலாதன் என்றே நினைத்திருந்தேன். ஆனால், உண்மையிலேயே அவள் அவனது ராட்சச - அப்பாபோல்தான் இருக்கிறாள்' என்று கிண்டலடித்தார். தன்னுடைய அறிவைப் பார்த்து அவரால் உரக்கச் சிரிக்காமல் இருக்க முடியவில்லை.

தீக்ஷா இதை ஒரு முடிவுக்குக் கொண்டுவந்தாள். அப்பாவிடம் சென்று, 'கல்பனா ரொம்ப வருத்தமா இருக்கா. எங்களுடைய கோயிலில் நாங்கள் தீபாவளி கொண்டாட வேண்டும் என்று அவள் நினைக்கிறாள். ஆனால், நீங்கள் அவளைக் கேலிசெய்துகொண்டிருக்கிறீர்கள். நாங்கள் வருத்தப்படாமல்

இருக்க வேண்டும் என்று நீங்கள் நினைத்தால், நீங்கள் செய்ய வேண்டியது இதுதான்; குழந்தைகளுக்கு இனிப்புகள் வாங்கவும், விளக்குகள் வாங்கவும் நீங்கள் பணம் தர வேண்டும்' என்றாள்.

அப்பா அவளை வெறித்துப்பார்த்துக்கொண்டிருந்தார். தன்னிடம் இவ்வளவு வார்த்தைகளை அவள் எப்போதும் பேசியதே இல்லை. ஏற்கெனவே தனது மகள்களை அவர் வேறு விதமாகப் பார்க்கத் தொடங்கிவிட்டார். அவர் சரியென்று தலையசைத்து, இது கடவுள்களுக்கும் மனிதர்களுக்கும் இடையேயான அல்லது அதற்குச் சமமாக அப்பாக்களுக்கும் மகள்களுக்கும் இடையேயான சிக்கலான விளையாட்டின் ஒரு பகுதி என்பதாக நினைத்துக்கொண்டு, 'நான் எல்லா ஏற்பாடுகளையும் செய்துதருகிறேன்' என்றார்.

இப்படியெல்லாம் நடந்துகொண்டிருந்ததன் ஊடாக மூன்று பெண்பிள்ளைகளும் கங்கம்மா கொடுத்த பயிற்சியைச் செய்துபார்க்க வேண்டியிருந்தது. அதை எப்படி அணுகுவது என்று அவர்களுக்கு எந்த வழியும் தெரியவில்லை. தீக்ஷாவும் குமாரியும் பள்ளியிலிருந்து திரும்பும்போது, இதுகுறித்து விவாதித்துக்கொண்டுவந்தார்கள். அவர்களுக்கு எது மிகவும் பிடித்திருக்கிறது என்று கண்டுபிடிக்கச் சிறந்த வழி அவர்களால் கேட்க முடிந்த எல்லா ஒலிகளையும் கேட்பதுதான் என்று தீர்மானித்தார்கள்.

'ஒரு மளிகைக் கடைக்குச் சென்று கண்ணாடிக் குவளைகளில் இருக்கும் சாக்லேட்டுகளையெல்லாம் ருசிபார்ப்பதுபோல்' என்றாள் குமாரி. 'பலவிதமான இனிப்புகளையெல்லாம் ஒவ்வொன்றாக ருசித்துப்பார்ப்பது எவ்வளவு வேடிக்கையாக இருக்கும்.'

'அப்படிச் செய்தால், நமக்கு வயிற்றுவலிதான் வரும்' என்று சேர்த்துக்கொண்டாள் தீக்ஷா.

'எல்லா ஒலிகளையும் நாம் கேட்போம் என்றால், நமக்குக் காதுவலிதான் வரும்' என்று பதில் தந்தாள் குமாரி.

அதுவரை தீக்ஷா காதுவலியை அனுபவித்ததே கிடையாது. ஆனால், எரிச்சலடையவைக்கும் அளவுக்கு வயிற்றுவலி

அவளுக்கு அடிக்கடி வரும். தீக்ஷா தீவிரமானாள். 'ஒரு கடை முழுக்கக் கண்ணாடிக் குவளைகள் இருப்பதுபோலவும், ஒவ்வொரு குவளையும் நமக்குப் பிடித்தமான ஒலியால் நிரம்பியிருப்பதுபோலவும் கற்பனைசெய்து பார்.'

'ஆனால்' என்றாள் குமாரி. 'நாம் இனிப்புகளைப் பார்க்கும்போது, அவை வெவ்வேறான வடிவத்தில், வெவ்வேறான வண்ணத்தில் இருப்பதை நம்மால் பார்க்க முடியும். நமக்குப் பிடித்ததை நாம் எடுத்துக்கொள்ளலாம். ஆனால், ஒலிகளைக் கொண்டிருக்கும் கண்ணாடிக் குவளைகளைப் பார்த்தால், நம்மால் பார்க்கக்கூடியது என்று எதுவுமே இருக்காது. அப்படின்னா, நாம் எப்படித் தேர்ந்தெடுப்பது?' என்றாள் குமாரி.

தீக்ஷா மேலும்கீழும் தலையசைத்தாள். 'ஆமாம், அந்தக் கண்ணாடிக் குவளைகளுக்குள் ஒலிகள் இருக்கின்றன என்று நமக்கு எப்படித் தெரியும்?' இரண்டு பெண்பிள்ளைகளும் கல்பனாவைப் பார்த்தார்கள். அவள் வேறெங்கோ பார்த்துக்கொண்டிருந்தாள். இவர்களுடைய சிந்தனை எங்கே கொண்டுவிடுகிறது என்று தெரிந்துகொள்ள அவள் ஆவலாக இருந்தாள்.

'நாம் குவளையை ஆட்டிப்பார்க்கலாம். நம்மால் அதைக் கேட்க முடியும்.'

'அல்லது நாம் மூடியைத் திறந்துபார்க்கலாம். ஆனால், ஒலி வெளியே ஓடிவிடும்.' கல்பனாவிடமிருந்து பாய்ந்து விலகினாள் தீக்ஷா. 'நான்தான் ஒலி, உங்களை விட்டு விலகியோடும் ஒலி. வந்து, என்னைப் பிடித்துக் குவளைக்குள் அடைத்துவையுங்கள்.'

கல்பனா இந்தக் கருத்துகளால் உந்துதல் பெற்றாள். அவள் வீட்டுக்குப் போனவுடன் முதல் காரியமாகத் தனது குறிப்பேட்டை எடுத்து இதை எழுதினாள்: நம்மால் ஒலியை ருசிக்க முடியும் என்றால், கேட்பது நமக்கு வயிற்றுவலியைக் கொடுக்கலாம். ஒலிகளுக்கு வண்ணங்களும் ருசிகளும் இருக்கின்றனவா?

கண்களை மூடிக்கொண்டு அவளைச் சுற்றிலும் இருக்கும் ஒலிகளைக் கேட்க முயன்றாள். அவள் கண்களை மூடியபோது எல்லாம் கருத்திருந்தன. அவள் ஒலிகளைக் கேட்டாள். ஆனால், கண்களை மூடிக்கொண்டு அவள் பார்த்த கருத்த, வெறுமையான சுவரில் எந்த வண்ணங்களும் இல்லை.

அவள் அமைதியாக நீண்ட நேரம் அமர்ந்திருந்தாள். குரல்கள் உள்ளேயும் வெளியேயும் அலைபாய்ந்துகொண்டிருந்தன. திடீரென்று பறவைகள் கீச்சிடுவதையும், தனியான ஒரு தெருநாய் குரைப்பதையும், மோட்டார் சைக்கிள் சத்தத்தையும் அவளால் கேட்க முடிந்தது. பிறகு அவள் காற்றையும், முன் அறையில் மின்விசிறி சலசலக்கும் சத்தத்தையும், வானொலி இசையின் மெல்லிய ஒலியையும் கேட்டாள். அவளது கண்களை அவள் மூடி உட்கார்ந்திருக்க, வண்ணங்கள் மெதுவாக அலைபாய்ந்து உள்ளே நுழைந்தன. கருமையில் பட்டு சுற்றிலும் தெறிக்கத் தொடங்கின. வண்ணங்கள் மீது எப்படியான கட்டுப்பாட்டையும் அவள் கொண்டிருக்க முடியவில்லை. அவை விருப்பப்பட்டதுபோல் வந்தன, போயின. சமையலறையில் குக்கரிலிருந்து விசில் சத்தம் வந்தபோது, அதில் சமைக்கப்படும் பலாப்பழத்தின் வாசத்தை அவள் உணர்ந்தாள். வாசத்தின் மீது அவளது கவனத்தைக் குவித்தபோது, பலாப்பழத்தின் ருசியை அவளால் உணர்ந்துகொள்ள முடிந்தது. அதிர்ச்சியடைந்து, அவள் கண்களைத் திறந்தாள். தனது அனுபவத்தை மனத்தில் பதியவைக்கும் விதமாக அவள் எழுதினாள்: ஒலிகள் வண்ணத்தையும் ருசியையும் கொண்டிருக்கின்றன. ஆனால், நான் கேள்வி கேட்ட பிறகுதான் அதை உணர்ந்துகொள்ள முடிகிறது. என்னால் புரிந்துகொள்ள முடியவில்லை.

அவளுக்குப் பிடித்தமான ஒலியை எப்படித் தேர்ந்தெடுப்பது என்று தீக்ஷாவுக்குச் சுத்தமாகத் தெரியவில்லை. அவளது மூளை அதிதமாக வேலைசெய்ததால், ஒரே சமயத்தில் நூறு விஷயங்கள் குறித்து அவள் சிந்தித்துக்கொண்டிருந்தாள். அவளுக்குப் பல ஒலிகள் பிடித்திருந்ததால், அவளுக்கு இதுதான் ரொம்பப் பிடித்தது என்று ஒன்றைத் தேர்ந்தெடுப்பது சிக்கலாக இருந்தது. தனக்குப் பிடித்திருக்கிறதா என்று பார்க்க அவள் சில ஒலிகளை உருவாக்கவும் முயன்றுபார்த்தாள். ஆனால், அவை எப்படி ஒலித்தனவோ அப்படியாக அவற்றை உருவாக்கும் திறமையை அவள் கொஞ்சமும் கொண்டிருக்கவில்லை. தன்னுடைய பிரச்சினையை குமாரியிடம் சொல்லி, அவள் கேட்ட ஒரு பறவையின் ஒலியை மீண்டும் உருவாக்க முயன்றாள். அந்த ஒலியின் மோசமான மாதிரியைக்கூட அவளால் உருவாக்க முடியவில்லை. இதைக் கேட்ட குமாரி கிளுகிளுக்கத் தொடங்கினாள். அந்தக் கிளுகிளு ஒலிகள் தீக்ஷா மீது ஆயிரம்

மணிகள் கொட்டுவதுபோல் விழுந்தன, அவளிடமிருந்து விலகி உருண்டன, தரையில் பட்டுத் தெரித்தன, எல்லாத் திசைகளிலும் ஓடிச்சென்று இன்னும் உரக்கக் கிளுகிளுத்தன. தீக்ஷா அந்த ஒலியால் கவர்ந்திழுக்கப்பட்டாள் — இல்லை, வெறுமனே ஒலி மட்டுமல்லாமல் அந்த ஒலியை அவள் எப்படியாகக் கேட்டாளோ அதனாலும் கவர்ந்திழுக்கப்பட்டாள். அவள் குமாரியோடு சேர்ந்து எண்ணற்ற முறை கிளுகிளுத்திருக்கிறாள். ஆனாலும், அந்தக் கிளுகிளுப்பின் ஒலியை இவ்வளவு தெளிவாக இதற்கு முன் அவள் கேட்டதே இல்லை. தன்னிச்சையாக அவள் தனது தண்ணீர் புட்டியை எடுத்தாள். அதில் கொஞ்சம்போல் இருந்த தண்ணீரைக் கீழே கொட்டினாள். திறந்திருந்த புட்டியின் வாயை ஆச்சரியமாகப் பார்த்துக்கொண்டிருந்த குமாரியின் வாய்க்கருகே கொண்டுசென்றாள். குமாரியின் கடைசி சில கிளுகிளுப்புகள் அந்தப் புட்டிக்குள் விழுந்தன. பிறகு, தீக்ஷா அந்தப் புட்டியை இறுக்கமாக மூடினாள். 'இதுதான் எனக்குப் பிடித்தமான ஒலி. நான் இந்தப் புட்டியை கங்கம்மா அஜ்ஜியிடம் கொடுக்கப்போகிறேன்' என்றாள்.

குமாரி அவளுக்குப் பிடித்த ஒலியை எதேச்சையாகத்தான் தேர்ந்தெடுத்தாள். அவளது படுக்கையில் படுத்துத் தூங்க முயன்றபோது, அன்று மாலை நடந்தது குறித்துச் சிந்தித்துக் கொண்டிருந்தாள். கங்கம்மா மூன்று பெண்பிள்ளைகளுக்கும் இசை கற்றுக்கொடுப்பது குறித்து அவள் அம்மாவுக்குத் தெரியவந்தது. கங்கம்மா வீட்டுக்கு அந்த இரண்டு பெண்களோடு குமாரியும் போவதைப் பார்த்ததாகப் பக்கத்தில் குடியிருப்பவர் ஒருவர் சொல்லியிருக்கிறார். இதுகுறித்து அவளது அம்மா குமாரியிடம் கேட்டபோது, அவள் சொஞ்சமும் யோசிக்காமல், அவள் இசை கற்றுக்கொள்ளவில்லை என்றும், சில சமயம் தீக்ஷா இசை வகுப்புக்குப் போகும்போது அவளுடன் போவதாகவும் சொன்னாள். குமாரி தந்த பதில் அவளது அம்மாவுக்கு திருப்திகரமாக இல்லை. ஆனால், அவர் ஏதேனும் சொல்வதற்கு முன்னால், வகுப்பு மிக சுவாரசியமாக இருப்பதாகவும், அவளும் இசை கற்றுக்கொண்டால் நன்றாக இருக்கும் என்றும் சேர்த்துக்கொண்டாள். அம்மாவுக்கு ஆச்சரியமாக இருந்தது. அவரது வீட்டில் உண்மையிலேயே இசை மீது விருப்பம் கொண்டவர்கள் என்று எவருமே கிடையாது. கணவரிடம் கேட்டால், இதெல்லாம் பள்ளிக்குப் போவதன் விளைவு

என்பார் என்பதில் அவர் உறுதியாக இருந்தார். இசை கற்றுக்கொள்வதெல்லாம் அவ்வளவு நல்ல யோசனை இல்லை என்றும், அவள் தன்னுடைய படிப்பில் கவனம் செலுத்த வேண்டும் என்றும் குமாரியிடம் அவள் அம்மா சொன்னார். எப்படியிருந்தாலும், இசை வகுப்புக்கான பணத்தை அவர்களால் கொடுக்க முடியாது.

குமாரி மீண்டும் ஒருமுறை முயன்றுபார்த்தாள். 'எனக்கு உண்மையிலேயே இசை ரொம்பப் பிடித்திருக்கிறது' என்றாள். 'மற்ற எல்லாவற்றையும்விட அதுதான் எனக்கு ரொம்பப் பிடித்திருக்கிறது.' இப்படிச் சொல்வதெல்லாம் எந்தப் பயனும் தராது என்பதால், இறுதியாக அவளது துருப்புச் சீட்டைப் பயன்படுத்தினாள். போலியோவால் பாதிக்கப்பட்ட தனது காலைப் பார்த்தபடியே, 'மற்றவர்கள்போல் என்னால் விளையாட முடியாது. இசை மட்டுமே என்னால் செய்ய முடிந்தது' என்றாள். அவளுக்குப் பதில் ஏதும் சொல்லாமல் அம்மா சமையலறைக்குள் சென்றார். பிறகு இரவில், குமாரி தனது படுக்கையில் படுத்திருக்கும்போது, அவள் அம்மா, 'சில வகுப்புகளுக்குப் போ. பிறகு பார்த்துக்கொள்ளலாம். ஆனால், என்னிடம் பணம் கிடையாது. டீச்சர்கிட்ட ஒரு கோழி கொடுப்பதாகச் சொல்லு' என்றார். அவர் குமாரியின் தலையை வருடிக்கொடுத்துக்கொண்டே, 'இதை உன் அப்பாகிட்ட சொல்லாதே' என்றும் சேர்ந்துகொண்டார்.

குமாரி ரொம்ப சந்தோஷமானாள். அவள் விடுவிக்கப்பட்டதுபோல் உணர்ந்தாள். ஏதோ ஒன்றிலிருந்து இல்லாமல், ஏதோ ஒன்றை நோக்கி விடுவிக்கப்பட்டதாக உணர்ந்தாள். படுக்கையில் படுத்தபடி அவள் கேட்ட பல ஒலிகளின் மீது கவனம் குவிக்கத் தொடங்கினாள். வீட்டுக்கு வெளியே தொலைபேசிக்கொண்டிருக்கும் அப்பாவின் குரலைக் கேட்டாள். படுக்கையில் அம்மா புரண்டுபடுக்கும் அசைவுகளைக் கேட்டாள். பிறகு, வெளியிலிருந்து வந்த லட்சக்கணக்கான ஒலிகளைக் கேட்டாள்: கோழிகள் இறக்கைகளை அடித்துக்கொண்டன, நாய்கள் ஊளையிட்டன, குரைத்தன, மரங்கள் ஒன்றோடொன்று பேசிக்கொண்டன, அப்புறம் எப்போதும்போல் அவளைச் சுற்றியிருக்கும் மலைகளின் ஒலிகள். எதற்கும் கட்டுப்படாத குழந்தைகள்போல் இந்த ஒலிகளெல்லாம் அவளது வீட்டுக்குள்

நுழைந்தன என்றாலும், இவை எதுவுமே ஒன்றோடொன்று முட்டி மோதிக்கொள்ளாததுதான் குமாரிக்கு ஆச்சரியமாக இருந்தது. ஒலிகள் ஒவ்வொன்றையும் அவளால் தெளிவாகக் கேட்க முடிந்தது. ஒவ்வொன்றும் தனித்தனியே அவளை வாழ்த்த வந்ததுபோல் அவளிடம் வந்தன. இவற்றையெல்லாம் மிக நெருக்கமாகக் கேட்ட பின், எல்லா ஒலிகளாலும் அவள் ஈர்க்கப்பட்டாள். அதனால், அவற்றிலிருந்து ஒன்றை அவளால் தேர்ந்தெடுக்க முடியவில்லை. இப்படி அதீதத்தன்மையில் கேட்டுக்கொண்டிருந்தபோதே, தூக்கம் அவளை ஆட்கொண்டது. அப்போது, மிகத் தொலைவில் மலைகளில் எங்கோ மறைந்திருக்கும் கோயிலிலிருந்து வரும் பாடலை அவள் கேட்டாள்.

பண்டிகை வேகமாக நெருங்கிவந்ததால், பல கிராமங்களில் இரவு முழுக்க இசை நிகழ்ச்சிகளும், நாடக நிகழ்ச்சிகளும் நடந்துகொண்டிருந்தன. சில தெளிவான இரவுகளில், இந்த நிகழ்ச்சிகளின் ஒலி, பல மைல்களுக்கு அப்பால் கொண்டுசெல்லப்படும். தூங்கும் நிலைக்குள் குமாரி நுழைந்து கொண்டிருந்தபோது, ஒரு பாடலின் சுரம் திறந்திருந்த ஜன்னல் வழியாக அவ்வளவு தெளிவாக வந்தது. பாதையிலுள்ள மரங்களாலும் புதர்களாலும் அந்த ஒலி மிக மென்மையாக முன்னே தள்ளிவிடப்பட்டு, பட்டாம்பூச்சிகளின் இறகுகளால் அது முழுக்க சுத்தப்படுத்தப்பட்டதுபோல் இருந்தது. மெல்லிய ஊசிபோல் அவ்வளவு கூர்மையாக இருந்தது. ஆனாலும், அது இசையால் நிரம்பியிருந்தது.

குமாரி அந்த ஒலியின் மடியில் தலைசாய்ந்தாள். உண்மையான, தெளிவான சுரத்தை முதன்முறையாக அனுபவித்தாள். வகுப்பில் கங்கம்மா எழுப்பியதுபோலவே அந்த ஒலி இருந்தது. அவ்வளவு தெளிவாக இருந்ததால், அப்படி ரீங்காரமிட்டதால் அவளது கைரோமங்கள் நடுங்கத் தொடங்கின. அவள் தேடிக்கொண்டிருந்த அந்த ஒலி, தன்னை அடையாளப்படுத்திக்கொள்ளக்கூடிய அந்த ஒலி இதுதான் என்று குமாரி உடனடியாகத் தெரிந்துகொண்டாள். அதை நினைவில் வைத்துக்கொள்ள அவள் பிரயத்தனப்பட்டாள். எழுந்து, அந்த ஒலியை மீண்டும் எழுப்ப வேண்டும் என்று விரும்பினாள். ஆனாலும், அவள் இருந்த நிலையில் அவளால் படுக்கையிலிருந்து எழுந்துகொள்ள முடியவில்லை.

படுக்கையோடு கட்டிப்போடப்பட்டிருந்ததுபோல் உணர்ந்தாள். பீதியடைந்து, அந்த ஒலியை அவள் உருவாக்க முயன்றாள். அவளால் முடியவில்லை. ஆனால், அவள் தன்னை ஆசுவாசப்படுத்திக்கொண்டபோது, அவள் உருவாக்கிய ஒலி அவள் கேட்ட ஒலியோடு சேர்ந்து பாய்வதை அவளால் உணர்ந்துகொள்ள முடிந்தது. இவ்விரண்டு ஒலிகளும் ஒன்றென எதிரொலித்தன. அவளது உடல் முழுக்க எதிரொலித்துக்கொண்டிருப்பதுபோல் கேட்டாள். இந்தச் சுத்தமான ஒலி ஒரு முனையிலிருந்து மறுமுனைக்குப் பாயும் ஒரு உருளைபோல் தன்னை உணர்ந்தாள். அவள் உடலின் ஒவ்வொரு பகுதியிலும் அந்த ஒலி நுழைய அவள் உறங்கிப்போனாள். இந்த ஒலியைத் தன்னால் எப்போதும் மறக்க முடியாது என்றும், அது அவளுக்கானது மட்டுமே என்ற அறிதலோடும் அவள் உறங்கிப்போனாள்.

கல்பனாவின் தேர்வு ஓரளவுக்கு ஊகித்தறியக்கூடியதாக இருந்தது. அவளும் அவளுக்குப் பிடித்தமான ஒலி எது என்பது குறித்துச் சிந்தித்துப்பார்த்தாள். ஆனால், மற்ற இருவர்போல் இல்லாமல், அதிக அனுபவம் பெற்றவளாக இருப்பதாலும், பேசுவதை நிறுத்தியிருப்பதாலும் ஒலிகளைக் கவனமாகக் கேட்கும் ஆற்றல் அவளிடம் பெருமளவு வளர்ந்திருந்தது. அவளைச் சுற்றி எப்போதும் இருக்கும் ஒலிகளையெல்லாம், ஆனால் முன்பு அவளால் அடையாளம் காண முடியாதவற்றையெல்லாம் அவள் இப்போது அறிந்துகொள்ளத் தொடங்கியிருந்தாள். மிகத் தீவிரமான நிலையில் அவள் உட்கார்ந்திருந்து, ஒலிகளின் ஒவ்வொரு அடுக்காக அவள் கேட்டுக்கொண்டிருக்கும்போது, அவள் வேறான உலகத்தில் இருந்தாள். அந்த உலகத்தில் அவள் ஊமையாகவும் செவிடாகவும் இருந்தாள். இந்த ஒலிகள் ஒவ்வொன்றும் அவளிடம் பேசும் ஒரு நபராக இருந்தன. எண்களும் வாக்கியம் போன்றுதான் என்று அவளுக்குக் கிடைத்த நுண்ணறிவை அவள் நினைத்துப்பார்த்தாள். ஒலிகளைக் கண்டறியும் அவளது இந்த மனநிலையில், ஒற்றை ஒலி, பல ஒலிகள் குறித்த கதைகளை அதற்குள்ளாகத் திணித்துக்கொண்டுள்ளதை அவள் உணர்ந்துகொண்டாள். ஆனால், ஒலி குறித்த இந்த நுண்ணுணர்வே அவளுக்குப் பெரிய தடையாகவும் இருந்தது. ஒவ்வொரு ஒலியும் அதற்குள்ளாக இன்னும் ஆழமான அடுக்குகளில் வேறு பல ஒலிகளை மறைத்துக்கொண்டிருக்கிறது

என்று உணர்ந்துகொண்ட பின், அதில் ஒன்றைத் தேர்ந்தெடுப்பது அவளுக்குச் சாத்தியமில்லாமல்போனது. சில நாள்களுக்கு இந்தத் தடுமாற்றத்தோடு அவள் போராடிக்கொண்டிருக்க வேண்டியிருந்தது. பிறகுதான், அதாவது அவளது இசை வகுப்புக்கு முந்தைய நாள்தான், அவள் விடையைக் கண்டுபிடித்தாள். அவளுக்கு மிக விருப்பமான ஒலியை அவள் கண்டுணர்ந்தாள். அது குறித்து கங்கம்மா என்ன சொல்வார் என்று நினைத்துப்பார்த்தபோது, அது அவளைப் புன்னகைக்கவைத்தது.

அந்த ஞாயிற்றுக் கிழமை மூவரும் தங்களது இசை வகுப்புக்குக் கிளம்பும்போது, கிராமத்துக் கோயிலை ஒரு சுற்றுச் சுற்றிவரலாம் என்று தீக்ஷா வலியுறுத்தினாள். அவர்களது சொந்தக் கோயிலுக்கு கல்பனாவை எப்படிப் பூசாரியாக்குவது என்பது குறித்து சில தகவல்களை அவள் பெற்றுக்கொள்ள விரும்பினாள்.

அந்தச் சமயத்தில் கோயிலில் அவ்வளவாக யாரும் இல்லை. முற்பகலில் பிரதானப் பூசை நடக்கும்போதுதான் பெரும்பாலானோர் கூடுவார்கள். கோயிலுக்கு வெளியே நிற்க கல்பனா விரும்பினாள். ஆனால், தீக்ஷாவும் குமாரியும் ஒரு ஓரத்தில் அவளை உட்காரவைத்துவிட்டு, பூசாரியைப் பார்க்கப்போனார்கள். பூசாரி தனது பிராத்தனைகளை முடிக்கக் காத்திருந்தார். ஆனால், அவரது வேலையில் அவர் மும்முரமாக இருந்ததால், இருவரும் கல்பனாவிடம் திரும்பிவந்து, அவளுக்கு அருகில் உட்கார்ந்துகொண்டார்கள். பூசாரியின் மனைவி தனக்கு முன்னால் மல்லிகைப்பூ குவியலாக இருக்க சற்றுத் தள்ளி உட்கார்ந்திருந்தார். அவர் அதை மாலையாகக் கோத்துக் கொண்டிருந்தார்.

இவர்களைப் பார்த்து அவர் ஆச்சரியப்பட்டார். ‘என்ன இது, இந்தக் காலையில மூன்று பேரும்? ஆச்சரியமாக இருக்கு.’ அவர்களது பெற்றோர் அல்லது அஜ்ஜியும் யாராவது உடன் வந்திருக்கிறார்களா என்று சுற்றிலும் பார்த்தார். பிறகு, கல்பனாவை கூர்ந்துபார்த்தார். ‘நீ பேசத் தொடங்கிட்டயா?’

தீக்ஷா பதில் சொன்னார். ‘இல்லை, அவளால் இன்னும் பேச முடியவில்லை.’

'நீ முன்னாடியே கோயிலுக்கு வந்திருக்க வேண்டும். இருந்தாலும், இப்பவும் ஒன்னும் குடி மூழ்கிப் போய்விடவில்லை. பண்டிகையின்போது உங்க அஜ்ஜி சிறப்பு வழிபாட்டுக்கு ஏற்பாடு செய்திருக்கிறார்.'

இதைக் கேட்டவுடன் தனது உடல் படபடப்பதாக கல்பனா உணர்ந்தாள். இந்தப் பிரார்த்தனைக்குப் பிறகு அவள் பேசுவாள் என்றால், அவளுக்குப் பேச்சைத் திரும்பக்கொடுத்ததற்கு எல்லோரும் விநாயகரையும் அஜ்ஜியையும் தானே புகழ்வார்கள்!

தீக்ஷா குறுக்கே புகுந்தாள். 'ஆனால், அக்கா இசை கற்றுக் கொள்கிறாள்.'

வகுப்புக்குப் போக வேண்டும் என்று நிதானமில்லாமல் இருந்தாள் குமாரி. பூசாரியைச் சுட்டிக்காட்டி, 'அவர் என்ன பூசை செய்துகொண்டிருக்கிறார்?' என்று கேட்டாள்.

'அவர் பிரார்த்தனைகள் சொல்லிக்கொண்டிருக்கிறார்.'

'பிரார்த்தனையில் அவர் என்ன சொல்வார்?'

பூசாரியின் மனைவி சிரித்தார். 'நிறைய பிரார்த்தனைகள் இருக்கின்றன. ஒருவேளை, அவர் இப்போது கடவுளின் குணங்களையெல்லாம் சொல்லிக்கொண்டிருக்கலாம்.'

தீக்ஷாவுக்கு ஆச்சரியமாக இருந்தது. பிரார்த்திப்பது என்பது கடவுளிடம் ஏதோ கேட்பது என்றுதான் தீக்ஷா நினைத்துக் கொண்டிருந்தாள். 'குணங்கள் என்றால், எதையெல்லாம்?'

'கடவுளின் அழகு, பலம், அன்பு...'

'பிரார்த்தனைகள் என்பது இப்படித்தானா?' குமாரிக்கும் குழப்பமாக இருந்தது.

'பிரார்த்தனைகளில் ஒன்று இது. இப்படிப் பல இருக்கின்றன.' அவர் இந்த மூன்று பெண்களையும் பார்த்தார். 'நீங்கள் பிரார்த்தனை வகுப்புக்கு வரணும். நாங்கள் பிள்ளைகளுக்குப் பிரார்த்தனைகள் சொல்லிக்கொடுக்கிறோம். உங்கள் நண்பர்களை அழைத்துக்கொண்டு இங்கு வாருங்கள். நான் உங்களுக்குச் சில பிரார்த்தனைகள் சொல்லிக்கொடுக்கிறேன்.'

குமாரி குழம்பிப்போனாள். அவள் மெதுவாக, 'ஏன் கடவுளிடம் அவர் அழகாக இருக்கிறார், சக்தி கொண்டவர் என்றெல்லாம் சொல்லிக்கொண்டிருக்க வேண்டும்? கடவுளுக்கு அதெல்லாம் தெரியும்தானே, இல்லையா?'

கல்பனா தீவிரமாக மேலும்கீழும் தலையசைத்தாள். தீக்ஷாவும், 'ஆமா, அதையெல்லாம் ஏன் அவர் கடவுளிடம் சொல்லிக்கொண்டிருக்க வேண்டும்?' என்று கேட்டாள்.

பூசாரியின் மனைவி இதை வேடிக்கையாக எடுத்துக்கொண்டார். 'பிரார்த்தனைகள் கடவுளைப் புகழ்கின்றனவே தவிர நமக்கு ஏதோ வேண்டும் என்பதற்காக நாம் பிரார்த்தனைகள் செய்வதில்லை. உங்க அம்மாவிடம் அவள் நல்லா சமைக்கிறாள் அல்லது நல்ல அம்மாவாக இருக்கிறாள் என்று நீங்கள் சொல்வதில்லையா?'

தீர்மானிக்க முடியாமல், தயக்கத்தோடு அவர்கள் ஆமென்று தலையசைத்தார்கள். இப்படி ஏதாவது சொல்லியிருக்கலாம் என்றாலும்கூட, அப்படிச் சொன்னதை அவர்களால் நினைவில் கொண்டுவர முடியவில்லை.

'உங்க அம்மா நல்லா சமைப்பாள் என்று அவளுக்குத் தெரியாதா என்ன? அவளுக்குத் தெரியும். நீங்கள் அவளைப் பாராட்டுகிறீர்கள், அவ்வளவுதான். இதுபோலவே நாம் கடவுளைப் பாராட்டுகிறோம்.'

குமாரிக்கு இன்னும் தெளிவாகவில்லை. 'ஆனால், கடவுளிடம் நாம் ஏதாவது வேண்டுவதும் உண்டுதானே, இல்லையா? நல்ல மதிப்பெண்கள் எடுக்க வேண்டும் என்று?'

பெண்கள் சிரித்தார்கள். பூசாரியின் மனைவியும் சிரித்தார். 'நிச்சயமாக, வேண்டலாம்தான். பிறகு, நீங்கள் வந்து அவருக்கு நன்றி சொல்வீர்கள். உங்களிடம் நல்லவிதமாகவும் அன்பாகவும் இருப்பதற்காக நன்றி சொல்வீர்கள். சில பிரார்த்தனைகள் அப்படியானவை.'

'மற்றவர்கள் தெரிந்துகொள்வதற்காகத்தான் கடவுள் அவ்வளவு நல்லவர் என்று அவரிடம் சொல்கிறீர்களா?' என்று தீக்ஷா கேட்டாள்.

கல்பனா அவளைக் கிள்ளினாள். தேவி கருவறையைச் சுட்டிக்காட்டினாள். முதலில் தீக்ஷாவால் புரிந்துகொள்ள முடியவில்லை. ஆனால், அலங்கரிக்கப்பட்டிருந்த தேவி அவ்வளவு பிரகாசமாக ஜொலித்துக்கொண்டிருப்பதைப் பார்த்தாள். புரிந்தது எனத் தலையசைத்தாள். ‘மன்னிக்கணும், கடவுளும் பெண்தான்’ என்றாள்.

மற்ற இரு பெண்களும் மேலும்கீழும் தலையசைத்தார்கள். ஆனால், பூசாரியின் மனைவி மௌனமாக இருந்தார். இவர்களுக்கு ஏன் இவ்வளவு ஈடுபாடு என்று அவருக்குக் குழப்பமாக இருந்தது.

‘இப்போ ஏன் உங்களுக்குப் பிரார்த்தனைகள் மீது இவ்வளவு அக்கறை?’

பூசாரியைப் பார்த்து தீக்ஷா, ‘பூசாரியாக இருப்பது எவ்வளவு கடினம் என்று எங்களுக்குள் வெறுமனே பேசிக்கொண்டிருந்தோம். ஆனால், பூசாரியாக இருப்பவர்கள் நிறைய பிரார்த்தனைகள் தெரிந்துவைத்திருக்க வேண்டும் என்றுவேறு நீங்கள் சொல்கிறீர்கள்!’

‘ஆமாம், ஆனால் பிரார்த்தனைகள் தெரிந்திருந்தால் மட்டுமே போதாது. பூசாரியாக இருப்பதற்குப் பல வருடங்கள் பயிற்சி எடுக்க வேண்டும். சாஸ்திரங்களைப் புரிந்துகொள்ள வேண்டும். வழிபாட்டுச் சடங்குகளையெல்லாம் கற்றுக்கொள்ள வேண்டும். அது அவ்வளவு சுலபமில்லை. இதற்கெல்லாம் அப்புறமும் உங்களுக்குப் பணம் கிடைக்காது. இது ஒன்னும் சுலபமான வேலையில்லை.’

குமாரி குழந்தைத்தனமாக, ‘அப்படியென்றால், கடவுளிடம் அதிக பணம் கொடுக்குமாறு பூசாரி கேட்க வேண்டியதுதானே’ என்றாள்.

பூசாரியின் மனைவி முகத்தில் தோன்றியதை மட்டும் கல்பனா பார்க்கவில்லை என்றால், அவள் புன்னகைத்திருப்பாள். அந்தப் பெண்மணி கோபமாக, ‘நீங்கள் அவரைக் கிண்டல் செய்கிறீர்களா?’ என்று கேட்டார். ஆனால், குமாரியின் முகத்தைப் பார்த்தவுடன் அது குழந்தைத்தனமான கேள்வி என்று அவர் புரிந்துகொண்டார். ‘நம்முடைய பிரார்த்தனைகளால்தான் நமக்கு

இந்த வாழ்க்கையாவது கிடைத்திருக்கிறது. இல்லையென்றால் இன்னும் மோசமாக இருந்திருக்கும்' என்றார் சுருக்கமாக.

அவர்கள் கங்கம்மா வீட்டுக்கு நடந்துபோய்க்கொண்டிருக்கும் போது, பூசாரியாவதற்கு கல்பனா இவ்வளவு பயிற்சிகளெல்லாம் எடுக்க வேண்டியதில்லை என்று தீக்ஷா தீர்மானித்தாள். 'மூளைக்கென்று பிரார்த்தனைகள் ஏதேனும் இருக்கின்றனவா என்று எனக்குத் தெரியவில்லை. பிரார்த்தனைகள் நற்குணங்களை நமக்குச் சொல்கின்றன என்றால், நமக்கான பிராத்தனைகளை நாமே உருவாக்கிக்கொள்ளலாம், சரியா?' என்றாள் கல்பனாவிடம்.

குமாரி ஆமென்று தலையசைத்தாள். 'மூளையின் குணங்கள் எல்லாவற்றையும் நம்முடைய அறிவியல் புத்தகம் சொல்கிறது.'

தீக்ஷா இதை ஏற்றுக்கொண்டாள். 'ஒருவேளை அறிவியல் புத்தகமே பிரார்த்தனைப் புத்தகமாக இருக்கலாம்!'

வழக்கத்துக்கு மாறாக மூன்று பெண்களும் அமைதியாக, தீவிரமான சிந்தனைகளோடு வகுப்புக்கு நடந்துசென்றார்கள். கங்கம்மா வீட்டை அடைவதற்குச் சற்று முன்பு தீக்ஷாவுக்குப் பொறிதட்டியது. 'ஏற்கெனவே மூளைக்குப் பூசாரியாக இருப்பதற்கான பயிற்சியை கல்பனா பெற்றிருக்கிறாள். பள்ளிக்கூடம் போவதும் ஒரு பயிற்சிதான். அதனால், கோயில் பூசாரிபோலவே, நம்முடைய மூளைக் கடவுளுக்கு அவள் பூசாரியாக இருக்க முடியும்.'

இன்னொரு பிரச்சினையும் தீர்ந்தது என்று கல்பனாவும் குமாரியும் சந்தோஷமாக மேலும்கீழும் தலையாட்டிக்கொண்டிருந்தார்கள்.

**கங்கம்மா** இவர்களுக்காகக் காத்திருந்தார். தன் வீட்டுக்கு வெளியே மேலும்கீழும் நடந்துகொண்டிருந்தார். அந்தப் பெண்பிள்ளைகள் தனது வீட்டுக்கு வருவதற்கு முன்பே அவர்களை அவரால் கேட்க முடிந்தது. அவர்கள் சந்தோஷமான மனநிலையில் இருப்பதுபோல் தெரிந்தது! அவரைக் காக்கவைத்ததற்காக அவர்களை அவர் கடிந்துகொண்டிருப்பார். ஆனால், அதற்குச் சந்தர்ப்பம் கொடுக்காமல் தீக்ஷா பேச்சைத் தொடங்கினாள்.

'அஜ்ஜி, நீங்கள் கொடுத்த பயிற்சியை நாங்க செய்துவிட்டோம்.'

மூன்று பெண்களும் கங்கம்மாவுக்கு முன்னால் உட்கார்ந்து கொண்டார்கள். அவரது பிரம்பு நாற்காலியில் கங்கம்மா உட்கார்ந்துகொண்டார்.

தீக்ஷா கையைத் தூக்கினாள். 'நான் முதலில் சொல்கிறேன்' என்று அவள் முன்வைத்த யோசனையைக் கட்டளைபோல் ஒலிக்கச் செய்தாள். மிகச் சரியாக அவரும் அதை வேண்டியதால், கங்கம்மா ஏற்றுக்கொண்டார். மூவரில் மிகக் குறைவான இசை உணர்வுகொண்டவள் தீக்ஷாதான். கல்பனா கடைசியாகச் சொல்ல வேண்டும் என்று அவர் எதிர்பார்த்தார்.

'எனக்கு மிகவும் பிடித்த ஒலியை நான் தேர்ந்தெடுக்க வேண்டும் என்று நீங்கள் சொன்னீர்கள்' என்று குமாரியைப் பார்த்துக்கொண்டே அறிவித்தாள் தீக்ஷா. பிறகு, தனது புத்தகப் பையைப் பார்த்தாள். 'அந்த ஒலியை நான் உங்களுக்குக் கொண்டுவந்திருக்கிறேன்.' தனது பையிலிருந்து தண்ணீர்ப் புட்டியை வெளியே எடுத்தாள்.

கங்கம்மா அந்தப் புட்டியைப் பார்த்தார். ஒருவேளை, புட்டியைத் தட்டும்போது எழக்கூடிய ஒலி அவளுக்குப் பிடித்தமானதாக இருக்கலாம் என்று அவர் நினைத்தார்.

பிறகு, யாரும் எதிர்பாராத ஒன்றை தீக்ஷா செய்தாள். அவள் புட்டியை மேலும்கீழும் கவிழ்த்துக் குலுக்கினாள். இப்படியும் அப்படியும் அதைச் சுற்றினாள். குமாரியால் கிளுகிளுக்காமல் இருக்க முடியவில்லை. கல்பனா அமைதியாகப் பார்த்துக்கொண்டிருந்தாள்.

தீக்ஷா புட்டியைக் குலுக்கி, அதை கங்கம்மாவின் இடது காதுக்கு அருகில் கொண்டுசென்றாள். 'உங்களால் அந்த ஒலியைக் கேட்க முடிகிறதா?' என்று கேட்டாள்.

'தீக்ஷா, புட்டி வெறுமையாக இருக்கிறது. இதில் நாம் எதைக் கேட்க முடியும்?'

தீக்ஷா இன்னும் கொஞ்சம் குலுக்கினாள். 'இப்போ உங்களால் கேட்க முடிகிறதா?'

'இல்லை. உள்ளே என்ன போட்டிருக்கிறாய்?' விதைகள் அல்லது கற்கள் இருக்கலாம் என்று எதிர்பார்த்து, கங்கம்மா புட்டியை உற்றுநோக்கினார். அது வெறுமையாக இருந்தது.

பிறகு, புட்டியை நாடகத்தன்மையோடு மெதுவாகத் திறந்தாள். 'அஜ்ஜி, இப்போது கவனமாகக் கேளுங்கள். இப்போது நான் மூடியைத் திறந்தவுடன் நீங்கள் ஒலியைக் கேட்பீர்கள்.'

குமாரி பெரும் உற்சாகத்தில் மேலும்கீழும் உதறலோடு குதித்துக் கொண்டிருந்தாள்.

தீக்ஷாவை நிறுத்தச்சொன்னார் கங்கம்மா. குட்டிப் பூச்சிகள் ஏதாவது காதுக்குள் நுழைந்துவிடக் கூடாது என்பதற்காக, 'தீக்ஷா, பூச்சி எதையாவது இந்தப் புட்டிக்குள் போட்டிருக்கியா?' என்று கேட்டார்.

'இல்லை, இல்லை' என்றாள் தீக்ஷா. குமாரி உரக்கச் சிரிக்கத் தொடங்கினாள். அவள் எதிர்பார்த்ததைவிட இன்னும் வேடிக்கையாகப் போய்க்கொண்டிருக்கிறது.

தீக்ஷா புட்டி மூடியைத் திறப்பதையும் அதன் வாயைத் தனது காதுக்கு அருகில் வைப்பதையும் கங்கம்மா எச்சரிக்கையோடு கவனித்துக்கொண்டிருந்தார். அந்தப் புட்டிக்குள்ளிருந்து காற்றின் ஆழ்ந்த ஒலி மட்டுமே வெளிப்பட்டது.

'உங்களால் அதைக் கேட்க முடிந்ததா?'

'இல்லை' என்றார் கங்கம்மா, இந்தப் பெண்கள் என்ன செய்கிறார்கள் என்று புரிந்துகொள்ள முடியாமல்.

குமாரியால் தன்னைக் கட்டுப்படுத்திக்கொள்ள முடியவில்லை. 'என்னுடைய சிரிப்பை தீக்ஷா இந்தப் புட்டிக்குள் அடைத்து மூடிவிட்டாள்.'

'ஆக, நான் மூடியைத் திறந்தபோது, நீங்கள் அந்தச் சிரிப்பைக் கேட்டிருக்க வேண்டும்' என்றாள் தீக்ஷா குற்றம்சாட்டுவதுபோல். 'உண்மையிலேயே நீங்கள் எதையும் கேட்கவில்லையா?'

தண்ணீரைப் புட்டியில் அடைப்பதுபோல் ஒலியை அடைக்க முடியாது என்றுதான் கங்கம்மா சொல்ல வந்தார். ஆனால், சொல்லாமல் நிறுத்திக்கொண்டார். அவர் பாடும்போது,

தனக்குள்ளிருந்துதான் சுரத்தையும் ஒலிகளையும் எடுப்பதை அவர் அறிந்திருந்தார். அவர் அதற்கு முன் பாடியிராத அல்லது பயிற்சி செய்திராத ஒன்றை அவர் பாடுவதைக் கண்டு அவரே பலமுறை ஆச்சரியப்பட்டிருக்கிறார். அதன் ஓட்டத்தில் இருக்கும்போது, அவரது உடலுக்குள்ளிருந்து வெளியே பாய்ந்துவரும் ஒலிக்கு அவர் குரலைக் கொடுத்தால் மட்டுமே போதுமானது என்றும் அவர் உணர்ந்திருந்தார். ஒருவேளை, அவரே ஒரு புட்டியாக இருக்கலாம். வெறுமையாக இருக்கும் இந்தப் புட்டி நூற்றுக்கணக்கில் நாடோடி ஒலிகளால் நிரம்பியிருக்கலாம். இந்தச் சிந்தனையை அவருக்குள் தோற்றுவித்ததற்காக தீக்ஷாவை மிக வாஞ்சையோடு பார்த்தார்.

'நான் ஒலியைக் கேட்டேன் தீக்ஷா, அதைக் கேட்டேன். நான் கொஞ்சம் கவனமாகக் கேட்டிருக்க வேண்டும்.'

கங்கம்மாவைக் கவனித்துக்கொண்டிருந்த கல்பனா அவரை நம்ப மறுத்தாள். அவளது குறிப்பேட்டை எடுத்து எழுதினாள்: புட்டியிலிருந்து இல்லாமல், உங்களது மற்றொரு காது வழியாக நீங்கள் குமாரியைக் கேட்டிருக்க வேண்டும்.

கல்பனாவின் தோளைத் தட்டிக்கொடுத்த கங்கம்மா, 'எதை எனது வலது காது வழியாகக் கேட்கிறேன், எதை எனது இடது காது வழியாகக் கேட்கிறேன் என்று எனக்கு நன்றாகத் தெரியும்' என்றார்.

குமாரி எழுப்பப்போகும் ஒலியைக் கேட்க அவர் குமாரியின் பக்கம் திரும்பினார்.

கால்களைப் பக்கவாட்டில் மடித்துவைத்துக்கொண்டு குமாரி ஒழுங்காக உட்கார்ந்துகொண்டாள். அவளது முதுகை நிமிர்த்திக்கொண்டு, கைகளைத் தன்னுடைய தொடையில் வைத்துக்கொண்டாள்.

தீக்ஷா கைதட்டினாள். 'அவள் ஒரு பாட்டு பாடப்போகிறாள்.'

கங்கம்மா குறுக்கிட்டார். 'பாட்டு எதுவும் கூடாது. பாடக் கூடாது. உனக்குப் பிடித்த ஒலி மட்டுமே. தீக்ஷாபோல், வெறுமையான புட்டியை என்னிடம் கொடுக்க மாட்டாய் என்று நினைக்கிறேன்.' கல்பனாவை ஒரு பார்வை பார்த்துவிட்டு, 'உனக்குப் பிடித்த ஒலியை நீ வரைந்துகாட்ட மாட்டாய் என்றும்

நம்புகிறேன். உன்னிடமிருந்து நான் கேட்க விரும்புகிறேன்' என்று சேர்த்துக்கொண்டார்.

இது குமாரியைப் பதற்றமாக்கியது. அவள் நிமிர்ந்து உட்கார்ந்துகொண்டு கங்கம்மாவைப் பார்த்தாள். அவள் தூங்கிக் கொண்டிருக்கும்போது, அவளிடம் வந்து தங்கிவிட்ட அந்த ஒலியை, அவள் தன்னுடன் கொண்டுவந்திருந்தாள். அந்த ஒலியை வெளிக்கொணர முயன்றாள். அவளுக்குள்ளாக அதை அவளால் மிகத் தெளிவாகக் கேட்க முடிந்தது. அதை வெளியே கொண்டுவருவதற்கான உத்திதான் தேவைப்பட்டது. அவள் ஒரு வார்த்தையை எப்படி உச்சரிப்பாளோ, அதுபோல் அந்த ஒலியை வெளிக்கொணர முயன்றாள்.

அவளது வாயிலிருந்து வெளிப்பட்டது, அவளது மண்டைக்குள் எதிரொலித்துக்கொண்டிருப்பதுபோல் கொஞ்சமும் இல்லை.

அவள் என்ன செய்ய முயல்கிறாள் என்று கங்கம்மா புரிந்துகொண்டார். 'குமாரி, எங்களையெல்லாம் மறந்துவிடு. என்னை மறந்துவிடு. நீ எந்த ஒலியையும் உருவாக்க வேண்டியதில்லை. அது தானாக வெளியே வரட்டும்.'

குமாரி நீண்ட மூச்சு எடுத்து, கண்களையும் வாயையும் மூடிக்கொண்டாள். அவளைச் சுற்றி இருப்பவர்களையெல்லாம் மறந்தாள். பலா மரத்தின் காற்றைக் கேட்டாள். ஆனால், அதுவும் உடனடியாக மூடிக்கொண்டது. சரியான ஒலியை வெளியே கொண்டுவர அவள் மிகவும் பிரயத்தனப்பட்டாள். கங்கம்மாவை அசத்த நினைத்தாள். ஏனோ, இது அவளது இறுதித் தேர்வு என்பதுபோல் உணர்ந்தாள். அவளுக்குப் பிடித்த ஒலியை அவளுக்குள்ளாக எவ்வளவு நேரமாகத் தேடிக்கொண்டிருந்தாள் என்று எதுவும் தெரியாமல் அவள் மௌனமாக இருந்தாள். அவளுக்குள்ளாக அதை அவளால் கேட்க முடிந்தது. ஆனால், அதைப் பறித்து வெளியே விடுவதற்கான திறமை அவளுக்குத் தேவைப்பட்டது.

அது நடந்தபோது, எதிர்பாராத விதமாக நடந்தது. குமாரியும் எதிர்பாராத ஒன்றாக அது இருந்தது. கங்கம்மாவும் இரண்டு சகோதரிகளும்கூட எதிர்பாராத ஒன்றாக இருந்தது. அவளிடமிருந்து தப்பித்து வெளியே வந்த ஒலி மீது குமாரி எப்படியான கட்டுப்பாட்டையும் கொண்டிருக்க முடியாமல்போனது.

அந்த ஒலி அவ்வளவு தூய்மையான ஒலியாக இருந்தது. அவரது முகத்தின் மீது சில்லென்ற தண்ணீர் தொடர்ந்து விழுந்துகொண்டிருப்பதுபோல் கங்கம்மா உணர்ந்தார். குமாரியிடமிருந்து வெளிப்பட்ட ஒலியைக் கேட்டு தீக்ஷாவும் கல்பனாவும் அதிர்ந்துபோனார்கள். அது அவளது தோழியின் கிளுகிளுக்கும் குரலாக இல்லை. அந்த ஒலி மேலும்மேலும் வளர்ந்துகொண்டே இருந்தது; எவ்விதமான தடுமாற்றங்களும் இல்லாமல் ஒற்றை சுரத்தில்.

கங்கம்மாவின் கண்களிலிருந்து கண்ணீர் வழிந்தது. அது வருத்தம் அல்லது சந்தோஷத்தை வெளிப்படுத்தும் கண்ணீராக இல்லை. உண்மையான இசை அவருக்குள் ஏதோ ஒன்றைச் செய்ததாக இருந்தது. அது அவருடைய கண்களுக்குள், அவரது மூளைக்குள் நுழைந்து, அவருக்குள் மறைந்திருந்த கண்ணீரைச் சொட்டுசொட்டாகக் கொட்டச்செய்தது. அவர் கண்களைக் கசக்கிக்கொண்டார். கல்பனாவும் தீக்ஷாவும் பிரமித்துப்போய் குமாரியைப் பார்த்துக்கொண்டிருந்தார்கள். பார்ப்பதற்கு, நிலத்தில் வேர்விட்டிருக்கும் மரத்தின் தண்டுபோல் அவள் இருந்தாள்.

குமாரி வாயை மூடினாள். மெல்லக் கண்களைத் திறந்தாள். கங்கம்மாவைப் பார்த்தாள். அவரது கண்களைப் பார்த்தாள். உடனடியாகப் புரிந்துகொண்டாள். கங்கம்மா அவளை நெருக்கமாக இழுத்து, அவளைக் கட்டிப்பிடித்துக்கொண்டு ஆசீர்வதித்தார்.

'இவளைக் கேட்டுக்கொண்டிருந்தபோது, முதல் வகுப்பில் அஜ்ஜி எழுப்பிய குரலைப் போல் இருப்பதாக எனக்குத் தோன்றியது' என்றாள் தீக்ஷா. அவள் கங்கம்மாவைப் பார்த்து, 'இவள் வளர்ந்த பிறகு உங்களைப் போலவே பாடுவாள்' என்றும் சேர்த்துக்கொண்டாள்.

குமாரி பெரும் நிறைவோடு புன்னகைத்தாள். அவள் நிகழ்த்திக்காட்டியதற்குப் பிறகான பின்னொளிர்வில், எப்படி அமைதியாக இருப்பது என்று அவளுக்குத் தெரியவில்லை. வெட்கத்தோடு அவள் கங்கம்மாவைப் பார்த்து, 'எனக்கு இசை கற்றுக்கொடுப்பதற்கு என் அம்மா உங்களுக்கு ஒரு கோழி கொடுப்பதாகச் சொன்னார்' என்றாள்.

குமாரி பாடியதைக் கேட்டு எவரும் உணர முடியாதபடி தனக்குள்ளாக உருகிப்போன கல்பனா, குமாரியின் கைகளை மிக இறுக்கமாகப் பிடித்துக்கொண்டாள். அவளது கையை அழுத்திப் பிடித்துக்கொள்வதன் ஊடாக, அதே ஒலிகளைப் பகிர்ந்துகொள்ளும் தீக்ஷா போலவே அவளும் அவளுடைய ஆன்மீகரீதியான சகோதரிதான் என்று சொல்வதுபோல் இருந்தது.

கங்கம்மா இடைவெளி எடுத்துக்கொண்டார். பெண்களைத் தோட்டத்தில் சுற்றிவிட்டு வருமாறு சொன்னார். தீக்ஷாவோடும் குமாரியோடும் அவருக்கு ஏற்பட்ட அனுபவத்தை அவர் ஜீரணிக்க வேண்டியிருந்தது. மேலும், கல்பனாவோடு நடக்கப்போவது மிக முக்கியமான பயிற்சியாக இருக்கப்போகிறது என்றும் அவர் அறிந்திருந்தார். அவள் சீக்கிரத்தில் பேசுவாளா இல்லையா என்பதை அறிந்துகொள்ள அவள் செய்யப்போவது மிக முக்கியம். அவர் வீட்டுக்குள் சென்று, தேங்காயும் வெல்லமும் கலந்து செய்யப்பட்ட இனிப்பு உருண்டைகள் மூன்றை எடுத்துக்கொண்டு வந்தார். இது அவர்களுக்கான பரிசாகவும் ஊக்கமாகவும் இருக்கும்.

பெண்கள் திரும்பி வந்தார்கள். அவர்கள் அந்த இனிப்பைச் சாப்பிட்டுக்கொண்டிருக்கும்போது, அங்கு அமைதி நிலவியது. வாயின் உட்புற மேல் பகுதியில் அது ஒட்டிக்கொள்வதால், அதைச் சாப்பிடுவதன் மீதே முழுக் கவனத்தையும் அவர்கள் செலுத்தினார்கள். அவளுக்குப் பிடித்த ஒலியை கல்பனா சொல்வதற்கு முன், அவள் அவளை முழுமையாக நிதானப்படுத்திக்கொள்ள வேண்டும் என்று கங்கம்மா விரும்பினார்.

மூன்று பெண்களும் மெல்லுவதை நிறுத்திய பின், தீக்ஷாவும் குமாரியும் எதிர்பார்ப்போடு கல்பனாவைப் பார்த்தார்கள். கல்பனா தனது குறிப்பேட்டை எடுத்துக்கொண்டாள். ஆனால், அதில் எதுவும் எழுதவில்லை.

கங்கம்மா அவளைத் தூண்டிவிட்டார். 'பரவாயில்லை. உன்னுடைய ஒலியை நீ பாடலாம் அல்லது உனக்கு விருப்பம் என்றால் எழுதியும் காட்டலாம்.' இதைச் சொல்லிக்கொண்டு இருக்கும்போதே, கல்பனாவால் ஒலியை எழுத முடியுமா என்று யோசித்தார். ஏனெனில், இன்னும் அடிப்படையான

சுரங்களைக்கூடக் கற்றுக்கொள்ளவில்லை. கங்கம்மா பாடும் அணுகுமுறை வழக்கத்துக்கு மாறானதாக இருந்தது. இசை அடிப்படையான ஏழு சுரங்களிலிருந்து அல்லது மறைந்திருக்கும் சுருதிகளிலிருந்து தொடங்குவதாக அவர் நம்பவில்லை. அவரைப் பொறுத்தமட்டில் இசை என்பது தொடர்ச்சியான வெளிப்பாடாக இருக்கிறதே தவிர, தனித்த சுரங்கள் ஊடாக விவரிக்கப்படும் ஒன்றாக இல்லை.

கல்பனா தனது குறிப்பேட்டை வெறித்துப்பார்த்தாள். பிறகு, அதை மூடினாள். கண்களை மூடிக்கொண்டு நிமிர்ந்து உட்கார்ந்து கொண்டாள். அவள் மிக அற்புதமாக ஒலி எழுப்பப்போகிறாள் என்பதில் தீக்ஷா உறுதியாக இருந்தாள்.

கல்பனா பேரமைதியில் அமர்ந்திருந்தாள். அவளது உடலில் ஒரு சிறு பகுதிகூட அசையவில்லை. அவளது மொத்த உடலும் பேரமைதியை உட்கொண்டிருக்கும் உடலாக வெளிப்பட்டது. இப்படி அசைவற்று ஓரிரு நிமிடங்கள் உட்கார்ந்திருந்தாள். பிறகு, கண்களைத் திறந்து கங்கம்மாவைப் பார்த்துப் புன்னகைத்தாள்.

கங்கம்மா பதிலுக்குப் புன்னகைத்தார். 'இதுதான் உனக்குப் பிடித்த ஒலியா?'

கல்பனா மேலும்கீழும் தலையசைத்தாள்.

'இல்லை இல்லை, அவள் எந்த ஒலியையும் எழுப்பவில்லை' என்றாள் தீக்ஷா.

அதற்கு, 'இல்லை, அவள் எழுப்பினாள். அதுதான் அவளுக்குப் பிடித்த ஒலி' என்றார் கங்கம்மா.

தீக்ஷா இதை விடுவதாக இல்லை. 'இல்லை, அவள் எதுவுமே எழுப்பவில்லை. முழுக்க மௌனமாக இருந்தாள்.' அவளைப் பார்த்து கங்கம்மா புன்னகைப்பதைப் பார்த்தவுடன் தீக்ஷா புரிந்துகொண்டாள். 'மௌனம்தான் அவளுக்குப் பிடித்த ஒலியா?'

கல்பனா மேலும்கீழும் தலையசைத்தாள். இது கங்கம்மாவுக்குச் சரியான சவாலாக இருக்கும் என்றும் அவள் நினைத்தாள். கங்கம்மா அதை எதிர்கொண்ட முறை அவளுக்கு ஆச்சரியத்தைக் கொடுத்தது. அவளுக்கு உண்மையிலேயே

பிடித்த ஒலி பேரமைதிதான் என்று அவள் கொஞ்சம்கொஞ்சமாக உணர்ந்துகொள்ளத் தொடங்கினாள். பேசுவதை நிறுத்திய பிறகு, மற்றவர்களின் குரல்களை அவள் மேலும்மேலும் குறைவாகக் கேட்கத் தொடங்கியது, அவளுக்கு உண்மையிலேயே அற்புதமான அனுபவமாக இருந்தது. தொடக்கத்தில் குரல்கள் கூட்டமாக ஒன்றையொன்று நெட்டித்தள்ளிக்கொண்டிருந்தன. மேலும், அவளால் பேச முடியவில்லை என்ற சலிப்பு, அவளது மூளை முழுக்க வார்த்தைகளை நிரப்பியது. இடைவிடாமல் அதற்குள்ளாகவே பேசிக்கொண்டே இருந்தது. ஆனால் காலப்போக்கில், உள்ளார நடந்துகொண்டிருந்த அர்த்தமற்ற முணுமுணுப்புகளை அவள் குறைக்கத் தொடங்கினாள். பாடும் வகுப்புகள் தொடங்கிய பின், அவளுக்குள்ளாக நீண்ட மௌனங்களை அவள் கண்டுணர்ந்தாள். இரவுகளில் அவளைச் சுற்றிலும் இருந்துகொண்டிருந்த, ஆனால் அதுவரை அவள் கேட்டிராத ஒலிகளைக் கேட்க அவள் எழுந்து உட்காரும்போது, பேரமைதியின் சக்தியையும் ஒலியையும் அவள் கண்டுணர்ந்துகொண்டாள்.

கங்கம்மா கொடுத்த இந்தப் பயிற்சியை அவள் தொடங்கிய போது, ஓர் ஒலியின் குணத்திலிருந்து மற்றொன்றின் குணத்தை வேறுபடுத்திப்பார்க்கும் ஆற்றல் அவளுக்குள் வளரந்துகொண்டிருப்பதை அவள் உணர்ந்துகொண்டாள். குறிப்பாக, மழைத்துளிகள் தாமதமாகத் தரையில் விழும் ஒலி, மரங்களுக்கு ஊடாகத் திடீரென்று பறந்துசெல்லும் காற்றின் ஒலி, பாடுவதற்குத் தங்களைத் தயார்ப்படுத்திக்கொள்ளும் சுவர்க்கோழிகள் கிளறிவிடும் ஒலிகள், மிகத் தொலைவிலிருந்து வரும் ஒற்றை மணியின் ஒலி என்று அவளுக்குப் பிடித்த ஒலிகள் பல இருப்பதைக் கண்டுணர்ந்தாள். ஆனால், அவளுக்கு மிகப் பிடித்தமானதைத் தேர்ந்தெடுப்பது என்று வரும்போது அவற்றில் ஒன்றை அவளால் தேர்ந்தெடுக்க முடியவில்லை — அவளுக்குப் பிடித்த ஒலிகள் எல்லாமும் பேரமைதியோடு உறவுகொண்டிருக்கின்றன என்று உணர்ந்துகொள்ளும்வரை. தரையில் விழும் மழைத்துளியின் ஒலி, மழைத்துளிகளுக்கு இடையேயான பேரமைதியின் ஊடாகவே உரத்து ஒலிக்கின்றன. இரவின் பிரம்மாண்டமான, கருமையான பேரமைதியின் பின்னணியில் எழும் மணியின் ஒலியே அவளை ஈர்ப்பதாக இருந்தது. ஒலிகள் ஒவ்வொன்றும் கொண்டிருக்கும்

பொதுத்தன்மை என்பது பேரமைதியில் உள்ள மௌனமாக இருக்கிறது என்று அவள் அனுமானித்தபோது, எப்போதும் இல்லாத பெரும் சந்தோஷத்தை உணர்ந்தாள். பேரமைதியின் இந்த அனுபவம்தான் இவ்வளவு நாள்களுக்கு அவள் மௌனமாக இருப்பதைச் சாத்தியப்படுத்தியுள்ளது என்றும் அவள் அறிந்துகொண்டாள்.

கங்கம்மா அவளைப் புரிந்துகொண்டார். மிகத் துல்லியமாகப் புரிந்துகொண்டார். கல்பனாவை மேலும் குத்திவிடுவதற்கான ஒரு வழியை இது திறந்துவிட்டுள்ளதால், அவரும் மகிழ்ச்சியாகத்தான் இருந்தார்.

கங்கம்மாவைப் பார்த்து குமாரி, 'மௌனம் எப்படி ஒலியாகும்?' என்று கேட்டாள்.

தீக்ஷாவும் இதை ஏற்றுக்கொண்டாள். தான் ஏமாற்றப்பட்டதாக தீக்ஷா நினைத்தாள். கல்பனா ஒலி எழுப்புவாள் அல்லது ஒரு முழுப் பாட்டைப் பாடுவாள் என்றே தீக்ஷா நினைத்திருந்தாள். அதில் அவள் உறுதியாகவும் இருந்தாள். ஆனால், இப்போது கல்பனா மோசமாக ஏமாற்றிவிட்டாள். 'இது ஏமாற்று வேலையில்லையா அஜ்ஜி?' என்று கேட்டாள்.

தீக்ஷாவை முறைத்துப்பார்த்தாள் கல்பனா. ஏமாற்றுப்பேர்வழி என்று அழைக்கப்படுவதை வெறுப்பதுபோல் வேறு எதையும் அவள் வெறுத்ததில்லை.

'இல்லை, இது ஏமாற்று வேலையில்லை. ஆமாம், மௌனமும் ஒலிதான். ஆனால், அது எப்படியான ஒலி? என் அருகில் வாருங்கள், நான் சொல்கிறேன்' என்றார் கங்கம்மா. அவருடைய குரல் தானாக ஒரு படி கீழே இறங்கியது. மௌனத்தை மௌனமாக மட்டுமே பேச முடியும் என்பதுபோல். ஆனால், அது சாத்தியமே இல்லை என்பதால், பிரக்ஞையின் ஊடாகவே அதுகுறித்துப் பேச வேண்டியிருக்கிறது.

அவரது காலடியில் பெண்பிள்ளைகள் நெருங்கி உட்கார, கங்கம்மா அவரது வலது கையை கல்பனாவின் தலை மீது வைத்தார். அவள் தலை சூடாக இருந்தது; அடர்த்தியான முடி கொஞ்சம்போல் வியர்வை கொண்டிருந்தது. கல்பனாவின் முடிக்குள் அவரது விரல்களை விட்டு, உச்சந்தலையை

உணர்ந்தார். அவர் கண்களை மூடிக்கொண்டு சற்று நேரம் அப்படியே உட்கார்ந்திருந்தார்.

தீக்ஷாவுக்கும் குமாரிக்கும் என்ன சொல்வதென்றோ செய்வதென்றோ தெரியவில்லை. முதலில் ஆச்சரியப்பட்டுப் போன கல்பனா, கங்கம்மாவின் கண்களை மிக நெருக்கத்தில் உணர்ந்தாள். ஒருசில நொடிகளுக்குள் எந்தவொரு ஒலியையும் கேட்பதை நிறுத்தினாள். அவளது தலை மீது தனது ஆசீர்வாதங்கள் சுழன்றுகொண்டிருப்பதுபோல் கங்கம்மாவின் வெதுவெதுப்பான உள்ளங்கையை உணர்ந்தாள்.

கொஞ்ச நேரம் கழித்து, கங்கம்மா தனது கையை எடுத்துக் கொண்டு, கண்களைத் திறந்தார். அவர் தீக்ஷாவின் பக்கம் திரும்பிப்பார்த்து, 'நான் என்ன செய்துகொண்டிருந்தேன் என்று உனக்குத் தெரிகிறதா?' என்று கேட்டார்.

'எனக்குத் தெரியவில்லை. அம்மா உள்ளங்கையை நெற்றியில் வைத்து எனக்கு ஜுரம் இருக்கிறதா என்று பார்ப்பார். ஒருவேளை அக்காவுக்கு ஜுரம் இருக்கிறதா என்று பார்க்க அவளது தலையை நீங்கள் தொட்டுப்பார்த்திருக்கலாம்' என்றாள் தீக்ஷா. அவள் கொடுத்த விடையில் அவள் திருப்தியாக உணர்ந்தாள்.

'இல்லை, நான் அதைச் செய்யவில்லை. கல்பனா என்னிடம் என்ன சொல்கிறாள் என்று கேட்டுக்கொண்டிருந்தேன்.'

குமாரி சிரித்தாள். 'அக்காவுக்குத் தலையிலா வாயிருக்கு?' அவள் சற்று நிறுத்தி, சுற்றிலும் பார்த்து, அப்பாவித்தனமாக, 'அல்லது உங்களுடைய காது உங்க உள்ளங்கையில் இருக்க வேண்டும்' என்றாள்.

குமாரியும் தீக்ஷாவும் சுத்தமான சந்தோஷத்தில் கிறீச்சிட்டார்கள். 'அவளது தலையில இருக்கிற வாயிலிருந்து வரும் ஒலியை அவளது முடி மறைத்திருந்ததினாலதான் அக்காவை இத்தனை நாள்களாக எங்களால் கேட்க முடியவில்லை' என்று தீக்ஷா சேர்த்துக்கொண்டாள்.

இப்படிக் கற்பனைசெய்து பார்த்ததைக் கண்டு கல்பனாவும் புன்னகைத்தாள். கல்பனாவின் தலையில் தீக்ஷா தனது உள்ளங்கையை வைத்தாள். குமாரியும் அவளைப் பின்பற்றினாள்.

'ஓ, அவள் நிறைய பேசிக்கொண்டு இருக்கிறாள், எங்களால் கேட்க முடிகிறது' என்று கத்தினாள் தீக்ஷா.

இப்படித்தான் இந்தப் பெண்பிள்ளைகள் கல்பனாவுக்குக் குரல்கொடுக்க முயன்றார்கள். ஒலிகள் எப்படி உருவாக்கப்படுகின்றன என்றும், அவற்றின் அர்த்தம் என்னவென்றும் கங்கம்மா அவர்களிடம் விளக்கினார். இந்தப் பாடம் கங்கம்மாவின் மண்டைக்குள் அவரது அப்பாவால் மிக ஆழமாக இறக்கப்பட்ட ஒன்றாக இருந்தது. இசை குறித்துப் புத்தகங்கள் எதுவும் படிக்காமல், அதன் அடிப்படைகளைப் பலவிதமாக வாய்மொழிகள் ஊடாகக் கற்றுக்கொண்ட இசையை அவர் நடைமுறைப்படுத்தினார். இதை ஆன்மாவின் இசை என்று அவர் கங்கம்மாவிடம் சொல்வதுண்டு. அவர் ஆன்மா என்று எதைச் சொல்கிறார் என்று கங்கம்மாவால் அப்போது புரிந்துகொள்ள முடியவில்லை. இந்தியா முழுவதும் கடந்த இரண்டாயிரம் ஆண்டுகளாக ஆயிரக்கணக்கான பாடகர்கள் பாடிக்கொண்டிருக்கும் அதே இசைதான் அது. சில இசைக் கலைஞர்கள் சொல்லத் தொடங்குவதற்கு முன்பாகவே, அவர் கங்கம்மாவிடம் இவ்வாறு சொல்லியிருக்கிறார்: இசைக்கு மதம் கிடையாது. எல்லா மதத்திலும் இருக்கும் பாடகர்கள் எல்லோருமே பொதுவாக ஆன்மாவின் குரலைத்தான், நம் ஒவ்வொருவருக்குள்ளும் இருக்கும் கடவுள்களின் குரலைத்தான் தேடிக்கொண்டிருக்கிறார்கள்.

இதைச் செய்ய அவர்கள் ஒலியின் இயல்பைப் புரிந்துகொள்ள வேண்டியிருக்கிறது. அவரது அப்பாவிடமிருந்து கங்கம்மா கற்றுக்கொண்டதை, தீவிரமாகப் பயிற்சியின் ஊடாக மட்டுமே புரிந்துகொள்ள முடிந்தது. அவரது தந்தை சொன்னதையும், எவ்வளவு ஆழமாக அவர் அதை அனுபவித்திருக்கிறார் என்பதையும் இந்தப் பெண்பிள்ளைகளிடம் சொல்வதற்கு கங்கம்மா இப்போது தயாரானார்.

ஒரு பாடகராக அவரைப் பெரும் திகைப்பில் ஆழ்த்திய அனுபவத்தை கங்கம்மா மறந்துவிட்டார். அதை மறந்ததற்குக் காரணம் அது அவ்வளவு வலிதரக்கூடிய அனுபவமாக இருந்ததுதான். ஒரு கிராமத்தில் நடந்த பொருட்காட்சி

ஒன்றில் ஓர் இரவு பாடிக்கொண்டிருக்கும்போது அது நடந்தது. இரண்டு பக்கவாத்தியக்காரர்களோடு அவளுடைய அப்பாவுடன் கங்கம்மா இருந்தாள். பொருட்காட்சிக்கு வந்திருந்த பலர் கிளம்பிப்போய்விட்டார்கள். சின்னக் கூட்டம் ஒன்று மட்டுமே இவர்களைச் சுற்றி உட்கார்ந்திருந்தது. ஒருகணம் அவளது அப்பா பாடுவதை நிறுத்திவிட்டு, அங்கே குறைவாகக் கூடியிருந்தவர்களிடம் பேசினார். கூடியிருந்தவர்களில் பெரும்பாலானோர் தினக்கூலிகள். அப்பா பாடுவதைக் கேட்டு இவர்கள் பெரும் ஆறுதல் பெறுவதுபோல் தோன்றியது.

சிறிய இடைவெளிக்குப் பிறகு அடுத்த இரண்டு மணிநேரம் அவர் படைத்த இசை என்பது, அவரால் மீண்டும் எப்போதும் படைக்க முடியாத ஒன்றாக இருந்தது. அது எப்படிச் சாத்தியப்பட்டது என்று கங்கம்மாவுக்குப் புதிராக இருந்தது. நிகழ்த்திக்கொண்டிருக்கும்போது, ஏதோ ஒன்று முற்றிலுமாக மாறிவிட்டதுபோல் இருந்தது. தங்களைச் சுற்றியிருந்த அந்த உழைக்கும் உடல்களால்தான், முற்றிலுமாகச் சோர்ந்துபோயிருக்கும் அந்த உடல்களால்தான் அது சாத்தியப்பட்டது என்று அவளது அப்பா பின்னர் தெரிவித்தார்.

நிகழ்ச்சியில் குறிப்பிட்ட தருணத்தில், சிறிய குழுவாகக் கேட்டுக்கொண்டிருந்தவர்கள் ஊடாக இசை எதிரொலித்துக் கொண்டிருக்க, அந்தப் பின்னணியில் வழக்கத்துக்கு மாறாக ஏதோ ஒன்று நடந்துகொண்டிருப்பதை கங்கம்மா கவனிக்கத் தொடங்கினாள். அப்பா பாடிக்கொண்டிருப்பதை அவள் கேட்டபோது, அவளைச் சுற்றிலும் கோலங்கள்போல் பல வடிவங்கள் உருவாவதாக அவள் உணர்ந்தாள். அவளது பாதங்களுக்கு அடியில் இருந்த புற்களிலும் கூரிய கூழாங்கற்கள் மற்றும் சரளைக் கற்களிலும், அவளைச் சுற்றியிருந்த காற்றிலும் கோலங்கள் உருவாகத் தொடங்கின. அவளைச் சுற்றி மட்டுமல்லாமல், அங்கே கூடியிருந்த சிறு குழுவைச் சுற்றிலும் உள்ள வெளியும் இசை வடிவங்களை உருவாக்கிக்கொண்டிருப்பதாகத்தான் முதலில் நினைத்தாள். இசைக்கு ஏற்றாற்போல், இந்த வடிவங்கள் நகர்ந்தன, உருமாறின. பாடல் மாறும்போது, இந்த வடிவங்களும் மாறின.

முதலில் தான் கனவு கண்டுகொண்டிருப்பதாகவே கங்கம்மா நினைத்தாள். அல்லது இன்னும் மோசமாகக் கண்களை

அகலத் திறந்துவைத்துக்கொண்டு உருவெளிக்காட்சிகளைப் பார்த்துக்கொண்டிருப்பதாக நினைத்தாள். ஆனால், அவளது தந்தை, பக்கவாத்தியக்காரர்கள் என்று மட்டுமல்லாமல், அவளைச் சுற்றி உள்ளவர்களையும் பார்த்தபோது, அவர்கள் எல்லோருமே இப்படியாக அனுபவித்துக்கொண்டிருப்பதுபோல் அவளுக்குத் தெரியவந்தது. எல்லோரும் எதையோ அல்லது யாரையோ பார்த்துக்கொண்டிருப்பதுபோல் அவர்களைச் சுற்றிலும் இருந்த வெற்று வெளியைப் பார்த்துக்கொண்டிருந்தார்கள்.

பின்னால் அவளது அப்பாவின் வார்த்தைகள் இல்லையென்றால் அந்த நிகழ்வை அவள் மாயமான ஒன்றாகவே நினைவில் வைத்திருந்திருப்பாள். நிகழ்ச்சி முடிந்தபோது அவளது அப்பாவும் பக்கவாத்தியக்காரர்களும் வழக்கத்தைவிட மேலும் அசதியாக இருப்பதுபோல் தெரிந்தாலும், பெரும் கிளர்ச்சியோடு இருப்பதுபோலும் தெரிந்தார்கள். சிறிய அளவிலான பார்வையாளர்களில் ஒருவர்கூடத் தங்களுடைய இடத்திலிருந்து நகரவில்லை. குறைந்தபட்சம் அரை மணிநேரமாவது அவர்கள் எல்லோரும் அமைதியாக உட்கார்ந்திருந்தார்கள். பிறகு, மனமில்லாமல் ஒவ்வொருவராகக் கிளம்பத் தொடங்கினார்கள். அவர்கள் எதுவும் சொல்லவும் இல்லை, அவர்கள் கிளம்பும்போது பணம் ஏதும் வைத்துவிட்டும் போகவில்லை.

எல்லோரும் சென்ற பிறகும் கங்கம்மா அங்கு உட்கார்ந்திருந்ததை நினைத்துப்பார்த்தாள். அவர் பாடும்போது தனக்குள் வடிவங்களைப் பார்த்ததாகத் தயக்கத்தோடு தன்னுடைய அப்பாவிடம் கங்கம்மா சொன்னாள். அவர் கங்கம்மாவைக் கவலையோடு பார்த்து, அவள் அதை மறந்துவிட வேண்டும் என்றும், அது குறித்து யாரிடமும் எதுவும் சொல்லக் கூடாது என்றும் சொன்னார். ஒரே ஒரு முறை மட்டுமே, அப்பா சொன்னது குறித்து அவளது அம்மாவிடம் அவள் கேட்டாள்.

இசை பருப்பொருள் மீது தாக்கம் செலுத்தி வடிவங்களை உருவாக்க முடியும் என்று அவளது அம்மாதான் அவளிடம் சொன்னாள். இசை என்பது வடிப்பது போன்று என்றும் கங்கம்மாவிடம் சொன்னார். இந்த வடிவங்களை உருவாக்குவதற்கு ஒலிகளைப் பயன்படுத்துகிறோம் என்றும், இந்த உலகம் ஒலிகளின் ஊடாகவே உருவாக்கப்படுகிறது என்றும் அவர் திரும்பத்திரும்பச் சொல்லிக்கொண்டிருந்தார். ஆனால், அவரும்

இது குறித்து கங்கம்மா பேசக் கூடாது என்றார். இதைத் தீவினையின் சக்தியாகப் புரிந்துகொள்வார்கள் என்றார். இந்த சக்தியைத் தவறான வழிகளில் பயன்படுத்தும் தாந்திரீகர்கள் இருக்கிறார்கள் என்பதால்தான், அந்த இரவில் என்ன நடந்தது என்று அவள் யாரிடமும் சொல்லக் கூடாது என்று அவளது அப்பா சொன்னதற்குக் காரணம் என்றார் அவளது அம்மா.

இந்தக் கருத்தையெல்லாம் கங்கம்மாவால் புரிந்துகொள்ள முடியவில்லை என்றாலும் இவையெல்லாம் அவரது நிகழ்ச்சிகள் ஊடாக மெல்ல அவருக்குள் இறங்க அனுமதித்தார். இந்த வடிவங்களை மீண்டும் ஒருபோதும் அவரால் பார்க்க முடியவில்லை என்றாலும்கூட, ஒரு பாடகராக அவரது வாழ்க்கையில் ஓரிரு சமயங்களில் அந்த சக்தியைக் கண்டெடுப்பதற்கு மிக அருகில் அவர் சென்றிருக்கிறார்.

அன்று அவளை அச்சமூட்டியதற்குப் பிராயச்சித்தமாக அவளது அப்பா இதை மட்டுமே சொன்னார்: *நாம் படைக்கும் ஒவ்வொரு ஒலியும் முழுமையற்றது. அது எப்போதும் நான் கேட்டிராத ஒலிகளை அதனுடன் கொண்டிருக்கிறது; அதனால்தான், நாம் எழுப்பும் ஒலி நமக்கு உள்ளேயிருந்து வந்து வெளியே ஓடுகிறது. கேட்டிராத ஒலியைத் தேடிச்சென்று அதை முழுமையாக்கிக்கொள்ள முயல்கிறது.*

அந்த மூன்று பெண்பிள்ளைகளோடு அவர் இந்தப் பாடத்தைத்தான் பகிர்ந்துகொண்டார்.

அந்த நொடியிலேயே இதைப் புரிந்துகொண்டது கல்பனா மட்டும்தான். கல்பனாவுக்குப் பின்னால் ஒரு ஒளி தோன்றியதுபோல், பிரகாசமான அவளது முகத்தையும் புன்னகையையும் வைத்து கங்கம்மாவால் இதை அறிந்துகொள்ள முடிந்தது.

கல்பனாவின் எதிர்வினையைப் பார்த்து எந்த அளவுக்கு கங்கம்மா ஆச்சரியப்பட்டாரோ அதே அளவுக்கு ஏதோ ஒன்றைக் கற்றுக்கொடுக்கும் அவரது ஆற்றலைப் பார்த்தும் அவர் ஆச்சரியப்பட்டார். கற்பித்தல் என்பது இதுதானா? இந்தப் பெண்பிள்ளைகள் இதுவரை சிந்தித்திராததைச் சிந்திக்கவைக்கும் சக்திதானா?

கங்கம்மா சொன்னதைப் புரிந்துகொள்ள முயலும் விதமாக நால்வரும் அமைதியாக உட்கார்ந்திருந்தார்கள். தீக்ஷாவும் குமாரியும் அவர்கள் என்னவெல்லாம் கற்றுக்கொள்கிறார்கள் என்பதில் கட்டுக்கடங்காத உற்சாகத்தைப் பெற்றார்கள். எவ்வளவு கடினமானதையெல்லாம் இவ்வளவு சீக்கிரத்தில், அதுவும் இந்த அளவுக்குக் கற்றுக்கொள்கிறார்கள்! கேட்டிராத ஒலிகள் என்று எப்படி இருக்க முடியும்? என்ன கேள்விகள் கேட்பது என்றுகூட அவர்களுக்குத் தெரிந்திருக்கவில்லை. கங்கம்மாவும் கல்பனாவும் ஓய்வெடுக்க ஒரு இடத்தைக் கண்டுபிடித்துவிட்டதுபோல் நிறைவோடு இருந்தார்கள். அதீத உற்சாகத்தில், கங்கம்மாவைச் சாட்டுவதுபோல், 'நீங்கள் என்ன சொல்ல வருகிறீர்கள் என்று எனக்கு இன்னும் புரியவில்லை. எதையோ புரிந்துகொண்டுவிட்டதுபோல் அக்கா தெரிகிறாள்' என்றாள் தீக்ஷா.

இதற்கு மேல் விளக்க கங்கம்மா விரும்பவில்லை. அவருக்கு என்ன சொல்வது என்றும் தெரியவில்லை. இருந்தாலும், அவர் பேசினார். 'எல்லா ஒலிகளும் முழுமையற்றவை என்றே இதற்கு அர்த்தம். ஒவ்வொரு ஒலியும் ஏதோ ஒன்றைச் சொல்வதற்கான முயற்சிதான். ஆனால், ஒலி மட்டுமே போதுமானதாக இல்லை. அதனால்தான், ஒவ்வொரு ஒலியும் எப்போதும் ஒரு தேடலாகவே இருக்கிறது. எதையோ தேடிக்கொண்டிருப்பதாக, எப்போதும் தேடிக்கொண்டிருப்பதாக இருக்கிறது. நீங்கள் இசைப்பவராக வர வேண்டும் என்றால், கேட்டிராத ஒலிகளையெல்லாம் கேட்க நீங்கள் கற்றுக்கொள்ள வேண்டும்.'

சில நிமிடங்கள் கழித்து, அந்தப் பெண்பிள்ளைகள் கிளம்புவதற்கான நேரம் வந்தபோது, கங்கம்மா தனது இருக்கையின் பின்னால் சாய்ந்துகொண்டு ஆழமாக மூச்சிழுத்துவிட்டார். மிகத் துல்லியமான ஒலி வெளிப்பட்டது. அந்த ஒலியின் சுருதியும் ஸ்தாயியும் கொஞ்சம்கொஞ்சமாகக் கூடிக்கொண்டே போயின. பெண்பிள்ளைகள் தன்னுணர்வை இழந்தார்கள்.

கங்கம்மா நிறுத்திவிட்டுக் கேட்டார். 'இந்த ஒலி எங்கிருந்து உருவாக்கப்படுகிறது? நீங்கள் உருவாக்கும் ஒலி உண்மையிலேயே எங்கிருந்து வருகிறது என்று நீங்கள் சிந்தித்துப்பார்க்க வேண்டும் என்று விரும்புகிறேன். உடலின் எந்தப் பகுதியிலிருந்து

வருகிறது? அல்லது மூளையிலிருந்து வருகிறதா?' அவர் நிறுத்தினார். கற்பித்தல் அயர்ச்சி தருகிறது.

அந்தப் பெண்களை அவருக்கு நெருக்கமாக வரச்சொன்னார். அவர்கள் முன்னே சாய்ந்துகொண்டு தாழ்ந்த குரலில், 'ஒலி உங்களைச் சுற்றிலும் இருக்கிறது. நான் பாடும்போது, ஏற்கெனவே என்னைச் சுற்றியிருக்கும் பல ஒலிகளிலிருந்து நான் பறித்துக்கொள்கிறேன், அவ்வளவுதான்.' தீக்ஷாவின் ஆவலான முகத்தைப் பார்த்து, 'ஆமாம், மரத்திலிருந்து பழங்களைப் பறிப்பது போன்று' என்று சேர்த்துக்கொண்டார்.

'ஒலிகளை உருவாக்குவது நான் இல்லை' என்று சொல்லி அவர் மேலும் தொடர்ந்தார். 'நான் பாடகர் இல்லை. என்னைச் சுற்றிலும் உள்ள ஒலிகள் என் வாய் வழியாக வெளியே வருகின்றன. இப்போது கிளம்புங்கள். நான் சொன்னது குறித்துச் சிந்தித்துப்பாருங்கள்.'

மூன்று பெண்களும் அமைதியாக, மெதுவாக, மிக மெதுவாகத் திரும்பி நடந்தார்கள். இவர்கள் கிளம்பிச்சென்ற பின் கங்கம்மாவும் அமைதியாக இருந்தார். அவருக்குள் நுழைய ஒப்புக்கொள்ளும் ஒலிகளை அல்லது அவர் பறிக்கும் அளவுக்குப் பழுத்திருக்கும் ஒலிகளைத் தேடி, தாழ்வாரத்தில் கண்களை மூடி உட்கார்ந்திருந்தார்.

தங்களைச் சுற்றிலும் ஒலிகள் இருக்கின்றனவா? தங்களைச் சூழ்ந்திருக்கும் ஒலிகளைத் தங்களால் பறிக்க முடியுமா? திரும்பி வரும்போது கல்பனா ஆழ்ந்த சிந்தனையில் இருந்தாள். மற்ற பெண்பிள்ளைகள் அமைதியாக இருந்தார்கள். ஒவ்வொருவரும் விடைகள் என்று எதுவும் தேவையில்லை என்பதுபோல் கேள்விகள் குறித்து மட்டுமே சிந்தித்துக்கொண்டிருந்தார்கள். இவர்களைப் பொறுத்தமட்டில், கேள்விகளே அதனளவில் அர்த்தமுள்ளதாக இருந்தன. சொல்லப்போனால், கேள்விபோல் வேடம் தரித்த பதில்களாகவே தெரிந்தன.

அவர்கள் வீட்டை நெருங்கியபோது, ஒரு பெரிய மரத்தடியின் கீழ் குமாரி நின்றாள். அவளது கால் பெருவிரலில் நிலையில்லாமல் நிற்க முயன்றுகொண்டே அவளைச் சுற்றிலும் இருக்கும்

வெளியைச் சுட்டிக்காட்டினாள். 'இங்கு எதுவுமே இல்லை. நம்மால் பார்க்கக்கூடிய எதுவுமே இல்லை' என்றாள். 'ஒலிகளால் மட்டுமே இது நிரம்பியிருக்கிறது. இது எப்படிச் சாத்தியம்?'

'கங்கம்மா அஜ்ஜிக்குப் பைத்தியம் பிடித்துவிட்டது.' கிளுகிளுத்தபடியே தீக்ஷா சொன்னாள். 'நாம் பறிப்பதற்கு நம்மைச் சுற்றி எங்கே ஒலிகள் இருக்கின்றன? பழங்கள்போல் என்கிறார்.' குமாரியும் தீக்ஷாவும் சிரிக்கத் தொடங்கினார்கள்.

அவளைச் சுற்றிலும் இருக்கும் காற்றிலிருந்து ஒலியைப் பறித்து அதை விழுங்குவதுபோல் பாவனை செய்தாள் குமாரி. இசைபோல் ஒலித்த குரலை அவள் எழுப்பினாள். 'பார்த்தியா, நான் காற்றிலிருந்து இந்த ஒலியைப் பிடித்துவிட்டேன். அதை என்னால் பாட முடிகிறது.'

பெண்கள் குரலைக் கேட்டு, குமாரியின் அம்மா வீட்டிலிருந்து எட்டிப்பார்த்தார். அவர்கள் மரத்தடியில் இருப்பதைப் பார்க்க, அவரது மகளை அழைத்தார். குமாரி மற்றவர்கள் பக்கம் திரும்பி, 'பார்த்தியா என் அம்மா கூப்பிடுகிறாள், நான் இப்போ போக வேண்டும்' என்றாள்.

தீக்ஷா அவளை நிறுத்தினாள். 'உன் அம்மா உன் பெயரை மட்டும்தானே அழைத்தார். அவர் வீட்டுக்கு உன்னை அழைக்கிறார் என்று ஏன் சொல்கிறாய்?'

அதுவரை தீவிரமான சிந்தனையில் இருந்த கல்பனா இவ்வாறு சொல்லப்பட்டதைக் கேட்டு விழித்துக்கொண்டாள். அவள் தீக்ஷாவைப் பார்த்து, ஆமாம், உனக்கு எப்படித் தெரியும்? உன்னுடைய பெயரின் ஒலியில் நீ கேட்ட இந்த வார்த்தைகள் எங்கே இருக்கின்றன? அந்த ஒலி எங்கே மறைந்திருக்கிறது? என்று சொல்ல நினைத்தாள். வார்த்தைகள் அவளது நாக்கில் நுரைதள்ளின. ஆனால், அவளால் பேச முடியவில்லை. அவளது நாக்கில் எச்சில் குமிழ்ந்தது. அதை அவள் வெளியே துப்பினாள்.

கல்பனாவை அருவருப்போடு பார்த்தாள் தீக்ஷா. 'ச்சீ அக்கா, நீ என்ன பண்ணுற?' அவள் குமாரியின் பக்கம் திரும்பி, 'உன் அம்மா சொல்லாத வார்த்தைகளையெல்லாம் நீ கேட்டதுபோல் தெரிகிறது. நாங்கள் இருவரும் அந்த வார்த்தைகளைக்

கேட்கவில்லை. ஒருவேளை, இந்த வார்த்தைகள் நம்மைச் சுற்றிக் காற்றில் இருந்தாலும் இருக்கலாம்' என்றாள்.

குமாரி அவளை மதிப்போடு பார்த்தாள். 'ஆமாம், கங்கம்மா அஜ்ஜி சொன்னது சரிதான். நாம் கேட்காத பல ஒலிகள் நம்மைச் சுற்றி இருக்கத்தான் செய்கின்றன.' அவள் சிந்தனையில் ஆழ்ந்தபடியே, ஊனிக்கொண்டு நடந்துசென்றாள். வீட்டின் வாயிற்படியை அடைந்தவுடன் திரும்பி தீக்ஷாவுக்குக் கைகாட்டவும் மறந்துபோனாள்.

கல்பனாவுக்குச் சொல்வதற்கு நிறைய இருந்தன. ஆனால், மௌனமாக இருக்கும்போதும்கூட அவள் எதையோ சொல்லிக் கொண்டிருப்பதை அவள் அறிந்தே இருந்தாள். அவர்கள் வீட்டை அடைந்தவுடன் அஜ்ஜியை, அம்மாவைக் கடந்து வீட்டுக்குள் ஓடினாள். பழைய சாமான்கள் அறைக்குச் சென்று, தனது குறிப்பேட்டை எடுத்தாள். அவள் பென்சிலை எடுத்துக்கொண்டு எழுதத் தொடங்கினாள்.

*என்னுடைய மௌனம் வார்த்தைகளால் நிறைந்தது. என்னுடைய மௌனத்திலிருந்து வார்த்தைகளை எப்படிப் பறிப்பது என்று உங்களுக்குத் தெரியுமானால், நான் பேசுவதை உங்களால் கேட்க முடியும்.*

இந்த வரிகளை அவள் மூன்று முறை எழுதினாள். ஒவ்வொன்றையும் அடிக்கோடிட்டாள். அந்தக் குறிப்பேட்டை எடுத்துக்கொண்டு முன்னறைக்கு வந்து, அதை அவளது அம்மாவிடம் காட்டினாள். கல்பனா குறித்த அவரது கவலை மேலும் அதிகரித்தது.

அவளிடமிருந்து குறிப்பேட்டைப் பிடுங்கிக்கொண்டு, கல்பனா எழுதியிருப்பதை அஜ்ஜி படித்தார். 'இந்தக் காலத்துப் பெண்களுக்கு என்ன சொல்லலாம், என்ன சொல்லக் கூடாது என்று எதுவும் தெரிவதில்லை' என்று முணுமுணுக்கத் தொடங்கினார்.

அந்தக் குறிப்பேட்டை அவரிடமிருந்து பறித்துக்கொண்ட தீக்ஷா, கல்பனா எழுதியிருப்பதைப் படித்தாள். அவள் அம்மாவிடம், 'பாரு, அக்கா எவ்வளவு சரியா எழுதிருக்கா. நீங்கள் எல்லோரும் அவள் பேசுவதில்லை என்று நினைத்துக்கொண்டிருக்கிறீர்கள்.

ஆனால், நீங்கள் அவளைக் கேட்பதில்லை என்பதுதான் உண்மை. நீங்கள் எல்லோரும் செவிடுகளாகவும் அக்கா மட்டுமே ஒழுங்காகப் பேசிக்கொண்டிருப்பதாகவும் ஏன் இருக்கக் கூடாது?'

'பைத்தியமா இருக்காதே தீக்ஷா' என்றாள் அஜ்ஜி. 'நீயும் அவளைப் போல் ஆகப்போற.'

விட்டுக்கொடுக்க விரும்பாமல் 'அப்படி ஆனா என்ன அஜ்ஜி?' என்று கேட்டாள் தீக்ஷா. 'எனக்கு அவளைப் போல்தான் இருக்கணும். என்னால் அவளைக் கேட்க முடிகிறது. அவள் சொல்பவை எல்லாம் அவளது மண்டைக்குள் நூற்றுக்கணக்கான பட்டாம்பூச்சிகள் எழுப்பும் ஒலிபோல் இருக்கின்றன. அதைக் கேட்க நீ முயல வேண்டும். அப்பதான் அவள் என்ன சொல்கிறாள் என்று உன்னால் கேட்க முடியும்.'

கல்பனா மீது அவள் அம்மா கொண்டிருந்த கவலை இப்போது தீக்ஷா மீதானதாக மாறியது. இவளும் அவளுடைய அக்காபோல் ஆகிவிடுவாளா?

இந்தக் குழப்பங்களையெல்லாம் பார்த்துக்கொண்டிருந்த கல்பனா, தங்களுக்கிடையே மௌனமாகச் சொல்லிக்கொள்வதற்கு நிறைய இருக்கின்றன என்பதுபோல், தீக்ஷாவின் கையைப் பிடித்து, தங்களுடைய அறைக்கு அவளை இழுத்துச்சென்றாள் கல்பனா.

**தீ**க்ஷா குறித்தும் அவள் மீதான கல்பனாவின் பாதிப்பு குறித்தும் அம்மா கவலைப்படத் தொடங்கினார். அன்று இரவு தனது கணவர் தொலைக்காட்சி பார்க்க அனுமதிக்கவில்லை. தீக்ஷா 'முட்டாள்தனமாக' சொன்னது பற்றி கணவரிடம் சொல்ல வேண்டும் என்று இருந்தார். ஆனாலும், தான் சொல்வதை அவர் கேட்கப்போவதில்லை என்பதிலும் உறுதியாக இருந்தார். அதனால்தான், அஜ்ஜியும் சேர்ந்து குரல் எழுப்புவார் என்ற எதிர்பார்ப்போடு, முன்னறையில் உட்கார்ந்திருந்தார். தலைப்புச் செய்திகள் காட்டப்பட்டு செய்திகள் வாசிப்பது தொடங்கவிருந்த சமயத்தில் அவர் எழுந்துசென்று தொலைக்காட்சியை அணைத்துவிட்டு, 'நீங்கள் உங்கள் பிள்ளைகள் குறித்துக் கொஞ்சமாவது கவலைப்பட

வேண்டாமா' என்றார். தொலைக்காட்சிப் பெட்டியை அவர் அணைத்ததைப் பார்த்து அப்பா அதிர்ச்சியடைந்தார். அஜ்ஜி தானும்கூட அதிர்ச்சியடைந்திருப்பதுபோல் அப்பாவைப் பார்த்தார்.

'என் பெண்கள் பற்றி நான் கவலைப்பட என்ன இருக்கிறது?' என்று கேட்டார்.

அஜ்ஜியை உள்ளே இழுத்துவரலாம் என்ற நம்பிக்கையில், 'இன்னிக்கு தீக்ஷா எங்களிடம் என்ன சொன்னாள் என்று உங்களுக்குத் தெரியுமா?' என்று கேட்டார். 'உண்மையிலேயே கல்பனா பேசிக்கொண்டிருப்பதாகவும் நாம்தான் அவள் பேசுவதைக் கேட்பதில்லை என்றும் சொல்கிறாள்.'

அப்பா வெறுமையான தொலைக்காட்சித் திரையையே இன்னும் பார்த்துக்கொண்டிருந்தார். 'அவள் சொல்வதையெல்லாம் அப்படியே எடுத்துக்கொள்ளாதே. இத்தனை வருஷமா அவளுடைய பைத்தியக்காரத்தனமான பேச்சுகளையெல்லாம் கேட்டுக்கிட்டுதானே இருக்கே? நாங்கள் கேட்கக்கூடிய அளவுக்கு கல்பனா உரக்கப் பேசுவதில்லை என்பதால்தான் அவள் பேசுவதை எங்களால் கேட்க முடியவில்லை என்று நீ சொல்லியிருக்கணும்.' அவர் எது சொன்னாலும் அதன் மேல்பரப்பில் நகைச்சுவை இருக்கும் என்பதுபோல் அவர் உரக்கச் சிரிக்கத் தொடங்கினார். 'அவளிடம் மைக் ஒன்றைக் கொடு, ஒலிப்பெருக்கியை அவளோடு சுமந்துகொண்டுபோகட்டும். தங்களுடைய குரலை எல்லோரும் கேட்பதற்காக வியாபாரிகள் தங்களது ஆட்டோவில் ஒலிப்பெருக்கியை வைத்துக்கொண்டு போவதில்லையா? நாமும் அவளுக்கு அப்படி ஒன்றை வாங்கிக் கொடுத்துவிடலாம்.'

அஜ்ஜி ரொம்பவும் எரிச்சலடைந்தார். அவரால் தன்னுடைய மகனைப் புரிந்துகொள்ளவே முடியவில்லை. அவனது அப்பா இப்படியெல்லாம் இருந்ததே இல்லை. அவரது மகன் எப்படி வளர்கிறான் என்பது பற்றி அவர் அதிகம் கவலைப்பட்டது இல்லையென்றாலும்கூட, எது ஒன்று குறித்தும் பேசுவதற்கு இவனைப் போல் பயந்துகொண்டு அவர் சிரித்ததெல்லாம் இல்லை. அவரால் இப்படிச் சொல்லாமல் இருக்க முடியவில்லை. 'வழக்கம்போல் அவள் எல்லாவற்றையும்

உன்னிடம் சொல்லவில்லை. கல்பனாவை நம்மால் மட்டுமே கேட்க முடியவில்லை என்று சொல்கிறாள் தீக்ஷா. அவளால் ஒழுங்காகக் கேட்க முடிகிறதாம். உண்மையில் இந்த இரண்டு பேரில் யார் பைத்தியம் என்றுதான் எனக்குத் தெரியவில்லை.'

தன்னுடைய மகனோடு அஜ்ஜி நெருக்கம் காண்பிப்பதை அம்மாவால் அனுமதிக்க முடியாது. 'தயவுசெய்து பெண்களைப் பைத்தியம் என்று மட்டும் சொல்லாதீர்கள். அதுங்க சின்னப் பொண்ணுங்க... சில சமயம் அதுங்களுக்குப் புரியாத விஷயத்தையெல்லாம் சொல்லலாம்.'

அஜ்ஜி விடுவதாக இல்லை. 'தீக்ஷா அவளது அக்காபோல் ஆக வேண்டும் என்கிறாள். உன்னால் இதை நம்ப முடிகிறதா? அவளிடம் நீ பேச வேண்டாமா?' தன்னுடைய மகன் தன் வார்த்தைகளைக் கேட்கப்போவதில்லை என்று அவர் அறிந்திருந்தார். அவருடைய வார்த்தைகள் அவரது மருமகள் நன்மைக்காகச் சொல்லப்பட்டவை.

'டிவியைப் போடு. என் மகள்கள்போல் செய்திகள் அவ்வளவு சுவாரசியமாக இல்லையென்றாலும் உலகில் என்ன நடக்கிறது என்று நான் தெரிந்துகொள்ள வேண்டும். நான் அன்றாடம் அதை எதிர்கொள்ள வேண்டியிருக்கு. இந்தப் பிள்ளைகளோட கற்பனைகளையெல்லாம் நீங்கள் இரண்டு பேரும் பார்த்துக்கொள்ளுங்கள்' என்றார் அப்பா.

அவரது வேலையை அவர் முடித்துவிட்டார். அவர் கொடுக்க வேண்டிய அறிவுரையைச் சரியாகவும் கொடுத்துவிட்டார் — அதுவும் ஒரு நாள் முழுக்கக் கடினமான உழைப்புக்குப் பிறகு.

'அக்காபோல் தீக்ஷாவும் மாறிவிட்டால் என்னைக் குறைசொல்லாதீர்கள்' என்று அம்மா முணுமுணுத்துக்கொண்டே அங்கிருந்து நகர்ந்தார்.

அஜ்ஜி தனது பிரார்த்தனைகளை முணுமுணுக்கத் தொடங்கினார். அப்பா வெறுமனே தொலைக்காட்சியையும், அதில் வரும் அர்த்தமில்லாத பிரேக்கிங் நியூஸையும் பார்த்துக்கொண்டிருந்தார். சமையலறைக்குள் சென்று அம்மா பாத்திரங்களை உருட்டிக் கொண்டிருந்தார். ஜன்னல் வழியாக வளர்ந்துவந்த இருட்டை வெறித்துப்பார்த்துக்கொண்டு, மழையின் தவிர்க்க முடியாத

ஒலியைக் கேட்டுக்கொண்டு, தங்களுடைய அறையில் தீக்ஷாவும் கல்பனாவும் உட்கார்ந்திருந்தார்கள்.

'நான் பாடகர் இல்லை. என்னைச் சுற்றிலும் இருக்கும் ஒலிகள்தான் என்னுடைய வாய் வழியாக வெளியே வருகின்றன!'

இந்த வரிகளை தீக்ஷா எத்தனை முறை திரும்பத்திரும்பச் சொல்லியிருப்பாள்! அவள் இதை அவளுக்குள்ளாக முணுமுணுத்துக்கொண்டே இருந்தாள். குமாரியின் காதுகளில் கிளுகிளுத்தாள். இதைப் பயன்படுத்தித் தனது அக்காவை முள் கொண்டு குத்துவதுபோல் குத்திக்கொண்டிருந்தாள். கல்பனா எரிச்சலடையும்போதெல்லாம், 'பேசுவது நான் இல்லை. இந்த வார்த்தைகளை நான் உருவாக்கவில்லை. இவையெல்லாம் என்னைச் சுற்றிலும் இருக்கும் ஒலிகள்' என்றாள். இப்படிச் சொல்லும்போது, இந்த வார்த்தைகள் அற்ப ஆயுள் கொண்டவையாக கல்பனாவின் காதுகளுக்கு உள்ளே சென்று, வெளியே வருவது போன்று அவள் கல்பனாவைச் சுற்றித் துதித்துக்கொண்டும் நடனமாடிக்கொண்டும் இருந்தாள்.

தீக்ஷாவை நிறுத்துவதற்கு கல்பனா எழுதுவது மட்டுமே வழியானது: நீ பாடகராகவோ பேசுகிறவராகவோ இல்லை என்றால், பாடுவதும் பேசுவதும் யார்? உன்னைச் சுற்றிலும் இருக்கும் ஒலிகள்தான் அவை என்றால், உன் வாய்க்குள் நுழைவது என்று எந்த ஒலி தீர்மானிக்கிறது?

அவள் எழுதியிருப்பதை அவளே வெறித்துப்பார்த்துக் கொண்டிருந்தாள். பிறகு, இதையும் எழுதினாள்: இந்த வார்த்தைகள் உனக்குள் எவ்வாறு நுழைகின்றன? உன் மூக்கு வழியாகவா? அல்லது நீ குறட்டைவிடும்போதா?

அவளுக்குச் சிரிக்க வேண்டும்போல் இருந்தது. ஆனாலும், இதைத் தனது தங்கையிடம் கொடுத்தபோது அவள் முகத்தைக் கடுகடுப்பாக வைத்துக்கொண்டாள்.

இந்தக் கேள்விகளைப் படித்தவுடன் தீக்ஷா அமைதியானாள். ஆனால், தீக்ஷாவை கல்பனா அவ்வளவு சுலபமாக விடுவதாக இல்லை. தீக்ஷாவின் ஆட்டம்போட்ட உடலும் நடனமாடிய வார்த்தைகளும் அவளை மிகவும் எரிச்சலடையவைத்தன.

தீக்ஷா தனது படுக்கையில் தூங்கத் தொடங்கியபோது, கல்பனா எழுதினாள்: பேய்தான் உனக்காகப் பேசுகிறது. அந்தப் பேய் உனக்குள்ளாக இருக்கிறது.

அவள் தீக்ஷாவைத் தொந்தரவுசெய்து, அவள் எழுதியிருந்த வரிகளைப் படிக்கவைத்தாள். இதைப் படிக்கும்போதே தீக்ஷா சிரிக்கத் தொடங்கினாள். பிறகு, சுருண்டு படுத்துத் தூங்கச்சென்றாள். திடீரென்று பெய்த மழை வான வாத்தியங்களை வெளிச்சம் போட்டுக் காட்ட, அவள் கல்பனாவுக்கு அருகில் வந்து அவளை இறுக்க அணைத்துக்கொண்டாள்.

இந்தக் கேள்விகளை குமாரிதான் மிகச் சிறப்பாகப் புரிந்து கொண்டிருந்தாள். அடுத்த நாள் பள்ளிக்கூடம் போகும்போது, காற்றிலிருந்து எதையோ பறிப்பதுபோல் பாவனை செய்தாள். அவள் குதிக்க முயல்வதைப் பார்த்து தீக்ஷா, 'திடீரென்று ஏன் இப்படிக் குதித்துக்கொண்டிருக்கிறாய்?' என்று கேட்டாள்.

குமாரி சிரித்தாள். 'என்னைச் சுற்றிலும் உள்ள ஒலிகளை, என்னைப் பேசவைக்கும் ஒலிகளை என்னால் பிடிக்க முடிகிறதா என்று முயன்றுகொண்டிருக்கிறேன். என்னால் இந்த ஒலிகளைப் பார்க்க முடிகிறது. எங்கள் வீட்டில் உள்ள மரத்தில் எலுமிச்சம் பழத்தைப் பார்ப்பதுபோல் என்னால் பார்க்க முடிகிறது. மரம் முழுக்க எலுமிச்சம் பழம் தொங்கிக்கொண்டிருப்பதை நீ பார்த்திருக்கியா? நீ செய்ய வேண்டியதெல்லாம் அதைப் பறிப்பது மட்டுமே. ஒலிகள் அப்படியானவை என்றே நான் நினைக்கிறேன். நீ அப்படி நினைக்கவில்லையா? அவற்றைப் பறிப்பதற்கு முன் அவை பழுத்திருக்க வேண்டும்!'

தீக்ஷா ஆச்சரியத்தோடு குமாரியைப் பார்த்தாள் — இதையெல்லாம் அவள் எப்படிச் சிந்திக்கிறாள்?

கங்கம்மாவின் வார்த்தைகள் தொற்றுநோய்போல் இருந்தது. அது இந்த மூன்று பெண்பிள்ளைகளுக்குள்ளும் நுழைந்து அவர்களைப் பாதிக்கத் தொடங்கியது. கேட்டிராத ஒலிகளைக் கேட்க முயலாமல் எந்தவொரு ஒலியையும் அவர்களால் கேட்க முடியவில்லை. இந்தத் தேடலைத் தொடங்கிய பின், கேட்டிராத ஒலிகளால் விரிந்திருக்கும் உலகத்தைக் கண்டெடுப்பது என்பது அவ்வளவு ஒன்றும் கடினமான காரியமில்லை என்று அவர்கள் உணரத் தொடங்கினார்கள்.

பள்ளியிலிருந்து குமாரியின் வீடு வந்து சேரும் நேரத்துக்குள், அவர்கள் என்ன புரிந்துகொண்டார்கள் என்று குமாரி தொகுத்துச் சொன்னாள். 'நம்மைச் சுற்றிலும் உள்ள மரங்களில் உள்ள பழங்கள் போன்றவை ஒலிகள். பாடும்போது இந்த ஒலிகளை நாம் பறிக்கிறோம். பாடுவது விவசாயம் செய்வது போன்றுதான்.'

'பூக்களைப் பறிப்பது போன்றதும்கூட. எங்க அஜ்ஜி இந்தக் கிராமத்தில் வளரும் எந்தச் செடியாக இருந்தாலும் அதிலிருந்து பூவைப் பறிக்க முடியுமா என்று நோட்டம் விட்டுக்கொண்டே இருப்பார்!'

குமாரி கிளுகிளுத்தாள். 'உங்க அஜ்ஜியும் ஒரு பாடகர்.'

'ஆனால், பழங்களும் பூக்களும் ஒலி இல்லையே.'

அவர்கள் குமாரியுடைய வீட்டின் பிரதான வாயிலுக்கு வெளியே உட்கார்ந்திருந்தார்கள். அவர்கள் மௌனமாக உட்கார்ந்து கேட்டுக்கொண்டிருந்தார்கள். அவர்களால் கேட்க முடிந்த ஒலிகளையெல்லாம் பறித்துக்கொண்டிருந்தார்கள். இருட்டு கூடியது. எண்ணற்ற ஒலிகளின் சிமிட்டல்களெல்லாம் மரங்களிலும் மலைகளிலும் மறைந்திருக்கும் பல மஞ்சள் ஒளியின் மணியோசைகளாக மாறிக்கொண்டிருந்தன.

**மௌன**த்தின் குணாம்சம் இந்த மூன்று பெண்பிள்ளைகளையும் மாற்றியிருந்தது. மௌனத்தில் மறைந்திருக்கும் ஒலிகளை அவர்கள் கேட்கத் தொடங்கியவுடன், அவர்கள் பேசுவதற்கான தேவை குறைந்துபோனது. மூன்று பெண்களும் தங்களுடைய மூளைக் கோயிலில் மௌனமாக உட்கார்ந்துகொண்டு கருவறையை, மரங்களை, சுற்றிக்கொண்டிருக்கும் மாடுகளை, சுற்றிலும் உள்ள ஒலிகளை, சில சமயங்களில் ரீங்காரமிடும் ஒலிகளையெல்லாம் வெறித்துப்பார்த்துக்கொண்டிருந்தார்கள். அவர்கள் பேசவே விரும்பவில்லை என்பதுபோல் அல்லது 'நாம் ஒவ்வொருவரும் நமக்கிடையே மௌனத்தில் பேசிக்கொள்வதுபோல் இருக்கிறது' என்று தீக்ஷா அவதானித்ததுபோல் இருந்தது.

'உன்னுடைய மௌனத்தை என்னால் அவ்வளவு தெளிவாகக் கேட்க முடிகிறது' என்றாள் குமாரி உற்சாகமில்லாமல். அவள் தன்னிச்சையாகச் சொன்னது குறித்துச் சிந்திப்பதை அவள்

நிறுத்தினாள். அவளால் முழுமையாகப் புரிந்துகொள்ள முடியாத பல விஷயங்களை அவள் அடிக்கடி சொல்லிவருவதை அவள் உணர்ந்துகொள்ளத் தொடங்கினாள்.

கல்பனா இருவரையும் வெறித்துப் பார்த்துக்கொண்டிருந்தாள். அவளது மௌனத்தின் ஊடாக என்ன சொல்கிறாள் என்று அவர்கள் கேட்க வேண்டும் என்று விரும்புவதுபோல். அவர்கள் தொடந்து மௌனமாக உட்கார்ந்திருந்தார்கள். கல்பனா அம்மாவின் குரலைக் கேட்டு அவர்கள் கிளம்பவிருந்தபோது குமாரி, 'நாம் ஒன்றாகப் பாடுவதுபோல், ஒன்றாக மௌனமாக உட்கார்ந்திருக்கிறோம்' என்றாள்.

ஏதாவது சொல்ல வேண்டும் என்று தீக்ஷா நினைத்தாள். ஆனால், குமாரியின் கையைப் பிடித்துக்கொண்டதோடு அவள் திருப்தியடைந்தாள். குமாரி தனது வீட்டுக்கு ஊனி நடந்துசெல்வதைப் பார்த்துக்கொண்டிருந்தபோது, 'மற்றவர்கள் சொல்லும் வார்த்தைகளைக் காட்டிலும் மௌனத்தை என்னால் இன்னும் நன்றாகக் கேட்க முடிகிறது. கடைசியாக, நீ ஏன் பேச விரும்பவில்லை என்று என்னால் உணர்ந்துகொள்ள முடிகிறது' என்றாள் தீக்ஷா.

**மௌ**னம் குறித்த இப்படியான பிரக்ஞை நேரடியான விளைவுகளை ஏற்படுத்தியது. உபாத்யா வருத்தமடைந்தார். அவரது இரண்டு புத்திசாலியான மாணவிகள் திடீரென்று வகுப்பில் மௌனமானார்கள். அவர்களிடம் கேள்விகள் ஏதும் இல்லாமல்போயின. திடீரென்று வெளிப்படும் பிரகாசமான புன்னகைகளோ கிளுகிளுப்புகளோ இல்லாமல்போயின. மொத்த வகுப்பும் மௌனமானது அல்லது அப்படியானதுபோல் அவருக்குத் தோன்றியது. அவர்களைப் பேசவைக்கும் எண்ணத்தில், தீக்ஷாவிடமும் குமாரியிடமும் அவர் சில கேள்விகளைக் கேட்டுப்பார்த்தார். ஆனால், இவர்கள் மற்ற பிள்ளைகள்போலவே தங்களுடைய கடமையைச் செய்ய வேண்டும் என்பதற்காக ஒற்றை வார்த்தையில் பதில் சொல்லத் தொடங்கினார்கள் அல்லது மௌனமாக அவரை வெறித்துப் பார்த்துக்கொண்டிருந்தார்கள்.

ஒருநாள் அவரால் தன்னைக் கட்டுப்படுத்திக்கொள்ள முடியவில்லை. தான் சொல்வதில் மாணவர்கள் காட்டிய ஈடுபாடு கொஞ்சம்கொஞ்சமாகக் குறைந்துவருவதை உணர்ந்துகொண்ட அவர், அயர்ச்சியைக் கொடுத்த வகுப்பு முடிந்த பின், தீக்ஷாவையும் குமாரியையும் வரவழைத்தார். அவர்கள் அவரது இருக்கை முன்னே நின்றுகொண்டிருந்தார்கள். அவர்களது கண்களை அவர் நேரடியாகப் பார்த்தார்.

தான் அவர்களைத் திட்டுவதுபோல் அவர்கள் உணரந்துவிடக் கூடாது என்ற எண்ணத்தில் 'உங்க இரண்டு பேருக்கும் என்ன பிரச்சினை' என்று கேட்டார்.

தீக்ஷாவுக்கு ரொம்ப ஆச்சரியமாக இருந்தது. அவளது வாய் அகலத் திறந்துகொண்டது. 'பிரச்சினையா? இல்லையே சார், நாங்க நல்லாத்தான் இருக்கிறோம். பிரச்சினைகள் ஏதும் இல்லையே.' குமாரி, ஆமென்று வேகமாகத் தலையசைத்தாள்.

'நீங்க இரண்டு பேரும் ரொம்ப அமைதியாக இருக்கீங்க. என்ன நடந்தது? வீட்டில ஏதாவது பிரச்சினையா?' பிறகுதான், அவர் நினைவில் கொண்டுவந்தார். 'உங்க அக்காவுக்கு ஏதாவது பிரச்சினையா?'

'இல்லையே சார். நாங்க எல்லோரும் நல்லாத்தானே இருக்கோம். அக்காவும் நல்லாத்தானே இருக்கா.'

உபாத்யா விடுவதாக இல்லை. 'ஆனால், நீங்கள் இருவரும் ஏன் இவ்வளவு அமைதியாகிவிட்டீர்கள்?'

அவர்கள் அமைதியாக இருந்தார்கள். எப்படிப் பதில் சொல்வது என்று அவர்களுக்குத் தெரியவில்லை. அவர்களுக்குத் தெரியும் — அவர்கள் மௌனத்தில் மூழ்கியிருப்பதால் — பதில்களைக்கூட அவர்கள் காற்றிலிருந்து பறித்தாக வேண்டும். வார்த்தைகளை அவர்களால் பறிக்க முடியாவிட்டால் அவர்களிடம் விடை இல்லை. இதை எப்படி அவர்களால் அவரிடம் விளக்கிச் சொல்ல முடியும்?

குமாரி துணிச்சலாக ஏதோ சொல்ல முற்பட்டாள். 'மௌனமும் ஒரு மொழி என்றே நாங்கள் நினைக்கிறோம். அதனால்தான், நாங்கள் மௌனமாக இருக்கிறோம். சொல்லப்போனால் நாங்கள் பேசிக்கொண்டுதான் இருக்கிறோம்.'

தீக்ஷா ஆமென்று தலையசைத்துக்கொண்டே, சொல்வதற்குச் சில வார்த்தைகளைக் கண்டெடுத்தாள். 'மௌனத்தில் நாங்கள் மேலும் பல ஒலிகளைக் கேட்கிறோம். ஏன் உங்களுடைய குரலும்கூட மிகத் தொலைவிலிருந்து வருவதுபோல்தான் இருக்கிறது.'

இதை எப்படி ஒரு முடிவுக்குக் கொண்டுவருவது என்று தெரியாமல் தீக்ஷாவும் குமாரியும் ஒருவரையொருவர் பார்த்துக்கொண்டார்கள். இறுதியாக, 'மௌனத்தைக் கேட்பது அவ்வளவு நிறைவாக இருக்கிறது' என்றாள் குமாரி.

அவர்கள் என்ன சொல்கிறார்கள் என்பதைவிட அவர்களது தீவிரமே உபாத்யாவை உலுக்கி எடுத்தது. ஒரு ஆசிரியராக அவர் வேண்டுவது மௌனத்தை அல்ல. அவர், 'நீங்கள் பல சுவாரசியமான கேள்விகளையெல்லாம் கேட்டீர்கள். நீங்கள் மௌனமாகிவிட்டால், யார் அதையெல்லாம் கேட்பார்கள்? நீங்கள் பேசவில்லை என்றால், மற்ற மாணவர்கள் தூங்கி வழிகிறார்கள்' என்றார்.

இதைக் கேட்ட இவ்விரண்டு பெண்பிள்ளைகளும் கிளுகிளுத்தார்கள். இறுதியாக, அவர் என்ன செய்ய நினைத்திருந்தாரோ அதை அவர் செய்தார். அதாவது, அவர்கள் வகுப்பில் என்ன செய்ய வேண்டும் என்று அவர்களிடம் சொல்வது. 'இந்த மௌனமெல்லாம் சரிதான். ஆனால், அளவுக்கு அதிகமான மௌனம் நல்லதில்லை. நீயும் கல்பனாபோல் ஆகிவிடுவாய். எப்படிப் பேச வேண்டும் என்று மறந்துவிடுவாய். பிறகு, நீங்கள் என்ன செய்வீர்கள்? உங்களுக்கு உணவு தேவையென்றால் நாய்கள் குரைப்பதுபோல் நீங்களும் குரைக்க வேண்டியிருக்கும். அதனால், பேசத் தொடங்குங்கள், வகுப்பில் கேள்விகள் கேட்கத் தொடங்குங்கள். நீங்கள் வீட்டில் அல்லது மற்ற வகுப்புகளில் மௌனமாக இருந்துகொள்ளுங்கள்.'

தீக்ஷாவுக்கும் குமாரிக்கும் அவரிடம் சொல்வதற்கு எவ்வளவோ இருந்தன. மாறாக, அவர்களது பெரிய, உருண்டையான விரிந்த கண்களால் அவரை வெறித்துப்பார்த்துக்கொண்டிருந்தார்கள்.

அந்த மௌனம் ஒரு படிமமாக அவரிடம் நிலைகொண்டது. ஆசிரியர்கள் அறையில், உபாத்யா அறிவியல் ஆசிரியரிடம் சென்று, இந்தப் பெண்கள் பேசுவதைத் திடீரென்று

நிறுத்திவிட்டார்களா என்று விசாரித்தார். அவர் மிகவும் பண்பட்ட முறையில்தான் கேட்டார். ஆனால், சக ஆசிரியர் அவரை மிகச் சரியாகப் புரிந்துகொண்டார்.

அந்த ஆசிரியர், 'இந்த வயசுல பெண்பிள்ளைங்க நிறைய மாற்றங்களை எதிர்கொள்வார்கள். என்ன வேண்டுமென்றாலும் சாத்தியம்தான்' என்றார்.

இந்த வயதுப் பெண்பிள்ளைகள், தொன்மங்கள் மட்டுமே படைக்கக்கூடிய ஜந்துக்களாக மாறினாலும்கூட உபாத்யா ஆச்சரியப்படுவதற்கு எதுவும் இல்லை என்பதுபோல்தான், தன்னுடைய கடைசி வாக்கியத்தை அந்த ஆசிரியர் உச்சரித்தார்.

கங்கம்மாவிடம் பேசுவதற்கு மூன்று பெண்களும் துடித்துக் கொண்டிருந்தார்கள். ஆனால், பக்கத்துக் கிராமத்தில் நடக்கும் திருவிழாவுக்காக அவர் சென்றிருந்தார். அவர் திரும்பி வந்த அன்றே இந்தப் பெண்பிள்ளைகள் அவரது வீட்டு வாயிலில் இருந்தார்கள். அன்று வகுப்பு எடுக்கும் திட்டம் எதுவும் கங்கம்மாவிடம் இல்லை. ஆனால், ஆவல் நிறைந்த இந்த முகங்களைப் பார்த்து, அவர்களோடு பேசிக்கொண்டிருப்பது என்று முடிவெடுத்தார்.

கங்கம்மாவுக்கு அருகில் உட்கார்ந்துகொண்டு தீக்ஷா அவரது கையைப் பிடித்துக்கொண்டாள். கங்கம்மா தனது கையை விடுவித்துக்கொள்ள முயன்றார். ஆனால், தீக்ஷா விடுவதாக இல்லை. 'எங்களால் மௌனத்தைக் கேட்க முடிகிறது' என்று அறிவித்தாள் தீக்ஷா.

தான் ஒன்றும் சொல்லாமல் இருக்கக் கூடாது என்பதால் குமாரியும், 'எங்களைச் சுற்றிலும் இருக்கும் ஒலிகளையெல்லாம் எங்களால் கேட்க முடிகிறது. மற்றவர்களால் கேட்க முடியாத ஒலிகளை' என்று சேர்த்துக்கொண்டாள்.

தீக்ஷா கிளுகிளுத்தாள். 'பாடகர்களெல்லாம் விவசாயிகள்போல் என்கிறாள் குமாரி!' குழப்பத்தில் முகம்சுளித்த கங்கம்மாவைப் பார்த்து அவள் விளக்கினாள். 'விவசாயிகள் பழங்கள், பூக்களையெல்லாம் பறிப்பதுபோல் நாம் ஒலிகளைப் பறிக்கிறோம்.'

தன்னுடைய குறிப்பேட்டில் எழுதுவதற்கான உந்துதலை கல்பனா பெற்றாள்: விவசாயிகள்போலவே நாம் ஒலிகளை வளர்க்கிறோம், புது ஒலிகளை. அவள் 'வளர்க்கிறோம்' என்பதை மூன்று முறை கோடிட்டாள்.

தீக்ஷாவும் குமாரியும் அவளிடமிருந்து குறிப்பேட்டைப் பிடுங்கி, அவள் எழுதியிருந்ததை உரக்கப் படித்தார்கள். குமாரி சந்தோஷமாகக் கைதட்டினாள். 'ஆமாம், நாம் புது ஒலிகளை வளர்க்கிறோம். பயிர் வளர்ப்பதுபோல்.'

இப்போது வயல்களெல்லாம் தண்ணீரால் நிரம்பியிருப்பதை கங்கம்மா நினைத்துப்பார்த்தார். நெல் விளைய எவ்வளவு காலம் எடுத்துக்கொள்கிறது! இந்த நிலத்திலிருந்து கொஞ்சம் தானியங்களைப் பெறுவதற்கு எப்படியெல்லாம் உழைக்க வேண்டியிருக்கிறது! அவர் புன்னகைத்தார். அவர் பேச வேண்டிய தேவை எதுவுமே இல்லை; அந்தப் பெண்களை உந்திவிட அவரது இருப்பு மட்டுமே போதுமானதாக இருந்தது.

இப்படியாகவெல்லாம் அவர்கள் சிந்திக்கத் தொடங்கிய பின், அவர்களால் அதை நிறுத்த முடியவில்லை.

'நாம் ஒலிகளை வளர்க்கிறோம், அவை தயாராக இருக்கும்போது அவற்றைப் பறிக்கிறோம், அப்புறம்...' என்று ஒரேவிதமான ஏற்றயிறக்கத்தில் பாடுவதுபோல் சொன்ன தீக்ஷா, அவள் தொடருவாள் என்ற எதிர்பார்ப்பில் குமாரியைப் பார்த்தாள்.

தீக்ஷா வெளிப்படுத்தாத குரலைக் கேட்க முயலும் விதமாக அவளை வெறித்துப்பார்த்துக்கொண்டிருந்தாள் குமாரி. 'அப்புறம்... அப்புறம்...'

இருவரும் ஒரே சமயத்தில் சொன்னார்கள்: 'அப்புறம் அவற்றைச் சமைக்கிறோம், சுடச்சுட.'

இந்த இரண்டு பெண்கள்போல் இருக்க வேண்டும் என்று கங்கம்மா ஏங்கினார். இவர்களைப் போல் குதிக்க வேண்டும், நடனமாட வேண்டும், கைதட்ட வேண்டும். பிறகு, பாடுவது என்றால் இதுதான். மழைக் காலத்தில் மீன் குழம்பும் சூடான சோறும் சாப்பிட வேண்டும் என்று நிஜமாகவே சொல்ல நினைத்தார். ஆனாலும்கூட அவரால் அதைச் சொல்ல முடியவில்லை. ஆகவே அவர் வெறுமனே, 'இது

*நல்ல யோசனை. நாம் உணவு படைப்பதுபோல் பாடல்கள் படைக்கிறோம். உணவு நமக்கு மகிழ்ச்சியையும் நிறைவையும் கொடுக்கிறது. இசையும் அப்படித்தான். உணவை நாம் எப்படி ருசித்துச் சாப்பிடுகிறோமோ அதுபோல்தான் இசையையும் ருசித்துப் பருகுகிறோம்.'*

நால்வரும் உட்கார்ந்திருந்தபோது, அவர்களிடையே பெரும் நிறைவு நிலைகொண்டது. அந்த மௌனத்தில் அவர்கள் ஒருவரையொருவர் கேட்கக்கூட இல்லை. இவர்கள் பேசிக்கொண்டிருந்தபோது, வெட்கப்பட்டுத் தங்களை மறைத்துக்கொண்ட ஒலிகளெல்லாம் தயக்கத்தோடு வெளிப்பட்டு அவற்றின் இருப்பை அறிவித்தன. அவர்கள் அதுவரை கேட்டிராத ஒலிகள், சிந்தித்திராத ஒலிகள். இவை இந்த நால்வருக்குள்ளும் பாய்ந்தன. கங்கம்மா ஆனந்தம் என்று அழைத்திருக்கக்கூடிய நிலைக்கு மிக அருகில் அவர்கள் சென்றார்கள்.

கல்பனாவைப் பொறுத்தமட்டில் கடந்த சில நாள்கள் அவளுக்குப் பெரிய தரிசனத்தைக் கொடுத்தன. அவை எல்லாமும் அவள் தேடிக்கொண்டிருக்கும் இறுதியான விடைக்குக் கொண்டுவிடுவதாகவும் நினைத்தாள். மிக முக்கியமான ஏதோ ஒன்று கூடிய சீக்கிரத்தில் நடக்கும்போல்தான் இருந்தது. ஆனால், அவளது கேள்விக்கான விடை கிடைக்காமல் அது நடப்பது சாத்தியமில்லை.

ஆனந்தமான இந்த மௌனத்தில் தனது கேள்வியை அவள் எழுதினாள். காகிதத்தில் அந்தப் பென்சில் எழுப்பிய சத்தம், சேற்றில் சிக்கிக்கொண்ட லாரி உறுமுவதுபோல் இருந்தது.

*என்னால் இன்னும் புரிந்துகொள்ள முடியவில்லை. நம்மைச் சுற்றிலும் இருக்கும் ஒலிகளெல்லாம் எங்கிருந்து வருகின்றன? யார் இதையெல்லாம் படைப்பது?*

இரண்டு பெண்பிள்ளைகள், கங்கம்மா என்று ஒவ்வொருவராக அதைப் படித்தார்கள். கங்கம்மா அமைதியாக இருந்தார்.

தீக்ஷா என்ன சொல்ல நினைத்தாளோ, அதைச் சொல்லுமளவுக்கு குமாரி துணிச்சல் கொண்டாள்: 'கடவுள்?'

கல்பனா இடவலமாகத் தலையசைத்தாள். *இல்லை, மிருகங்களும் மரங்களும் காற்றும்* என்று எழுதினாள். ஏதாவது

உந்துதல் கிடைக்காதா என்று சுற்றிலும் பார்த்தாள். அவள் கோபமாகக் கிறுக்கினாள்: வானமும்கூட. ஒலிகளைக் கடவுள் உருவாக்குவதில்லை.

அவர்கள் மீண்டும் மௌனத்துக்குள் விழுந்தார்கள். இரவு உணவுக்கு என்ன செய்யலாம் என்று பார்ப்பதற்குச் சமையலறைக்குள் போக முடியாத அளவுக்கு கங்கம்மா மந்தகாசமாக உணர்ந்தார்.

பேசாமல் இருக்க முடியாமல், தீக்ஷா, 'ஒருவேளை கடவுளே ஒலியாக இருக்கலாம்' என்று முணுமுணுத்தாள்.

குமாரி சிரித்தாள். தீக்ஷாவும் சேர்ந்துகொண்டாள். தீக்ஷா சொன்னதன் முட்டாள்தனத்தை நினைத்துச் சிரிப்பதாக அவர்கள் இருவரும் நினைத்துக்கொண்டார்கள்.

ஆனால், அந்தக் குறிப்பிட்ட சமயத்தில், அவர் என்ன செய்ய நினைத்திருந்தாரோ அதை இறுதியாகச் செய்தார் கங்கம்மா. அவரது முன்கையை ஊனி, உடலை மேலே உயர்த்தி எழுந்துநின்றார். 'தீக்ஷா சொல்வதுதான் சரி' என்றார். அந்தப் பெண்பிள்ளைகளைப் பெரிய புன்னகையோடு பார்த்து, 'ஒலிதான் கடவுள்' என்றார்.

கல்பனா எழுதினாள்: அப்படியென்றால் உங்களது தேவியை நீங்கள் ஏன் அழைக்க வேண்டும்? உங்கள் கடவுளின் ஒலிதான் தேவியா?

கல்பனாவின் கேள்விக்குப் பதில் சொல்வதற்கு சற்று நேரம் எடுத்துக்கொண்டார் கங்கம்மா. 'இல்லை, தேவியின் ஒலி, கடவுளைத் தேடிச்செல்லும் ஒலியாக இருக்கிறது. நான் அவளது பெயரைச் சொல்லும்போது நான் கடவுளை அழைக்கவில்லை. அவளைத் தேடுவதற்காக மட்டுமே நான் அந்த ஒலியைப் பயன்படுத்திக்கொள்கிறேன். நான் உன்னுடைய பெயரைச் சொல்லும்போது உன்னைத் தேடுவதுபோல்.'

கல்பனா அவரை நிறுத்திவிட்டு, எழுதினாள்: நான் உங்களுக்கு முன்னால் இருப்பதால்தான் நீங்கள் என்னை அழைக்கிறீர்கள். நீங்கள் அழைப்பதால் நான் உங்களை நோக்கி வருகிறேன். ஆனால், நீங்கள் அழைக்கும்போது கடவுள் உங்களிடம் வருவதில்லை. அல்லது பிரார்த்திக்கும்போது.

இதை கங்கம்மாவிடம் கேள்வியாக இல்லாமல் தனது கூற்றாகக் காண்பித்தாள் கல்பனா. தொடந்து சந்தேகித்துக் கொண்டே இருப்பதும் சாத்தியமில்லை என்றும் உணரத் தொடங்கினாள். அவளது சந்தேகங்களை எல்லோரும் தவறாகப் புரிந்துகொள்கிறார்கள். மற்றவர்களோடு சண்டை போடுவதற்காகவே அவள் இந்தக் கேள்விகளை வைத்திருப்பதாக எல்லோரும் அவளைத் தவறாகப் புரிந்துகொள்கிறார்கள். மற்றவர்கள் எவரும் அறிந்திராத ஏதோ ஒன்றை அவள் அறிந்திருக்கிறாள். கடவுளை அழைப்பது பொய் என்று அவள் அறிந்திருக்கிறாள் — அதுவும் குறிப்பாக, இருண்ட காட்டில் தொலைந்துபோய் தன்னந்தனியாக இருந்தபோது. வேறு வழியில்லாமல் அவள் இறங்கி வந்து பேசத் தொடங்கிவிடுவாள் என்றும் அவள் உணரத் தொடங்கினாள். எல்லோரோடும் எந்நேரமும் சண்டை போட்டுக்கொண்டிருப்பது சாத்தியமில்லை. வேறாக இருப்பதற்காக. வாயைத் திறந்து, காற்று பாய்ந்து, இந்த உலகத்தை வெளியே விடுவது எவ்வளவு சுலபமாக இருந்திருக்கும். அது எப்படிப்பட்ட சுதந்திரமாக இருந்திருக்கும்!

பிரக்ஞையற்று அவள் தனது வாயைத் திறக்கவிருந்தாள். ஆனால், கங்கம்மா அவளைப் பார்த்துவிட்டு, கல்பனா என்ன செய்யக்கூடும் என்று அவருக்குத் தெரிந்திருப்பதுபோல், இடவலமாகத் தனது தலையை அசைத்தார். கங்கம்மாவின் தலையசைவைப் பார்த்து கல்பனா — அவரது தலை வழக்கத்தைவிடப் பெரியதாக இருப்பதுபோல் தெரிந்தது — தன்னுடைய வாயை மூடிக்கொண்டாள்.

அந்தத் தருணம் கடந்துசென்றது. திரும்பவும் எப்போது பேசுவோம் என்று தெரியாமல் கல்பனா அமைதியானாள்.

கல்பனா எழுதியிருந்ததை கங்கம்மா பார்த்தார். அழைத்தபோது ஒரு கடவுளும் வராதது குறித்து. இந்தக் கேள்விக்கு விடை கிடைக்கவில்லை என்றால் அவள் எப்போதும் பேசவோ அல்லது பாடவோ மாட்டாள் என்று அவர் அறிந்திருந்தார். அவர் எந்த அளவுக்கு அந்தக் கேள்வியை வெறித்துப்பார்த்துக் கொண்டிருந்தாரோ அந்த அளவுக்கு அவர் குழம்பிப்போனார். அவர் அழைத்தபோது அவருடைய தேவி அவரிடம் வந்தாளா? அவளுக்காக அவர் எப்போது பாடினார்?

பெண்கள் கிளம்பிப்போன பிறகு, விடை எதுவாக இருந்தாலும் கல்பனாவுக்குப் பதில் சொல்வதென்று முடிவெடுத்தார். கல்பனா ஏன் காணாமல்போனாள் என்று நினைவில் கொண்டு வந்தார். ஏதோ ஒரு உந்துதலில், அவர்களது மூளைக் கோயிலில் பாடுவது என்று தீர்மானித்தார். குழந்தைத்தனமான விளையாட்டுகளைப் பெரியவர்கள் விளையாடுவதைப் பார்த்து மற்றவர்கள் சிரிக்கக்கூடும். ஆனால், எப்படியிருந்தாலும், எல்லோரும் அவரைப் பார்த்து எப்போதும் சிரித்துக்கொண்டும் முணுமுணுத்துக்கொண்டும்தானே இருக்கிறார்கள்.

மூளைத் திருவிழாவுக்கு இன்னும் ஒரு வாரம் மட்டுமே இருந்தது. மிகப் பெரிய கொண்டாட்டமாக, கிராமத்தில் உள்ள முக்கியக் கோயிலில் நடத்தப்படும் தீபாவளிக் கொண்டாட்டங்களுக்குப் போட்டியாக இருக்க வேண்டும் என்று எண்ணப்பட்ட திருவிழா, கங்கம்மாவின் ஒற்றை நிகழ்ச்சியாக சுருங்கிப்போனது. இதுவும்கூட நடக்குமா என்பது குறித்து அந்தப் பெண்பிள்ளைகளால் உறுதியாகச் சொல்ல முடியவில்லை. ஏனெனில், எண்களை மட்டுமே கொண்டு பாடுவதற்கு வழியே இல்லை என்று கங்கம்மா சிரித்துக்கொண்டே சொல்லியிருந்தார்.

அந்த வருடம் கிராமத்தில் பண்டிகை ஏதோ சிறப்பாக நடப்பதற்கான அறிகுறிகளைக் கொண்டிருந்தது. அருகில் இருந்த நகரத்திலிருந்து குடும்பத்துக்கு ஆடைகள் வாங்குவது என்று அப்பா தீர்மானித்திருந்தார். வேறொரு காரணத்துக்காகப் பள்ளிக்கூடம் உற்சாகமாக இருந்தது – ஒரு வதந்தி. இந்த வதந்தி எப்படித் தொடங்கியது என்று எவருக்கும் தெரியவில்லை: தீபாவளி முடிந்தவுடன் கல்பனா பேசுவாள். இது அவ்வளவு முக்கியத்துவம் கொண்ட செய்தியாக இருந்ததால், இது எங்கிருந்து வருகிறது என்பது பற்றி ஒருவரும் கவலைப்படவில்லை. ஒருவிதமான எதிர்பார்ப்பு காணப்பட்டது; அது பள்ளியிலிருந்து கிராமத்துக்குப் பரவியது. தீபாவளிக்கு அடுத்த நாள் கல்பனா பேசுவாள் என்று கிராமத்தில் இருக்கும் ஒவ்வொருவருக்கும் தெரிந்திருப்பதுபோல் இருந்தது. ஆசிரியர்கள் இது குறித்துத் தங்களுக்குள்ளாகப் பேசிக்கொண்டார்கள். பிள்ளைகள் ஒருவர்

மாறி ஒருவர் என்று கிளுகிளுத்தார்கள் — அவர்கள் கொண்டிருக்கும் ரகசியத்தை இந்தக் கிளுகிளுப்புகளின் ஊடாக மற்றவர்களிடம் பகிர்ந்துகொள்ள முடியும் என்பதுபோல். ஏன் முதல்வரும்கூட, ஒரு முறையல்ல இரண்டு முறை கல்பனாவைப் பள்ளியில் பார்த்தபோது புன்னகைத்தார் — இதற்கு முன் வேறு எந்த மாணவருக்கும் இப்படி ஒரு முறைகூட அவர் செய்ததில்லை; திரும்பவும் எப்போதும் செய்யப்போவதில்லை.

எல்லா வதந்திகளையும் போலவே, இந்த வதந்தியும் அதன் சொந்தச் சிக்கல்களுக்குள் சிக்கிக்கொண்டிருந்தது. எவரும் கல்பனாவிடம் அது குறித்துக் கேட்காமல் இருந்தால் மட்டுமே தீபாவளிக்கு அடுத்த நாள் அவள் பேசுவாள் என்று சொல்லப்பட்டது. இந்த விதியை யார் உருவாக்கினார்கள் என்று எவருக்கும் தெரியவில்லை. ஆனாலும், அதை எல்லோரும் அமைதியாகப் பின்பற்றினார்கள். எல்லோருடைய கவனமும் தன் மீது ஏன் இவ்வளவு அதிகமாக இருக்கிறது என்று கல்பனாவாலும் புரிந்துகொள்ள முடியவில்லை. ஆனால், தீக்ஷாவிடம் கல்பனா சீக்கிரத்தில் பேசுவாளா என்று அறிவியல் ஆசிரியர் கேட்டார். அடுத்த நாளுக்குள்ளாக, அந்த வதந்தி குறித்து மேலும் பல வதந்திகளை தீக்ஷா கேட்க வேண்டியிருந்தது. அன்று இரவு, அவளைச் சுற்றிலும் இருக்கும் பிள்ளைகளின் அசாத்தியமான கற்பனைத்திறனை வியந்து, ஒவ்வொரு நிமிடமும் சிரித்துக்கொண்டே எல்லாவற்றையும் கல்பனாவிடம் விரிவாக விவரித்தாள் தீக்ஷா.

இந்த வதந்திக்குள்ளாக ஒரு எதிர்பார்ப்பை உபாத்யா தொடங்கிவைத்தார். தீக்ஷாவுக்கு உறுதுணையாக இருப்பதை வெளிப்படுத்தும் விதமாக, அவளிடம் ஏதாவது சொல்ல வேண்டும் என்று விரும்பினார், ஆனால், மற்றவர்கள் என்ன சொல்லியிருப்பார்களோ அதையே முணுமுணுக்க அவர் விரும்பவில்லை. 'தீக்ஷா உன்னுடைய அக்காவின் முதல் வார்த்தை என்னவாக இருக்கும் என்று நான் யோசித்துக் கொண்டிருக்கிறேன்' என்று அவர் சொன்னபோது, ஒரு மதிப்புக்குரிய ஆசிரியர் என்ற அந்தஸ்துக்கு உண்மையாக இருப்பதாக நினைத்துக்கொண்டார். தீக்ஷா வகுப்புத் தோழிகளின் காதில் இது விழுந்துவிட, அடுத்த நாள் முதல், கல்பனா பேசுவாள் என்ற எதிர்பார்ப்பு பின்னுக்குப் போக, அவளது

முதல் வார்த்தை என்னவாக இருக்கும் என்ற எதிர்பார்ப்போடு அவளைப் பார்க்கத் தொடங்கினார்கள்.

பண்டிகைக்கு மூன்று நாள்களுக்கு முன், குமாரியின் தோட்டத்தில் கோழிகளைக் கவனித்துக்கொண்டிருக்கும்போது, குமாரியிடம், 'தீபாவளிக்குப் பிறகு கல்பனா புதுசாகப் பிறக்கப்போவதுபோல் எல்லோரும் பேசிக்கொண்டிருக்கிறார்கள்' என்றாள் தீக்ஷா.

நோக்கம் ஏதுமில்லாமல் கோழிகள் உற்சாகத்தோடு ஓடிக் கொண்டிருப்பதைப் பார்த்துக்கொண்டிருந்த குமாரி அயர்ச்சியாக உணர்ந்தாள். உண்மையிலேயே எதுவுமே சிந்திக்காமல், 'அப்படியென்றால் பிறக்கும்போதே பேசக்கூடிய முதல் நபராக அவள்தான் இருப்பாள்' என்றாள் குமாரி.

பண்டிகை குறித்து ஓரளவுக்கான உற்சாகத்தில், இளங்காற்று வீசுவதற்கு அல்லது திடீரென்று மழை வெள்ளமாகப் பாய்வதற்குக் காத்திருந்து தன்னுடைய படுக்கையில் இருப்புகொள்ளாமல் உருண்டுகொண்டிருக்கும்போது, தீக்ஷா சொன்னதைக் கேட்டபோது, கல்பனா சத்தமின்றிச் சிரித்தாள். என்ன நடந்தாலும் தான் பேசப்போவது இல்லை என்று அவள் நன்கு அறிந்திருந்தாள். கிராமத்தில் காத்திருப்பவர்களின் முகத்திலெல்லாம் ஏமாற்றத்தைக் கொண்டுவரும் அந்தத் தருணத்தை ஆவலோடு எதிர்பார்த்துக் காத்திருந்தாள்.

வதந்திகள் மிக வேகமாக அவர்களுடைய வீட்டுக்குள்ளும் நுழைந்தன. கல்பனாவின் அம்மா மளிகைக் கடைக்குச் சென்றபோது, கடையில் இருந்தவன், அம்மாவை ஊக்கப்படுத்துவதுபோல் பெரிதாகப் புன்னகைத்தான், மேலும்கீழும் தலையசைத்தான். அதுவும் குறிப்பாக அவன், 'நல்ல செய்தி, நல்ல செய்தி. எங்களுக்கெல்லாம் சந்தோஷம்தான்' என்று சொன்னபோது அம்மா குழம்பிப்போனார்.

அவன் எது குறித்துப் பேசுகிறான் என்று தனக்குத் தெரியும் என்பதுபோல் அவரும் பதிலுக்குப் புன்னகைத்தார். அம்மாவால் எதையும் புரிந்துகொள்ள முடியவில்லை — 'கல்பனா தீபாவளிக்குப் பிறகு பேசுவாள்போல் இருக்கிறது. கிராமத்தில் எல்லோருக்கும் அது தெரிந்திருக்கிறது. நம்மைத் தவிர. அது பரவாயில்லை. என்னுடைய பிரார்த்தனைகளுக்குப் பலன் கிடைத்தது' என்று அம்மாவை அஜ்ஜி வீட்டுக்கு வெளியே

இழுத்துச்சென்று நாடகத்தனமாக அவரது காதில் சொல்லும் வரையில்.

அன்று மாலை இரண்டு பெண்களும் பள்ளியிலிருந்து வீடு திரும்பியவுடன், அம்மா வெல்லம் போட்டு செய்த இனிப்பைக் கொடுத்தார். கல்பனாவைப் பார்த்து அஜ்ஜி புன்னகைத்தார். அவளது தலையைத் தட்டிக்கொடுக்க முயன்றார். ஆனால், கல்பனா அவரது கையைத் தள்ளிவிட்டாள். இரண்டு பெண்களும் தங்களுடைய அறைக்குள் சென்றவுடன், தீக்ஷா பெரும் உவகையோடு, 'அப்ப இவங்களுக்கும் அது பற்றித் தெரிந்திருக்கிறது' என்று கிசுகிசுத்தாள். வீட்டுக்கு வந்தவுடன் இதைக் கேள்விப்பட்ட அப்பாவும், கல்பனாவிடம் வந்து, அவளை அன்போடு பார்த்து, பெரும் திருப்தியுடன் தனது வயிற்றைத் தடவிவிட்டுக்கொண்டார்.

அந்த இரவில், நம்பிக்கை மீது நம்பிக்கை வைத்து தீக்ஷா இன்னும் ஒரு முறை முயன்றுபார்த்தாள். 'உன் மனசை மாற்றிக் கொள்வதில்லை என்பதில் உறுதியாக இருக்கியா? எல்லோரும் நீ பேச வேண்டும் என்று எதிர்பார்க்கிறார்கள். பாரு, உன்னால் அவர்களையெல்லாம் எவ்வளவு சந்தோஷப்படுத்த முடியும்.'

தீக்ஷாவின் காதைப் பிடித்திழுத்தாள் கல்பனா. நீயும் இப்படிப் பேசாதே என்று கிறுக்கினாள். அந்த வார்த்தைகளைத் திரும்பத் திரும்ப அடிக்கோடிட்டுக்கொண்டிருந்தாள்.

பண்டிகைக்கு இரண்டு நாள் இருந்தபோது, மூன்று பெண் பிள்ளைகளுக்கும் கங்கம்மாவின் வகுப்பு இருந்தது. எப்படி நடக்கும் என்று எதிர்பார்ப்போமோ அது போலவே, இந்த வதந்தி சுற்றிச்சுற்றி இசை ஆசிரியரை வந்தடைவதற்கான வழியையும் கண்டுபிடித்துவிட்டது. கல்பனா பேசுவாள் என்று சொன்னதைக் கேட்டபோது, இது நிச்சயமாக நடக்காது என்று அவர் நன்கு அறிந்திருந்ததாலும், அல்லது குறைந்தபட்சம் கிராமம் நினைப்பதுபோல் நடக்காது என்று அறிந்திருந்தாலும், கங்கம்மா புன்னகைத்தார். ஆனாலும், ஏதோ ஒரு தீர்வு சாத்தியம் என்பதிலும் உறுதியாக இருந்தார். அது அவரைச் சார்ந்திருக்கிறது என்றும் அவர் அறிந்திருந்தார். இதுவரை நடந்ததையெல்லாம் துரிதப்படுத்திய ஒரு கேள்விக்கான அவருடைய பதிலை அது

சார்ந்திருக்கிறது என்றும் அறிந்திருந்தார். வகுப்புக்கு முன்னர் மூன்று நாள்களாக மொழி, இசை, கடவுள் குறித்தெல்லாம் சொல்வதற்கு ஏதேனும் வழி கிடைக்குமா என்று அவர் போராடிக்கொண்டிருந்தார். கல்பனாவின் கேள்வி அவருக்கும் பெரிய சவாலை முன்வைத்திருந்தது. இதுவரை அவர் தனக்குள்ளாகக் கேட்டுக்கொள்ளாத கேள்விகளையெல்லாம் அவர் கேட்டுக்கொள்ள வேண்டியிருந்தது. அவர் பாடும்போது உண்மையை உணர்ந்தார்; உண்மையின் உண்மைத் தன்மையை உணர்ந்துகொண்டார். ஆனால், கல்பனாவின் கேள்விக்குப் பதில் சொல்ல முயல்வதன் ஊடாக, 'தேவி' என்ற வார்த்தையை அவளை அழைப்பதற்காகவோ அல்லது அவளைச் சுட்டிக்காட்டுவதற்காகவோ அவர் பயன்படுத்தவில்லை என்று உணர்ந்துகொண்டார். அது வேறு ஏதோ ஒன்றாக இருக்கிறது. வகுப்புக்கு முந்தைய இரவு நிலைகொள்ளாமல் தவித்துக்கொண்டிருந்தபோதுதான், கல்பனாவிடம் என்ன சொல்ல வேண்டும் என்று அவர் கண்டுணர்ந்தார்.

இந்தப் பெண்பிள்ளைகள் தங்களுடைய மூளைக் கோயிலில் கங்கம்மாவின் இசை நிகழ்ச்சிக்கான ஏற்பாடுகளை மும்முரமாகச் செய்தார்கள். எவ்வளவு முடியுமோ அந்தளவுக்கு மாணவிகளிடம் இந்தக் கொண்டாட்டத்தில் கலந்துகொள்ளுமாறு தீக்ஷாவும் குமாரியும் கேட்டுக்கொண்டார்கள். வேறு பெரியவர்கள் யாரையும் அழைக்கக் கூடாது என்றும், அறிவியல் ஆசிரியரை மட்டுமே தனியாக அழைக்கலாம் என்றும் கல்பனா யோசனை சொன்னாள். அவருக்கு மூளைக் கடவுளைப் பிடிக்கும் என்று சிலேட்டில் கிறுக்கினாள். சந்தேகத்தோடு தீக்ஷா மேலும்கீழும் தலையசைத்தாள். மூவரும் தங்களுடைய கோயிலுக்குச் சென்று கருவறையைச் சுத்தப்படுத்தினார்கள். நிறைய பாசி படிந்திருந்தது. மூளை விக்கிரகம் இப்போது பார்ப்பதற்கு உயிருள்ள, துடித்துக்கொண்டிருக்கும் ஒன்றுபோலவே இருந்தது.

தயக்கத்தோடு கல்பனாவிடம், 'செடிகளுக்கும் மூளை இருக்குமானால், அவையும் இதுபோல் பச்சையாகத்தான் இருக்குமா?' என்று கேட்டாள் தீக்ஷா.

குமாரி குதித்துக் கிளுகிளுத்தாள். 'செடிகளுக்குப் பச்சை மூளைகள்' என்று சொன்ன குமாரி, கூச்சப்பட்டுக்கொண்டே, 'எனக்குக் கறுப்பு மூளை' என்றாள்.

இந்த மூன்று பெண்களும் சிரிப்பதைக் கேட்டு, அணில்களும் எறும்புகளும் மண்புழுக்களும் அவசரஅவசரமாக இவர்களை நோக்கி வந்தன. மரங்கள் சலசலத்தன. திடீரென்று அடித்த காற்றில் கருவறையில் இரைந்துகிடந்த இலைகளெல்லாம் அடித்துச்செல்லப்பட்டன.

கங்கம்மா கருவறைக்கு முன்னால் உட்கார்ந்துகொள்ள வேண்டும் என்று அவர்கள் தீர்மானித்தார்கள். அவர்கள் விக்கிரகத்துக்குக் கொஞ்சம் பூ வைப்பார்கள், கங்கம்மாவுக்குச் சிறிய மாலை ஒன்றைப் போடுவார்கள். இசை நிகழ்ச்சி முடிந்த பின், இனிப்பு வழங்கினால் சிறப்பாக இருக்கும் என்றாள் தீக்ஷா. கல்பனா மேலும்கீழும் தலையசைத்தாள். இந்த நிகழ்வுக்கு வரும் பிள்ளைகளுக்குக் கொடுக்கக் கொஞ்சம்போல் இனிப்பு உருண்டைகளை அம்மா செய்ய, தன்னுடைய மௌனத்தைப் பயன்படுத்தி ஒரு வழியை அவள் கண்டுபிடித்தாக வேண்டும்.

மற்ற பெண்பிள்ளைகள் யாரும் வராமல் போய்விட்டால் என்ன செய்வது என்ற சந்தேகம் அவர்களுக்குள் ஒருகணம் தோன்றியது. தன்னுடைய வகுப்புத் தோழிகள் குறைந்தபட்சம் பத்து பேராவது வருவார்கள் என்றாள் தீக்ஷா. குமாரி அவநம்பிக்கையோடு பார்த்தாள். கல்பனா தன் கைகளால் முப்பது என்று காட்டினாள். கங்கம்மாவைக் கேட்க முப்பது மாணவர்கள் ஏற்கெனவே வந்துவிட்டதுபோல் குமாரி அவ்வளவு சந்தோஷப்பட்டாள்.

ஆக, அவர்கள் கங்கம்மா வகுப்புக்குப் போகும்போது, அவரிடம் சொல்வதற்கு இந்தப் பெண்பிள்ளைகளிடம் நிறைய இருந்தன. அவரது நிகழ்ச்சி குறித்து, அதற்கு வரக்கூடிய பிள்ளைகள் குறித்து, மூளை பற்றிப் பல வருடங்களாகப் பாடம் எடுத்துக்கொண்டிருக்கும் அறிவியல் ஆசிரியர் குறித்து, இறுதியாக மூளைக் கடவுளைப் பார்க்கவருவது குறித்து! இவர்கள் சொல்லிக்கொண்டிருந்ததையெல்லாம் கங்கம்மா அமைதியாகக் கேட்டுக்கொண்டிருந்தார். அவர்களுக்காகப் பாடுவது என்று அவர் உறுதியளித்திருந்தாலும், அதை அவர் தீவிரமாக எடுத்துக்கொண்டுதான் சொன்னாரா என்று அவருக்கே உறுதியாகத் தெரியவில்லை. பிள்ளைகளின் கூட்டத்தில் பாடுவது; அதுவும் இந்தப் பெண்பிள்ளைகள் கட்டியிருக்கும் ஏதோ பைத்தியக்காரத்தனமான கோயிலில் பாடுவது!

கங்கம்மாவின் முக வெளிப்பாட்டைப் பார்த்து தீக்ஷா கவலை கொண்டாள். தான் வேண்டும் ஏதோ ஒன்றைச் செய்ய மறுக்கும்போது இப்படியான வெளிப்பாட்டை தீக்ஷா பலமுறை அம்மா முகத்தில் பார்த்திருக்கிறாள்.

'அஜ்ஜி, உங்களுக்கு எங்களுடைய கோயில் நிச்சயமாகப் பிடிக்கும். நாங்கள் அதைச் சுத்தப்படுத்தியிருக்கிறோம். கல்பனாதான் எங்களுடைய பூசாரி. மூளைக்கு அவள் பூசைகள் செய்வாள்.'

குமாரியும் சேர்ந்துகொண்டாள். 'அஜ்ஜி, எங்கள் மூளைக் கடவுள் பச்சை நிறத்தில் இருக்கிறது. என்னுடைய மூளை என்ன நிறத்தில் இருக்கும் என்று நினைக்கிறீர்கள்.'

இதற்குப் பதிலாக, 'கிராமத்தில் உள்ள எல்லோரும் தீபாவளிக்குப் பிறகு கல்பனா பேசுவாள் என்று நம்புகிறார்கள். அப்படியா கல்பனா?' என்று மட்டுமே கங்கம்மா கேட்டார்.

தீக்ஷா கிளுகிளுத்தாள். 'தீபாவளிக்குப் பிறகே அவளால் உங்களுக்குப் பதில்சொல்ல முடியும்.'

கல்பனா இடவலமாகத் தலையசைத்தாள். அவள் எப்போது பேச வேண்டும் என்று மற்றவர்கள் தீர்மானித்திருப்பதுபோல் தெரிகிறது. அவள் எரிச்சலடைந்தாலும்கூட, அவர்களுடைய சிந்தனைகளில் தான் இருந்துகொண்டிருப்பதைப் பார்த்துக் கொஞ்சம் சந்தோஷப்படவும் செய்தாள்.

'அது எனக்கு முக்கியமில்லை. நான் இன்று உன்னிடம் சொல்லப்போவதைக் கேட்டுப் பேசுவதா வேண்டாமா என்று நீ தீர்மானித்துக்கொள்ளலாம். உன்னிடம் என்ன சொல்ல வேண்டும் என்று இறுதியாக நான் புரிந்துகொண்டேன்' என்றார் கங்கம்மா.

இன்று அவர்கள் பாடுவது குறித்து எதுவும் கற்றுக்கொள்ளப் போவதில்லை என்று சொல்லித் தொடங்கினார். அவர்களைத் தனக்கு அருகில் உட்காருமாறு சொன்னார்.

பிறகு, தீக்ஷாவையும் குமாரியையும் பார்த்துப் பேசினார். 'கல்பனா தனித்துவமான பெண். மிக தைரியமாக வளர்ந்தவர்கள்கூட செய்ய முடியாததை அவள் செய்துகொண்டிருக்கிறாள். அவளால் பேச

முடியும் என்றபோதும் அவள் பேசுவதை நிறுத்தியிருக்கிறாள். நம் யாராலும் இதைச் செய்ய முடியாது. நம்முடைய வாயை மூடிக்கொள்ள அசாத்திய பலம் தேவைப்படுகிறது. மற்றவர்கள் சொல்வதற்கெல்லாம் பதில் சொல்லக் கூடாது என்று சில சமயங்களில் நினைத்துக்கொள்வேன். ஆனால், நான் தோற்றுப்போவேன். என்னால் மௌனமாக இருக்க முடியவில்லை. எதுவுமே சொல்லக் கூடாது என்று நான் நினைக்கும்போதும்கூட என்னுடைய வாய் அதுவாகப் பேசத் தொடங்குகிறது.'

தீக்ஷாவும் குமாரியும் ஆவலோடு மேலும்கீழும் தலையசைத்தார்காள். 'ஆமாம் ஆமாம், எங்களுக்கும் அப்படித்தான் இருக்கிறது' என்று சேர்ந்துகொண்டாள் தீக்ஷா.

'பார்த்தியா, உன்னால் இப்போதுகூடப் பேசாமல் இருக்க முடியவில்லை' என்றார் கங்கம்மா. 'ஆனால், கல்பனாவைப் பாருங்கள். அவளுக்குப் பேச விருப்பமில்லை என்றா நினைக்கிறீர்கள்? அவளுக்குள் வார்த்தைகள் குமிழிகளாக மேலெழுந்து வந்து வெடிக்கக் காத்திருக்கவில்லை என்றா நினைக்கிறீர்கள்? அவற்றை அவள் வெளியேவிட மறுப்பதால், அவை அவளைக் காயப்படுத்துவதில்லை என்றா நினைக்கிறீர்கள்?'

மூவரும் முழு ஈடுபாட்டோடு கல்பனாவைப் பார்த்தார்கள். தன்னுடைய கண்களிலிருந்து கண்ணீர்த் துளிகள் ஊர்ந்துவருவதை கல்பனா உணர்ந்திருந்தாலும், எல்லோரையும் பார்த்துப் புன்னகைத்தாள்.

'நம் யாரிடமும் இல்லாத ஒருவிதமான பலம் அதற்குத் தேவைப்படுகிறது' என்று சொல்லி கங்கம்மா சற்றே இடைவெளிவிட்டார். பிறகு சற்றே குரலை உயர்த்தி, 'இப்படியான பலத்தைக் கடவுள்கள் மட்டுமே கொண்டிருக்கிறார்கள்' என்றார்.

கோயிலில் இருக்கும் கடவுளை வணங்குவதுபோல், கல்பனாவை வணங்கினாள் தீக்ஷா. குமாரியும் அதுபோல் செய்தாள்.

கங்கம்மா தொடர்ந்தார். 'ஆனால், கல்பனா ஏன் மௌனமானாள்? மொழியைப் பொய்யான ஒன்றாகப் பார்த்ததால் என்று அவள் நம்மிடம் சொல்கிறாள். மொழி எப்படி அவளிடம் பொய்

சொன்னது? நம் நாலு பேருக்கு மட்டும்தான் அது தெரியும். அவள் காட்டில் தொலைந்துபோனாள். கடவுள்களிடம் உதவிகேட்டு வேண்டினாள். நம்மைச் சுற்றிலும் எங்கும் இருப்பதாக நாம் சொல்லும் கடவுள்களிடம். வெப்பமான காலையும் மழையான இரவுமான மூன்று நாள்கள் அவள் தொலைந்துபோனபோது, அவள் விநாயகரை அழைத்தாள், தேவியை அழைத்தாள், நூற்றுக்கணக்கான கடவுள்களை அழைத்தாள். ஆனால், எவருமே அவளுக்கு உதவ வரவில்லை. அவள் ஏமாற்றப்பட்டதாக உணர்ந்தாள். கடவுள்களால் மட்டுமல்ல. இந்த கடவுள்களுக்குப் பெயர் கொடுக்கும் நம்முடைய மொழியாலும்.'

அவர் இடைவெளிவிட்டார். கல்பனா தலையைக் கவிழ்த்துத் தரையைப் பார்த்துக்கொண்டிருந்தாலும், மூன்று பெண் பிள்ளைகளும் தங்களை மறந்து கங்கம்மா சொல்வதைக் கேட்டுக்கொண்டிருந்தார்கள்.

'வேறு எந்தப் பெண்ணாக இருந்தாலும் திரும்ப வந்ததில் சந்தோஷப்பட்டிருப்பாள். என்ன நடந்தது என்ற கதையை நம்மிடம் சொல்லியிருப்பாள். ஆனால், கல்பனா தனித்துவமான பெண். அவள் நம்மைப் போன்றவள் இல்லை. அவள் தேடுகிறவள். உண்மையைத் தேடுகிறவள். நாம் எல்லோரும் எதையெல்லாம் அப்படியே எடுத்துக்கொள்கிறோமோ அது குறித்தெல்லாம் தேடுகிறவள் அவள். அதனால்தான், நீ என்னிடம் வந்தாய். கல்பனா பேசுவதை நிறுத்தவில்லை என்றால், நீ என்னிடம் வந்திருக்க மாட்டாய். முதலில், உனக்கு இசை கற்றுக்கொள்வதில் ஆர்வம் ஏதும் இருந்திருக்காது. அப்படியே ஏதோ காரணத்துக்காக இருந்திருந்தாலும் நீ என்னிடம் வந்திருக்க மாட்டாய். நான் இந்தக் கிராமத்தில் உள்ள மற்ற பெண்கள் போன்றவளில்லை.'

கங்கம்மாவின் கையைப் பிடித்துக்கொண்டாள் தீக்ஷா. இதைப் பார்த்த குமாரியும் அவரது கையைப் பிடித்துக்கொண்டாள். 'அஜ்ஜி, நீங்களும் ரொம்பத் தனித்துவமானவர். கல்பனாபோல்' என்றாள் தீக்ஷா.

'நாங்கள் உங்களிடம் வந்ததில் எங்களுக்கெல்லாம் எவ்வளவு மகிழ்ச்சி தெரியுமா' என்று சேர்த்துக்கொண்டாள் குமாரி.

'பேசாமல் இருந்ததற்கு நாங்கள் கல்பனாவுக்குத்தான் நன்றி சொல்ல வேண்டும்.'

கல்பனாவைப் பார்த்துகொண்டே கங்கம்மா, 'உன் அம்மா இங்கு வந்தபோது, நீ பாடத் தொடங்குவாய் என்று அவர் நம்புவதாக என்னிடம் சொன்னார். நீ உண்மையிலேயே பாடுவாய் என்று அவர் எதிர்பார்க்கவில்லை. நீ ஏதாவது ஒலிகளையாவது எழுப்புவாய் என்றே அவர் எதிர்பார்த்தார். நீங்கள் இருவரும் அதைச் செய்தபோது, கல்பனா மௌனமாக இருந்தாள். ஆனால், அவளுக்குள்ளாக அவள் பாடிக்கொண்டிருந்தாள் என்று எனக்குத் தெரியும். நான் கவனமாகக் கேட்டபோது, அதை என்னால் கேட்க முடிந்தது.'

கங்கம்மாவை ஆச்சரியத்தோடு பார்த்தாள் கல்பனா. அதில் சற்றே ஏமாற்றமடைந்த உணர்வும் இருந்தது. 'நாம் கேட்கும் விதமாக அவள் பேசவில்லை என்பது அவ்வளவு ஒன்றும் முக்கியமில்லை' என்று தொடர்ந்தார் கங்கம்மா. 'அவளைக் கவனித்துக்கொண்டிருக்கும் போதுதான், இசை குறித்து என் அப்பா எனக்குக் கற்றுக்கொடுத்ததை நான் புரிந்துகொள்ளத் தொடங்கினேன். நாம் எழுப்பும் ஒலி என்பது நம்மைச் சுற்றிலும், நமக்குள்ளாகவும் இருக்கும் மொத்த ஒலியின் ஒரு பகுதி மட்டுமே. கல்பனா மௌனமாக இல்லை என்று நான் புரிந்துகொண்டேன். அவள் பேசிக்கொண்டிருந்தாள். நம் காதுகளுக்கான வார்த்தைகள் ஏதுமில்லாமல். இதை நான் அறிந்திருந்தாலும், கல்பனா பேச வேண்டும் என்றே விரும்பினேன். அவளை என்னால் பேசவைக்க முடியும் என்றும் நினைத்தேன். ஆனால், நான் தோற்றுப்போனேன். நான் தோற்றுப்போனதில் எனக்கு மகிழ்ச்சியே. ஏனெனில், கல்பனா சாதாரணப் பெண் இல்லை. கடவுள் குறித்த அவளது கேள்விக்கு விடை கிடைக்காமல் அவள் பேசப்போவதில்லை.'

அவர் நிறுத்தினார். தீக்ஷா கையை உயர்த்தினாள். கல்பனா அதைக் கீழே இறக்கிவிட்டாள். கங்கம்மா தீக்ஷாவைப் பார்க்க, 'அஜ்ஜி, இப்போது இவள் பேசாமல் இருக்கப் பழகிவிட்டாள். அவள் மறுபடியும் பேச மாட்டாள். எப்படிப் பேசுவதென்பதையே சீக்கிரத்தில் அவள் மறந்துவிடுவாள் என்று நினைக்கிறேன். பின் அவள் பேச நினைத்தாலும் அவளால் பேச முடியப்போவதில்லை' என்றாள் தீக்ஷா.

தீக்ஷாவின் தலையை கல்பனா மெல்லத் தட்டினாள்.

கல்பனாவின் கையைப் பிடித்துக்கொண்டார் கங்கம்மா. ‘ஆனால், அவளது கேள்விகள் என்னைத் தொந்தரவுசெய்தன. கல்பனா சொன்னது சரிதான். ஆனாலும், அவள் என்ன சொன்னாளோ அது தவறு. அவளுக்கு எப்படிப் பதில் சொல்வதென்று எனக்குத் தெரியவில்லை. எல்லோரையும் போலவே என்னிடம் என்ன சொல்லப்பட்டதோ அதை அப்படியே நானும் ஏற்றுக்கொள்கிறவளாக இருந்துவந்திருக்கிறேன். கடந்த சில மாதங்களாகத்தான் நான் மொழி குறித்தும் இசை குறித்தும் சிந்திக்கத் தொடங்கினேன். உண்மையிலே மொழி பொய் சொல்கிறதா?’

குமாரி அல்லது தீக்ஷா ஏதாவது சொல்வதற்கு முன்பாக, அவசர அவசரமாக கங்கம்மா தொடர்ந்தார். ‘மொழி பொய் சொல்கிறது. மொழி உண்மையையும் பேசுகிறது. ஆனால், கல்பனாவின் கேள்வி கடவுளை அழைப்பது குறித்ததாக இருக்கிறது. அது கடவுளைப் பிரார்த்திப்பது குறித்திருந்தது. கடவுள்கள் எவரும் இல்லை என்றால், பின் நாம் யாருக்காகப் பிரார்த்திக்கிறோம்? நாம் கடவுள்களை அழைக்கும்போது, நாம் என்ன செய்துகொண்டிருக்கிறோம்? கடவுள்கள் இருக்கிறார்கள் என்றால், அவர்கள் எங்கிருக்கிறார்கள்? இப்படியான கடினமான கேள்விகள் குறித்துச் சிந்திக்க கல்பனா நம்மைக் கட்டாயப்படுத்துகிறாள்.’

‘அதனால், “மரா” என்ற வார்த்தை குறித்தும், அந்த வார்த்தையின் அர்த்தம் குறித்தும் நான் சிந்தித்துப்பார்த்தேன். அந்த வார்த்தையைப் பயன்படுத்தும்போது, நான் ஒரு மரத்தை நினைத்துக்கொள்கிறேன். கடவுள்களுக்கான வார்த்தைகளும் கடவுள்களுக்கான பாடல்களும் “மரா” என்ற வார்த்தையைப் போல்தானா என்று சிந்திக்கத் தொடங்கினேன். அவை எதையேனும் ஒன்றைச் சுட்டிக்காட்டுகின்றனவா?’

‘இரண்டு இரவுகளுக்கு முன்தான் அதற்கான விடை எனக்குக் கிடைத்தது. அது எப்போதும் எனக்குள்ளாக இருந்தது என்றாலும், நான் அதைக் கேட்பதை நிறுத்திவிட்டேன். கட்டிலில் படுத்துக்கொண்டு ஜன்னல் வழியாக இருண்ட வானத்தைப் பார்த்துக்கொண்டிருந்தபோது, என்னுடைய தலைக்குள் அந்த

விடையை நான் தெளிவாகக் கேட்டேன். குறைந்தபட்சம் மிக எளிமையான ஒரு விடையை என்னால் கொடுக்க முடியும் என்றே நினைக்கிறேன். ஆனால், அதை உங்களுக்கான வழியில் நீங்கள் எப்படிப் புரிந்துகொள்ளப்போகிறீர்கள் என்பது உங்களிடம்தான் இருக்கிறது.'

அவருக்கு அருகில் இருந்த சின்ன மண்பானையிலிருந்து கொஞ்சம் தண்ணீர் குடித்துவிட்டுத் தொடர்ந்தார். 'கடவுள்களுக்கு நான் ஏன் பாடுகிறேன்? என்னுடைய பாடல்கள் மூலம் அவர்களுக்கு ஏன் அழைப்புவிடுகிறேன்? நம்முடைய சாதாரண மொழியிலிருந்து இசை வேறானது. நாம் "மரா" என்ற வார்த்தையைச் சொல்லும்போது, அது மரத்தைக் குறிக்கிறது என்று நாம் அறிந்திருக்கிறோம். ஆனால், "தேவி" என்று சொல்லும்போது உண்மையிலேயே அதற்கு என்ன அர்த்தம் என்று நமக்குத் தெரியவில்லை. நாம் மரத்தைப் பார்ப்பதுபோல் தேவியைப் பார்க்க முடியவில்லை என்பதால் இல்லை. ஏனெனில், கடவுள்களை நான் அழைக்கும்போது, நான் பயன்படுத்தும் வார்த்தை, நான் உருவாக்கும் ஒலி, கடவுளைத் தேடுவதற்கான ஒரு வழியாக இருக்கிறதே தவிர வேறொன்றுமில்லை.'

அவர் திடீரென்று நிறுத்தினார். இந்த இடத்துக்கு வருவதற்கு அவர் படாதபாடு பட வேண்டியிருந்தது. விஷயங்களை விளக்குவதில், அதுவும் பிள்ளைகளுக்கு விளக்குவதில் அவர் கைதேர்ந்தவர் இல்லை. அவர் சோர்வாக உணர்ந்தார். அவருக்கு முன்னால் மூன்று வெறுமையான முகங்களைப் பார்த்தபோது, தான் இப்படிப் பேசியிருக்கக் கூடாது என்றும் நினைத்தார்.

பிறகு, கல்பனா மேலும்கீழுமாகத் தலையசைத்தாள். கங்கம்மாவின் கண்களை உற்றுநோக்கி அவள் மீண்டும் மேலும் கீழுமாகத் தலையசைத்தாள். தீக்ஷாவும் குமாரியும் திறந்த வாயை மூடாமல் கங்கம்மாவைப் பார்த்துக்கொண்டிருந்தார்கள்.

கங்கம்மா மீண்டும் முயன்றார். 'என்னுடைய தோட்டத்தில் நான் பள்ளம் தோண்ட வேண்டும் என்றால், நான் மண்வெட்டியைப் பயன்படுத்துகிறேன், சரியா?' தீக்ஷாவும் கல்பனாவும் ஆமென்று தலையசைத்தார்கள். 'நான் மண்வெட்டியைப் பயன்படுத்தும்போது, நிலத்தில் பள்ளம் உருவாக்க அதைப்

பயன்படுத்துகிறேன். ஏதோ ஒன்றைச் செய்ய மண்வெட்டி போன்ற கருவியை நான் பயன்படுத்துகிறேன். நான் தொடங்கும்போது பள்ளம் ஏதுமில்லை. மண்வெட்டிதான் பள்ளத்தை உருவாக்குகிறது. பள்ளம் என்ற மெய்யான ஒன்றை மண்வெட்டி உருவாக்குகிறது.'

'பாடும்போது, நான் தேவியை அழைக்கும்போது, நான் இந்த ஒலிகளையும் வார்த்தைகளையும் மண்வெட்டியைப் போல் பயன்படுத்துகிறேன். நான் ஏதோ ஒன்றைச் செய்ய அதைப் பயன்படுத்துகிறேன். கடவுள்களைத் தேட நான் அவற்றைப் பயன்படுத்துகிறேன். கடவுளைத் தேடுவதற்கான ஒரு வழிதான் வார்த்தை. என்னால் தேவியைப் பார்க்கவோ தீண்டவோ முடியாது என்பதால்தான் நான் அவளைத் தேடிக்கொண்டே இருக்கிறேன். அவள் எங்கு மறைந்திருக்கிறாள்? என்னைப் பொறுத்தமட்டில் ஒலிதான் தேவி. நான் பாடும் இசைக்குள் அவள் மறைந்திருக்கிறாள். நான் அவள் குறித்துப் பாடும்போது, நான் அவளை விவரிக்கவில்லை. மாறாக, இந்த ஒலிகளைக் கொண்டு நான் அவளைத் தேடுகிறேன்.'

மிக மென்மையாக, 'இசை கற்றுக்கொள்வது நன்றாக இருந்தது. இது எதையுமே என்னால் புரிந்துகொள்ளவே முடியவில்லை' என்றாள் குமாரி. தீக்ஷாவும் கவலையோடு காணப்பட்டாள்.

கங்கம்மா தீர்மானமாகச் சொன்னார்: 'இந்த வகுப்பு கல்பனாவுக்கானது. அவள்தான் இதையெல்லாம் புரிந்துகொள்ள வேண்டும். அவள் விநாயகர் என்று அழைத்தபோது, அவளுக்குப் பக்கத்தில்தான் எங்கோ இருக்கிறார் என்றோ, அவளுக்கு உதவ அவர் காத்திருக்கிறார் என்றோ அதற்கு அர்த்தம் கிடையாது. இந்த ஒலிகள் ஊடாக அவள் விநாயகரை அடைவதற்கான வழியைத் தேடிக்கொண்டிருக்கிறாள். சில சமயங்களில் இந்த முயற்சி வெற்றியடைவதில்லை. ஆனால், சில சமயங்களில் இது நம்மை அவரிடம் கொண்டுசேர்க்கிறது. நாம் தேடிக்கொண்டு, தொடர்ந்து தேடிக்கொண்டு மட்டுமே இருக்க முடியும்.'

கங்கம்மா சற்றே இடைவெளிவிட்டார். இதற்கு மேல் சொல்வதற்கு தன்னிடம் ஏதுமில்லை என்பதுபோல் இறுதி வார்த்தைகளைச் சொன்னார்: 'பிற ஒலிகளுக்குள் மறைந்திருக்கும் ஒலிதான் கடவுள். பிற ஒலிகளுக்குள் மறைந்திருக்கும் ஒலியை நாம்

எப்படித் தேட முடியும்? நிலத்தில் மறைந்திருக்கும் புதையலை நாம் எப்படியாகத் தேடுகிறோம்? நாம் முயன்றுகொண்டே இருக்கிறோம், தேடிக்கொண்டே இருக்கிறோம். எல்லா இசையும் ஒரு தேடல்தான். நாம் ஒரு வாக்கியத்தை உச்சரிக்கும்போது, நாம் பேசும்போது, நாம் எதையோ சொல்கிறோம். ஆனால், இசை அப்படியல்ல. நாம் பாடும்போது, நாம் எதையும் சொல்வதில்லை.'

மிகையாகத் தன் வாயை அவர் மூடிக்கொண்டார் — பேசியது போதும் என்று பெண்களிடம் பகிர்ந்துகொள்வதுபோல். ஒரு கணம் அவர் கல்பனாபோல் உணர்ந்தார் — இதற்கு மேல் எதுவும் பேச விரும்பவில்லை என்பதுபோல். மொழி ஒரு பொய்யைக் காட்டிலும் மோசமானது என்று அவர் நினைத்தார். மொழி இசையை அழிக்கிறது, உண்மைகளை வார்த்தைகள் மூலம், வாக்கியங்கள் மூலம், அர்த்தங்கள் மூலம் அழிப்பதுதான் மொழி. அவருக்குள் இருந்ததெல்லாம் வெளியேறிவிட்டதுபோல் உணர்ந்தார்.

கல்பனா குதித்து எழுந்து, வழக்கமாக குமாரி செய்வதுபோல் செய்தாள்: அவள் கைதட்டத் தொடங்கினாள். எதற்காக அவள் கைதட்டுகிறாள் என்று தெரியாவிட்டாலும்கூட தீக்ஷாவும் குமாரியும் இதில் சேர்ந்துகொண்டார்கள்.

கங்கம்மா புன்னகைத்து தீக்ஷாவிடம், 'நான் என்ன சொன்னேன் என்று உன்னால் புரிந்துகொள்ள முடிகிறதா?' என்று கேட்டார்.

'புரிகிறது. நாம் ஒலிகளைத் தொடர்ந்து தேடிக்கொண்டே இருக்க வேண்டும். கடவுள்கள் இந்த ஒலிகளில் ஏதாவது ஒன்றில் மறைந்திருக்கலாம்' என்று பதில் தந்தாள் தீக்ஷா.

குமாரி எதுவும் சொல்லாமல் இருக்க விரும்பவில்லை. 'அதனால், நாம் கேட்கும் ஒவ்வொரு ஒலியையும் நாம் துருவிக்கொண்டே இருக்க வேண்டும். ஏனெனில், இந்த ஒலிகளில் ஏதோ ஒன்றில் தேவி மறைந்திருக்கலாம்.'

கங்கம்மா இந்த இரண்டு பெண்களையும் கட்டியணைத்துக் கொண்டு, கல்பனாவைப் பார்த்தார். 'உன் கேள்விக்கு இது பதில் சொல்கிறதா?'

கல்பனா மேலும்கீழும் தலையசைத்து, பின் புன்னகையையும் சேர்த்து வெளிப்படுத்தினாள்.

'தீபாவளிக்குப் பிறகு நீ பேசுவாயா?'

கல்பனா வெறுமையாகப் பதில்பார்வை பார்த்தாள்.

நால்வரும் அமைதியாக உட்கார்ந்திருந்தார்கள். சூரியன் மறைந்துகொண்டிருந்தது. சில விளக்குகள் தயக்கத்தோடு வெளியே வருவதற்குப் போராடிக்கொண்டிருந்தன. தொலைவில் இருக்கும் உச்சிகள், அன்றைய நாள் முடித்துவிட்டது என்று ஒன்றிடமிருந்து ஒன்று விடைபெற்றுக்கொள்ளத் தொடங்கின. பறவைகள் மரங்களில் பாடுவதை நிறுத்தின.

இந்த அமைதியில், 'கடவுள்கள் ஏன் ஒலிகளுக்குள் மறைந்து கொள்ள வேண்டும்? முதலில் ஏன் கடவுள்கள் தங்களை மறைத்துக்கொள்ள வேண்டும்? மரம்போல் விநாயகர் ஏன் நமக்கு முன்பாக இல்லை?' என்று குமாரி தயக்கத்தோடு கேட்டாள். அவள் இந்தக் கேள்வியைக் குறிப்பிட்ட ஒருவரிடம் கேட்கவில்லை. அவளைச் சுற்றிலும் இருக்கும் மரங்களுக்கும் பறவைகளுக்கும் பூச்சிகளுக்கும் படையல் வைப்பதுபோலவே இந்தக் கேள்வியைக் கேட்டாள்.

அன்று இரவு, கல்பனா தனது குறிப்பேட்டில் கிறுக்கிக் கொண்டிருந்தாள்: *மறைந்திருப்பவர் உண்மையிலேயே கடவுள் இல்லை என்று கண்டுணர்ந்தால் என்னவாகும்? பிறகு, நீங்கள் என்ன செய்வீர்கள்... செய்... செய்...*

கங்கம்மா சொன்னதைப் புரிந்துகொள்வதற்கு இந்த மூன்று பெண்பிள்ளைகளும் வேறு ஒரு வழியைக் கண்டுபிடிக்க வேண்டும். அவர்களைச் சூழ்ந்திருந்த இரவின் அமைதியில் மறைந்துகிடக்கும் கணக்கிலடங்கா ஒலிகளைக் கேட்டுக் கொண்டே, அவர்கள் இன்று மாலை கேட்டது குறித்துச் சிந்தித்துக்கொண்டிருந்தார்கள்.

**அ**டுத்த நாள் காலை, அதாவது பண்டிகைக்கு, கங்கம்மா நிகழ்ச்சிக்கு முந்தைய நாள், மூவரும் மூளைக் கோயிலில் உட்கார்ந்திருந்தார்கள். ஒவ்வொருவரும் வீட்டிலிருந்து

அலங்கரிப்பதற்கு, சுத்தப்படுத்துவதற்கு, அணிவிப்பதற்கு என்று சிலவற்றைக் கொண்டுவந்திருந்தார்கள். குமாரி தன்னுடைய அம்மாவிடம் மட்டுமே தங்களுடைய கோயில் குறித்துப் பகிர்ந்துகொண்டிருந்தாள். 'கோயில்' என்ற வார்த்தையை குமாரி பயன்படுத்தியவுடன் கவலைப்படுவதுபோல் தெரிந்தார் அம்மா. குமாரி தன்னுடைய பாதுகாப்புக் கவசத்துக்குள் சென்றாள். 'இது வீட்டுப்பாடம்மா, எங்கள் ஆசிரியர்தான் இதைச் செய்யச் சொன்னார். அதை அவர் "பிராஜக்ட்" என்று அழைக்கிறார்.'

குமாரியின் அம்மாவுக்குத் தெரிந்திருந்த கன்னடத்தில் 'பிராஜக்ட்' என்ற சொல் அந்நியமானது. அதற்கு என்ன அர்த்தம் என்று அவருக்குத் தெரியவில்லை. ஆனால், தன்னுடைய மகள் ஆங்கிலத்தை மிக லகுவாகப் பயன்படுத்துகிறாள் என்று அவள் மீதான பெருமையோடு, கோயிலுக்கு வருவதாகவும் இசை ஆசிரியர் பாடுவதைக் கேட்பதாகவும் சொன்னார்.

தீக்ஷாவும் கல்பனாவும் கைநிறையப் பொருள்களோடும், மேலும் சிலவற்றைப் பையில் அடைத்துக்கொண்டும் வீட்டை விட்டுக் கிளம்பியபோது, அஜ்ஜி அவருக்கே உரிய வழக்கமான சந்தேகத்தோடு அவர்களைப் பார்த்துக்கொண்டிருந்தார். இசை நிகழ்ச்சிக்கு அஜ்ஜியை வா என்று அவர்கள் அழைக்கவில்லை. கங்கம்மாவின் குரல் அவர்களது வீட்டின் வாயில்வரை வரும் என்று அவர்கள் அறிந்திருந்தார்கள். அங்கு உட்கார்ந்துகொண்டுதான் அஜ்ஜி மலைகளை வசைபாடுவதுபோல் அவருடைய பிரார்த்தனைகளையும் முணுமுணுத்துக்கொண்டிருப்பார்.

இந்தப் பெண்பிள்ளைகள் கருவறையைச் சுத்தப்படுத்தினார்கள். அவர்கள் உட்காரக்கூடிய இடத்தில் இரைந்துகிடந்த இலைகளையெல்லாம் பொறுக்கினார்கள். கங்கம்மா சற்றே உயரமாக மேடையில் உட்கார வேண்டும் என்று கல்பனா விரும்பினாள். ஆனால், உடைந்துபோன ஒரு அடிமரக் கட்டை ஒன்றைத்தான் அவர்களால் கண்டெடுக்க முடிந்தது. மூவரும் சேர்ந்து அதை இழுத்துக்கொண்டும் உருட்டிக்கொண்டும் வந்தார்கள். அதைச் சுத்தப்படுத்தினார்கள். அதைச் சுற்றிக் கொஞ்சம்போல் பூக்களைக் கொண்டு அலங்கரித்தார்கள். வருத்தத்தோடான முகச்சுளிப்போடு அதைப் பார்த்துக்கொண்டிருந்தாள் குமாரி. 'கங்கம்மா அஜ்ஜி இதில் உட்கார முடியுமா? அவர் விழுந்துவிடக்கூடும்' என்றாள்.

தீக்ஷா கிளுகிளுத்தாள். 'இந்தக் கட்டைபோலவே அவரும் உருள வேண்டியிருக்கும்.'

குமாரி, 'அவர் எழுப்பும் ஒலிகளைப் போல் அவரும் உருள்வார்' என்று சேர்த்துக்கொண்டாள்.

ஆனாலும், இந்தக் கவலை அவர்களது தயாரிப்புகளுக்குத் தடையாக இல்லாதவாறு பார்த்துக்கொண்டார்கள். அவர்களது கோயிலும் அதைச் சுற்றிலும் உள்ள இடமும் அடுத்த நாளுக்கு இப்போதே தயாராக இருந்தன. பல பிள்ளைகள் வருவார்கள், தங்களது இசை ஆசிரியர் பாடுவதைக் கேட்பார்கள், கல்பனாவின் அம்மா தயாரித்துக்கொடுக்கும் இனிப்பு உருண்டைகளைச் சாப்பிடுவார்கள். நிகழ்ச்சி முடிந்த பின், எப்போது பேசத் தொடங்குவாள் என்று வியந்தபடியே எல்லோரும் கல்பனாவை வெறித்துப்பார்த்துக்கொண்டிருப்பார்கள்.

தங்களது கருவறையையும், அதைச் சுற்றியுள்ள சுத்தமான இடத்தையும் பார்த்து மகிழ்வதற்காக அவர்கள் மரத்தடியில் உட்கார்ந்துகொண்டார்கள். சூரியன் பிரகாசித்துக்கொண்டிருந்தது. எண்ணிலடங்கா எறும்புகளும் வண்டுகளும் இதுவரை பார்த்திருக்கும் பார்த்திராத சிறுசிறு பூச்சிகளும் இங்குமங்கும் அலைந்துகொண்டிருந்தன — இந்தப் பெண்களின் நண்பர்கள்போல். பிறகு, மூன்று நாய்கள் துள்ளிக் குதித்துவந்து, சோம்பேறித்தனமாகப் படுத்து, முகத்தை நிலத்தில் சாய்த்தபோது, அங்கு முற்றிலுமான அமைதி நிலவியது. மூன்று பெண்பிள்ளைகளும் தன்னிச்சையாக ஒருவரின் கையை ஒருவர் பிடித்துக்கொண்டு மௌனமாக உட்கார்ந்திருந்தார்கள்.

அந்த அமைதியை குமாரிதான் கலைத்தாள். 'கங்கம்மா அஜ்ஜி நேற்று சொன்னது குறித்து நான் நிறைய யோசித்துப்பார்த்தேன். என்னால் அவ்வளவாகப் புரிந்துகொள்ள முடியவில்லை. ஆனால்...'

தீக்ஷா ஆமென்று தலையசைத்தாள். 'நான் அக்காவிடம் இதேதான் சொன்னேன். கடவுளைத் தேடுவதற்கு வார்த்தைகள் எப்படிக் கருவியாக முடியும்?'

படங்கள் வரைந்து கல்பனா அவளுக்குக் கற்றுக்கொடுக்க முயன்றதை தீக்ஷா நினைத்துப்பார்த்தாள். அந்த இரவில்,

ஆச்சரியமாக ஜன்னல் வழியாகப் பாய்ந்த நிலவொளியில் அவர்கள் இருவரும் உட்கார்ந்திருந்தார்கள். கல்பனா சிலேட்டில் வெள்ளைச் சாக்பீஸில் ஏதோ வரைந்துகொண்டிருக்கும்போது மின்சார விளக்கு போடுவதற்கு எதிர்ப்பு தெரிவித்தாள். ஒலிகள் மட்டுமே இங்குமங்கும் மறைந்திருப்பதாக இல்லாமல், வெளிச்சமும் சாக்பீஸுக்கு உள்ளாக மறைந்திருக்கிறது என்று அவள் சொல்ல முயல்வதுபோல் இருந்தது.

'மரம்' என்ற வார்த்தை எதைக் குறிக்கிறதோ அதோடு அதுவாக இணைந்திருப்பதைக் குறிக்கும் விதமாக அவள் 'மரம்' என்ற வார்த்தையிலிருந்து மரத்துக்கு ஒரு அம்புக்குறியை வரைந்தாள். பிறகு 'விநாயகா' என்ற வார்த்தையை எழுதி அம்புக்குறி ஒன்றை வரைந்தாள். அதைச் சற்றுநேரம் உற்றுப்பார்த்து அம்புக்குறியின் முடிவில் கேள்விக்குறியை வரைந்தாள்.

'சரி, எனக்கு இப்போது புரிகிறது. நாம் 'தேவி' என்ற வார்த்தையைக் கேட்கிறோம். ஆனால், நம்முடைய கண்கள் தேவியைத் தேடிக்கொண்டிருக்கின்றன' என்றாள் தீக்ஷா.

கங்கம்மா என்ன சொல்ல வருகிறார் என்று கல்பனா புரிந்து கொண்டிருந்தாள். வார்த்தைகளுக்கு, பல வார்த்தைகளுக்கு நிற்க இடமேதுமில்லை, முடிவுமில்லை, ஓய்விடமுமில்லை என்று அவள் தெளிவாகப் புரிந்துகொண்டிருந்தாள். கடவுள்களுக்கான வார்த்தைகள் முடிவே இல்லாமல் எதையோ தொடர்ந்து தேடிக்கொண்டிருக்கின்றன – அப்படி ஒன்று இருக்கிறதா என்று அறிந்துகொள்ளவும் முடியாமல். கங்கம்மா இதைத்தான் சொல்ல முயல்கிறார்: கடவுள் என்பது ஒரு தனிநபர் இல்லை. அது ஒரு செயற்பாங்கு; ஒலிகள் ஊடாகத் தொடந்து தேடும் செயற்பாங்கு. எந்த ஒலிகளிலான உலகத்திலிருந்து அவள் விலகி ஓடிவந்தாளோ அந்த உலகத்துக்குள் நுழைவதற்கான வழியைக் கண்டுபிடித்தாக வேண்டும் என்றும் கல்பனா உணர்ந்துகொண்டாள்.

பண்டிகை நாள் மிகப் பிரகாசமான வெயிலோடு விடிந்தது. வானத்தில் ஒரு மேகம்கூட இல்லை. நாய்கள்கூட அவற்றின் உடலை நீட்டி, இரண்டு கால்களில் நடந்து, முன்னங்கால்களைக் கொண்டு துடுப்பு போடவைக்கும் நாளாக இருந்தது அது. வானம் இன்னும் கருத்திருந்தாலும், கிராமத்துக் கோயிலிலிருந்து

வந்த சத்தமான இசை, காலை வந்துவிட்டதை அறிவித்தது. சூரியன் உதிக்க, காட்டின் அடியாழத்திலிருந்து சிறு குண்டுகள் வெடிப்பதுபோல், மலைகள் ஊடாக அவ்வப்போது பட்டாசுகள் வெடிக்கும் சத்தம் எதிரொலித்துக்கொண்டே இருந்தன.

தீக்ஷா சிரமப்பட்டு எழுந்துகொண்டபோதே அஜ்ஜி எழுந்து குளித்து முடித்திருந்தார். பிறகு, அன்றைக்குத்தான் தீபாவளி என்று நினைப்புவர, அவள் குதித்தெழுந்து கல்பனாவை எழுப்பினாள். ஒவ்வொரு வருடமும் தீபாவளி அன்று அவர்கள் புத்தாடை அணிந்துகொள்வார்கள், நல்ல விருந்து உண்பார்கள், மாலையில் கிராமத்து மைதானத்தில் நடக்கும் யக்ஷகான நிகழ்ச்சிக்குச் செல்வார்கள். இந்த வருடம் இன்னும் சிறப்பான ஒன்றாக இருக்கப்போகிறது. இந்த நாளைத் தொடங்க அவர்களுக்கென்று சொந்தக் கோயிலும் இருந்தது.

பத்து மணி வாக்கில், கஞ்சி மடிப்பு கலையாத உடைகளை அணிந்துகொண்டு, இந்த இரண்டு பெண்பிள்ளைகளும் தங்களுடைய கருவறைக்கு வெளியே நின்றுகொண்டிருந்தார்கள். காலை உணவாக அவர்கள் இட்லி எடுத்துக்கொண்டார்கள். அவர்களது வாய், ஒட்டிக்கொண்டிருக்கும் இனிப்பால் நிறைந்திருந்தது. அன்றளந்த பூக்களைக் கொண்டுவந்திருந்தார்கள். அதை விக்கிரகத்தின் மேலும் அதைச் சுற்றியும் தூவினார்கள். பூசாரி என்ற பாத்திரத்தைக் குறிக்கும் விதமாக கல்பனா தனது ஆடையில் ஏதாவது அணிந்துகொள்ள வேண்டும் என்று தீக்ஷா விரும்பினாள். கல்பனா அதை முற்றிலும் மறுக்கும் விதமாகத் தலையை இடவலமாக அசைத்தாள். தன் மீது கவனத்தை ஈர்க்கும் என்று ஒன்றையும் செய்யக் கூடாது என்பதில் அவள் தீர்மானமாக இருந்தாள். தலையில் பூ வைத்துக்கொள்வது என்ற விலக்கை மட்டுமே அவள் அனுமதித்தாள். ‘நீ அவ்வளவு அழகா இருக்கேடீ’ என்றார் அம்மா. அடுத்த நாள் அவள் பேசுவாள் என்ற நம்பிக்கை அவரது குரலில் வெளிப்பட்டது. கங்கம்மா பாடுவதற்கு முன் அவர்களது கோயில் குறித்து ஏதாவது சொல்ல வேண்டும் என்று தீக்ஷா முன்னரே சொல்லியிருந்தாள். கல்பனா நீயும் குமாரியும் அதைச் செய்யலாம் என்று கிறுக்கி எதிர்வினையாற்றினாள்.

குமாரி பின்னர் வந்தாள். இந்த இரண்டு பெண்களையும் பார்த்தவுடன் அவள் ஓட்டமும் நடையுமாக வந்தாள். அவளும்

புது ஆடை அணிந்திருந்தாள். வீட்டுத் தோட்டத்தில் அபூர்வமாக மலர்ந்திருந்த ஒரு ரோஜாப் பூவை அம்மா அவளது ஆடையில் குத்தியிருந்தார். ரோஜாவும் தேங்காய் எண்ணெயும் கலந்த மென்மையான வாசத்தோடு சேர்ந்து வாசனைத் திரவியமும் அவளைச் சுற்றி அலைபாய அவள் நடந்துவந்தாள். அவளும் அவர்களது விக்கிரகத்துக்குச் சிறப்பு அன்பளிப்பு ஒன்றைக் கொண்டுவந்திருந்தாள்: முந்திரிகள்.

தானாக விளக்கம் கொடுப்பதுபோல், 'என் அப்பா அவரது தொழிற்சாலையிலிருந்து கொண்டுவந்தார். இன்றைக்குப் பண்டிகை என்பதால் அம்மா எனக்குக் கொஞ்சம் சாப்பிடக் கொடுத்தாள். ஆனால், நான் அதை நம்முடைய மூளைக் கடவுளுக்குக் கொடுக்க விரும்புகிறேன்' என்று சொல்லி, அதைப் பாசிப் பச்சையிலும் சாம்பல் நிறத்திலும் இருந்த விக்கிரகத்துக்கு முன்னால் வைத்தாள். அதில் ஒன்றிரண்டைச் சாப்பிடலாமா என்று தீக்ஷா முந்திரிகளைப் பார்த்துக்கொண்டிருந்தாள். கல்பனா புன்னகைத்து, ஒன்றை மட்டும் வைத்துவிட்டு மற்றதையெல்லாம் எடுத்து, மூவருக்குள் பகிர்ந்துகொண்டாள்.

பத்தரை மணி முதல் பெண்பிள்ளைகள் வரத் தொடங்கினார்கள். அவர்கள் எல்லோரும் வானத்தால் குளிக்கவைக்கப்பட்டு சூரியனால் துடைத்துவிடப்பட்டவர்கள்போல் இருந்தார்கள். புது உடைகள் அணிந்திருந்ததால், அவர்கள் எல்லோரும் சற்றே சுயபிரக்ஞையோடு இருந்தார்கள். மற்றவர்களுடைய உடையைப் பொறாமையோடு நோட்டமிட்ட பார்வைகளும் இருந்தன. ஆனால், எவரும் எதுவும் சொல்லவில்லை. அவர்கள் மைதானத்தையும் கங்கம்மா அமர்வதற்காகப் போடப்பட்டிருந்த அடிமரக் கட்டையையும் பார்த்தார்கள்.

'நீங்களெல்லாம் கோயிலுக்கு முன்னே உட்கார்ந்துகொள்ள வேண்டும். நம்முடைய பாடகர் இந்த மரக்கட்டையில் உட்காருவார்' என்று அதிகாரபூர்வமான குரலில் தீக்ஷா அறிவித்தாள்.

வந்திருந்த பெண்பிள்ளைகள் எல்லோரும், ஏறக்குறைய ஒத்த குரலில் மறுப்பு தெரிவித்தார்கள். புது ஆடைகள் அணிந்துகொண்டு கீழே உட்கார மறுத்தார்கள். அவர்கள் இன்னும் விவாதித்துக்கொண்டிருக்க, தொலைவில்

கங்கம்மா வந்துகொண்டிருப்பதைப் பார்த்தார்கள். மூன்று பெண்பிள்ளைகளும் அவரை நோக்கி வேகமாக நடந்தார்கள். மைதானத்தின் மற்றொரு பகுதியிலிருந்து குமாரியின் அம்மாவும் வந்துகொண்டிருந்தார். ஆச்சரியமாக, அறிவியல் ஆசிரியரும் அவரோடு இருந்தார். குமாரி அவர்களை நோக்கி ஓடினாள்.

கங்கம்மா பெண்பிள்ளைகள் கூட்டமாக இருக்கும் இடத்துக்கு வந்தவுடன் அவர்கள் எல்லோரும் அமைதியானார்கள். அவர்களது கோயிலுக்குப் பெரியவர்கள் வருவதைப் பார்த்து தீக்ஷா ரொம்ப உற்சாகமானாள். வந்திருந்த மூன்று பெண்மணிகளுக்கும் மூளை விக்கிரகத்தைக் காட்டி, குமாரி அம்மாவின் கண்களைத் தவிர்த்தபடி, 'இதுதான் எங்களுடைய கடவுள், மூளைக் கடவுள். இவள் பெண் கடவுள். இவள் பெண் பூசாரியை மட்டுமே கொண்டிருப்பாள்' என்றாள் துணிச்சலோடு. அவள் கல்பனாவை ஆடம்பரமாகச் சுட்டிக்காட்டினாள்.

இந்தச் சகோதரிகள் நல்ல மனநிலையில்தான் இருக்கிறார்களா என்ற சந்தேகம் மற்ற பெண்பிள்ளைகளுக்கு இருந்திருக்குமானால் அது மறைந்துபோனது. கல்பனா பூசாரியாம்! ஓரிருவர் கிளுகிளுத்தார்கள். குமாரி அவர்களை முறைத்துப்பார்த்தாள்.

குமாரியின் அம்மாவுக்கு ஆச்சரியம் தாங்கவில்லை. மாணவர்கள் கோயில் கட்டுவதற்கு, அதுவும் மூளைக்குக் கோயில் கட்டுவதற்கு அனுமதிப்பார்கள் என்று அவர் எப்போதும் நினைத்துப்பார்த்ததில்லை! அறிவியல் கற்றுக்கொடுக்க பிரத்யேக முயற்சிகள் மேற்கொள்ளப்படுகின்றன என்று அவர் அறிந்துதான் இருந்தார். ஒருவேளை, இது அப்படியானதாகவும் இருக்கலாம். அறிவியல் ஆசிரியரும் அதே அளவுக்கு என்ன சொல்வது என்று தெரியாமல் திகைத்து நின்றுகொண்டிருந்தார். ஆனாலும்கூட இந்த இரண்டு பெண்மணிகளாலும் கருவறையையும் பூக்களையும் அங்கிருந்த சுத்தத்தையும் கண்டு வியக்காமல் இருக்க முடியவில்லை. கல்பனாவைப் பூசாரியாக அவர்களால் கற்பனைசெய்துகூடப் பார்க்க முடியவில்லை என்றாலும், இதை ஒரு கோயிலாகக் கற்பனைசெய்து பார்ப்பதில் அவர்களுக்கு எந்தச் சிரமமும் இருக்கவில்லை.

அதற்குள் கல்பனாவின் அம்மாவும் வந்துவிட்டார். அஜ்ஜி இங்கிருந்த கூட்டத்தைப் பார்த்துக்கொண்டே வீட்டு வாயிற்படியில் அமர்ந்திருந்தார்.

இருபது பெண்பிள்ளைகளுக்கு மேல் அங்குமிங்கும் நின்றுகொண்டிருந்தார்கள். நிகழ்ச்சியைத் தொடங்க மூவரும் தயாராக இருந்தார்கள்.

தீக்ஷா கூட்டத்துக்கு முன்பே நின்றுகொண்டு, 'இன்று நாம் நம்முடைய சொந்தக் கோயிலில் தீபாவளி கொண்டாடுகிறோம். இந்தக் கோயில் பெண்களுக்கானது. இது மூளைக்கான கோயில். மூளைதான்...' என்று சொல்லி தன்னுடைய அறிவியல் ஆசிரியரைப் பார்த்து, 'நம்மை நல்ல மாணவர்களாக்குகிறது, நம்முடைய ஆசிரியர் நமக்குக் கற்றுக்கொடுத்தது போன்று. ஆகவே, நாங்கள் அதற்கு ஒரு கோயில் கட்டியிருக்கிறோம்' என்றாள்.

சில பெண்கள் முதலில் தயக்கத்தோடு கைதட்டினார்கள். ஆனால், கங்கம்மாவின் முகத்தில் அந்தப் புன்னகையைப் பார்த்தவுடன் எல்லோரும் பலமாகக் கைதட்டத் தொடங்கினார்கள்.

தீக்ஷா தொடர்ந்தாள். 'ஒவ்வொரு கோயிலும் தீபாவளிக்கென்று சிறப்பு நிகழ்ச்சிகள் நடத்துகின்றன. அதனால், நாங்களும் அப்படி ஒன்றை நடத்த வேண்டும் என்று நினைத்தோம். எங்களுடைய இசை ஆசிரியர் நமக்காக இன்று பாட வேண்டும் என்று அவரைக் கேட்டுக்கொண்டோம்.' அவள் கங்கம்மாவைக் கூச்சத்தோடு பார்த்தாள்.

மீண்டும் பெண்பிள்ளைகள் கைதட்டினார்கள். தீக்ஷாவின் தலையில் கங்கம்மா தனது கையை வைத்து எல்லோரையும் பார்த்துப் புன்னகைத்தார். அவரைத் தெருக்களில் பார்க்க வேண்டியிருந்தால் அதைத் தவிர்க்கும் சில பெண்பிள்ளைகளும் அங்கிருந்தார்கள். அவர் தீக்ஷா பக்கம் திரும்பி, 'நான் நின்று கொண்டே பாட வேண்டுமா? அவர்கள் எல்லோரும் நின்று கொண்டுதான் கேட்க வேண்டுமா?' என்று கேட்டார்.

குமாரி முன்னே வந்து அந்த மரக்கட்டையைக் காண்பித்தாள். 'அஜ்ஜி, இதுதான் எங்களுடைய மேடை' என்றாள். கங்கம்மா அந்த மரக்கட்டையைப் பார்த்துக்கொண்டிருந்தார். மற்ற

பெண்பிள்ளைகள் அவர் என்ன செய்யப்போகிறார் என்ற எதிர்பார்ப்போடு அவரைப் பார்த்துக்கொண்டிருந்தார்கள். என்ன செய்தும், யாராலும் அழுகிப்போன அந்தக் கட்டையில் கங்கம்மாவை உட்காரவைக்க முடியாது.

அவர் அந்தக் கட்டையை அப்பால் தள்ளிவிட்டுத் தரையில் உட்கார்ந்துகொண்டார். புது ஆடைகளில் இருந்த பெண்பிள்ளைகள் எல்லோரும் அவரைக் கீழ்நோக்கி வெறித்துப்பார்த்தபடி நின்றுகொண்டிருந்தார்கள்.

கங்கம்மாவுக்குப் பொறுமையெல்லாம் கிடையாது. 'எல்லோரும் எனக்கு முன்னால் உட்காருங்கள்' என்று சத்தமாகச் சொன்னார். பெண்பிள்ளைகள் உட்காருவதற்கான இடத்துக்கு முந்தினார்கள். ஆசிரியரும் இரண்டு அம்மாக்களும் பெண்பிள்ளைகளுக்குப் பின்னால் உட்கார்ந்துகொண்டார்கள்.

கங்கம்மா எல்லோரையும் அமைதியாக வெறித்துப்பார்த்துக் கொண்டிருந்தார். ஒரு மாடு நிதானமாக நடைபோட்டுக் கருவறையை நோக்கி வந்தது. கல்பனா அதை விரட்டி விட்டாள். சில பெரியவர்கள் பிரதான சாலையில் நின்றுகொண்டு இந்தக் குழந்தைகளின் கூட்டத்தை ஆவலோடு பார்த்துக்கொண்டிருந்தார்கள்.

கங்கம்மா அவர் சொன்ன வாக்கைக் காப்பாற்றினார். அவர் வழக்கமாகப் பாடும் பாடல்களைப் பாடவில்லை. நிகழ்ச்சியை அவர் பேசித் தொடங்கினார். கல்பனா, தீக்ஷா, குமாரி மூவரும் அவருக்கு முன்னால் அமர்ந்திருந்தார்கள்.

கங்கம்மா தொடங்கினார். 'இந்த மூன்று பெண்பிள்ளைகளும் மூளைக்கு ஒரு கோயில் கட்டியிருக்கிறார்கள். நான் இதைக் கேள்விப்பட்டபோது இப்படித்தான் சிந்தித்தேன் — மூளைக்கு ஏன் ஒரு கோயில்? நம் எல்லோருக்கும் மூளை இருக்கிறது. அப்படியிருக்க அதற்கு ஏன் ஒரு கோயில் கட்ட வேண்டும்? நான் வயதானவள். இந்த மூன்று பெண்பிள்ளைகளை என்னால் புரிந்துகொள்ள முடியவில்லை. ஆனால், மூளை ஒரு கடவுள் என்றும், அது நம் ஒவ்வொருவருக்குள்ளும் இருக்கிறது என்றும் கொஞ்சம்கொஞ்சமாக நான் புரிந்துகொள்ளத் தொடங்கினேன். அது நமக்குள்ளாக இருக்கிறது. மறைந்திருக்கிறது. ஆனால், அது எங்கே இருக்கிறது என்று நமக்குத் தெரியும். தொடக்கத்தில் இதை

அவர்கள் கோயில் என்றழைத்தபோது என்னால் சந்தோஷப்பட முடியவில்லை. அதை அவர்கள் பள்ளி என்றழைத்திருக்க வேண்டும் என்றே நினைத்தேன். ஆனால், நான் மீண்டும் சிந்தித்துப்பார்த்தபோதுதான் தெரிந்தது அவர்கள் செய்தது சரியென்று — நம்முடைய கோயில்கள் பள்ளிகளாக இருந்திருக்க வேண்டும். முன்தீர்மானங்கள் இல்லாமல், இன்னும் மேலான மனிதர்களாக இருப்பதற்கு நமக்கெல்லாம் கற்றுக்கொடுத்திருக்க வேண்டும்.'

மாணவர்கள் அமைதியாக அவரை வெறித்துப்பார்த்துக் கொண்டிருந்தார்கள். பள்ளிகள் போன்று இல்லை கோயில்கள் என்று அவர்கள் நன்கு அறிந்திருந்தார்கள்.

தான் எப்படி மற்றொரு ஆசிரியராக மாறிவிட்டோம் என்பதை நன்கு அறிந்திருந்த கங்கம்மா தொடர்ந்து, 'இந்தப் பெண்கள் நான் ஏதாவது சிறப்பான ஒன்றை, மூளைக்குப் பொருத்தமான ஒன்றைப் பாட வேண்டும் என்று விரும்பினார்கள். நான் வழக்கமாகப் பாடும் பாடல்களைப் பாடக் கூடாது என்றார்கள். வார்த்தைகள் இல்லாமல் எண்கள் கொண்டு பாட வேண்டும் என்றும் கேட்டுக்கொண்டார்கள். நான் எப்படி எண்களைப் பாட முடியும்? எப்படிப் பாடுவது என்று எனக்குத் தெரியவில்லை. பிறகுதான், எண்களும் வார்த்தைகள்தான் என்று நான் உணர்ந்துகொண்டேன். நான் எண்கள் குறித்து எந்த அளவுக்குச் சிந்தித்தேனோ அந்த அளவுக்கு அவற்றைப் பாடுவதும் எளிமையானது என்று அறிந்துகொண்டேன். இந்த மூன்று பெண்பிள்ளைகளும் எனக்கு ஆசிரியராகிறார்கள்.'

தீக்ஷாவின் வகுப்பில் இருக்கும் இரண்டு பெண்பிள்ளைகள், தீக்ஷாவை ஆசிரியராகக் கற்பனைசெய்து பார்த்து, கிளுகிளுக்கத் தொடங்கினார்கள்.

கங்கம்மா பாடினார். அவர் இந்த வார்த்தையிலிருந்து தொடங்கினார்: 'ஒன்று.' கன்னடத்தில் 'ஒண்டு'. அந்த வார்த்தையை அவர் பாடினார். அதை நீட்டினார், வளைத்தார், சுருக்கினார், எகிறவைத்தார், துண்டுகளாக்கினார், பிறகு மீண்டும் அதை ஒன்றாக்கினார். பெண்பிள்ளைகள் உறைந்துபோனார்கள். அந்தப் பாடல் எண் குறித்தான பாடல் என்பதையே மறந்து போனார்கள்.

கங்கம்மா பாடுவதைக் கேட்டுக்கொண்டிருந்த குமாரி, தானும் ஒரு பாடகராவது என்றும் அதைத் தவிர வேறு எதுவாகவும் ஆவதில்லை என்றும் தனக்குள் உறுதிபூண்டாள். குமாரியின் கையைப் பிடித்துக்கொண்டு உட்கார்ந்திருந்த தீக்ஷா, என்ன நடந்தாலும் குமாரியை கங்கம்மாபோல் ஒரு பாடகராவதற்கு எல்லா உதவிகளும் செய்வது என்று தீர்மானித்தாள். கல்பனா அமைதியாக உட்கார்ந்திருந்தாள். நீண்ட காலமாக அவளுக்குப் பிடிகொடுக்காத சந்தோஷத்தை அவள் உணர்ந்தாள். அவளிடமிருந்து வெளியே வந்த வெடிக்கத் துடித்த வார்த்தைகள் அவளுக்குள்ளாக நடத்திய தீவிரமான மோதல் இப்போது சற்றே தணிந்ததுபோல் இருந்தது. கங்கம்மா பாடுவதைக் கேட்டுக்கொண்டு, மூளை விக்கிரகத்துக்கு முன் சுடர்விட்ட விளக்கைப் பார்த்துக்கொண்டு, அவளுக்குப் பின்னால் இருக்கும் பெண்பிள்ளைகளையெல்லாம் உணர்ந்துகொண்டு, இனி பேசுவதில்லை என்று தீர்மானம் எடுத்திருந்தாலும்கூட, பாடுவதற்கு முயல வேண்டும் என்று தீர்மானித்தாள். ஒண்டு என்பதன் ஒலியையே கங்கம்மா மாற்றிவிட்டார். கல்பனாவைப் பொறுத்தமட்டில், இந்த வார்த்தையிலிருந்து அவர் உருவாக்கிய பல விதமான ஒலிகள், பல விதமான அர்த்தங்களைக் கொண்டிருப்பதுபோல் இருந்தன. அவை நதி, மலைகள், ஒரு மலையிலிருந்து மற்றொரு மலையை இணைக்கும் கயிறு என்று பல படிமங்களை அவளுக்குள்ளாகத் தோற்றுவித்தன. ஒரு வார்த்தை பாடப்படும்போது, இவ்வளவும் செய்ய முடிந்தது! கல்பனா உண்மையிலேயே ஆச்சரியப்பட்டுப்போனாள். திடீரென்று மற்ற இரு பெண்பிள்ளைகளையும் பிடித்துக்கொள்ள வேண்டும் என்பதுபோல் உணர்ந்தாள். இந்தப் பாடல் அவளது உடலில் அதிர்வுகளை உருவாக்குவதுபோலவும், அதிர்ந்துகொண்டிருக்கும் தீக்ஷா மற்றும் குமாரியின் உடல்களால் தான் அதை நிறுத்த முடியும் என்பதுபோலவும் உணர்ந்தாள்.

ஒண்டு குறித்த பாடலைப் பாடி முடித்தவுடன், கங்கம்மா மூளை குறித்து ஒரு பாடலைப் பாடினார். மூளையின் ஆற்றல் குறித்து வேடிக்கையான சிறிய பாடல் என்று அவர் நினைத்த ஒன்றை அவர் உருவாக்கியிருந்தார். நிறைய அர்த்தமில்லாத வார்த்தைகளை இடையிடையே சொருகி, ஒரு தாலாட்டுப் பாடல்போல் அதைப் பாடினார். மூளையைக் கிழவியாக, ரப்பர் பந்தாக, பள்ளி ஆசிரியராக, பேருந்து ஓட்டுநராக விவரித்து

அவர் காட்சிப்படுத்தியதைப் பார்த்த பெண்பிள்ளைகள் சிரித்தார்கள். அவர்களுக்கு இது ரொம்பவும் பிடித்துவிட்டது – சொல்லப்போனால் மூளைதான் கடவுள்! இந்தப் படிமம், நிகழ்ச்சி முடிந்த பின் அவர்களுக்கு அற்புதமான இனிப்பு கொடுக்கப்பட்டபோது, அவர்களுக்குள் உறுதிப்பட்டது.

சில பெண்பிள்ளைகள் என்ன செய்வது என்று தெரியாமல், கருவறையை மூன்று முறை சுற்றிவந்தார்கள். சிலர் கிளம்புவதற்கு முன் வணங்கிக் கும்பிட்டார்கள். இரண்டு அம்மாக்களும் கல்பனாவின் வீட்டை நோக்கி நடந்தார்கள். இந்தப் பிள்ளைகளின் கருத்து அவரை அந்த அளவுக்கு ஈர்த்திருப்பதாகவும், அடுத்த வகுப்பில் மூளை குறித்து விவாதிக்கப்போவதாகவும் அறிவியல் ஆசிரியர் தெரிவித்தார்.

மூன்று பெண்பிள்ளைகளும் கங்கம்மாவைச் சுற்றி நின்றுகொண்டிருந்தார்கள். ஒருவருடைய கையை ஒருவர் பிடித்துக்கொண்டு, ஒரு முழுமையான வட்டம்போல் நின்றார்கள். அவர்கள் எப்படி உணர்கிறார்கள் என்று அவர்கள் சொல்ல வேண்டிய தேவை கங்கம்மாவுக்கு இல்லை. அதை அவர்களுடைய முகத்தில் அவரால் பார்க்க முடிந்தது.

கருவறைக்கு முன்பாக, ‘அஜ்ஜி, எனக்கு உங்களைப் போல் பாட வேண்டும். நான் தினமும் வந்து உங்களிடம் கற்றுக்கொள்கிறேன்’ என்று குமாரி அறிவித்தாள்.

கங்கம்மா சிரித்துக்கொண்டே, ‘இல்லை இல்லை, தினமும் வேண்டாம். உன்னுடைய கேள்விகளுக்கெல்லாம் பதில் சொல்லி என்னால் மாளாது’ என்றார்.

மதியம் சாப்பாட்டுக்கு கங்கம்மா பக்கத்தில் இருந்த ஒரு கிராமத்துக்குப் போக வேண்டியிருந்தது. அவர் கிளம்புவதற்கு முன்பு, ‘எனக்கு உண்மையிலேயே உங்களுடைய கடவுள் பிடித்திருக்கிறது. ஆனால், நினைவில் வைத்துக்கொள்ளுங்கள், எண்களைக் கற்றுக்கொள்வது எவ்வளவு கடினமோ அதே அளவுக்குப் பாடக் கற்றுக்கொள்வதும் கடினம். நான் உங்களை நாளை மறுநாள் வகுப்பில் பார்க்கிறேன்’ என்றார்.

அவர் நிதானமாக நடந்துசென்றார். ஒண்டு என்ற ஒலியின் தடயங்களைக் கருவறையைச் சுற்றியிருந்த சகதியில், மணலில்,

பாறைகளில், மரங்களில் பலமுறை பதியவைத்துவிட்டுப் போய்க்கொண்டிருக்கும் ஊஞ்சலாடும் அவரின் பின்புறத்தை மூன்று பெண்பிள்ளைகளும் வெறித்துப் பார்த்துக்கொண்டிருந்தார்கள். அணில் முதுகு மூன்று கோடுகளைக் கொண்டிருப்பதுபோலவே எறும்புகளும் வண்டுகளும் பிற பூச்சிகளும்கூட ஒண்டு என்ற ஒலிக்கோட்டால் தடவிக்கொடுக்கப்பட்டதாயின.

**மா**லையில் யக்ஷகான நிகழ்ச்சி குறித்துக் கிராமத்தில் மிகப் பெரிய எதிர்பார்ப்பு இருந்தது. பெரும்பாலான யக்ஷகானக் குழுக்கள் மழைக் காலத்தில் நிகழ்ச்சி நடத்துவதில்லை. ஆனால், இந்தக் குழு வழக்கத்துக்கு மாறாக, தீபாவளியை முன்னிட்டு, சம்மதித்திருக்கிறார்கள். பொதுவாக, நடிப்பவர்கள் இரவு முழுக்க மணிக்கணக்காக நடிப்பார்கள். ஆனால், மழைக் காலமானதால், இதை ஏற்பாடு செய்தவர்கள் ஏழு மணிக்குத் தொடங்கி பத்து மணிவாக்கில் முடிப்பது என்று தீர்மானித்திருந்தார்கள். நிகழ்ச்சி தொடங்குவதற்கு முன்பு கோயிலில் பூசை நடத்தப்படும்.

கிராமத்துக் கோயிலுக்கு ஒட்டினாற்போல் இருந்த மைதானம் சுத்தப்படுத்தப்பட்டிருந்தது. நடிகர்கள் தங்களது முகங்களில் அரிதாரம் பூசிக்கொண்டு, பாத்திரத்துக்கு ஏற்ப உடைகளை அணிந்துகொண்டு, தங்களுடைய குரலையும் உடலையும் தயார்ப்படுத்திக்கொண்டிருந்தார்கள். மக்கள் சாரிசாரியாக வந்துகொண்டிருந்தார்கள். அவர்கள் கருவறைக்குச் சென்று, வழிபாட்டை முடித்துக்கொண்டு மைதானத்துக்கு நகர்ந்தார்கள். அங்கே பல வரிசைகளில் நாற்காலிகள் போடப்பட்டிருந்தன. சில மீட்டர் இடைவெளியில் நடப்பட்டிருந்த கம்பங்களில் மின்விளக்குகள் கட்டப்பட்டிருந்தன.

குமாரி தன்னுடைய அம்மாவோடு தீக்ஷாவின் வீட்டுக்கு வந்தாள். இரண்டு பெண்பிள்ளைகளும் தங்களுடைய அம்மாக்களோடு நிகழ்ச்சி பார்க்கக் கிளம்பினார்கள். கல்பனா வீட்டிலேயே இருப்பது என்று முடிவெடுத்தாள். மற்றவர்கள் அவளை வெறித்துப்பார்ப்பதைத் தவிர்க்க விரும்பினாள். நண்பர்களின், தெரியாதவர்களின் உச்சரிக்கப்படாத எதிர்பார்ப்புகளுக்கு அவளால் ஈடுகொடுக்க முடியாது. அவளது அறையிலிருந்து அவளால் பாடல்களைக் கேட்க முடியும். தொலைவில் இருக்கும்

பல இடங்களிலிருந்து இரவில் மென்மையாகப் பாய்ந்துவரும் ஒலிகளைக் கேட்டுக்கொண்டிருப்பது அவளுக்கு மிகவும் பிடித்தமானது. மலைகளில் மஞ்சள் புள்ளிகள்போல் இருக்கும் சிறிய கிராமங்கள் இரவின் அமைதியில் அலைஅலையாக இசையை அனுப்பிவைத்தன. துரதிர்ஷ்டவசமாக அஜ்ஜியும் போவதில்லை என்று தீர்மானித்திருந்தார். கோயில் இருக்கும் திசையை வெறித்துப்பார்த்தபடியே வாயிற்படியில் வசதியாக உட்கார்ந்துகொண்டார். அவர் உட்கார்ந்திருந்த தோரணை மேடையில் நடிகர்கள் சொல்லப்போகும் ஒவ்வொரு வசனமும் எந்த நடிகரால் சொல்லப்படும் என்று அவரால் சொல்ல முடியும் என்பதுபோல் இருந்தது. இரவில் கல்பனா ஓடிப்போகக் காத்திருப்பதுபோலவும் அதற்குக் காவலாக இருப்பதுபோலவும் அவர் உட்கார்ந்திருந்தார்.

கல்பனா போகததற்கு மற்றொரு காரணமும் இருந்தது. கங்கம்மாவின் நிகழ்ச்சிக்குப் பிறகு அவளுக்குள் பெரும் மாற்றத்தை உணர்ந்தாள். பேச மறுப்பது குறித்து ஒரு தீர்மானத்தை அவள் எடுக்க வேண்டிய இடத்துக்கு வந்துவிட்டதாக உணர்ந்தாள். மொழி மீதான கோபம் அவளுக்குள் மட்டுப்பட்டது. இன்னமும் ஏன் பேசாமல் இருக்கிறோம் என்று அவளுக்கே தெளிவாக இல்லை. ஆனாலும், அடுத்த நாள் பேசுவதில்லை என்பதில் மட்டும் உறுதியாக இருந்தாள். கிராமத்து வதந்திகளை உண்மையாக்க அவள் விரும்பவில்லை. அவள் எழுப்பும் முதல் ஒலியை கங்கம்மாவின் வகுப்பில்தான் எழுப்ப வேண்டும் என்று அவள் முடிவெடுத்தாள். மூன்று பெண்பிள்ளைகளின் வாழ்க்கையை மாற்றிய அந்த நபருக்கு, தன்னுடைய ஆசிரியருக்கு அவள் கொடுக்கும் காணிக்கையாக இருக்கும் அது.

அவர்களின் வகுப்பைச் சேர்ந்த இரண்டு தோழிகளோடு தீக்ஷாவும் குமாரியும் உட்கார்ந்துகொண்டார்கள். தீக்ஷாவின் அப்பா ஆண்கள் குழு ஒன்றோடு சேர்ந்து உட்கார்ந்திருந்தார். இரண்டு அம்மாக்களும் மற்ற பெண்கள் வட்டத்தில் உட்கார்ந்துகொண்டார்கள். நிகழ்ச்சி தொடங்கியது. இரவு இன்னும் இருளானது. மேலும் பல நாய்களும் மாடுகளும், நிலத்தை முகர்ந்துகொண்டும் எதையோ மென்றுகொண்டும் நிகழ்ச்சியைப் பார்க்க வந்தன. ஒலிப்பெருக்கியிலிருந்து வந்த

இசையும் வசனங்களும் மிகவும் சத்தமாகவும் தெளிவில்லாமலும் இருந்தன. செய்வதற்கு ஒன்றுமில்லாததால் குமாரியும் தீக்ஷாவும் பார்வையாளர்களுக்குப் பின்னால், வியாபாரிகள் சிறு தள்ளுவண்டிகளில் வரிசையாகப் போட்டிருந்த கடைகளை நோக்கி நகர்ந்தார்கள். தீக்ஷா தனது அப்பாவிடமிருந்து கொஞ்சம் பணம் வாங்கிக்கொண்டு, மண்ணெண்ணெய் வாசமும், அதிகச் சத்தமும் போட்ட ஜெனரேட்டர் கொண்டிருந்த வண்டியில் கிறீச்சிட்டு இயங்கிக்கொண்டிருந்த பழைய பாப்கார்ன் இயந்திரத்தை நோக்கி நகர்ந்தார்கள்.

சூடாகவும் சில பகுதிகள் அதிகமாக வெந்தும் இருந்த, இரண்டு பாப்கார்ன் பொட்டலத்தை குமாரியும் தீக்ஷாவும் வாங்கிக்கொண்டார்கள். பாப்கார்ன் இயந்திரத்தின் சத்தத்திலிருந்து விலகி, பின்வரிசையில் இருந்த நாற்காலியில் உட்கார்ந்துகொண்டு, அமைதியான ஆனந்தத்தில் பாப்கார்ன் மென்றுகொண்டு இருந்தார்கள். அவர்கள் வானத்தைப் பார்த்தார்கள். அவர்கள் பார்த்துக்கொண்டு இருந்தபோதே, அடைகாத்த மலைகளிலிருந்து கருத்த மேகங்கள் அவசரஅவசரமாக நகர்ந்துகொண்டிருந்தன. மேடை பிரகாசமாக ஒளிர, பெரும் ஈடுபாட்டோடு கதையின் ஒரு காட்சியை நடிகர்கள் நடித்துக்கொண்டிருந்தார்கள். இப்படிப் பிந்தைய இரவில் வீட்டுக்கு வெளியே இருப்பதில், அதுவும் தனியாக உட்கார்ந்துகொண்டிருப்பதில் இருவரும் பெரும் சுதந்திரத்தை அனுபவித்தார்கள்.

வீட்டுக்கு அழைத்துச்செல்ல தீக்ஷாவின் அம்மா அவர்களைத் தேடிவந்தார். வீட்டுக்குப் போக விரும்பினார். கல்பனாவை வீட்டில் தனியே விட்டுவிட்டு வந்திருப்பதால் அவள் குறித்த நினைப்புகள் அவரது மனத்தில் பாதி நிறைந்திருந்தது. நாளை முதல் கல்பனா பேசத் தொடங்கலாம் என்பது குறித்தும் அவரால் நினைக்காமல் இருக்க முடியவில்லை. அவர் யாரோடு உட்கார்ந்திருந்தாரோ அந்தப் பெண்மணி இந்தச் ‘செய்தி’யைக் கேட்டவுடன், அது என்னமோ நடந்தேவிட்டதுபோல் பேசிக்கொண்டிருந்தார். இவர்கள் பேசுவதைக் கேட்டுக் கொண்டிருக்கும்போது, கல்பனாவின் அம்மாவுக்குத் திடீரென்று ஒரு சந்தேகம் தோன்றியது. அது அவருடைய வயிற்றை அரித்தெடுக்கத் தொடங்கியது. அவரது வயிறு பித்தநீரால் நிரம்பியிருப்பது போன்று அவரை உணரவைத்தது. நாளை

கல்பனா பேசவில்லை என்றால் என்னவாகும்? அது குறித்துச் சிந்திக்க அவர் கொஞ்சமும் விரும்பவில்லை. என்றாவது ஒருநாள் பேசுவாள் என்ற தொடர் நம்பிக்கையோடு வாழ்வதைக் காட்டிலும், அவள் ஊமையாகத்தான் இருப்பாள் என்று அவரிடம் சொல்லப்படுவதையே அவர் விரும்பினார்.

இரவு வானத்தின் கீழ் அமர்ந்திருப்பதை தீக்ஷாவும் குமாரியும் அவ்வளவு அனுபவித்துக்கொண்டிருந்தார்கள். நண்பர்களோடு சேர்ந்து அவ்வளவு தீவிரமாக நிகழ்ச்சியைப் பார்த்துக்கொண்டிருந்த தீக்ஷா அப்பாவோடு பின்னர் வருவதாக அம்மாவிடம் சொன்னாள். அம்மா கூடிக்கொண்டிருக்கும் மேகங்களைப் பார்த்து, மழை வருவதற்கு முன்பே வீட்டுக்கு வந்துவிடச்சொன்னார். அவர் தனது கணவரிடம் சென்று, அவர் கிளம்பும்போது பெண்களை மறக்காமல் அழைத்துவருமாறு நினைவூட்டினார். நிகழ்ச்சியின் ஒரு தாளத்தையும் தவறவிடாமல், அவருக்குக் கையசைத்தார் அப்பா.

அவர் வீட்டுக்குச் சென்றபோது, அஜ்ஜி வாயிலின் குறுக்காக உட்கார்ந்திருந்தார். தனக்கு அருகில் வந்தவுடன், 'முடியும் வரைக்கும் ஏன் இல்லை?' என்று கேட்டார் அஜ்ஜி. அம்மா அசதியாக இருக்கிறது என்று முணுமுணுத்துவிட்டு உள்ளே சென்றார். கல்பனா தனது படுக்கையில் படுத்துக்கொண்டே, குறிப்பேட்டில் ஏதோ கிறுக்கிக்கொண்டிருந்தாள். அம்மா அறைக்குள் எட்டிப்பார்ப்பதை கல்பனாவும் பார்த்தாள். ஆனால், அவரை நிராகரித்தாள். வேறு என்ன சொல்வது என்று தெரியாததால் அம்மா, 'தீக்ஷா அப்பாவோடு பின்னர் வருவாள். நான் தூங்கப்போகிறேன்' என்றார்.

ஒன்பது மணிக்கும் கொஞ்சம் கழித்து, நிகழ்ச்சி முடிய இன்னும் சற்று நேரம் இருக்கும்போது, வெள்ளரிக்காயை நீளமாக வெட்டி உப்பும் மிளகாய்ப் பொடியும் போட்டு விற்கும் வண்டியை நோக்கி குமாரியும் தீக்ஷாவும் நகர்ந்தார்கள். ஆளுக்கு ஒரு வெள்ளரிக்காய் வாங்கிக்கொண்டு பிரகாசமாக இருந்த வண்டிகளிடமிருந்து விலகிச்சென்றார்கள். மேடையில் ராமர் பாத்திரத்தை ஏற்றிருக்கும் பிரதான நடிகர் ஒரு பாட்டுக்கு ஏற்றபடி உதட்டை அசைத்துக்கொண்டிருந்தார். நடிகர்களுக்குப்

பின்னால் பாடகர் உட்கார்ந்திருந்தார். ஏற்கெனவே கம்பீரமாக இருந்த அவரது குரல், ஒலிப்பெருக்கியில் இன்னும் உரக்க ஒலித்தது. தீக்ஷாவும் குமாரியும் கூட்டத்தின் விளிம்புக்குச் சென்று, மைதானத்துக்குப் பின்னால் இருந்த ஒலிப்பெருக்கிக்குப் பின்னால் நின்றுகொண்டார்கள். திடீரென்று அந்தப் பாடல் அவர்களது கவனத்தை ஈர்க்க, குமாரி உற்சாகமாக, 'பார்த்தியா, இந்த சுருதியைத்தான் நாம் பிடிக்க வேண்டும் என்று கங்கம்மா அஜ்ஜி சொல்கிறார். இவர் அவரைப் போலவே பாடுகிறார்' என்றாள்.

இந்த ஒலி என்னமோ அங்கிருந்த கறுப்புப் பெட்டியிலிருந்து உற்பத்தியாவதுபோல், இருவரும் ஒலிப்பெருக்கிக்கு அருகில் சென்றார்கள். அதிலிருந்து வந்த ஒலி அவர்களைச் சுற்றிலும் எதிரொலித்தது. அவர்கள் தங்களை அதில் மூழ்கடித்துக்கொண்டார்கள். தாங்கிக்கொள்ள முடியாத அளவுக்கு உரத்துச்சென்றபோது, அவர்கள் அதனிடமிருந்து விலகினார்கள். ஆனாலும், ஆயிரக்கணக்கான சுரங்களும் ஒலிகளும் அவர்களது காதுகளில் ரீங்காரமிட்டுக்கொண்டே இருந்தன. அது அவர்களுடைய வாய், மூக்கு, மண்டையையெல்லாம் நிரப்பின. அவர்கள் கிளுகிளுத்தார்கள். அவர்கள் அங்கிருந்து நகரத் தொடங்கியபோது, தொலைவில் ஒலித்த இடியோசை அவர்களுக்கு அழைப்புவிட்டது. அந்த இடி எந்த இடத்தில் உருவாக்கப்பட்டது என்று தெரிந்துகொள்ள முயல்வதுபோல் தீக்ஷா மேலே பார்த்து, 'பாரு, வேறு ஒரு சுரத்தை உன்னால் கேட்க முடிகிறதா, தட்டையான ஒலி, இரண்டு பொருள்கள் ஒன்றோடொன்று மோதிக்கொள்வது போன்று?' என்று கேட்டாள்.

குமாரி குதித்துக்கொண்டே, மேகத்தைத் தொடுவதற்கு முயல்வதுபோல் நடித்தாள். பிறகு கிளுகிளுத்துக்கொண்டே, 'இந்த இடிகளுக்கு மத்தியில் இருக்கும் ஒரு சின்னப் பெண்ணின் குரல் ஒலியை நான் பிடிக்கப்போகிறேன் பார்' என்றாள்.

இப்படிச் சொல்லிக்கொண்டே அவள் சுற்றிலும் இருந்த புதர்களை நோக்கி ஓடத் தொடங்கினாள். 'மரத்தின் ஊடாக அடிக்கும், காற்றில் மிதக்கும் பாடலைக் கேட்கப்போகிறேன்' என்று கத்திக்கொண்டே அவள் பின்னால் ஓடினாள் தீக்ஷா.

ஆனால், குமாரி வேறொரு மரத்தை நோக்கி ஓடினாள். இருட்டில் மறைந்திருக்கும் பறவைகளைச் சுட்டிக்காட்டி, 'பறவைகள் உன்னை, என்னைக் காட்டிலும் சிறப்பாகப் பாடுகின்றன. நம்மைவிட அவையே கங்கம்மா அஜ்ஜியின் மாணவர்களாக இருக்க வேண்டும்' என்று கீச்சொலியில் கத்தினாள்.

இரவின் முதல் மழைத் துளி பெய்வதற்கு முன்னரே, இரண்டு பெண்களும் எதிரொலிப்பு ஒலிகளால் சூழப்பட்டார்கள். அவை எல்லாப் பக்கங்களிலிருந்தும் இவர்களை நிரப்பின. இடம் வலம் என்றும், மேல் கீழென்றும், மேகங்களிலிருந்தும், பூமியின் அடியாழத்தில் உருகும் பாறைகளிலிருந்தும் தங்களது தூக்கத்திலிருந்து எழுந்துகொண்ட இலைகளிடமிருந்தும், தொலைந்துபோன தங்களது குரலைத் திடீரென்று கண்டெடுத்து இவ்விரண்டு பிள்ளைகளுக்காகப் பாடிய பறவைகளிடமிருந்தும் வந்த ஒலிகளெல்லாம் இவர்களை நிரப்பின, சூழ்ந்துகொண்டு எதிரொலித்தன. எண்ணிலடங்கா ஒலிகள் கலகலத்து தீக்ஷா மற்றும் குமாரியின் சந்தோஷமான சிரிப்போடு ஒன்றெனக் கலந்து நிரம்பிய அந்த இரவு பிரகாசமான உலகமாக மாறியது. புதிய ஒலிகளைத் தேடி அவர்கள் ஓடிக்கொண்டே இருந்தார்கள். அவர்களின் கண்கள் முன்னே அவை தோன்றின, மறைந்தன. இந்தப் பிரகாசமான, ஒன்றோடொன்று இணையாத ஒலிகளின் அதீதத்தில், அவர்கள் ஒரு சுரத்தைக் கேட்டார்கள். இருண்ட இந்த உலகின் அணையா விளக்குபோல் இருந்த அது, மிகத் தெளிவான குரலில் அவர்களுக்கு அழைப்புவிடுத்தது. பெரும் உற்சாகத்தோடு அவர்கள் அந்த ஒலியை நோக்கி ஓடினார்கள். புதர்களை மிதித்துக்கொண்டு, கிளைகளை அப்புறப்படுத்திக்கொண்டு தீக்ஷா முன்னே ஓடிக்கொண்டிருந்தாள். குமாரி ஊனிக்கொண்டும், துள்ளி நடந்தவாறும் துணிச்சலோடு அவளைப் பின்தொடர்ந்துகொண்டிருந்தாள். ஒவ்வொரு ஒலியும் வேறு எதுவாகவும் இல்லாமல் காலத்தின் ஒலியாக மட்டுமே இருக்கும் இந்த உலகத்தில், அவர்கள் காலம் பற்றிப் பிரக்ஞையற்று இருந்தார்கள். அவர்கள் ஒரு தெளிவான ஒலியின் ஊற்றை அடைந்தவுடன், அவர்கள் இறுதியாக உண்மையான இசைக்கான அர்த்தத்தை அனுபவித்துவிட்டதுபோல் உணர்ந்தார்கள்.

அந்தச் சமயத்தில்தான், ஒரு மலையிலிருந்து மற்றொரு மலைவரை என்று விரிந்திருந்த கணமாக மேகங்கள் அதன்

சொந்தப் பளுவை அவற்றினாலேயே தாங்கிக்கொள்ள முடியாமல் மொத்தமாகக் கீழே விழுந்தன. இது வழக்கமாகப் பெய்யும் மழைதான், வழக்கமான மழைக் காலம்தான். ஆனாலும், கடும்கோபத்தோடு ஓங்கியடித்த ஒலியும், பாய்தோடிய தண்ணீரும் வானமே ஒரு அணைபோலவும் அது உடைந்துவிட்டதுபோலவும் இருந்தன. தீக்ஷாவையும் குமாரியையும் சுற்றியிருந்த ஒலிகளெல்லாம் மழையின் கடும்கோபத்தில் காணாமல்போயின. கற்பனை உலகத்தில் இருந்த அவர்களைத் தண்ணீர் விழித்துக்கொள்ளவைத்தது. மரங்களுடைய வடிவங்கள் படக்கதைப் புத்தகத்தில் வரும் ஜந்துக்கள்போல் தெரியும் இருளுக்கு மத்தியில் இருப்பதை உணர்ந்துகொள்ள அவர்களுக்கு ஒருசில நொடிகள்தான் தேவைப்பட்டன. ஒரு பெரிய மரத்துக்கு அடியில் நிற்க அவர்கள் ஓடினார்கள். ஒருவரது கையை ஒருவர் இறுக்கமாகப் பிடித்துக்கொண்டார்கள்.

நிகழ்ச்சி, ராமனால் ராவணன் கொல்லப்படும் உச்சகட்டத்தை அடையவிருந்தது. எப்போது வேண்டுமென்றாலும் பெய்யலாம் என்று மிரட்டிக்கொண்டிருந்த மழையில் நனைந்தபடியேயாவது தீக்ஷாவின் அப்பாவும் அவர்களது நண்பர்களும் இறுதிவரை பார்த்திருப்பார்கள். அவர் இரண்டு பெண்களையும் தேடிச் சுற்றிலும் பார்த்தார். அவர்கள் எங்கும் தென்படவில்லை. அவர் எழுந்துகொண்டு, இன்னும் சற்று நேரத்தில் தங்களையெல்லாம் நனைந்துபோகவைக்கும் மழை எப்போது வேண்டுமென்றாலும் தொடங்கலாம் என்று அறிந்திருந்தாலும், உட்கார்ந்திருந்த கூட்டத்தின் ஊடாகப் பொறுமையாக சுற்றிவந்தார். அவர் பார்வையாளர்களின் பின்வரிசைப் பக்கமாக வந்தபோது, பெருத்த மழைத்துளிகள் விழத் தொடங்கின. சில பெண்களும் குழந்தைகளும் ஏற்கெனவே பாதுகாப்பாகக் கோயிலுக்கு உள்ளே கூடியிருப்பதைப் பார்த்தார். அவர் சுற்றிலும் பார்த்தார். அப்போதும் இரண்டு பெண்பிள்ளைகளும் அவரது கண்ணுக்குத் தென்படவில்லை. அவர்கள் ஒன்று வீட்டுக்குத் திரும்பப் போயிருக்க வேண்டும் அல்லது கோயிலுக்குள் இருக்க வேண்டும் என்ற நிம்மதியில் அவரது நண்பர்களிடம் திரும்பிச்சென்றார். நாடகத்தின் உச்சகட்டமும் வெறிகொண்டு அடித்த மழையும் ஒரே தருணத்தில் நிகழ்ந்தன. அப்பாவும் அவரது நண்பர்களும் முழுக்க நனைந்துவிட்டார்கள். ஆனாலும், இப்படியான ஒரு

நிகழ்தலுக்கு இது மிகப் பொருத்தமானது என்றே நினைத்தார்கள். எல்லோரும் தாங்கள் இதுவரை பார்த்ததில் இதுவே மிகச் சிறந்தது என்று ஏற்றுக்கொண்டார்கள். அவர் திரும்பி வரும் வழியில் கோயிலுக்குள் எட்டிப்பார்த்தார். ஆனால், இரண்டு பெண்பிள்ளைகளும் அவரது கண்ணுக்குத் தென்படவில்லை. அவரும் அவரது நண்பர்களும் பல்வேறு பகுதிகளின் மழையின் போக்கை எப்படிப் பின்தொடர்ந்தார்களோ, அதுபோல் மிகப் பிரபலமான யக்ஷகானக் குழுக்களைப் பின்தொடர்ந்த அவரது பதின்பருவக் காலத்தை நினைத்துக்கொண்டே, மழையில் பாடிக்கொண்டே வீடு திரும்பினார். மழை என்பது வெறுமனே புத்துயிராக்கம் மட்டுமே இல்லை என்று அவர் நன்கு அறிந்திருந்தார் — அது ஒரே சமயத்தில் மரணமாகவும் ஜனனமாகவும் இருக்கிறது.

அவர் முழுக்க நனைந்தபடியே வீட்டை அடைந்தார். பூட்டப்படவில்லை என்றாலும் கதவு மூடியிருந்தது. ஒரு மூலையில் அவரது அம்மா உறங்கிக்கொண்டிருந்தார். அவர் நேரடியாகக் குளியலறைக்குச் சென்றார். குளித்துவிட்டு, இடையில் ஒரு துண்டைக் கட்டிக்கொண்டு படுக்கையறைக்குள் நுழைந்தார். அவர் இன்னும், மிக மெதுவாகத்தான் என்றாலும்கூட, அவர் கேட்ட கடைசிப் பாட்டைச் சீட்டியடித்துக்கொண்டிருந்தார். உண்மையின், தார்மீகத்தின் இயல்பை ராமர் எதிரொலிக்கும் அந்த உச்சகட்டப் பாடலைக் கேட்டுக்கொண்டிருந்தபோது எப்படியான உற்சாகத்தைப் பெற்றார்! அவர் உடையை மாற்றிக்கொண்டு கட்டிலில் தனது மனைவிக்கு அருகில் படுத்துக்கொண்டார். மின்சாரம் போய்விட்டது. வீட்டின் மீது மழை அடித்துக்கொண்டிருந்தது. அவர் உண்மையிலேயே அமைதியை உணர்ந்தார்.

மிகப் பலமாக இடி ஒன்று அவரை எழுப்பும்வரை அவர் நன்கு தூங்கிவிட்டார். அவர் ஜன்னலுக்கு வெளியே பார்த்தார். அவரது மனைவியும் எழுந்துகொண்டார். அவரது கணவரைப் பார்த்து, 'மழைக்கு முன்னாடியே தீக்ஷாவை வீட்டுக்கு அழைத்துக்கொண்டு வந்துவிட்டீர்கள் என்று நினைக்கிறேன்' என்றார்.

அவர் தன் மனைவியை வெறுமையாகப் பார்த்தார். அவள் ஏதோ உளறிக்கொண்டிருப்பதாக நினைத்தார். பிறகுதான், அவரது

கேள்வி அவருக்கு உறைத்தது. 'இல்லை, அவ உன்னோடும், குமாரியோடும் திரும்பியதாகத்தான் நான் நினைத்துக் கொண்டேன்.'

உடனடியாக அம்மா எழுந்து உட்கார்ந்துகொண்டார். 'உங்களோடு தீக்ஷா வரவில்லையா?'

அவர் உடனடியாக எழுந்துகொண்டு, பெண்பிள்ளைகள் தூங்கும் பக்கத்து அறைக்குச் சென்றார். படுக்கையில் இரண்டு உருவங்கள் படுத்திருப்பதைப் பார்த்ததாக அவர் நினைத்தார். ஆனால், அறைக்கு உள்ளே சென்ற பின், கல்பனாவை மட்டுமே பார்த்தார். கையில் டார்ச் விளக்கோடு அம்மா உள்ளே வந்தார். பதற்றத்தில், தீக்ஷா ஜன்னல் அல்லது அலமாரியில் உறங்கிக்கொண்டிருக்கலாம் என்பதுபோல் அவர் அறையின் ஒவ்வொரு பகுதியிலும் ஒளியைப் பாய்ச்சிப் பார்த்துக் கொண்டிருந்தார்.

கல்பனா எழுந்துகொண்டு, அவளது பெற்றோர்கள் அவளுக்கு மேலாக நின்றுகொண்டிருப்பதைத் தூக்கக்கலக்கத்தில் பார்த்தாள். 'தீக்ஷா எங்கே?' என்று அம்மா கேட்டபோது அவரது குரல் உடைந்துவிடும் தறுவாயில் இருந்தது. தீக்ஷாவின் படுக்கையைப் பார்த்தாள் கல்பனா. அது வெறுமையாக இருந்தது. அவள் ஏதாவது பதில் சொல்வதற்கு முன்பே, அம்மா பின்தொடர அப்பா அறையை விட்டு வெளியே ஓடினார். அஜ்ஜியிடம் தீக்ஷா குறித்து அவர் கேட்பதைச் செவியுற்றாள். அவரது பதிலை அவளால் கற்பனை செய்ய முடிந்தது. அம்மாவும் அப்பாவும் குடை ஏதுமில்லாமல், டார்ச் விளக்கை மட்டுமே உதவிக்கு வைத்துக்கொண்டு வீட்டை விட்டு வெளியே ஓடினார்கள்.

கோயில் மூடிக்கிடந்தது. ஆனால், கோயிலின் முன்பகுதியில் இரண்டு நடிகர்கள் இருந்தார்கள். அவர்களுடைய சாமான்களையெல்லாம் மூட்டை கட்டியிருந்தார்கள். மழை நின்றவுடன் அவர்கள் கிளம்பவிருந்தார்கள். ஒரு பெண் பின்தொடர ஒரு ஆண் வேகமாகக் கோயிலுக்கு ஓடிவருவதைப் பார்த்தார்கள். அவர்கள் இரண்டு பெண்பிள்ளைகளைத் தேடிக் கொண்டிருக்கிறார்கள் என்று தெரிந்துகொண்டவுடன் கோயிலைச் சுற்றித் தேடுவதில் அவர்களும் சேர்ந்துகொண்டார்கள். நிலம் ஈரமாகவும் சகதியாகவும் இருந்தது. ஒழுங்கற்ற முறையில்

நாற்காலிகள் சிதறிக்கிடந்தன. ஒரு மனிதரையோ அல்லது ஒற்றை விளக்கையோகூட அவர்களால் பார்க்க முடியவில்லை. அவர்களது கூக்குரலைக் கேட்க அங்கு ஒருவரும் இல்லை. சுற்றிலும் இருட்டு, சூழ்ந்திருந்த இருட்டில் பெய்துகொண்டிருந்த, ஓடிக்கொண்டிருந்த தண்ணீர் ஒலியின் தொடர்ந்த உறுமல்கள் மட்டுமே இடையிடையே குறுக்கிட்டன.

அம்மா அழத் தொடங்கினார். பின் புலம்பத் தொடங்கினார். அப்பா அவரைக் கோயிலுக்குள் அழைத்துச்சென்று, நனைந்திருந்த தனது கைப்பேசியில் தன்னுடைய நண்பர்களை அழைத்தார். ஒருவேளை குமாரியின் வீட்டில் தீக்ஷா தங்கியிருக்கலாம் என்றார் மனைவியிடம். அங்கிருந்த ஒரு நடிகருக்குச் சொந்தமான மோட்டர் சைக்கிளை எடுத்துக்கொண்டு, மனைவியைப் பின்னே உட்காரவைத்து அவரை வீட்டுக்கு அழைத்துச்சென்றார். அம்மாவை ஒரு பார்வை பார்த்தவுடனே அஜ்ஜி கதறிப் புலம்பத் தொடங்கினார். கல்பனா வெளியே ஓடி வந்தாள். அவளிடம், 'அம்மாவை ஜாக்கிரதையாகப் பார்த்துக்கொள். கோயிலில் தீக்ஷா இல்லை' என்றார் அப்பா நிதானமாக.

அவர் குமாரியின் வீட்டை நோக்கி வண்டியைப் படுவேகமாக ஓட்டினார். அந்த இடம் முற்றிலும் இருட்டாக இருந்தது. அவர் கதவைத் தட்டியபோது, குமாரியின் அப்பா கதவைத் திறந்தார். தன்னை வெறுமையாகப் பார்த்துக்கொண்டிருந்த அந்த மனிதரிடம், 'தீக்ஷா இங்கு இருக்காளா?' என்று தீக்ஷாவின் அப்பா கேட்டார். வெளியே வந்த குமாரியுடைய அம்மாவின் காதில் இந்தக் கேள்வி விழ, தன்னுடைய கணவரிடம், 'இது தீக்ஷாவின் அப்பா' என்றார். பிறகு தீக்ஷாவின் அப்பாவிடம், 'இங்கில்லையே, ரொம்ப நேரம் ஆகிவிட்டதால் குமாரி உங்க வீட்டில் தீக்ஷாவோடு தங்கியிருக்கிறாள் என்றே நாங்கள் நினைத்திருந்தோம்' என்றார்.

குமாரியின் அப்பா கோபத்தில் வெடித்தார். 'இந்தப் பெண்கள், எப்போதும் தங்களுடைய விளையாட்டை விளையாடிக் கொண்டு...' இருவருக்கும் அப்போதுதான் நிலைமையின் தீவிரம் உறைத்தது. அவர் தீக்ஷாவின் அப்பாவிடம், 'இருவரும் உங்கள் வீட்டில் இல்லையா?' என்று கேட்டார். அப்பா இல்லையென்று தலையசைத்தார். குமாரியுடைய அப்பாவின் கோபம் மேலும் கூடிக்கொண்டே போக, 'அவ

செய்ய விரும்புவதையெல்லாம் அனுமதிக்காதேனு நான் சொன்னேன் இல்ல' என்று மனைவியிடம் கத்தினார். அவர் தீக்ஷாவின் அப்பாவிடம், 'அவர்கள் மழையில் சிக்கிக்கொண்டு எங்காவது ஒதுங்கியிருப்பார்கள். நாம் அவர்களைச் சீக்கிரத்தில் கண்டுபிடித்துவிடலாம்' என்றார். அவர் அரை டவுசரை மாட்டிக்கொண்டு, மோட்டர் சைக்கிளில் தீக்ஷாவின் அப்பாவோடு சேர்ந்துகொண்டார். அவர்கள் கோயிலை நோக்கிப் பாய்ந்தார்கள்.

தீக்ஷாவும் குமாரியும் ஒரு மரத்துக்கடியில் நின்று கொண்டிருந்தார்கள். தொப்பலாக நனைந்திருந்தாலும் வெதுவெதுப்பாகவும் வெக்கையாகவும் உணர்ந்தார்கள். அவர்கள் இருவருமே பெரும் உற்சாகத்தில் இருந்தார்கள். அந்த இரவு அவர்களுக்கு இன்னும் அச்சம்தரக்கூடிய ஒன்றாக மாறவில்லை. அவர்கள் இன்னமும் ஒலிகளோடான தங்களது அனுபவத்தின் பாதிப்பில் இருந்தார்கள். அவர்களைச் சுற்றி இருப்பதையெல்லாம் ஈடுபாட்டோடும் ஆச்சரியத்தோடும் பார்த்துக்கொண்டிருக்கும் அளவுக்கு அவர்களுடைய மனமும் கண்களும் திறந்திருந்தன. தடைசெய்யப்பட்ட உலகத்துக்குள் அவர்கள் இருப்பது இதுவே முதல் முறை — இருண்ட இரவில், தன்னந்தனியாக, சில அடிகளுக்கு அப்பால் தடித்த சுவர்போல் இருக்கும் அடர்த்தியான மரங்களுக்கு மத்தியில். மழை குறைந்துகொண்டிருக்கிறது என்று அவர்கள் உணர்ந்த அந்த நொடியிலேயே வந்த பாதை என்று அவர்கள் நினைத்த திசையில் திரும்ப நடக்கத் தொடங்கினார்கள்.

அரை மணிநேரத்துக்கு மேலாக நடந்த பின், வழிதவறிவிட்டதை அவர்கள் உணர்ந்துகொண்டார்கள். மழை குறைவதாக இல்லை. அவர்கள் அயர்ச்சியாக உணர்ந்ததோடு மட்டுமல்லாமல், இசையல்லாத ஒலிகளையும் அவர்கள் கேட்கத் தொடங்கினார்கள். குமாரியின் கால் புண்ணானது. உட்கார்ந்துகொள்ள விரும்பினாள். மரத்துக்கு அடியில் உட்காருவதற்கு ஒரு கல்லை அவர்கள் தேடினார்கள். தடிமனான ஒரு மரத்துண்டைப் பார்த்து அதில் உட்கார்ந்துகொண்டார்கள். சில நிமிடங்கள் கழித்து, திடீரென்று அந்தப் பாதையில் தண்ணீர் பெரும் வேகத்தில் பாய்ந்துவந்தது. அவர்கள் உட்கார்ந்திருந்த

மரத்துண்டு மேலும்கீழும் அலைபாயத் தொடங்கியது. இந்தப் பெண்பிள்ளைகள் பயந்துபோய், அதைப் பிடித்துக்கொள்ள முயன்றார்கள். வளைந்து நெளிந்த மண்பாதையானது மற்றுமொரு நோக்கமற்ற நதிக்கரையானதுபோல், தண்ணீர் மெதுவாகப் பாயத் தொடங்கியது. சற்றும் எதிர்பாராமல், தண்ணீர் பெரும் வேகத்தோடு அந்தப் பாதையில் பாயத் தொடங்கியது. என்ன நடக்கிறது என்று அவர்கள் அறிந்துகொள்வதற்கு முன்பாக, மரத்துண்டோடு சேர்ந்து அவர்களும் இன்னும் காட்டுக்குள்ளாக அடித்துச்செல்லப்பட்டார்கள். கொஞ்சநேரம் கழித்து, மரத்துண்டு ஓர் இடத்தில் வந்துநின்றது. மழையும் நின்றது. அவர்கள் முழுக்கத் தொப்பலாக நனைந்திருக்க, அந்த மரத்துண்டை விட்டுவிலகி, உட்கார்ந்துகொள்வதற்காக அருகில் இருந்த மரத்தடியை நோக்கி நடந்தார்கள். காடு மங்கலான ஒளியில் நிரம்பியிருந்ததுபோல் இருந்தது. மழை அவ்வப்போது ஒருசில துளிகளை மட்டுமே பெய்துகொண்டிருக்கும் நிலைக்கு வர, மிருகங்களின் ஊளைகளைக் கேட்டபோது, முதல் முதலாக அச்சம் அவர்களுக்குள் உதயமானது. அந்த ஒற்றை ஒலி, மிருகங்களையும் பாம்புகளையும் கற்பனைசெய்து பார்க்க அவர்களைத் தூண்டியது. குமாரி அழத் தொடங்கினாள். குமாரிக்கு அருகில் உட்கார்ந்து தீக்ஷா தனது கரங்களால் குமாரியின் தோளை அணைத்துக்கொண்டு, 'கவலைப்படாதே' என்றாள். ஒருகணம் அவள் மௌனமாக இருந்தாள். பிறகு, 'கவலைப்படாதே, கல்பனா நம்மைக் கண்டுபிடித்துவிடுவாள்' என்றாள் மிகுந்த நம்பிக்கையோடு.

**எ**ன்ன செய்ய வேண்டும் என்பதில் கல்பனா மிகத் தெளிவாக இருந்தாள். குமாரியின் அப்பாவுடன் அப்பா மோட்டார் சைக்கிளில் மிக வேகமாக வீட்டுக்குத் திரும்பிவந்தார். பிள்ளைகளைத் தேடப்போவதாக அவர்களிடம் சொல்லிவிட்டுக் கிளம்பினார். ஆனால், அதற்குள்ளாக தீக்ஷாவும் குமாரியும் காட்டில் தொலைந்துபோயிருக்கிறார்கள் என்று கல்பனா புரிந்துகொண்டாள். அவளைப் போலவே வார்த்தைகளுக்குப் பின், ஒலிகளுக்குப் பின் ஓடி, வழியைத் தவறவிட்டிருக்கிறார்கள் என்று அவள் தெளிவாகப் புரிந்துகொண்டாள். அவர்கள் எங்கிருப்பார்கள் என்று அவளால் ஊகிக்க முடியும் என்றும் நினைத்தாள்.

மழையில் மூன்று நாள்கள் காட்டில் தொலைந்துபோய், அவள் பட்டதையெல்லாம் அவர்கள் படக் கூடாது என்று நினைத்தாள். அம்மா அதிர்ச்சியடைந்து காணப்பட்டார். அஜ்ஜி வாயிற்கதவைப் பார்த்தபடி தனது பிரார்த்தனைகளை மீண்டும் முணுமுணுக்கத் தொடங்கினார். கல்பனா பழைய சாமான்கள் அறைக்குச் சென்று தனது புத்தகப்பையை எடுத்துக்கொண்டாள். அதில் இருந்த புத்தகங்களையும் குறிப்பேடுகளையும் அப்புறப்படுத்தினாள். சமையலறைக்குச் சென்று இரண்டு புட்டிகளில் தண்ணீர் நிரப்பிக்கொண்டு, அதை தனது பையில் வைத்துக்கொண்டாள். பண்டிகைக்காக அம்மா செய்த இனிப்பு உருண்டைகளையெல்லாம் ஒரு பிளாஸ்டிக் பையில் போட்டுக்கொண்டாள். அதையும் தனது பையில் திணித்துக்கொண்டாள். சமையலறை அலமாரியில் பாதி மறைத்துவைக்கப்பட்டிருந்த ஒரு டின் டப்பாவில் பிஸ்கட் பாக்கெட் இருந்தது. அது, இரண்டு பெண்களுக்கும் அஜ்ஜிக்கும் அவ்வப்போது பங்கிட்டுத் தரப்படும். அதையும் பையில் போட்டுக்கொண்டு தன்னுடைய அறைக்குச் சென்றாள். பிளாஸ்டிக் விரிப்பில் தயாரிக்கப்பட்ட இரண்டு ரெயின்கோட்டை எடுத்துக்கொண்டாள். அம்மாவின் அறைக்குச் சென்று, அதுபோன்று அம்மா பயன்படுத்தும் ரெயின்கோட்டை ஸ்டூல் மீது ஏறி எடுத்துக்கொண்டாள். பிறகு, கட்டிலில் படுத்திருந்த அம்மாவிடம் சென்றாள். அம்மா அழுதுகொண்டிருந்தார். அவர் மிகப் பரிதாபமான நிலையில் இருந்தார். ‘இவர்களுமா’ என்று தொடர்ந்து புலம்பிக்கொண்டிருந்தார்.

கல்பனா அவரை இறுக்க அணைத்துக்கொண்டாள். தனது வாயை அம்மாவின் காதுக்கு அருகில் கொண்டுசென்று, ‘கவலைப்படாதே. நான் அவர்களைத் திரும்ப அழைத்துவருகிறேன். அவர்கள் தொலைந்துபோயிருந்தாலும் எங்கிருப்பார்கள் என்று எனக்குத் தெரியும்’ என்று மெல்லிய குரலில் தெளிவாகச் சொன்னாள். கல்பனாவின் வார்த்தைகள் அவளுடைய காதுக்கே விநோதமாக இருந்தன. வேறு யாரோ ஒருவருடைய குரல்போல் அவளுக்கு ஒலித்தன. அவள் மிகவும் நிதானமாக இருந்தாள். தனது அம்மாவிடம் நிறைய, இன்னும் நிறைய சொல்ல வேண்டும் என்றும் நினைத்தாள். அவளுக்குக் காட்டைத் தெரியும். இப்போது காடு அவளைப் பார்த்து பயந்துகொண்டிருக்க வேண்டும்.

மறந்துபோன கல்பனாவின் குரலைக் கேட்டு அம்மா அதிர்ச்சியடைந்தார். அவள் எழுந்து உட்கார்ந்து, மிகச் சத்தமாக, 'உன்னால் பேச முடிகிறது. உன்னால் பேச முடிகிறது' என்றார்.

கல்பனா அவரைத் தள்ளிப் படுக்கவைத்தாள். 'இப்ப அமைதியா இரும்மா. நான் அவர்களை அழைத்துவருகிறேன். கவலைப்படாதே.' வருங்காலத்தில் என்ன நடக்கப்போகிறது என்று அவளுக்கு மிகத் துல்லியமாகத் தெரிந்திருப்பதுபோல் அவள் புன்னகைத்தாள். இந்த இருட்டில், புன்னகைத்துக்கொண்டிருக்கும் மற்றுமொரு விக்கிரகமாகவே அவள் தெரிந்தாள்.

அம்மா ஏதேனும் சொல்வதற்கு முன், அவள் ரெயின்கோட்டை அணிந்துகொண்டு, முன்னறையை நோக்கி ஓடினாள். செருப்புகள் வைக்கப்படும் அலமாரியிலிருந்து பள்ளிக்குப் போட்டுக்கொண்டுபோகும் கித்தான் ஷூவைப் போட்டுக்கொண்டாள். மலைகள் இருந்த திசையைக் கண்காணித்துக்கொண்டிருந்த அஜ்ஜி திரும்பிப்பார்ப்பதற்கு முன், அவரைக் கடந்து மழைக்குள் சென்றாள். அஜ்ஜி அவளது பெயரை உரக்கக் கத்துவதைக் கேட்டாள்.

அவள் நின்றாள். அவள் திரும்பி அஜ்ஜியைப் பார்த்தாள். மழையில் தொப்பலாக நனைந்தபடி நின்றுகொண்டிருந்த அவர், சுற்றிலும் தயவுதாட்சணியமில்லாத இருட்டை வெறித்துப்பார்த்துக்கொண்டிருந்த அவர், அவ்வளவு பலவீனமாகத் தெரிந்தார். அவள் திரும்பி ஓடுவதற்கு இருந்தாள். ஆனால், மனதை மாற்றிக்கொண்டு அஜ்ஜியை நோக்கி ஓடிவந்தாள்.

அவர் முன்னால் நின்று புன்னகைத்தாள். அவள் எப்போதும் பேசியதை நிறுத்தியதில்லை என்பதுபோல் தெளிவாகப் பேசினாள். 'அஜ்ஜி, வார்த்தைகள் எங்கே போகின்றன என்று எனக்குத் தெரியும். நான் உன்னுடைய பிரார்த்தனைகளைப் பின்தொடர்ந்து சென்றேன். அவை எங்கே போகின்றன என்று எனக்குத் தெரியும். உன்னுடைய கடவுள்கள் எங்கு மறைந்திருக்கிறார்கள் என்று எனக்குத் தெரியும். கவலைப்படாதே, நான் அந்தப் பெண்பிள்ளைகளைத் திரும்ப அழைத்துவருகிறேன்.' அவள் கைகளை நீட்டி, சுருக்கங்கள் விழுந்த அஜ்ஜியின் கைகளைப் பற்றிக்கொண்டாள். அஜ்ஜி

ஒரு சின்ன ஒலியை எழுப்புவதற்கு முன் அவள் அங்கிருந்து ஓடிப்போனாள்.

கல்பனா கோயிலுக்குச் செல்லவில்லை. அவள் நினைப்பதுபோல், தீக்ஷாவும் குமாரியும் ஒலிகளையும் வார்த்தைகளையும் பின்தொடர்ந்து காட்டுக்குள் சென்றிருப்பார்கள் என்றால், குறிப்பிட்ட ஒரு வழியைத்தான் அவர்கள் எடுத்திருக்க வேண்டும் என்று யோசித்தாள். கிராமத்தின் எல்லையில், கொட்டும் மழையில் கண்களை மூடிக்கொண்டு அவள் நின்றுகொண்டிருந்தாள் — மலைகளின் நிழலுருவத்தால் மட்டுமல்லாமல், சுற்றிலும் பெய்துகொண்டிருந்த விரிப்புகளிலான மழையாலும் சிறிய குட்டையான உருவமாகத் தெரிந்த அவள் காட்டுக்குள் ஓடிய அந்தத் தருணத்தை நினைத்துப்பார்த்தாள். அவள் பின்தொடர்ந்துசென்ற பிரார்த்தனைகளின் வார்த்தைகளை, அவளைச் சுற்றிலும் பட்டாம்பூச்சிகள்போல் சிறகடித்த வார்த்தைகளை, அவளைக் காட்டுக்குள் அழைத்துச்சென்ற வார்த்தைகளை அவள் நினைத்துப்பார்த்தாள். அன்றைய அவளை, அவளே கற்பனைசெய்து பார்த்துக்கொண்டாள். காட்டுக்குள் எந்த இடத்தில் நுழைவது என்று அவளால் மிகத் தெளிவாகப் பார்க்க முடிந்தது. அவள் தன்னை அமைதிப்படுத்திக்கொண்டு, அடித்துக்கொண்டிருக்கும் மழையின் ஊடாக இருண்ட காட்டைத் துணிச்சலோடு பார்த்தாள். தீக்ஷா மற்றும் குமாரியிடம் நிச்சயமாகக் கொண்டுசெல்லும் என்று அவள் நினைத்த பாதையில் அடியெடுத்துவைத்தாள்.

திடீரென்று பெரும் விடுதலை உணர்வை அனுபவித்தபடியே சில நிமிடங்கள் அவள் நடந்துகொண்டிருந்தாள். காட்டில் அவளை விழுங்கிய அச்சமெல்லாம் காணாமல்போயின. கொஞ்சம் தொலைவு நடந்தாள். மழை சற்றே குறைந்திருந்தது. அந்த இருட்டிலும்கூட அவளால் வடிவங்களைப் பார்க்க முடிந்தது. ஒரு சிறிய மண்மேட்டைப் பார்த்து அதன் மீது ஏறினாள். அதன் மீது நின்றுகொண்டு, அவளால் முடிந்தமட்டும் உரக்கக் குரல் எழுப்பினாள்: ‘தீக்ஷா! குமாரி!’ கல்பனாவின் குரல் தடைகளற்று எதிரொலிக்க வேண்டும் என்பதற்காகவே மழை இப்போது அடங்கிவிட்டதுபோல் தெரிந்தது.

'நான் இங்குதான் இருக்கிறேன். நான்தான் கல்பனா. நான் உங்களைக் கண்டுபிடித்துவிடுவேன். பயப்பட வேண்டாம். பயப்பட வேண்டாம்' என்று கல்பனா கத்தினாள்.

திடீரென்ற அசைவின்மையில் அவள் மீண்டும் கத்தினாள். 'பயப்படுவதற்கு எதுவும் இல்லை. எல்லா ஒலிகளையும் கேளுங்கள். எல்லாவற்றையும் கேளுங்கள். நாம் வகுப்பில் கற்றுக்கொண்டதையெல்லாம் பாடுங்கள். எந்த விலங்கும் உங்களுக்கு அருகில் வராது. மரங்களிலிருந்து, மழையிலிருந்து, பறவைகளிடமிருந்து, பாம்புகளிடமிருந்து வரும் வார்த்தைகளையெல்லாம் கேளுங்கள். அவையெல்லாம் உங்களோடு பேசவே விரும்புகின்றன. நாம் கேட்க வேண்டும் என்றே அவை ஏங்குகின்றன. கேளுங்கள், பாடுங்கள். உங்களுக்கு ஏதும் நடக்காது.'

இப்படியாக உரக்கக் கத்திக்கொண்டே, மண்மேட்டிலிருந்து வேகமாகச் சரிந்து பழுவற்ற தனது பாதங்கள் உருவாக்கிய பாதையின் ஊடாக இருண்ட காட்டுக்குள் ஓடிக்கொண்டிருந்தாள். சில நிமிடங்களுக்கு ஒருமுறை தீக்ஷா மற்றும் குமாரியின் பெயரைச் சொல்லிக் கத்திக்கொண்டிருந்தாள். கங்கம்மாவின் வகுப்பில் அவள் பாட விரும்பிய, ஆனால் பாடாத பாடல்களையெல்லாம் பாடிக்கொண்டிருந்தாள். இசை வகுப்பில் பாடாத பாடல்கள், பள்ளியில் ஆசிரியர்களிடம், முதல்வரிடம், பிற மாணவர்களிடம் சொல்லாமல் அவளுக்குள் அடக்கிவைத்திருந்த வார்த்தைகள் என்று எல்லாவற்றுக்கும் அவள் ஈடுசெய்தாள். எல்லாவற்றையும் கைவிட்டுவிட்டு, குதித்துக்கொண்டும் கத்திக்கொண்டும் காட்டுக்குள் பெரும் சந்தோஷத்தோடு ஓடத் தொடங்கினாள்.

விடிவதற்கு முன்னரே அந்த மலைப் பாதையில் சிறு கூட்டம் கூடியிருந்தது. கல்பனா முதல் முறையாகத் தொலைந்துபோனபோது, இந்த வழியாகத்தான் திரும்பிவந்தாள். இரவு முழுக்கக் கிராமத்தில் செய்தி பரவிக்கொண்டிருந்தது. இப்போது மூன்று பெண்பிள்ளைகள் காணாமல்போயிருக்கிறார்கள். கல்பனா பேசியதும் பரவத் தொடங்கியது. இந்தக் கதை சொல்லப்படும் ஒவ்வொரு முறையும், அது வளர்ந்துகொண்டேபோனது.

குமாரியின் அம்மா பெரும் அதிர்ச்சியில் இருந்தார். அவளது அப்பா இன்னும் கோபத்தில் இருந்தார். அவர் இன்னமும் இந்தப் பெண்பிள்ளைகள் வெறுமனே வழிதவறியிருக்கிறார்கள் அல்லது கண்ணாமூச்சி விளையாடுகிறார்கள் என்றுதான் நினைத்துக்கொண்டிருந்தார். கல்பனா தன்னிடம் பேசியதில் சற்றே நம்பிக்கையோடு இருந்தாலும், தீக்ஷாவின் அம்மா முற்றிலுமாக உடைந்துபோயிருந்தார். அவரது கணவர் செய்வதறியாமல் இருந்தார். பேசுவது என்று கல்பனா தீர்மானித்தது அவரை ரொம்பவும் பாதித்திருந்தது. பிரச்சினையையும் அதற்கான தீர்வையும் பல்வேறு விதமாக அவர் தொடர்ந்து சிந்தித்துக்கொண்டிருந்தார். ஆனால், கல்பனா வேண்டுமென்றே அவர்களையெல்லாம் இந்த அளவுக்குக் கஷ்டப்படுத்தியிருப்பதுபோல் தெரிகிறது. தன்னுடைய சொந்த மகளே ஏன் இப்படியெல்லாம் செய்ய வேண்டும் என்று அவரால் புரிந்துகொள்ள முடியவில்லை. இப்படிச் சிந்தித்தது மிக மோசமான வெறுமையை அவருக்குள் உருவாக்கியது. அஜ்ஜி வீட்டுக்குள் நுழைய மறுத்து, பிரதான சாலையிலேயே நின்றுகொண்டிருந்தார். வீட்டுக்குத் திரும்ப அவரை யாராலும் கட்டாயப்படுத்த முடியவில்லை.

அடுத்த நாள் காலையில், அஜ்ஜி அந்த இடத்தைவிட்டு நகரப்போவதில்லை என்பதைப் பார்த்து, பாபுவும் அவனது நண்பர்களும் அவர் நிழலில் உட்காருவதற்கு ஒதுங்குமிடம் ஒன்றை அமைக்கத் தொடங்கினார்கள். மிக வேகமாக ஓலைக்கூரையைக் கட்டினார்கள். மூன்று பெண்களும் பேருந்திலிருந்து இறங்கிவர வேண்டும் அல்லது காட்டிலிருந்து வெளியே வந்து தனக்குக் கையசைக்க வேண்டும் என்ற எதிர்பார்ப்போடு அஜ்ஜி உள்ளே உட்கார்ந்தபடியே அவர்களுக்காகக் காத்திருந்தார்.

குமாரியின் அப்பா ஒரு குழுவைக் கோயில் மைதானத்தைச் சுற்றியிருக்கும் காட்டுப்பகுதிக்கு அழைத்துச்சென்றார். தானாக முன்வந்த அவர்கள் எல்லோரும் கையில் அரிவாளோடும் கத்திகளோடும் பெண்பிள்ளைகளின் பெயர்களை உரக்கச் சொல்லியபடி அங்குமிங்கும் நடந்துகொண்டிருந்தார்கள்.

கல்பனாவின் அப்பாவும் வேறொரு இடத்தில் வேறு ஒரு குழுவைக் கொண்டு இதையே செய்துகொண்டிருந்தார்.

எப்போது வேண்டுமென்றாலும் திரும்பலாம் என்றே எல்லோரும் நினைத்தார்கள். முன்புபோல் இல்லாமல். இப்படித்தான் ஒவ்வொருவரும் நினைத்தார்கள்.

விடிந்தது. சூரியன் சிவப்பாக வீரியத்தோடு வெளிப்பட்டது. சேவல்கள் சோம்பேறித்தனமாகக் குரல் எழுப்பின. சில வாலிபர்களோடு சித்தையா நின்றுகொண்டிருந்தான். சகதியான காட்டை வெறித்துப்பார்த்தபடி, தொடர்ந்து இடைவெளிவிட்டு பெண்களின் பெயர்களை உரக்கச்சொல்லிக்கொண்டிருந்தான்.

மதியம் வந்தபோது, அவர்கள் இனி வரப்போகும் நாள்கள் குறித்துப் பேசத் தொடங்கினார்கள். 'போன முறை' கல்பனா மூன்று நாள்களுக்குத் தொலைந்துபோனது குறித்து எல்லோரும் பேசிக்கொண்டிருந்தார்கள். கொஞ்சம்கொஞ்சமாக, ஏதோ பிரபஞ்ச ஒழுங்குக்கு உட்பட்டது போன்று மூன்று நாள்களுக்குக் காத்திருக்க வேண்டும் என்பதாக உணரத் தொடங்கினார்கள். காட்டிலிருந்து பெண்கள் வெளியேறும்வரை முறைமாற்றிக் காத்திருப்பது என்றும் முடிவெடுத்தார்கள்.

இரண்டு அப்பாக்களும் அதிர்ஷ்டமேதும் இல்லாமல் திரும்பிவந்தார்கள். சகதியின் ஊடாகவும், உடைந்துபோயிருக்கும், அழுகிக்கொண்டிருக்கும் மரங்களின் ஊடாகவும் அவர்கள் கொஞ்ச தூரம் காட்டுக்குள் சென்றார்கள் என்றாலும்கூட, எங்கே போவது என்று அவர்கள் அறிந்துகொள்ள வழியேதும் இல்லாமல் இருந்தது. புலிகளைக்கூட ஓடவைத்திருக்கும் அளவுக்கு அவர்கள் சத்தம் எழுப்பினாலும், இந்தப் பெண்பிள்ளைகளிடமிருந்து கீச்சென்று சிறு சத்தம்கூடப் பதிலாகக் கிடைக்கவில்லை.

அலுவலக உதவியாளர் சற்றே பின்னால் வர முதல்வர் வந்து கொண்டிருந்தார். அவர் இரண்டு வீடுகளுக்குப் போய்வந்து இந்தப் பெண்பிள்ளைகள் மீதான அவரது அதிருப்திச் சுவடுகளை விட்டுச்சென்றார். மௌனமாக, பயந்துபோய் துயரத்தில் இருந்த இரண்டு அம்மாக்களிடமும், 'நான் இவ்வளவு செய்தும்கூடவா' என்றார்.

பக்கத்துக் கிராமத்திலிருந்து கங்கம்மா திரும்பிவந்தார். காலையில்தான் இந்தச் செய்தியை அவர் கேள்விப்பட்டார். உடனடியாக அடித்துப்பிடித்துக் கிராமத்துக்கு வந்துசேர்ந்தார். அவர் நேராக கல்பனாவின் வீட்டுக்குச் சென்றார். அவரைப்

பார்த்தவுடன் கல்பனாவின் அம்மா விக்கிவிக்கி அழத் தொடங்கினார். பிறகு, 'அவர்கள் இருவரையும் தேடிச்செல்வதற்கு முன் கல்பனா என்னிடம் பேசினாள்' என்று சொல்லிக்கொண்டே இருந்தார்.

கங்கம்மா அவரை இறுக்கப் பிடித்துக்கொண்டு, மெல்லிய குரலில் திரும்பத்திரும்பச் சொல்லிக்கொண்டிருந்தார். 'எனக்கு இந்தப் பெண்பிள்ளைகளைத் தெரியும். அவர்களுக்கு எந்தத் தீங்கும் நேராது. நம்மையெல்லாம்விட இந்தப் பெண்கள் துணிச்சலானவர்கள், மேலானவர்கள்.'

பிறகு, குமாரியின் வீட்டுக்கு கங்கம்மா சென்றார். சில ஆண்களோடு குமாரியின் அப்பா வெளியே உட்கார்ந்திருந்தார். அவர் உள்ளே சென்று, பல பெண்கள் சூழ்ந்திருக்க முன்னறையில் தரையில் உட்கார்ந்திருந்த குமாரியின் அம்மாவைப் பார்த்தார். கங்கம்மா அவருக்கு அருகில் சென்று உட்கார்ந்துகொண்டார். குமாரியின் அம்மாவைத் தொடுவதற்குக் கையை நீட்டினார். அங்கே கூடியிருந்த பெண்களிடம், 'குமாரி சாதாரணப் பெண்ணில்லை. இந்த மூன்று பெண்களில் எவருமே சாதாரணமானவர்கள் இல்லை. அவர்கள் திரும்பிவருவார்கள். நீங்கள் பார்க்கத்தான் போகிறீர்கள்' என்றார் கங்கம்மா. எல்லோரும் எந்த உணர்ச்சியும் இல்லாமல் அவரை வெறித்துப்பார்த்துக்கொண்டிருந்தார்கள்.

மூன்றாவது நாள் பெரும் எதிர்பார்ப்போடு தொடங்கியது. கோயிலில் சிறப்புப் பூசைக்கு ஏற்பாடு செய்யப்பட்டிருந்தது. தொலைந்துபோனதன் தீவிரத்தால் மூடப்பட்டிருந்த பள்ளி இன்னும் திறக்கப்படவில்லை. பார்வையின் எல்லையில் மூன்று பெண்கள் தென்படுகிறார்களா என்று பார்த்தபடியே பிள்ளைகளெல்லாம் தங்களது வீட்டுக்கு வெளியிலேயே சுற்றிக்கொண்டிருந்தார்கள்.

ஆண்கள் காட்டுக்குள் பல பிரிவுகளாகச் சென்றார்கள். என்ன செய்வது என்று தெரியாமல் திரும்பிவந்தார்கள்.

மூன்றாம் நாள் இரவு சித்தையாவும் அவனது நண்பர்களும் இன்னும் அதிகமாகக் கூடியிருந்த கூட்டத்தோடு சேர்ந்து காத்திருந்தார்கள். விடிந்தபோது, அவர்கள் எல்லோரும் தயாராக இருந்தார்கள். சந்தோஷத்தில் கூச்சலிடவும் கூக்குரல் எழுப்பவும் தயாராக இருந்தார்கள். செய்தியை உடனடியாகப் பரப்புவதற்கு

அவர்களது கைப்பேசிகளெல்லாம் முழு அளவு உயிரைக் கொண்டிருந்தன.

மழை, வெயிலிலிருந்து ஒதுங்குவதற்குக் கட்டியிருந்த தற்காலிகமான ஒதுங்கிடத்தில் அஜ்ஜி உட்கார்ந்துகொண்டிருந்தார். பெண்கள் திரும்பி வரும்வரையில் அங்கிருந்து நகரவும் மறுத்தார், ஏதாவது சாப்பிடவும் மறுத்துவந்தார். அவரைப் பார்த்தவர்கள், 'அவர் சாவதற்குத் தயாராகிக்கொண்டிருக்கிறார். பெண்பிள்ளைகள் திரும்பிவருவதற்காகத்தான் காத்துக்கொண்டிருக்கிறார்' என்றார்கள்.

காட்டைப் பார்த்திருக்கும் தன்னுடைய வீட்டின் பின்புற எல்லையிலேயே முழு நேரத்தையும் கங்கம்மா கழித்தார். மாலையில் அங்கு நின்றுகொண்டு காட்டுக்காகப் பாடினார். அவரது பாடல் அந்தப் பெண்கள் திரும்பிவரும் வழியைக் கண்டுபிடிப்பதற்கான கயிராக இருக்கும் என்ற நம்பிக்கையில் இருட்டில் மணிக்கணக்காகப் பாடிக்கொண்டிருந்தார். அவர் நம்பிக்கையோடும் அச்சத்தோடும் தனக்குள் வளர்ந்து கொண்டிருந்த அவநம்பிக்கையோடும் பாடிக்கொண்டிருந்தார்.

அவர்கள் எல்லோரும் காத்திருந்தார்கள், விழித்திருந்தார்கள், நம்பிக்கையோடு இருந்தார்கள்.

வெயிலினாலான பகல்கள், மழையினாலான இரவுகளாயின. மழையினாலான இரவுகள் வெக்கையினாலான இரவுகளாயின. காவல் துறையினர் காட்டுக்குள் சென்றார்கள். வனப் பாதுகாப்புத் துறையைச் சேர்ந்தவர்கள் காட்டைவிட்டு வெளியே வந்தார்கள். இருந்தும், இந்த மூன்று பெண்பிள்ளைகளையும் எவராலும் பார்க்க முடியவில்லை.

போலியோவால் பாதிக்கப்பட்ட பெண் நடுவில் ஊனி நடந்துவர, மூன்று பெண்பிள்ளைகளும் கிராமத்தின் பிரதான சாலையில் கம்பீரமாக வரும் காட்சியை எவராலும் பார்க்க முடியவில்லை. அவர்களது முகத்தில் பிரதிபலிக்க வேண்டும் என்ற ஏக்கத்தில், பொறாமையில் சூரியன் மேகங்களைத் தள்ளிவிடும் அளவுக்கு அவ்வளவு பிரகாசமான புன்னகையுடன், தாங்கள் மட்டுமே கேட்கக்கூடிய இசையைக் கேட்டுக்கொண்டு இந்த மூன்று பெண்பிள்ளைகளும் தாளகதியோடு நடந்துவரும் காட்சியை எவராலும் பார்க்க முடியவில்லை.

புலிகளையும் நாகப்பாம்புகளையும் வெற்றிகொண்ட இந்த வீரமிக்க பெண்பிள்ளைகள், அழுகிக்கொண்டிருக்கும் மரங்களையும் தீங்கிழைக்கும் கொடிகளையும் அப்பறப்படுத்திக்கொண்டே, தங்களுடைய உதடுகளில் பாட்டோடும், தங்களுடைய ஆன்மாவிலிருந்து எழும் கேட்டிராத ஒலிகளின் சுத்தமான சுரத்தோடும், காட்டின் இலைகள் ஊடாகக் கம்பீரமாக வெளியே காலடிவைத்து நடந்துவரும் காட்சியை எவராலும் பார்க்க முடியவில்லை.

அவர்கள் எல்லோரும் உட்கார்ந்தபடி காத்திருந்தார்கள். பிறகும் காத்திருந்தார்கள்.